# లంకమల దారుల్లో

వివేక్ లంకమల

ఎడిటర్

శివా రాచర్ల

ఛాయ

హైదరాబాద్

Lankamala Daarullo
Travelogue

Author: Vivek Lankamala


Editor: Siva Racharla

First Edition:
February, 2024

Copies: 500

Published By:
Chaaya Resources Centre
Haritha Apartments,
103, A-3, Madhuranagar,
HYDERABAD- 500038

Ph: (040) - 23742711
Mobile: +91-70931 65151

email: editorchaaya@gmail.com

Publication No: CRC - 128
ISBN No: 978-93-92968-90-7

Cover Illustraion: Bire Gampa Mallayya
Book Making: Unpublish Media, Hydearaba

For Copies:
All leading Book Shops
bit.ly/chaayabooks
chaayabooks.com

# లంకమల దారుల్లోకి...


అసాధారణ పథికుడు – 05

ఇదొక కొత్త యాత్ర కథనం. -15

వొక మార్మిక అన్వేషి -21

అతనో వసంతం -23

1. లంకమల దారుల్లో -25

2. సోమశిల వెనుక జలాల్లో - 39

3. మల్లుగాని బండ - 59

4. సాలంక - 67

5. కొండపొలం యాత్ర - 77

6. సదురుబండ - 91

7. మల్లెంకొండ - 99

8. గండికోట డ్యాం - 113

9. రాజులచెరువు - 123

10. పగులు చీకటి కోన - 133

11. బిలం -143

12. చెయ్యేరు పరీవాహకం - 155

13. మొండిభైరవ కోన - 179

14. వెలిగొండ - 191

15. పాలకొండలు - 201

16. గుండ్లమాడ - 211

17. ఘటిక సిద్ధేశ్వరం - 227

18. తురకలసరి - 239

19. పెన్నా సంగమం - 251

20. రాణిబండ - 261

21. No Plastic Lankamala - 271

# అసాధారణ పథికుడు

కొంతమంది కుర్రవాళ్ళు పావన నవజీవన నిర్మాతలు అని మహాకవి అంటున్నప్పుడు ఆయన మనసులో ఎవరున్నారా అని అనుకుంటూ ఉంటాను. బహుశా తన కాలం నాటి తక్కిన యువకుల్లాగా జీవితంతో రాజీపడకుండా వ్యవస్థ మీద తిరుగుబాటు బావుటా ఎగరేస్తారనే ఆశ కల్పిస్తున్న యువకుల్ని చూసి ఆయన ఆ మాట అని ఉండవచ్చు. కాని ఇప్పుడు లంకమల వివేక్‌ని చూడగానే ఆ మాటలు గుర్తొస్తున్నాయి. నాకు.

నిజానికి వివేక్ చాలా సాధారణమైన నేపథ్యం నుంచి వచ్చిన చాలా సాధారణమైన యువకుడు. సాధారణమైన ఉద్యోగి. కాని మన కళ్ళముందే అతడు మన కాలపు అత్యధిక సంఖ్యాకులైన యువకులకన్నా ప్రత్యేకంగా, అసాధారణంగా తనని తాను ఆవిష్కరించుకుంటూ వస్తున్నాడు. ఆ ఆవిష్కరణ ఒక్కసారిగా హటాత్తుగా మనల్ని నివ్వెరపరిచేదిగా కాకుండా నెమ్మదిగా, ఫాల్గుణమాసంలో చెట్టు చిగిరించడం మొదలుపెట్టినంత సహజంగా జరుగుతుండటం నేను గత కొంతకాలంగా చూస్తూ ఉన్నాను.

ఇప్పుడు ఈ 'లంకమల దారుల్లో' యాత్రానుభవాలు చదవగానే అతడిలో నేనింతదాకా అస్పష్టంగా చూస్తూ వచ్చిన ధీరత్వం, సాహసం, సహృదయం స్పష్టంగా దర్శనమిచ్చాయి... for the hero is commonly the simplest and obscurest of men, నిజమైన ధీరుడు చాలా మామూలు మనుషుల్లో, చాలా చాలా మామూలుగా చాలా అనామకంగా ఉంటాడు అని థోరో రాసుకున్న మాటలు వివేక్ లాంటి వాళ్ళకి బాగా సరిపోతాయి.

ఒక యువకుడి మీద ఇటువంటి ప్రశంసల వర్షం కురిపించడం సముచితమేనా అనిపించవచ్చు మీకు. కాని మనం నిజంగా ప్రశంసించవలసిందీ, ప్రోత్సహించవలసిందీ, నాలుగడుగులు కలిసి నడవవలసిందీ ఇటువంటి యువకుల్తోనే. ఎందుకంటే ఇటువంటి యువతీ యువకుల నిర్మల అంతరంగంలోంచే పావననవజీవనం ప్రభవిస్తుంది. ఏదో ఒక మతానికో, రాజకీయపార్టీకో, లేదా ఏదో ఒక భావజాలానికో, సిద్ధాంతానికో, ముఠాకో అనుచరుడిగా, ట్రోలర్గా, ఒక వోటుగా మారకుండా తన అంతరంగం ఎటు నడిపిస్తే అటు ఎప్పటికప్పుడు కొత్తదారుల్లో, అనిశ్చితినీ, అగమ్యాన్నీ స్వాగతిస్తూ కొత్తదారులు వేసుకుంటూ పోగల ఇటువంటి సాహసికులే కొత్త యుగాలకు తలుపులు తెరవగలుగుతారు.

పందొమ్మిదో శతాబ్దిలో అమెరికాలో థోరో చేసింది ఇదే. ఎప్పటికప్పుడు కొత్తదారులు వెతుక్కుంటూ నడిచాడు. అతడు చేసిన అది పెద్ద పని నడవడం. నడక. కొలంబస్ అమెరికా ఖండాన్ని కనుగొని ఉండవచ్చుగాక. కాని అమెరికా ఆత్మని దర్శించింది మాత్రం థోరోనే. అది అతడికి పూర్తి స్వేచ్ఛలో, తన అంతరంగం చెప్పినట్టుగా, నడుచుకుంటూపోవడం ద్వారానే సాధ్యపడిందని చెప్పవచ్చు. ఇక్కడ నడక ఒక రూపకాలంకారం మాత్రమే కాదు, నిజంగా నడవడం కూడా. తన సుప్రసిద్ధమైన వ్యాసం Walking (1862) లో అతడు స్పష్టంగా రాసుకున్నాడు: It requires a direct dispensation from Heaven to become a walker అని. తన పూర్వకాలపు కవులు, ప్రవక్తలు, పరిశోధకులు నడిచినట్టుగా తాను కూడా ప్రకృతిమధ్యానికి నడుచుకుంటూ పోతున్నానని చెప్పుకున్నాడు.

## 2

ఇప్పుడు ఈ వ్యాసాల్లో, ఈ కథనాల్లో వివేక్ చేసింది ఇదే. థోరో అమెరికాని కనుగొన్నట్టు వివేక్ నల్లమల, ఎర్రమల, లంకమల కొండల్నీ, అడవుల్నీ కనుగొంటున్నాడు. అలాగని కేవలం ప్రకృతిని కాదు. ప్రకృతికీ మనిషికీ మధ్య ఉన్న

దృశ్యాదృశ్య అనుబంధాన్ని కనుగొంటున్నాడు. ప్రకృతిలో మనిషి ఒకప్పుడు జీవించి వెళ్ళిన ఆనవాళ్ళు కనుగొంటున్నాడు. ఆ ఆనవాళ్ళను చెరుపుకుంటూ పోతున్న మనిషి విధ్వంసాన్ని కనుగొంటున్నాడు. కొందరు మనుషులు తమ ప్రయోజనాల కోసం మరికొందరు మనుషుల్ని నిరాశ్రయుల్ని చేయడాన్ని కనుగొంటున్నాడు. మనుషులంతా కలిసి ప్రకృతి పట్ల చేస్తున్న అపచారానికి ప్రకృతికి ఒక్కసారి కోపం వస్తే అది ఎంత విలయం సృష్టించగలదో అది కూడా కనుగొంటున్నాడు.

అన్నిటికన్నా మించి ఒక చెట్టు, ఒక కొండ, ఒక లోయ, ఒక పిట్ట, ఒక తీగ, ఒక పువ్వు వీటికి దగ్గరగా జరగాలని, ఏ మాత్రం తీరిక చిక్కినా వాటిదగ్గరకు పోయి గడపాలని తహతహలాడుతున్నాడు. ఇది, ఇలా కొండకోనల్తో ప్రేమలో పడటమే ఈ యువకున్ని నా కళ్ళల్లో గొప్పగా చూపిస్తున్నది. మన కాలం నాటి యువకులు ఎన్నో విషయాలపట్ల, ఎన్నో అందాలపట్ల, అధికారం పట్ల, ఆస్తిపాస్తులు సమకూర్చుకోడం పట్ల కూరుకుపోతూ ఉండగా, ఈ పిల్లవాడు మాత్రం మరికొన్ని మట్టిదారుల వెంటనడవాలనీ, మరికొన్ని పాతకోనల్ని తనకై తాను కళ్ళారా చూడాలనీ ఉవ్విళ్ళూరుతున్నాడు. ఇటువంటి యువకుడు ఒక్కడున్నా కూడా భగవంతుడు ఆ ప్రాంతాన్ని, ఆ దేశాన్ని, ఆ సమాజాన్ని ఎన్ని తప్పులకైనా క్షమించగలడనిపిస్తుంది.

ఈ పుస్తకంలో 21 వ్యాసాలున్నాయి. వ్యాసం అనేది సరైన మాట కాదు నిజానికి. వీటిని యాత్రా కథనాలు అనాలి. అనుభవ కథనాలు అనాలి. మ్యూజింగ్సు అని కూడా అనొచ్చు. తనతో తాను చేసుకున్న సంభాషణలు అని కూడా అనుకోవచ్చు. లేదా ప్రకృతికి రాసుకున్న ప్రేమలేఖలు అని అనడం కూడా బావుంటుంది.

మనం ఈ రచనలోకి ప్రవేశించగానే ముందు మన చుట్టూ ఉన్న నగరసంరంభం పక్కకు తప్పుకుపోతుంది. మనం మనకు తెలియని తెలుగుసీమలో అడుగుపెడతాం. జనాభాలెక్కలు రాసుకునేవాళ్ళో, ఓటర్ల జాబితాలు తయారు చేసేవాళ్ళో లేదా రేషను కార్డులో, ప్రభుత్వ పథకాలో పట్టుకు తిరిగేవాళ్ళో తప్ప మరెవరూ అడుగుపెట్టని ఊళ్ళమీంచి ప్రయాణించడం మొదలుపెడతాం. అసలు అటువంటి ఊళ్ళున్నాయనీ, వాటిని చూడటమే ఒక భాగ్యమనీ మనకు ఇప్పటిదాకా తెలియదు. పర్యాటకమంటే మాల్దీవులూ, లక్షదీవులచుట్టూ తిరిగే రాజకీయం కాదనీ, అది అన్నిటికన్నా ముందు నీ స్వదేశంలో, నీ స్వజనం మధ్య, నీ మూలాల్ని, నీ బంధాల్ని, నీ బొడ్డుతాటిని వెతుక్కుంటూ చేసే ప్రయాణమని అర్థమవుతుంది మనకి ఈ పుస్తకం పూర్తి చేసాక. రచయిత అనుకున్నట్టే మనమూ అనుకుంటాం:

అప్పుడప్పుడు ప్రయాణాలు చేస్తుండాలి. మనల్ని మనం కొత్తగా పరిచయం

చేసుకోడానికైనా.

ఎన్ని పల్లెలు, ఎన్ని కొండలు, ఎన్ని వాగులు, ఎన్ని గుట్టలు! ఎక్కడో బద్వేల్ దగ్గర నందిపల్లె కు చెందిన వివేక్ లంకమలని గుర్రాల బాయి దగ్గర మొదలయ్యే లంకమల కొండల వరసలు పిలవడం మొదలుపెట్టాక, ఎన్ని పల్లెల వెంబడి ఎన్ని ప్రయాణాలు మొదలుపెట్టాడు!

ఒంటిమిట్ట మండలంలోని బెస్తపల్లె, మల్లేష్ కొండ, ఇసుకదిన్నె, కోటపాడు పరిసరాల్లోని మునకజలాల్లో పడవ ప్రయాణాలు, నందలూరు వైపునుంచి చేసిన పొత్తపియాత్రలో పరిచయమైన గుండ్లమాడ, లంకమలేశ్వర గుడినుంచి సదురుబండకీ, సిద్ధవటం కోటనుంచి బంగళాబోడు, సవళ్ళబాయికి వెళ్ళే దారిలో రాజులచెరువు దగ్గర గుర్రపుబాటలు, కాలిబాటలు, చెయ్యేరు వరదలో నిలబడ్డ ఏకిరిపల్లె, ఒక మనిషిని ఆత్మార్పణకు ప్రేరేపించేటంత మార్మికత నింపుకున్న మొండిభైరవుని కోన, పూలసుబ్బయ్య వెలిగొండ ప్రాజెక్టు, గుండ్లకమ్మ నది, మల్లెంకొండ, పాలకొండలు, పొద్దుటూరు, రామేశ్వరం, జమ్మలమడుగు, కమలాపురం, తాడిపత్రి, అనంతపురం నుంచి బళ్ళారి వెళ్తూ ఒకసారి, పేరూరు, సోమశిల, ఆత్మకూరు, కోవూరు దగ్గర పెన్నాను దాటిన స్థలాలు, పుష్పగిరి దగ్గర కాళ్ళు కూరుకుపోతున్న ఇసుకలో వేసిన అడుగులు కనిపిస్తాయి ఇందులో.

గొద్దుమర్రి దగ్గర చిత్రావతి గలగలలు, గండి వద్ద పాపాఘ్ని ఇసుక తిన్నెలు, అలాడుపల్లె పక్కన కుందూ ఉధృతి, వట్టిపోయిన సగిలేటి ఒడ్డున ఆడుకున్న ఆటలు, నందలూరు పల్లెల్లో చెయ్యేటి వరద బీభత్సం, బొగ్గేరు చెలిమెలో నీటి ఊటలు వీటన్నిటి వెంబడి అతడితో కలిసి, అతడి మిత్రుల్తో కలిసి మనం కూడా ప్రయాణాలు కొనసాగిస్తాం. గోపవరం మండలంలోని గట్టుపల్లె, రాజుపాళెం, ఓబులం పాయకట్టులో మత్స్యకారులు వండిపెట్టిన చేపలకూరని అతడు ఆరగిస్తుంటే చూసి మన కడుపు నిండిపోతుంది.

ఇంతకన్నా సుసంపన్నమైన జీవితం, ఇంతకన్నా సాదరంగా ఆహ్వానించే స్వజనం వేరే ఎక్కడుంటారు? నిజమైన యాత్ర అంటే ఇది. అందుకనే ఒకచోట ఇలా అనుకుంటున్నాడు:

> కదిలే ఆకు, కదలని శిల, కాలిన మోడు, నిర్మలమైన ఆకాశం, చిగురించే వసంతం, ముసురుపట్టిన మేఘం, బెదురుచూపుల కొండగొర్రెలు, సుగంధాలు వెదజల్లే జానపూత, ఎదురయ్యే చిన్న చిన్న సంఘటనల్లో ఆనందాన్ని వెతుక్కోవడం మొదలుపెట్టాక తృప్తికోసం దిగంతాల్లోనే వెతకనక్కరలేదు.

ఎవరైనా అడగవచ్చు.

అదే పెన్నా, అదే సగిలేరు, అదే సోమశిల, అదే మునక, అవే నీళ్ళు, అవే చేపలు, అవే పడవలు, ఏముందక్కడ అంతకుమించి?

అందుకని ఈ ప్రశ్న తనకు తనే వేసుకుని తనే ఇలా జవాబు చెప్పుకుంటాడు:

వెళ్ళిన చోటుకే వెళ్ళింది లేదు. చూసిందే మళ్ళీ చూసింది లేదు. ఏ ఒక్కరోజూ అసంతృప్తిగా వచ్చిందీ లేదు. ఇన్నాళ్ళుగా నేను విస్మరించిన నా నేలను పలకరిస్తూ నేను పీల్చే గాలికి జీవితపు శ్రమల ఉచ్ఛ్వాస, నిశ్వాసాలు అద్దిన పరిసరాలను తడిమి చూసుకుంటూ చేసిన ప్రతి ప్రయాణం, ఎదురయ్యే మనిషి, గొర్రె, బర్రె, ఆవు, మేక, కుక్క, చేప కదిలిపోయే దృశ్యాలు, ఆకులు రాల్చిన మోడు, చిగురించే చెట్టు ఏవో గుర్తు చేస్తూ నాలో నాకు తెలియని ఆలోచనల సుడిగుండాలు రేపుతుంటే ఏముందక్కడ అన్నిసార్లు చూడ్డానికి అన్న తలంపే లేదు.

అగాధామైన సాగరాల మీద తెప్పలు వేసుకుని భూమిని చుట్టిరావడానికి బయల్దేరిన మహా సాహసిక నావికుల్ని ఏది ప్రేరేపిస్తున్నదో ఇతన్నీ అదే ప్రేరేపిస్తున్నది. అందుకనే ఇలా చెప్పుకుంటున్నాడు:

స్వేచ్ఛ కావాలి, ఊహల్లో స్వేచ్ఛ, ఆలోచనల్లో స్వేచ్ఛ, భౌతిక స్వేచ్ఛ, ఆ స్వేచ్ఛ నన్నూ అడవికి తరిమింది.

## 3

నడక గురించి రాస్తూ థోరో వర్డ్స్ వర్త్ కి సంబంధించిన ఒక సంఘటన చెప్పాడు. ఒకసారి ఎవరో వర్డ్స్ వర్త్ ని చూడటానికి వాళ్ళింటికి వెళ్ళారట. అప్పుడు ఆ మహాకవి ఇంట్లో లేడు. ఎప్పట్లానే సరస్తీరాలంబడి పచార్లు చేయడానికి వెళ్ళిపోయాడు. ఆ సందర్శకుడు వర్డ్స్ వర్త్ సహాయకుల్ని 'మీ కవిగారి అధ్యయన మందిరం చూపించండి' అని అడిగాడట. దానికి ఆ ఇంట్లోవాళ్ళు అన్నారట కదా 'ఆయన గ్రంథాలయమైతే ఇదిగో, ఈ గదిలో ఉంది, ఇక ఆయన అధ్యయన మందిరం అంటారా? అది ఆరుబయటనే ఆయన తిరిగే ప్రతిచోటా ఉంది' అని.

ఈ పుస్తకంలోని నడకల్ని చూసినప్పుడు నాకు ఆ విషయమే స్ఫురించింది.

ఇందులో ప్రతి ప్రయాణం ఒక అధ్యయనం. ప్రకృతి గురించి, మనిషి గురించి,

మానవ సమూహాల గురించి, మానవ సమాజం గురించి, పర్యావరణం గురించి. ఏదో ఒకచోటు చూడ్డానికి వెళ్ళిన ప్రతిసారీ వివేక్ ఏదో ఒకటి నేర్చుకుంటూనే ఉన్నాడు. మనకీ నేర్పుతూనే ఉన్నాడు. ప్రతి నడకా అతడి పరిధిని ఎప్పటికప్పుడు విస్తరింపచేస్తోనే ఉంది.

నవజీవనం ఇలానే సిద్ధిస్తుంది. అది ఉన్నట్టుండి మంత్రించినట్టుగా ఒక్కరోజులో సాధ్యపడదు. ప్రతిసారీ ప్రతి ప్రయత్నం తర్వాత, ప్రతి వైఫల్యమ్మీంచీ, పడిలేచిన ప్రతిసారీ కొత్త చిగుళ్ళు వేస్తూనే ఉంటుంది. ఏదో ఒకటి చూడాలి, ఏదో ఒకటి తెలుసుకోవాలి, ఎవరో ఒకరిని కలుసుకోవాలి ఏమి తెలుసుకుంటామని కాదు, ఏదో ఒకటి తెలుసుకు తీరతామనే భరోసా. గొడ్డేటి కొండపైన బుస్సానాయుడి కోట చూడాలని ఉందని రాస్తూ ఇలా అనుకుంటాడు.

కోటలేదు కదా, ఇప్పుడంత దూరం వెళ్ళాలా అన్న ఆలోచన లేదు. వెళ్ళాలి. చిన్న రాయి ఉన్నా కూడా వెళ్ళాలి. ప్రత్యక్షంగా చూడాలి. ఊహల్లోని దృశ్యానికి వాస్తవాన్ని రూపమివ్వాలి.

దేని గురించి విన్నా దాన్ని చూడాలనీ, ఏది కనిపించినా దాన్ని మరింత దగ్గరగా చూడాలనీ అతడు మొదలుపెట్టిన ప్రయాణాలూ అడవి గర్భానికి, చెరిగిపోని రాయలసీమ గతానికి దగ్గరగా తీసుకుపోవడం మాత్రమే కాదు, సోమశిల ముంపు గ్రామలకీ, చెయ్యేటి వరద బీభత్సానికీ కూడా దగ్గరగా తీసుకువెళ్ళాయి. ఆ తపన వల్లనే అతడు లంకమల బీడుభూముల్లో విత్తనాల మట్టి ఉండలు విరజిమ్ముతున్నాడు. ఆ ఆరాటం వల్లనే No Plastic Lankamala కాంపైన్ మొదలుపెట్టాడు. తన పర్యటనల్లో కనిపిస్తున్న యానాదులు తన హృదయాన్ని తట్టిలేపుతున్నందువల్లనే ఎస్.ఆర్.శంకరన్ పేరుమీద యానాదుల కోసం అభివృద్ధి ప్రయత్నాలు మొదలు పెడుతున్నాడు.

యూనివర్సిటీల్లో సిద్ధాంతగ్రంథాలు చదివి తోటిమనిషికి చేరువకావడానికి ప్రయత్నించడం ఒకదారి. ఎటువంటి ముందస్తు ఉద్దేశ్యాలూ, పరిజ్ఞానమూ, పరికల్పనలూ లేకుండా ప్రకృతిమధ్యకు పోయి వచ్చినప్పుడల్లా తనలో కొత్తమనిషి మేల్కొంటూ, మనలోని కొత్తమనిషిని మేల్కొల్పడం మరొక దారి. వివేక్ రెండో దారి. సహజమైన దారి.

# 4

తన యాత్రా కథనాల్లో వివేక్ ఒక అన్వేషిగా మాత్రమే కాదు, ఒక కవిగా, భావుకుడిగా కూడా కనిపిస్తున్నాడు. అతడు తాను నడుస్తున్న దారుల్లో పూర్వ కవుల్ని తలుచుకోవడమే కాదు, తానే కవిగా మారుతున్నాడు. ఎందుకంటే, అడవి మాట వినబడగానే అతడి అంతరంగం రెక్కలు విప్పుకుంటుంది. ఎవరో ఏదో ఒక సామెత చెప్పగానే వెంటనే 'చుట్టూ ఎత్తైన కొండలు, మధ్యలో లోయ, లోయలో నీళ్ళు, ఆ నీళ్ళను ఆశ్రయించి బతికే అడవి జంతువులతో బాగా దట్టమైన ప్రదేశం ఊహల్లో మెదుల్తాయి' అని రాసుకున్నాడు ఒకచోట.

అడవీ, కొండలూ అతడి చూపులకి రంగులు అద్దుతాయి, రాగాలు దిద్దుతాయి. తళతళమెరిసే నెమలీకల్లాంటి ఎన్నో పోలికలు ఈ పుస్తకంలో మనకి ప్రతిపుటలోనూ కనిపిస్తాయి. మచ్చుకి కొన్ని చూడండి:

'కొండగట్టుమీద నిలబడి చూస్తే అంతా సదరంగానే కనిపిస్తుంది. దిగి చూస్తేనే గుంతమిట్టలు, ఎగుడుదిగుళ్ళు అనుభవమయ్యేది.'

'లోయలు నల్లని కాటుక అద్దుకుంటున్న వేళ కాంతిపరిక్షేపణ ప్రభావం వల్ల కొండవాలుల్లో మంచుతెరల వంటి పొర ఒకటి ప్రత్యక్షమవుతుంది.'

'పైటేల ఎండకు పెనం మీద రొట్టెలా కొండ పలపల్లాడిపోతోంది.'

'పుల్లదుమ్మును ఒంటికి పూసుకున్నట్టు పండుటాకుల్తో శిశిరానికి సన్నద్ధమవుతున్న మాఘమాసపు అడవి.

'కొండశిఖరం పైనుంచి చూస్తుంటే వెండిగిన్నెలా మెరిసే అడవి.'

'చెవులకు లోలాకుల్లా పండుమాగిన మిరపకాయ తోటలు.'

'పాముపాకిన మట్టిజాడల్లా మెలికలు తిరిగే అడవిబాటలు.'

'జీవనదిలాంటి ఏరు ఆ మూలనుంచి ఈ మూలకు ఎవరో గొంతునొక్కినట్టు ఎప్పుడూ వట్టిపోయి ఉంటుంది.'

'శ్రీ శ్రీ పూనినట్టు ఎరుపెక్కింది పడమటి ఆకాశం.'

తన భావుకత వల్ల అతడు కొండలు మాట్లాడుకునే మాటలు కూడా వినగలడు. ఈ వాక్యాలు చూడండి. అవి:

సంబరంతో ఉరకలెత్తిన పెన్నా గురించి, అడుగంటిన సోమశిల జలాలు, మిరప తోటల ఘాటు వాసన, పాలకంకుల జొన్న సరసాలు, వెన్నెలరాత్రుల్లో చెనిక్కాయ చేలో కూర్చుని దిగంతాలకు చూసే యువరైతు, పట్టణాలకు తరలిపోతున్న కుటుంబాలు, ఫ్లాట్లుగా మారుతున్న పొలాలు, పల్లె సంగతుల గురించి స్థలకాలాతీతమైన కబుర్లెన్నో చెప్పుకుంటూ ఉంటాయి.

అడవి అతణ్ణి రాగద్వేషాలకూ అతీతంగా జరిపి మనుషుల్ని ప్రేమించగల విద్య నేర్పుతున్నదని మనం గ్రహిస్తాం. ఒకప్పుడు రాజద్రోహిగా ముద్రపడ్డ సంబెట వీరనరసింహరాజు తవ్వించిన చెరువు దగ్గర కూచుని వందల ఏళ్ళుగా వేల జంతువులు, ఎన్ని లక్షల సార్లు తమ దప్పికను తీర్చుకుని ఉంటాయి అనుకుని అతనిపట్ల గొప్ప గౌరవభావం కనబరుస్తాడు.

'అడవి నిగూఢమైంది' అంటాడు ఒకచోట. 'అడవిలో ఒంటరినడక మంచి అనుభవం' అని రాసుకుంటాడు. 'అడవి మార్మికతకు అలవాటుపడ్డ మనిషి జనజీవనంలో ఎక్కువ సేపు నిలవలేడేమో అనిపించింది' అని కూడా అనుకుంటాడు. అడవిముందు నిలబడగానే 'లోపలి అలజడులు, భయాలు, పైపైన అపోహలు, నువ్వు నీ చుట్టూ అల్లుకునే బింకపు పొరలు అన్నీ కలసి నిన్ను నీ కళ్ళముందు నిలబెడతాయి అని అంటూ 'అవసరం అప్పుడప్పుడూ' అని కూడా అంటాడు.

ఇవన్నీ ఏవో పుస్తకాలు చదివితే వచ్చిన భావనలు కావు. ఒక మనిషి తనంత తానుగా అడవినీ, కొండల్నీ, ఊళ్ళనీ ప్రేమిస్తే కలిగే భావనలు. ఇవి అతడిలోని మనిషికి అతన్ని సన్నిహితుణ్ణి చేస్తున్నాయి. కాబట్టే, సోమశిల ముంపు గ్రామాల్లో తిరుగుతున్నప్పుడు ఇదుగో, ఇటువంటి వాక్యాలు రాయగలిగాడు:

> 'డ్యాములో మునిగిన గ్రామాల తాలూకు జ్ఞాపకాలకు సజీవ సాక్ష్యాలన్నట్టుగా అక్కడక్కడా కొన్ని తాటిచెట్లు వరసగా కనబడుతున్నాయి. యుద్ధంలో మరణించిన వాళ్ళకు గుర్తుగా వీరగల్లు వేసినట్టు వేరే ప్రాంతాలకోసం తమ భూములను, అనుబంధాలను, చివరికి ఊర్లనే త్యాగం చేసినవారి కోసం మునకగల్లు లాంటిదేదైనా వేపిస్తే బాగుండు అనిపించింది.'

## 5

ఈ మధ్యకాలంలో యాత్రాకథనాలకు ప్రాచుర్యం లభిస్తోంది. కాని, ఆ యాత్రా

కథనాలు రాసేవాళ్ళు అయితే ప్రపంచ పర్యాటకులు లేదా సుప్రసిద్ధ దర్శనీయ స్థలాలకు పోయి వచ్చేవాళ్ళు. దాదాపుగా ఆ కథనాలన్నీ అప్పటికే సుస్థిరమైన దారుల్లో మళ్ళా మరొకరు కొత్తగా చేసే ప్రయాణాల కథనాలు. కానీ ఈ సంపుటిలోని యాత్రలు రహదారుల మీద చేసినవి కావు. ఇవి కాలిబాటల వెంబడి, మట్టిబాటల వెంబడి, చెరిగిపోతున్న ఆనవాళ్ల వెంబడి చేసిన ప్రయాణాలు. ఒకప్పుడు మనుషులు నడిచిన దారుల్ని కాలం పూర్తిగా మరుగుపర్చకముందే మళ్ళా మరొకసారి ఆ దారుల్నీ, ఆ గాథల్నీ వెలికితీసే ప్రయాణాలు.

ఇంగ్లీషులో road అనీ, path అనీ రెండు మాటలున్నాయి. సాధారణంగా మనం చదివే యాత్రా కథనాలు రోడ్లకి సంబంధించినవి. కానీ ఈ కథనాలు paths కి సంబంధించినవి. సుప్రసిద్ధ నార్వేజియన్ పర్యాటకుడు Torbjorn Ekelund రాసిన In Praise of Paths (2020) చదివాక గానీ నాకు road కీ path కీ మధ్య ఉన్న తేడా తెలియలేదు. రోడ్డు మన వయోజన జీవితానికి సంబంధించిన అనుభవం. దాని మీద మనం నడవం. కారులోనో, బస్సులోనో లేదా రైల్లోనో ప్రయాణిస్తాం. కాని path మన బాల్యానికి సంబంధించిన అనుభవం. దాని ద్వారానే మనకి మన నేల, మన ఊరు, మన ప్రపంచం అనుభవంలోకి వస్తాయి. అది మన జీవితానుభవంలో, మన జ్ఞాపకాల్లో ఇంకిపోతుంది. మనం చిన్నప్పుడు ఒక దారిన నడిచి ఉంటాం. అది మన కొండగుర్తు. మనం తిరిగి ఏ దారిలో నడిచినా ఆ దారినే మళ్లా వెతుక్కుంటూ ఉంటాం. వివేక్ సరిగ్గా ఈ మాటలే రాస్తున్నాడు. చూడండి:

> తర్వాత కాలంలో కొండలు, కోనలు, కనుమలు, జిల్లాలు, రాష్ట్రాలు దాటి ఎన్నెన్నో ప్రయాణాలు చేసాను గానీ నన్ను అడవికి దగ్గర చేసిన ఈ లంకమల దారుల్లో ఇప్పటికీ ప్రత్యేకం. నాటి అనుభవాలు, జ్ఞాపకాలు మదిమూలల్లో ఇప్పటికీ పదిలంగా నిక్షిప్తమై ఉన్నాయి.

Paths once blended into the landscape; they did not destroy it. But roads did అంటాడు Ekelund. కాలిబాటలు, మట్టిదారులు, కొండదారులు, లోయదారులు లాంటి ప్రాకృతిక పథాలు ప్రయాణించినప్పుడు ఆ దారుల్లో కథలూ, గాథలూ, పురాణాలూ, పూర్వమానవులూ మనకి మళ్ళా కనిపిస్తారు. కాబట్టే వివేక్ తో పాటు మనం కూడా ఈ దారుల్లో నడుస్తున్నప్పుడు సంబెట వీరనరసింహరాజునో, బుస్సానాయుడినో, రైతుగా పుట్టి రైతుగా పెరిగి రైతు తత్త్వాన్ని పదిమందికి పంచుతూ అవధూతగా మారిన కాశినాయననో మనమూ చూడగలుగుతాం. దొంగలసాని కొండ దగ్గర నిలబడ్డప్పుడు నెల్లూరు సిద్ధిరాజుతో పొత్తపి రాజులు మల్లదేవ, సోమదేవులకు

జరిగిన యుద్ధం మనకి కూడా కనిపిస్తుంది. గుండ్లమాడ శివాలయం దగ్గర గంగరసదేవ మహారాజుల్ని మనం కూడా పలకరిస్తాం. ఘటికసిద్ధేశ్వరం దగ్గర అగస్త్యాది సిద్ధ, సాధుపరంపర వెనక మనమూ అడుగులేస్తాం. పెద్దపెద్ద వానలు పడితే తురకల ఝురిలో కత్తులు బయటపడటం మనమూ కళ్ళారా చూస్తాం.

ఏ విధంగా చూసినా ఈ కథనాలు చదవడం గొప్ప అనుభవం. వనవాసి నవలలో కనిపించే మహాలిఖారూప పర్వతశ్రేణి లాంటిదే మన మధ్య మన ప్రాంతంలో మనకూ ఉందనీ, అటువంటి లంకమల శ్రేణులు తమ వనవాసిని వివేక్ లో వెతుక్కున్నాయనీ మనకి స్ఫురిస్తుంది. పుస్తకం ముగించేటప్పటికి, వివేక్ లానే మనం కూడా ఇలా అనుకుంటాం:

> అడుగుబయట పెడితే గమ్యమే చేరాలని లేదు. ఆ ప్రయాణంలో ఎక్కడో ఒకచోట నువ్వు నీకు ఎదురవ్వకపోవు.

**వాడ్రేవు చినవీరభద్రుడు**

హైదరాబాదు

1-2-2024

# ఇదొక కొత్త యాత్ర కథనం.

గత కొంతకాలంగా సామాజిక మాధ్యమాలలో బాగా కనిపిస్తున్న పేరు వివేక్ లంకమల. ఇంటి పేరు 'లోమాటి' అయితే ఊరి పక్కనే ఉన్న లంకమల అడవుల మీది వల్ల మాలిన మమకారంతో పేరు మార్చుకొన్నాడు.

కడప జిల్లాలోని బద్వేలు పట్టణానికి పడమరగా లంకమల కొండల ఈశాన్య పాదాల వద్ద వున్న 'నందిపల్లె' వివేక్ వూరు. పొద్దున్నే లేచి కళ్ళు నులుముకొంటూ తూర్పు, పడమటి వైపు చూస్తే ఎత్తైన పర్వతాలతో కూడిన అడవి కనిపిస్తుంది. దాన్నంతా అక్షరాలుగా అనువదించి ఈ పుస్తకాన్ని నింపాడు అతను.

అనాది నుంచి కొండల్లోకి వెళ్లి, మార్మిక ప్రాంతాల్ని చూసి వచ్చిన పూర్వీకుల అనుభవాలు విని పెరిగిన వివేక్, కొంతమంది మిత్రుల్ని వెంటేసుకొని ఆ రహస్యాల్ని ఛేధించే ప్రయాణాలే ఇందులో అధికంగా ఉంటాయి. లంకమలకు తోడు నల్లమల, వెలిగొండలు, పాలకొండలు, శేషాచలం కొండలు, సగిలేరు, పెన్నేరు, చెయ్యేరు, కుందేరు లాంటి ఏరులు, సోమశిల, గండికోట లాంటి డ్యాములు, కంభం, పోరుమామిళ్ల లాంటి చెరువులు, బిలం లాంటి గుహలు ఒకటేమిటి తన చుట్టూ కథలు కథలుగా వినిపించిన భౌగోళిక విశేషాలన్నింటినీ కళ్ళారా చూసి, ఆ

అనుభవాల్ని అక్షర రూపంలోకి మార్చితే ఈ కథనాలయ్యాయి.

యాత్ర కథనాలు మనం అనేకం చదివి వుండొచ్చు. వెన్నెలకంటి సుబ్బారావు, ఏనుగుల వీరాస్వామయ్య, చళ్ళపిళ్ళ వెంకట శాస్త్రి, పరవస్తు లోకేశ్వర్, ఆదినారాయణ, దాసరి అమరేంద్ర లాంటి యాత్రికులు తమ కథనాలతో మనల్ని రాష్ట్రాలు దేశాలు ఖండాలు దాటించి భూగోళమంతా తిప్పి వుండొచ్చు. పిరమిడ్లు, సిల్క్ రూట్లు, నైలునది, ఆఫ్రికా అడవులు, తాజ్‌మహల్, కాశి, గయ, హిమాలయాల మీది నీరెండ, మానస సరోవర స్వచ్ఛత... ఎన్నెన్నో చూపించి వుండొచ్చు. యాత్రా కథనాలు అంటేనే మన ప్రాంతం వదిలి వేరే ప్రాంతానికి వెళ్ళటం, మనకు రాని భాష వినటం, మనకు తెలియని జీవితాలు స్పర్శించడం, మన నాలుక రుచెరుగని కొత్త పదార్థాలు తినటం, మనం చూడని దృశ్యాలు చూడటం... ఇదే మనకు అనుభవమై వుండొచ్చు. కానీ ఈ యాత్ర కథనాలు అలాంటి సంప్రదాయ శైలిని బద్దలు కొడతాయి.

ఈ కథనాల్లో మనం మాట్లాడే మాటలే ఉంటాయి. వీలైతే మరింత వెనక్కి వెళ్లి మనం మరచిపోయిన మాండలికాల్ని గుర్తుజేస్తాయి. మనం తినే ఆహారమే ఉంటుంది. అవసరమైతే ఇంకొంత ప్రకృతిలోకి వెళ్లి కాయలు కసరుల్లాంటి పచ్చి తిండి కూడా ఉంటుంది. మనం రోజు బస్సులో వెళుతూ చూసే కొండలు, ఏర్లు, ఆనకట్టలు,పాత కట్టడాలు,బీడు నేలలే ఉంటాయి. కాదంటే వాటి చీకటి భాగాల్లోకి వెళ్లి చూసి వచ్చిన గిలిగింతల అనుభవం తోడవుతుంది. వాహనాలు కాదుగదా - కాళ్లకు చెప్పులు కూడా లేకుండా నడవాల్సిన ఎన్నో గమ్యాలుంటాయి ఈ ప్రయాణాల్లో.

నా దృష్టిలో గతానికి సంబంధించిన యాత్రా కథనాల ఛందోబద్ధ వ్యాకరణాన్ని బద్దలు కొట్టిన ఆధునిక కవిత్వం లాంటిది ఈ కథనం. రాయలసీమ కథలాగే ప్రాంతీయ పయనంతో కూడిన కథనం ఇది. ఇక్కడి మాండలికాలతో పరిపుష్టమైన యాస కథనం ఇది. ఈ కరువు నేలల్లో దాగివున్న మార్మిక దృశ్య ప్రపంచాన్ని వెలికి తెచ్చేందుకు కొందరు యువకులు చేసిన అపూర్వమైన ప్రయాణం ఈ పుస్తకం.

యాత్ర అంటే చాలు జేబులో డబ్బులు కుక్కుకొని, వీపున మోసేంత బరువేసుకొని సుదూర ప్రాంతాలకు వెళ్ళటం ఇక్కడ ఉండదు. వాన కురిసి వెలసిన రోజు పుట్టగొడుగుల కోసం కొండల్లోకి పోవడమో, కలివి కాయలు కొండీత కాయల సొద్దుతో అడవి లోతట్టులకు వెళ్లటమో, తాతలు చెప్పిన రహస్య కోనలు వెతుక్కొంటూ పర్వతాల వరసల్లోకి వెళ్లి ఆకలికి తట్టుకోలేక ఆకులలుములు తింటూ గమ్యాన్ని తాకి రావటమో ఇక్కడి యాత్రలకు పునాదులై వుంటాయి.

ఇదొక కొత్త యాత్ర కథనం. వీటిని చదువుతూ వుంటే - "హిమాలయ శిఖరం పైకి ఎక్కి గొప్పగా అనుభూతి పొందటం కాదు, కనిపించే పర్వతాల్లోని ఎత్తైన కొండ మీదకు వెళ్లి నీ వూరి పరిసరాలన్నీ గమనించు. ఎంత గమ్మత్తుగా ఉంటుందో! తాజ్ మహల్ చూసి ఆశ్చర్యపోవటం కాదు, పర్వతాల సందుల్లోని కొండ గుహల్లో ఆదిమానవులు గీసిన రేఖా చిత్రాలను చూడు ఎంతగా పరవశించిపోతారో' అని చెబుతున్నట్లుగా ఉంటుంది.

"ముందుగా నిక్కరులో కుర్రాడివై ఇల్లిల్లూ తొంగి చూస్తూ వూరంతా తిరుగు. తర్వాత కొత్త బిక్షగాడిలా చుట్టుపక్కల పొలాలు ఊర్లు తిరిగి అర్థం చేసుకో. కాకిలా గాల్లో ఎగురుతూ బావులు, చెరువులు, వంకలు, వాగులు పరిశీలించు. పరువులో వున్న జింకలా అడవులన్నీ కలియదిరుగు. నిన్ను తీర్చిదిద్దిన నీ పరిసరాల్ని అర్థం చేసుకో" అని పలికినట్లుగా వుంటుంది.

ఈ సాఫ్ట్వేర్ ఉద్యోగులకు ఏం పని?- ఐదు రోజులు ఏసి గదుల్లో కూచుని పన్జేసి వారాంతపు రోజులు పబ్బుల్లో గడపక. ఈ రాళ్లల్లో, రప్పల్లో, కొండల్లో, గోంతరాళల్లో అడవి జీవాల్లా తిరుగుతూ, సామాజిక మాధ్యమాలలో తమ అనుభవాలను పంచుతూ, వందలకొద్దీ ఔత్సాహకుల్ని వెంట నడిచేలా చేసికొంటున్నారు.

ఆనకట్టల్ని చూడటం కన్నా అవి నిండినప్పుడు వాటి వెనుకజలాల్లో మునిగిపోయిన ముంపు గ్రామాల అవశేషాలు వెతుకులాడుకొంటూ పోవడం వీళ్ళకిష్టం. ఆనకట్టలు తెగి ఊర్లకు ఊర్లు కొట్టుకుపోగా అరకొర ప్రాణాలతో మిగిలిన మనుషుల్ని జంతువుల్ని, వాళ్ళ ఆవాసాల్ని, ఒరిగిపోయిన చెట్లని, కోతబడి కరిగిపోయిన పొలాల్ని దర్శించి సహాయ హస్తలు అందించడం వీళ్ళకు అలవాటు. కొండ శిఖరాలకు ఎక్కడం కన్నా లోయల్లో గడ్డకట్టిన చీకట్లు చీల్చుకొంటూ వెళ్లి ఆదిమానవుల ఆవాసాల ఆనవాళ్ళ కోసం అన్వేషిస్తూ పోవడం మహా ఇష్టం. పెద్దపెద్ద కోటల్ని చూసే కన్నా వాటికోసం ప్రాణాలర్పించిన బుడ్డ పాలెగాళ్ల బురుజుల్ని, కొండదారుల్ని పట్టుకొని తిరగటం ఇష్టం. ఆకాశమెత్తు గాలిగోపురాలతో నిలబడిన దేవాలయాలు వీళ్ళ దృష్టిని ఆకర్షించవు. ఊరి బైట కంపపొదల మధ్యన ఒక కల్జువ్వి చెట్టు కింద మోకాలు ఎత్తున కట్టిన దద్దనంలో ప్రసన్న వదనంతో నిలబడిన అంబ విగ్రహమో, నేలతల్లి తెరచుకొన్న నీలికన్ను లాంటి పాతకాలపు దిగుడు బావో వీళ్ళను ఆకట్టుకొంటుంది. సముద్ర తీరాలకు వెళ్లి అలలతో ఆడుకొంటూ స్నానం చేయడం కన్నా, తమ ఊరి పక్కన ఏరు సముద్రంలో కలిసి అస్తిత్వాన్ని పోగొట్టుకొంటున్న దృశ్యాన్ని అబ్బురంగా చూడటం వీళ్ళకు మరింత ఇష్టం.

వీళ్ళ యాత్రల పోకడే వేరు. వీళ్ళ యాత్రా కథనాల శైలే వేరు. వెళ్ళగలిగిన మేర బైకుల్లో వెళతారు. పోగలిగినంత దూరం ట్రాక్టర్లలో పోతారు. తర్వాత నడక మొదలుబెడితే నడవగలిగిన వారంతా నడుస్తూనే ఉంటారు. నడవ లేక ఢీలాపడిన వాళ్ళను అక్కడే వదిలేసి, పదుల సంఖ్యలో మొదలైన బృందం చివరకు ఒకరు ఇద్దరుగా అయినా గమ్యం చేరుకొంటారు. తిరిగివచ్చి అందరితో తమ అనుభవాలను పంచుకొంటారు.

వీళ్లు లక్ష్యాన్ని ఎంచుకోవటమే విచిత్రంగా ఉంటుంది. 'పగలు చీకటి కోన' అనే ప్రాంతం లంకమల పర్వతాల నడుమ ఎక్కడో ఉందని వినుంటారు. నలుగురు కలిసి బయలుదేరుతారు. దారి తెలియదు. కొండగుర్తులు కూడా స్పష్టంగా తెలిసుండవు. పరిక్కంప తగులుకొని బట్టలు చిరుగుతాయి. కాలి చెప్పులు తెగి పాదాలు బొబ్బలెక్కుతాయి. ఆకలికి తట్టుకోలేక దొరికిన కాయో కసరో దుంపో నములుతారు. అయినా ఏదో ఆశ మాత్రం ముందుకు లాగుతూ ఉంటుంది. చివరకు గమ్యం చేరకుండానే వెనక్కి వస్తారు. అంతటితో ఆగరు. మళ్ళీ మళ్ళీ ప్రయత్నిస్తారు. ఆ వెదకులాటలో కొత్త కొత్త ప్రాంతాల్ని చూస్తారు.

ఈ పుస్తకమంతా చదివితే ప్రొఫెషనల్ యాత్రికులకు నవ్వొస్తుందేమో! వీళ్ళ గజిబిజి యాత్రాశైలి చూసి చిరాకేస్తుందేమో! కాళ్లకు ట్రెక్కింగ్ షూస్ కాదుగదా కొందరికి హవాయి చెప్పులు కూడా  ఉండవు. చేతిలో కర్ర వుండదు. జేబులో మ్యాపుండదు. వీపున పడక చుట్టలు గాని ఆహారపు మూటలు గాని వుండవు. తలకు టోపి ఉండదు. కళ్లకు గాగుల్స్ ఉండవు. వీళ్ళు నడిచే చాలా దారుల్లో గెస్టహౌసు కాదుగదా పాతకాలపు శిథిల సత్రాలు కూడా వుండవు. అక్కడక్కడా చిరుతలో ఎలుగులో పడుకొని వదిలేసిన గుహలుంటాయి. వీటిని యాత్రలుగా నిర్ధారించి కథనాలుగా రాయటం వింతగా అనిపిస్తుంది. ప్రసిద్ధ యాత్రికులకు ఈ కథనాలు పిచ్చికంప అల్లుకొన్న కాలిదారుల వెంట నడిచినంత ఇరుకుగా అనిపించొచ్చు. నిజమే, వీళ్ళు ప్రయాణించేవి రహదారులు కాకపోవచ్చు. అనాదికాలం నుంచి రహదారుల నిర్మాణానికి సహకరించిన కాలిబాటలు ఇవి. కంపా కట్టె తొలగించి యీ యువకులు కాలిబాటలకు అస్తిత్వాన్ని ఇస్తున్నారు. హైవే ఒక్కటే ప్రపంచం కాదని చెబుతున్నారు. హైవే వేగపు మోజులో పడి చుట్టుపట్ల ప్రకృతిని మరచిపోవద్దని హెచ్చరిస్తున్నారు.

అసలు వీళ్ళ ఉద్దేశం ఏమిటి? వీళ్ళ యాత్రల పరమార్థం ఏమిటి? కొత్త ప్రదేశాలు చూద్దామనే కాంక్షతోనే తిరుగుతున్నారా? ఆ కోరికతోనే ఇన్ని కష్టాలను ఎదుర్కొంటున్నారా?

తాము చూసిన ప్రాంతాల్ని గురించిన అనుభూతి కన్నా మరింత ఎక్కువ మోతాదులో వర్ణించటం, ఆనందం అంబరాన్ని తాకేలా వ్యక్తీకరించటం, తామే దృశ్యాలుగా మారేంత గాఢానుభూతిని పొందటం, వెళ్లిన తావుల్లోనే నేల మీద బడి నిద్రబోవటం, స్మృతుల్ని గంపగుత్తగా వెంట తెచ్చుకోవటం, అక్కడ దొరికిన చిన్న చిన్న గుర్తుల్ని సైతం విశ్లేషించుకొంటూ ఏదో బృహద్విషయానికి అనుసంధానం చేసుకోవటం... ఇవన్నీ చూస్తూ ఉంటే, వాళ్ళు కొత్త ప్రాంతాల్ని చూసి అనుభూతించేందుకు మాత్రమే వెళ్ళలేదని మనకనిపిస్తుంది.

పుస్తకమంతా చదివితే వీళ్ళ యాత్రల వెనుక ఏదో ఒక పరమార్థం దాగి వున్నట్లుగా అనిపిస్తుంది. అది వాళ్లకు తెలీకుండానే రూపుదిద్దుకొని ఎదుట నిలబడిందేమో, దాన్ని వాళ్ళు ఇప్పుడు ఊతకర్రగా చేసుకుని పయనిస్తున్నారేమోననీ అనిపిస్తుంది. అయితే అది కొత్తగా ఏమీ పుట్టలేదని నా అభిప్రాయం. బహుశా పల్లెటూరి సహజగుణం సమయానుసారంగా బయటకు తన్నుకొచ్చింది అంతే. అదే మానవ సంబంధాల, జంతు సంబంధాల, ప్రకృతి సంబంధాలకు సంబంధించిన ఒక సహజ మానవీయ లక్షణం. అందుకే వాళ్ళు ఎక్కడికి వెళ్ళినా పశుపక్ష్యాదుల గురించో, పచ్చని వృక్షాల గురించో, మనుషుల గురించో ఆర్తిగా మథనపడుతూ వుండటం ఈ వ్యాసాల నిండా మనం చూస్తాం.

సోమశిల వెనక జలాల్లో చేపల కోసం వెళ్లిన వాళ్లు, అక్కడికి వలస కూలీలుగా వచ్చిన కాకినాడ రాజమండ్రి భీమవరం భద్రాచలం తుని ప్రాంతాల బెస్తల దయనీయమైన జీవితాల్లోకి తొంగి చూడటం, వాళ్ళ శ్రమ దోపిడిని చూసి జాలిగా స్పందించటం, వరదల్లో కొట్టుకుపోతోన్న బర్రె కోసం వెళ్లి జలవిలయానికి బలైన ఆడ మనిషిని గురించి బాధపడటం, ఎర్రచందనం నరికేందుకు వచ్చిన తమిళ కూలీల నికృష్ట జీవితాల్ని కరుణ రసాత్మక కోణంలోంచి చూడటం, చెయ్యేటి వరదల్లో కుటుంబ సభ్యులు పదకొండు మంది కళ్ళ ముందరే కొట్టుకుపోతోన్నా ధైర్యం జారి పోకుండా చిన్న గడ్డివామి ఆసరాగా ఒడ్డుకు చేరిన బాలుడిని అక్కున చేర్చుకోవటం, ఆధార్ కార్డు అంటే ఏమిటో తెలియకుండా కొండల్లో గుట్టల్లో రాళ్ళల్లో రప్పల్లో తిరుగుతూ పొట్ట పోసుకొనే యానాదుల పరిస్థితుల్ని అధికారుల దృష్టికి తీసుకెళ్లడం, ఎక్కడో కొండల్లోని చీకటి పల్లెకు వెళ్లి వరదకు కొట్టుకుపోయిన వాళ్ళ జీవితాలను పరామర్శించే సమయంలో 'పిల్లంకట్ల' అనే కళారూపాన్ని గురించి విని దాన్ని వెతుక్కుంటూ వెళ్ళటం, కొండదారుల్లో 'సొరబడి' ప్రయాణాన్ని వింతగా చూడటం. ఇలా ఎన్నెన్నో విషయాలు వాళ్లలోని మానవీయతను ప్రతిబింబిస్తాయి. వారిలో కేవలం దృశ్యకాంక్ష మాత్రమే లేదు. అసమస్థితిలో కనిపించే కొన్ని జీవన దృశ్యాల్ని

సవరించాలనే తపన ఉంది. వాళ్ళ కళ్ళనిండా మానవీయ దృష్టికోణం ఉంది.

కొన్ని పాదముద్రలు కొన్ని సహాయహస్తాలు కలగలిసిన, కొన్ని కన్నీళ్లు మరికొన్ని ఆనందాలు పెనవేసికొన్న ఈ కథనాలు చదవటం కొత్త అనుభూతి.

యాత్రలు చేసే వాళ్లంతా తమ అనుభవాల్ని సాహిత్యంగా మార్చలేరు. సాహిత్యకారులంతా ఓపిగ్గా యాత్రలు చేయలేరు. ఆ రెండు లక్షణాలున్న వ్యక్తులు అరుదు. ఏది ఏమైనా వీకెండ్స్‌ని పబ్బుల్లో, పనికిమాలిన గబ్బుల్లో గడిపే యువత ఈ యాత్రికుల పోకడల్ని గమనించాలి. వీళ్ళలా ప్రకృతిని ప్రేమించాలి. తాము కూడా గుంపుగా తయారై తీరిక సమయాన్ని ఎలా వెలిగించుకోవాలో వీళ్ళను చూసి ఒక అవగాహనకు రావాలి.

- **సన్నపురెడ్డి వెంకటరామిరెడ్డి**,

బాలరాజుపల్లె,

18.12.2023

# వొక మార్మిక అన్వేషి

లంకమల దారులంటూ తన అక్షర ద్వారాలు తెరిచి, పాఠకుల్ని వెంటబెట్టుకుని ప్రకృతి అందాల పరవశాన్ని, అడవి నిగూఢత్వాన్ని, జలపాతాల సొగసులు హొయలను, పక్షుల పిట్టల కూతల్ని, జంతువుల అరుపుల్ని, వెన్నెల్లో ఆ అడవి చీకట్లని, వొక మైమరపు కలిగించే అద్భుత ప్రయాణమిది. వొక పుస్తకం దృశ్య కావ్యంగా మలచిన వివేక్ వొక అద్భుతం, ఆశ్చర్యం. అతడికి అడవంటే ప్రాణం. ప్రకృతంటే పరవశం. తన చుట్టూ ఉన్న సామాజాన్ని తిరిగి చూడటమంటే ప్రాణ ప్రతిష్ట.

నిజానికి వొక పుస్తకానికి ముందుమాట, పీఠికలంటే నాకిష్టముండదు. పాఠకుడు నేరుగా పుస్తకంలోకి పయనించాలనేది నా గట్టి నమ్మకం. ఈ ముందు మాటల వల్ల రచనకు, రచయితకు చాలా నష్టం. పుస్తకం వచ్చినాక దాన్ని గురించి రాస్తే రచయితకు, రచనకు మంచి మేలు చేసినట్టే అని నమ్ముతాను.

వివేక్ అన్నా, అతని మెంటార్ శివ రాచర్ల అన్నా, వారి ఇష్టాలు, వ్యాపకాలు, విశ్లేషణలు మహా ఇష్టం.

వొక సాదా సీదా పల్లెటూరి పిల్లగాడు అడవి అంతు చూడాలనే తాపాత్రయంతో పాటు, కైఫీయతులు పరిశీలించడం, చరిత్ర ఆనవాళ్లు కనుక్కోవాలనే ఉబలాటం, పురాతత్వశాస్త్ర అభినివేశం కలిగి వుండటం నాకు వివేక్ ను అమితంగా అభిమానించేట్టుగా చేసింది. లంకమల సాఫ్ట్ వేర్ ఇంజనీరు ఆ దారుల్లో ఒక చరిత్రను పరుస్తున్నాడు.

ఈ అక్షరాల వెంబడి పయనిస్తూ, వాఖ్యాల అడుగుల్లో అడుగులేస్తూ పోతుంటే ఆ లంకమల, నల్లమల, గుండ్లకమ్మ, మల్లెంకొండ, బెలుంగుహ, చెయ్యేరు, పెన్నా, సోమశిలలన్నీ చూసిరావచ్చు. బద్ధకస్తుల్ని అడవెంట పయనింపజేస్తుంది. చదివిన ప్రతి వొక్కర్నీ వూరుకోనియ్యదీ రాత.

'నదికి నీరు అందం

అందం పెరిగితే ప్రళయం'

'చెయ్యేరు బీభత్సం - మనిషి కోణంలో చూసిన బీభత్సం'.

కలివికోడి కథా కమామీషు చెబుతూ

'ఏమో ఎవరికి తెలుసు నా శ్వాసల గాలులు పీల్చిన కలివికోడి తనకు తాను పునరుజ్జీవనం చెందుతుందేమో'

ఇటువంటి మెరుపులు బోలెడన్ని.

వివేక్ నువ్వు అన్నమయ్యను లోతుగా చదివితే నీకు మించిన తెలుగు రాసేవాడు మరొకడుండడు.

మంచి పుస్తకాల ప్రస్తావన తెస్తూ, సామాజిక న్యాయం పట్ల ఆరాటపడుతూ, సాయంకోసం వెంపర్లాడుతూ, ప్రకృతిని ఆవాహన చేసుకుంటూ వొక అద్వితీయమైన దారులెంట పయనిస్తూ తన జీవితాన్నే గాకుండా, పదిమంది జీవితాల్ని వెలిగిస్తూ మనల్ని ఆ అడుగుల్లో అడుగులేయమని ప్రతి అక్షరాన్ని శ్వాసిస్తున్న వివేక్ లంకమల ఈ దశాబ్దపు వొక రచనా మెరుపు, వొక ఉరుము.

రాయలసీమనుండి ముందు ముందు వొక ప్రభంజనం చూడబోతున్నది తెలుగు సాహితీ సమాజం.

**భూమన్**

తిరుపతి

5/12/2023.

# అతనో వసంతం

తరలి రాద తనే వసంతం తన దరికి రాని వనాల కోసం అన్నారు సిరివెన్నెల. అలా కలిసి వచ్చిన అవకాశంలా కోవిడ్ లాక్ డౌన్, వర్క్ ఫ్రమ్ హోమ్ రెండేళ్లలో మనుష్యులు పట్టణాలను వదిలి సొంత గ్రామాలకు జీవన వసంతాలు వెతుక్కుంటూ వెళ్లారు. కొందరు డబల్ ఉద్యోగాలు మరికొందరు వెబ్ సీరీస్ ల మీద సమయాన్ని వినియోగిస్తే వివేక్ లాంటి యువకులు తన మూలాలను, ఊరి దారులను, ఆ ప్రాంతంలో ఉన్న లంకమల దారులను అన్వేషిస్తూ ఆ అనుభవాలను సోషల్ మీడియాలో పంచుకుంటూ అనేక మందికి స్ఫూర్తిని ఇచ్చారు.

ఏముంటుంది అడవిలో? కొండపొలం కథ చదివితే లంకమల అడవిలో ఏముందో తెలుస్తుంది అది చదివి 2020 మార్చ్ లో ఇరవై మందిమి కాశినాయన నుంచి అహోబిలంకు నడిచాము. ఈ లంకమల దారులు పుస్తకానికి పునాది వేసింది కొండపోలం యాత్రనే . "Traveling leaves you speechless, then turns you into a storyteller" అంటాడు పద్నాలుగో శతాబ్దపు ప్రఖ్యాత ట్రావెలర్ IBN Battuta. వివేక్ తను చేసిన యాత్రల్లో కలిగిన సంభ్రమాశ్చర్యాలే కథకుడు కావటానికి "లంకమల దారుల్లో" పుస్తకం తీసుకురావటనికి స్ఫూర్తి .

మనిషి తన జీవితకాలంలో నదిని ఒకసారి మాత్రమే దాటగలడు కారణం నీటికున్న చలనత్వం. దారి కూడా అంతే . ఒక దారిలో పలుసార్లు నడిచినా అది ప్రతిసారి అది కొత్తదారిగానే కనిపిస్తుంది. మన మానసిక స్థితి, ఎవరితో కలిసి ప్రయాణం చేస్తున్నాము, సందర్భం ఏంటి, మాట్లాడుకున్న సంగతులు ఏంటి.. ఏదీ పునరావృతం కాదు. ఈ లంకమల దారులు కూడా అంతే . ప్రతి యాత్ర దేనికదే

ప్రత్యేకం .

వరుస ప్రయాణాల్లో ఒక్కో కొండ దాటేకొద్దీ మనసు నిస్తేజం అవుతుంది, చూసిన వరకు చాలు తిరిగి వెళ్లిపోదామా అనిపిస్తుంది. సంకల్పాన్ని కూడదీసుకుని ప్రయాణం చేస్తే అక్కడ ఆవిష్కృతం అవుతుంది ఒక అద్భుత దృశ్యం. దానికోసమే శ్రమ పడాలి. కష్టాన్ని ఓర్చుకోవాలి కదలకుండా ఇంట్లో ఉండటమో, కారులో మల్టీప్లెక్స్ కు వెళ్లి సినిమా చూడటమో బాగుంటుంది. అది భద్రజీవితం, కానీ క్రమంగా జీవితంపట్ల ఉత్సాహం తగ్గిపోతుంది స్తబ్దత ఏర్పడుతుంది. సాహస యాత్రలతో జీవితానికి నూతనోత్సాహం వస్తుంది.. జీవకళ ఉరకలు వేస్తుంది. అందుకే ఈ పిల్లోడు భద్ర జీవితాన్ని బద్దలు కొట్టి రిస్క్ తీసుకొని నలుగురిని కలుపుకొని అడవిదారుల్లో కొండలు ఎక్కాడు వాగులను వంకలు దాటుకొని ముంపు గ్రామాలను, నదీ సంగమాలను చూసాడు. IBN Buttata అంటాడు ప్రయాణం నీకు వంద సాహసయాత్రలు దారి చూపిస్తుంది, అక్కడికి ఎగిరిపోవటానికి మనసుకు రెక్కలు ఇస్తుంది అని. వివేక్ విషయంలో ఇదే జరిగింది. ఒక ప్రయాణం మరో ప్రయాణపు ఆలోచన రేకెత్తించింది.

అడవి వివేక్ ఆలోచనలను పదునుపెట్టింది, ఒక దృక్పథాన్ని ఇచ్చింది. అడవి మీదున్న ప్రేమ చివరికి బాధ్యతగా రూపాంతరం చెంది "No Plastic Lankamala" అనే కార్యక్రమాన్ని భుజాలమీదికి ఎత్తుకున్నాడు.

"లంకమల దారుల్లో" యాత్రలను సోషల్ మీడియా లో పెట్టడం వల్ల మంచి స్నేహితులను పొందాడు. యాత్రలో పరిచయాల వల్ల మంచి పుస్తకాలు చదివాడు. ఒకో ప్రయాణం, ఒకో వ్యాసం నుండీ రాత పదునెక్కుతూ పోయింది. ప్రతిదానికి ఆశ్చర్యపోయే స్థితి నుంచి తన ప్రయాణాలను చూసి తన రాతలను చదివి ఎందరో అచ్చెరువు చెందే స్థాయికి ఎదగటం వ్యక్తిగతంగా నాకు చాలా సంతోషం కలిగిస్తుంది.

వివేక్ మరిన్ని విజయాలను సాధించాలనీ, అనేక పుస్తకాలను రాయాలనీ, వనవాసిలా, "పిల్లంకట్ల" లాంటి రచనలతో తొలి ఉపాధ్యాయుడు కావాలని ఆశిస్తూ...

**శివా రాచర్ల**

జలధారలు,

ధనియార్,

Into The Nature గ్రూపుల తరుపున

# లంకమల దారుల్లో

పొద్దు నడినెత్తికి చేరింది. కొండగెడ్డి కోసుకుని మజ్జానంకల్లా వొచ్చాలే అని బయల్దేరిన మాయమ్మ ఎప్పుడొచ్చదా ఎప్పుడొచ్చదా అని ఎదురుచూస్తున్నా. కొండనుంచి తినేటియేవో తెస్తుందని కాదు, ఇంటినుంచి అడుగు బయటపెట్టిన మనవాళ్లు ఎప్పుడొస్తారనే సహజ ఆరాటం వల్ల.

ఇంతలో 'సత్యానికి కందిరీగెలు కర్సి కొండన సుతిలేకుండా పడిపొయిందంట' రకరకాలుగా చెప్తున్నారు మాయమ్మ గురించి. అప్పటికప్పుడు ఎద్దులబండి కట్టి బయల్దేరారు మా నాయన, మాయబ్బ, మరికొందరు. నేనొచ్చానంటే చిన్నపిల్లోనివి వద్దన్నారు.

ఏదో భయం. మిద్దెక్కి పడమటి కొండలవైపు చూస్తూ నిలుచున్నా.

కొండనుంచి నేరుగా బద్వేల్ ఆస్పత్రికి పొయి, రాత్రికి ఇంటికొచ్చారు. మొహమంతా వాచి, ఉబ్బిపోయింది మా అమ్మకు. ఉదయానికి కొంచెం తగ్గింది.

మళ్లీ మిద్దెక్కి చూశా.

నిన్న భయపెట్టిన పడమటి కొండల వరుస, ఈరోజు నిండుగా ఉంది. ప్రత్యేక దృష్టితో కొండలను చూడ్డం అదే. అప్పటికి నాకు అయిదారేళ్ల వయసుంటుంది.

శివరాత్రి వెళ్లిన వారం పదిరోజుల తర్వాత కొండలను గమనించడం మరో అనుభూతి. మబ్బులుపట్టిన ఆకాశంలో మెరిసే మెరుపుల్లా, నల్లని రేయికి ఎర్రని హారంలా మాఘం, ఫాల్గునమంతా కాలుతూనే ఉంటాయి కొండలు. పగటి వెలుతుర్లో మంట కనపడదు గానీ తొలకర్ల వరకూ రేయింబవళ్లూ అదో నిరంతర ప్రక్రియ.

కొండకట్టెలకు వెళ్లే పొలపొలగాళ్లు, గొర్లు తోలుకుని కొండపొలం చేసొచ్చేవాళ్లు, పెళ్లి పందిళ్లకు ఆకుకోసం వెళ్లేవాళ్లు, కొండగెడ్డికి పోయొచ్చినోళ్లు చెప్పే అనుభవాలతో ఋతువులు తెచ్చే మార్పులను అంగీకరిస్తూనే కాలాలకతీంగా నిబ్బరంగా కనపడే కొండలంటే ఆశ్చర్యం, ఆసక్తి పెరుగుతూ వచ్చాయి వయసుతో పాటు.

తొమ్మిదవ తరగతిలో ఒకసారి, ఇంటర్మీడియట్ లో మరోసారి వెళ్లాను. ఇంజనీరింగ్ లో ఉన్నప్పుడు సావాసగాళ్లు గొర్లకు పోతుంటే వాళ్లతో పాటు కొండకు వెళ్లి, ఆకలిదప్పులకు తాళలేక ఒంటరిగా నడిచొచ్చిన అనుభవమూ ఉంది గానీ అడవిని అర్థం చేసుకునేంత దృష్టి లేకపోయింది.

చదువు, ఉద్యోగమంటూ రెక్కలు కట్టుకు ఎగిరిన ఎక్కడెక్కడి పక్షులన్నింటినీ సొంతగూళ్లకు తరిమింది కరోనా వైరస్. మనిషికి మూలకు నెట్టబడ్డాడు. అన్నీ అరచేతిలోకి వచ్చేశాయి.

అయితే ఫోన్, ఇంటర్నెట్ పరిమితి కొంతవరకే. మనిషనే కాదు ప్రాణమున్న ఏ జీవి నిర్భందాన్ని సహించదు.

స్వేచ్ఛ కావాలి.

ఊహల్లో స్వేచ్ఛ,

ఆలోచనల్లో స్వేచ్ఛ, భౌతిక స్వేచ్ఛ. ఆ స్వేచ్ఛ నన్నూ తరిమింది.

ఏ అడవి గురించి పెద్దోళ్లు కథలు కథలుగా చెప్తుంటే విన్నానో,

ఏ అడవి కాలుతుంటే రాత్రి పూట అబ్బురంగా చూస్తూ గడిపానో,

ఏ అడవి స్థల కాల పరిస్థితులకతీతంగా నిలబడాలని గుర్తుచేస్తుందో ఆ అడవిలో, ఆ 'లంకమల దారుల్లో' నిన్ను నువ్వు వెతుక్కోమని.

****

బండలు పగలగొట్టడానికి పంతంబట్నెట్టు భరణి ఎండలు విజృంభిస్తున్నాయి. మామూలు రోజుల్లో అరుగులు అరిగిపొయ్యే వరకూ కూర్చుని పులిజూదాలు, బారాకట్టలు ఆడే ముసలీ ముతకా వీధుల్లోకి రావాలంటే జంకుతున్నారు. పల్లెలన్నీ నిర్మానుష్యంగా ఉన్నాయి. బాలాయపల్లె, సిద్దుగారిపల్లె, వీరబల్లె దాటి కొత్తచెరువు తెలుగుగంగ కాలువ దగ్గర కుడిపక్కకు తిరిగి మట్టిరోడ్డు ఎక్కాం. అట్లూరు మండలానికి బ్రహ్మసాగర్ నీళ్లు మోసుకెళ్లే కాలువ నిండు వేసవిలో కూడా పారుతోంది.

చెట్టు, పుట్ట, గుట్ట, మిట్టలు సదరం చేసుకుంటూ రిజర్వ్ ఫారెస్ట్ లైన్ వరకూ సాగిపోతున్నాడు మనిషి. ప్రొక్లెయిన్లు, డోజర్లు మానవ శ్రమను సులభతరం చేస్తున్నాయి. ఫారెస్ట్ గేట్ దాటి అడవివైపు కదిలింది బైకు.

వైశాఖం ఊరికే రాదని వస్తూ వస్తూ తనతో పాటు పదును వానను తెచ్చుకుంది. నిన్న మొన్నటి వరకూ సెగలు పొగలు కక్కించిన భానుడి ప్రతాపం వాన తనువుకు చల్లబడినట్టుంది. గుమ్ములు గుమ్ములుగా వీచే చల్లగాలి ఒంటిని తాకినప్పుడల్లా అడవే ఎదురొచ్చి స్వాగతం పలుకుతున్నట్టుగా ఉంది.

నేను అడివిలోకి అడుగుపెట్టాలనుకున్నది ఇలా కాదు. ఫారెస్ట్ ఆఫీసర్ జాబ్ తెచ్చుకుని, డిపార్ట్మెంట్ వాళ్లిచ్చే జీబు పక్కనపెట్టి బిభూతిభూషన్ బంధోపాధ్యాయ 'వనవాసి' లో సత్యచరణ్ లా గుర్రమెక్కి అడవిని ఆస్వాదిస్తూ, 'చంద్రగిరి శిఖరం' లో శంకర్ లా ఆఫ్రికా అడవుల్లో సాహసాలు చేసినట్టు అడవంతా తిరగాలనుకున్నాను.

బండిచక్రాల కింద నలిగి, పైకి రేగి, గాల్లో కలిసిపోతున్న పుల్లదుమ్ములా నా అడవి ఆశలను కాలం తనలో కలిపేసుకుంది. నాదనే కాదు, లక్ష్యానికి అవసరమైన శ్రమ పెట్టలేని ఏ ఒక్కరినీ వదిలిపెట్టదు కాలం.

సిఏ అవ్వాలనే లక్ష్యంతో కష్టపడి చదివాడు శివగాడు. తీరా పాసయ్యేలోపల వాళ్ల నాన్న చనిపొయ్యాడు. మరో మూడ్నెల్లకు వాళ్లమ్మ కూడా. తను పాసైన సంతోషాన్ని ఎవరికి దగ్గర వ్యక్తం చెయ్యాలో తెలియని విచిత్ర పరిస్థితి శివది. ఎవరైతే తన విజయాన్ని ప్రతిక్షణం కాంక్షించారో తీరా ఆ విజయతీరాలకు చేరే సమయానికి వాళ్లు లేకపోవడం ఎంత బాధాకరం.

నేను నా లక్ష్యాన్ని సాధించుకొస్తా నువ్వు కొద్ది రోజులు ఆగుతావా అంటే

ఆగదు కాలం, మనమే పరిగెత్తాలి.

కొండపాదపు అడవిలో అయిదు కిలోమీటర్లు ప్రయాణించి గురట్లబాయి దగ్గర కొండల్లోకి ప్రవేశించాం. లంకమల కొండ వరుసలు ఇక్కన్నుంచే మొదలు. చుట్టుపక్కలెక్కడా నీళ్లు దొరకని కరువు కాలంలో కూడా బాయిలో ఇక్కడ నీళ్లుంటాయి. జివ్వాలు తాగడానికని దీర్ఘ చతురస్రాకారపు రాతి దొన్నె ఒకటుంది. ఫారెస్ట్ డిపార్ట్మెంట్ వారి వాచ్ టవర్ ఉంది గానీ ప్రత్యేకంగా గమనిస్తే తప్ప కనిపించనట్టు చెట్లు పూర్తిగా ఆక్రమించాయి.

గ్రీష్మం నుంచి శరత్తు వరకూ పచ్చదనంతో కలకల్లాడే చెట్లన్నీ

శిశిరంలో ఆకులు రాల్చి,

మాఘం, ఫాల్గునంలో కాలి బూడిదై,

చైత్ర మాసపు తొలకరి చినుకులకు పులకించి,

వైశాఖానికంతా అడవి తనను తాను సిద్ధం చేసుకునే వసంత హేళ ప్రత్యక్షంగా చూడాలి తప్ప మాటల్లో వర్ణించలేనిది.

ముక్కాలు గంట ప్రయాణం తర్వాత రెడ్డిబాయి దగ్గరికి చేరుకున్నాం. రెండు కొండ వరుసల మధ్యన పెద్ద పాయ, చుట్టూ అడవి, మధ్యలో బేస్ క్యాంప్. ప్రశాంతమైన వాతావరణంలో ఉంది.

అప్పుడప్పుడూ సుబ్బారెడ్డి, కిరణ్ చెప్పే మాటల్ను బట్టి బేస్ క్యాంపు గురించి నా మదిలో ఒక ఊహాజనితమైన ఇరుకు ప్రదేశం ఉండేది గానీ ఇక్కడ చూస్తుంటే విశాలంగా ఉంది. అంకనం స్థలంలో ఒక రేకుల రూము, ఎదురుగా వెదురు కట్టెలతో అల్లిన పెద్ద గుడిసెలాంటి అల్లకం. జంతువులు రాకుండా నేలనుంచి అయిదడుగుల ఎత్తులో గుంజలమింద కట్టడం వల్ల దానికింద మంచాలు వేసుకోడానికి వీలుగా ఉంది. బేస్ క్యాంప్ చుట్టూ వెదుర్లతో అల్లిన కంచె కొండ జీవనాన్ని గుర్తుచేస్తోంది.

దిరిసెనపు చెట్టు మొదట్లో నిర్లక్ష్యంగా పడేసిన జింక కొమ్ములు గెట్టిగా, వాడిగా ఉన్నాయి.

ఎప్పుడు ఏ రెడ్డి కట్టాడో తెలీదు గానీ చుట్టుపక్కల పల్లెల్నుండి జివ్వాల మేతకో, గెడ్డికో, కొండ సామాన్ల కోసమో అడవి దారిపట్టిన ఎంతో మంది బాటసార్లకు, వేటగాళ్లకు, కొండ జివ్వాలకు దాహం తీర్చిన రెడ్డిబాయి ఇక నా పని అయిపోయిందన్నెట్టు బోసిగా దర్శనమిచ్చింది. ఓపిక చేసుకుని పూడు తీస్తే

మళ్లీ జీవం పోసుకోవచ్చు.

బేస్ క్యాంప్ దగ్గరుండే ఒక బోరింగు, దూరంగా మరో బోరు ఫారెస్ట్ క్యాంప్ నీటి అవసరాలు తీరుస్తున్నాయి. వెనకాల పందిరికింద ఆంజనేయస్వామి విగ్రహం ఉంది. ఆయన పేరు మీదుగానే హనుమాన్ సెల వచ్చింది.

జనావాసాలకు దూరంగా ఉన్నా కూడా నేటి ప్రజా జీవితంలో అత్యవసరమైన సెల్ ఫోన్ ను వాళ్లు వాడే విధానం బాగుంది. ఒకచోట ఆరడుగుల ఎత్తులో సిగ్నల్ తగులుతుందంట. దానికోసం ఒక గుంజ పాతి, వాటర్ బాటిల్ ను సగానికి కోసి పెట్టారు. ఏదైనా ఎమర్జెన్సీ ఉంటే ఫోన్ అక్కడే పెట్టి లౌడ్ స్పీకర్ ఆన్ చేసి మాట్లాడాలంట. ఛార్జింగ్ కోసం సోలార్ ప్యానెలొకటుంది.

ప్రయాణ బడలికనుంచి శరీరమట్టా కుదుటపడగానే రకరకాల శబ్దాలు చెవులను తాకుతున్నాయి. ఒక్కో పిట్టదీ ఒక్కో గాత్రం. చిన్నగా మొదలుపెట్టి టువ్వు.. టువ్వు... టువ్వూ... టువ్వూ.... అంటూ అంతకంతకూ గొంతు పెంచే పిట్ట ఒకటైతే, గోజీతలూ, కొండ పిచ్చుకలూ, ఎక్కడినుంచి వస్తుందో కనుక్కోలేని రకరకాల అరుపులూ ఉరుకుల పరుగుల జీవితాలకు ఆవల స్వేచ్ఛను గుర్తుచేస్తున్నట్టుగా ఉన్నాయి. మనమూ అరవాలి కదా అన్నట్టు బద్ధకంగా నెమళ్ల క్రేంకారాలు అప్పుడప్పుడూ.

ఉదయం ఇంటిదగ్గర ఉప్మా తిని బయల్దేరాం గానీ అక్కడ చిత్రాన్నం కనపడగానే నోరూరింది. గిన్నెలు కడిగిన మెతుకులు, నిన్నటి మిగిలిన బువ్వను గువ్వలు కొన్ని బ్యాచ్ లు బ్యాచ్ లుగా వచ్చి తింటున్నాయి. తినేప్పుడు గిక్కూకు గిక్కూకు అని మెడ ఊపుతూ చేసే వింత శబ్దం ఆసక్తిగా ఉంది. బెల్లగాయిలు కాదు, గోజీతలూ కాదు గానీ ఆకారం చూస్తే వాటికి దగ్గరి చుట్టాలే అయ్యుంటాయి. ఇక్కడ ఆహారముందని మిగతా పక్షులకు సంజ్ఞలు చేస్తున్నట్టున్నాయి.

తూర్పు, ఈశాన్య భాగంనుంచి లంకమలకు రావాలంటే గురట్లబాయి, రాణిబాయి - దోర్నాల మీదుగా వచ్చేవి రెండూ బండిబాటలు. చింతకనం, తంబలనరవలు కాలిబాటలు. ఎలా వచ్చినా ఇక్కడికే చేరాలి. రెడ్డిబాయి 'గేట్ వే ఆఫ్ లంకమల' లాగా. కొద్దిసేపు అక్కడే ఉండి, లంకమల గుడివైపుగా పయనమైతిమి.

చలిమంచు వేళల్లో, వర్షం పడే సమయాల్లో దోర్నాల ఘాట్ నుంచి చూస్తే బ్రహ్మసాగర్ డ్యాం, రాణిబాయి కొండలపై విండ్ మిల్స్, కదిలే మేఘాలు భలే

ఉంటాయి.

ఎండాకాలం తాలూకు ఎండగానీ, వేడి గాలుల సెగలుగానీ పెద్దగా ఇబ్బంది పెట్టడంలేదు. దారికి ఇరువైపులా ఉన్న వెదురు చెట్లు ఆకురాల్చి, ఇప్పుడిప్పుడే చిగుర్లెత్తుతూ బోసిపోయినట్టుంది గానీ వానాకాలంలో వెళ్తే పచ్చనాకుల తోరణం కట్టి ఆనాటి పెండ్లి పందిళ్లను గుర్తుకు తెస్తుంది.

శతాబ్ధాల కాలంనాటి సప్పట దారి మట్టి కొట్టుకుపోయి గుండ్రాళ్లు తేలి ఉంది. రాళ్లమీద టైర్లు తొసుకుతున్నా పట్టువదలని విక్రమార్కుడిలా మాతో పాటు మొండిగా వస్తోంది బైకు. కొండలు కోనలు, గుంతలు మిట్టలు తేడా లేకుండా ఎంతలా తిప్పుతున్నాను దాన్ని మరీ ముఖ్యంగా ఈ కరోనా లాక్డౌన్ అప్పటినుండి. దానికే గనుక మాటలు వస్తే తిట్ల దండకమెత్తుకుంటదేమో.

ఎర్రపేటు దాటి ముందుకు సాగితే ఎడమపక్కన కొండరాళ్లు ఒకదానిమీద ఒకటి పేర్చినట్టుండే తురకల సరి వచ్చింది. కింద వంక, పక్కనే నిలువు కొండ.

మైదాన ప్రాంతం నుంచి పారిపోయి లంకమలలో తలదాచుకుంటున్న రాజును వెతుక్కుంటూ వచ్చిన తురక సైన్యాన్ని, తెలివిగా వారందర్నీ కొండపైనుంచి లోయలోకి దూకేలా ఒడుపు చూపిన చాకలతని వృత్తాంతం జరిగింది ఇక్కడే.

రెడ్డిబాయి దగ్గర్నుంచి ఒకే వంకను నాలుగుసార్లు దాటి అయిదు కిలోమీటర్ల ప్రయాణం తర్వాత మద్దిగుండం కాడికి వచ్చాము. శివరాత్రి, కార్తీక సోమవారాలప్పుడు ఆర్టీసి వాళ్లు నడిపే స్పెషల్ బస్సుల్లో బద్వేలు నుండి ఇక్కడివరకూ రావొచ్చు.

మద్దిగుండందో విచిత్ర పరిస్థితి. నిజానికది మధ్య గుండం. ఇక్కడి వరకూ బద్వేల్ రేంజ్ బాలాయపల్లె బీట్ లో ఉండే అడవి, ఇక్కన్నుంచి సిద్ధవటం రేంజ్ గొల్లపల్లె బీట్ లో ఉంటుంది. గుడికూడా సిద్ధవటం పరిధే. కారణం బ్రిటీష్ కాలం అటవీ వర్గీకరణ, నాడు ప్రకృతి మార్పులను తట్టుకోలిగే సహజ ఆవాసాల ఆధారంగా చెయ్యడం వల్ల.

విజయనగర సామ్రాజ్యాన్ని నరసింహదేవ మహారాయలు పరిపాలిస్తున్న కాలంలో కడప జిల్లాలోని పేరనిపాడు సంస్థాన పాలెతనం చేస్తున్న సంబెట పిన్నయదేవ మహారాజుతో అతని తమ్ముడు సంబెట నరసింహరాజు ఆస్థి గొడవల్లో కలహించి లంకమల కొండల్లోని దోర్నాల, రాజులచెరువు, జిల్లెల్ల తెట్లు కట్టుకుని, మద్దిగుండాల వద్ద తన అనుచరులతో విడిది చేస్తూ పుష్పగిరి మీదుగా

వెళ్లే కాశీ యాత్రికులను దోచుకుంటుండేవాడు అని కైఫియ్యతుల్లో ఉంది. ఆ మద్దిగుండాల ఇదే.

బండ్లు ఇంకొంచెం ముందరపెట్టి గుడివైపు నడుస్తుంటే కమ్మటి వాసన ముక్కు పుటాలకు తాకుతోంది. చాలాసార్లు చూసిన వాసనే. దగ్గరికెళ్లాక అర్థమైంది వానకు తడిసిన మామిడి చెట్ల చిగురుటాకుల నుండి వచ్చే ఘుమాళింపు అని. తలెత్తితే చూసినంత ఎత్తున్నాయి వందల ఏళ్లనాటి మామిడి చెట్లు. పట్టుకుంటే ఒక్కొక్కటి రెండు మూడు బారల వెడల్పు ఉంటాయేమో. యాడన్నా కాయలున్నాయేమోనని వెతికినాం కానీ వాటి జాడే లేదు.

కొండ మామిడి కాయలు సైజు పిడికిడంతే ఉంటాయిగానీ తింటే మాత్రం భరించలేని పులుపు. ఒక ముక్క నమిలినా నాలుక మొత్తం గరుకు గరుగ్గా మారుతుంది. మాగితే పుల్లగా, తియ్యగా భలే ఉంటాయి. పీచు ఎక్కువ. మాగిన కాయలకు తోలు తీసి కాయ కాయ మొత్తం ఊరగాయ పెడతారు మా పల్లెల్లో. ఊరగాయ మజ్జిగలో నంజుకుని తిన్న తర్వాత ముట్టెను సప్పరిస్తూ ఉంటే ఎంతకూ తరగని పులుపు అది.

అప్పట్లో 2005, 2009 లో వెళ్లాను. ఇప్పుడు 2020. పదకొండేళ్లు దాటింది. తోరణం, రెండు అరుగులు తప్ప పెద్ద మార్పులేమీ లేవు. మద్దిగుండం నుంచి గుడివరకూ మూడొందల మీటర్లుంటుంది. అంత దూరమూ ఎండ కిందికి పడకుండా పచ్చని చెట్లు గొడుగుపట్టాయి. ఇదే ప్రశాంతత శివరాత్రి రోజుల్లో వస్తే కనిపించదు.

ఇవన్నీ చూసుకుంటూ గుడి వద్దకు చేరాం. గుడంటే నిర్మాణంలో పెద్ద గుడేంకాదు గానీ మంచి చరిత్ర కలిగిన స్థల పురాణమే ఉందని చెప్తారు. లంకను జయించిన తర్వాత అయోధ్యకు వెళ్లే దారిలో రాముడు ఇక్కడ శివలింగాన్ని పూజించాడని అందుకే లంకమల రామలింగేశ్వర స్వామి అంటారని చెప్తుంటారు. తర్వాతి కాలంలో జనమేజయుడు పునఃప్రతిష్ట చేశాడని కూడా అంటారు. గర్భగుడిలో శివుడు లింగరూపం, సీతా లక్ష్మణ ఆంజనేయ సమేత రాముడు విగ్రహ రూపంలో కొలువై ఉన్నారు. ఈ గుడికి ఆనుకుని ఎడమ పక్కన పార్వతి దేవి, కుడిపక్కన వినాయకుడు. గుడికి ఎడమవైపున కాలాలకతీతమైన జలపాతం తొంబై మీటర్ల ఎత్తునుంచి గుండంలో ధారగా కారుతోంది. వర్షాకాలంలో అయితే నిండుగా దూకుతుంది. మరీ ముఖ్యంగా వర్షం వెలిసిన ఉదయం చూడాలి ఆ జలపాత ఉధృతి, సోయగం. రెండు కళ్ళు చాలవన్నెట్టు

ఉంటాయి. గుండం లోతు గురించి నాలుగైదు నులక కట్టలు వేసినా పోతూనే ఉంటాయనీ, ఇప్పటివరకూ లోతు కనుక్కోలేదని మా పెద్దోళ్లు కథలు కథలుగా చెప్తుంటారు.

చారిత్రక ఆధారాల ప్రకారం చూసుకుంటే శాలివాహన శకం 1192 (క్రీ.శ 1270) లో కాయస్థ వంశానికి చెందిన గండపెండార త్రిపురాంతక రాజు(త్రిపురారి దేవుడు)(కాకతీయ రుద్రమదేవి సామంతుడు) బద్దెవోలు(బద్వేలు) తాలూకా వీరబల్లె గ్రామానికి ఈశాన్య దిక్కులోని పొలిమేరలో ఉండే పశువుల పొలాన్ని లంమలేశ్వరునికి దానంగా ఇచ్చినట్టు గండికోట దుర్గం కైఫియ్యత్తు తెలుపుతూ ఉంది.

శివరాత్రి రోజుల్లో, కార్తీక సోమవారాలు లేదా పుట్టెంట్రుకలు వంటి ప్రత్యేక మొక్కులు ఉంటే తప్ప భక్తులు పెద్దగా రారు. అలా అని రాత్రిపూట వసతికి ఇబ్బందేం లేదు. యాభై మంది వచ్చినా పడుకోడానికి రాముని గుడి కూడా ఉంది. అయితే ఆ కీకారణ్యంలో దేవుని మీద భక్తి కంటే పరిస్థితులు కలిగించే గిలి ఎక్కువ భయపెడుతుందేమో రాత్రికి అక్కడే ఉండే వాళ్లు తక్కువ.

ముప్పైయ్యేళ్ల కిందట వీరమ్మ అనే ఒక బ్రాహ్మణ స్త్రీ భక్తులకు, బాటసార్లకు కాఫీ, బువ్వ వండి పెడుతూ, కుటుంబ సభ్యులు తెచ్చే దినుసులతో ఒక్కటే గడిపేదంట. ఆమె కొన్ని ఆవులను సాకేదంట. రాత్రి పూట పులి తాకిడికి తట్టుకోలేక రాముని గుడిలో కట్టేసుకుంటే పులొచ్చి కటాంజనం మీద కాళ్లు పెట్టి ఆవు కోసం గాండ్రిస్తున్నా కూడా చెమకని మనిషి అమ్మయ్యంటూ మా పల్లెల్లో చెప్పుకుంటుంటారు. రెండు మూడుసార్లు ఆమె చేతి కాఫీ తాగినట్టు మా నాయన కూడా చెప్పేవాడు.

ఆమె నిష్క్రమణం కూడా విచిత్రమే. చివరి రోజుల్లో లంకమల వదిలి నల్లమలవైపు వెళ్లిన తర్వాత ఎక్కడ ఎలా శివైక్యం చెందిందో గానీ ఆమె మృతదేహం కూడా దొరకలేదంట.

గుడి పరిసరాల్లో, గుండం పక్కన మేం తచ్చాడుతుంటే అప్పటిదాంకా చెట్లమింద గెంతుతున్న కొండముచ్చులు కొండరాళ్ల మీద కూర్చుని మా అలికిడిని వింతగా చూస్తున్నాయి. వూవ్.. వూవ్.. అంటూ పరిసరాలను అప్రమత్తం చేసే వాటి అరుపు కొండ దరులను తాకి ధ్వని పలుకుతోంది. మా పల్లెల్లో వీటిని గండంగులు అంటారు.

గుడికి ఉత్తరంగా అర్ధమైలు దూరంలో ఉంటుంది పసలగుండం. వాగు

పొడవునా నీళ్లే. కొన్నిచోట్ల ఆ నీళ్లల్లోనే నడవాలి. అక్కడక్కడా గుంతలున్నె చోట నీళ్లల్లో రాతికొలికెలు మనిషి అలికిడి తెలియగానే అటు ఇటూ బో తిరుగుతాండాయి. పటుకుందామనుకుంటే చేతికి చిక్కవు. వాటి చెల్లాటం వాటిది. ఈ చేపలు మింగితే ఉబ్బసం తగ్గిస్తాయని అంటారు.

ఎవరైనా సగానికి నరికారో లేక నీళ్లు పారి పారి నేలబిగ్రు తగ్గి ఒరిగిందో తెలియదు గానీ 'చిన్న అదరువు చాలు నాలోని స్థైర్యాన్ని పునర్నించుకోవడానికి' అన్నెట్టు కిందపడినా కూడా పచ్చగానే ఉంది బారెడు లావున్న మామిడి చెట్టు. ప్రకృతి గుర్తుచేసే ప్రత్యక్ష పాఠం.

రాళ్లను ఒరుసుకుంటూ పారే గలగలల శబ్ధం లయబద్ధంగా చెవులకు తాకుతోంది. ఒక్కోచోట ఒక్కోరకమైన సవ్వడి. రాళ్లమింద దూకుతుంటే వచ్చే ఫోలి సంగీతం భౌతిక దృష్టికి ఆవల ఏదో తెలియని ప్రశాంతత, ఏకాంత భావన మనసును చుట్టుముట్టి బయట ప్రపంచాన్ని మరిపిస్తున్నట్టుగా ఉంది. సైకాలజీలో చెప్పాలంటే నేచర్ హీలింగ్.

పసలగుండం చేరేసరికి అర్థగంట పట్టింది. గుండమంటే గుండం మాత్రమే కాదు ఇరవై అడుగుల ఎత్తునుండి నిరంతరం దూకే చిన్న వాటర్ ఫాల్ కూడా. ఎత్తు తక్కువైనా ప్రవాహం ఉధృతి ఎక్కువ. ఎండాకాలమైతే నిదానంగా, చలికాలంలో వడివడిగా, వానాకాలమైతే జోరుగా ఉంటుంది. ప్రవాహధాటికి కొండలో బారెడు వెడల్పు, మూడడుగుల లోతులో గాడి పడింది.

దారి మొత్తం మోడపాకు తీగలు పందిరి వేశాయి. చెట్ల సందున కావడంతో ఎండ తగలకుండా చల్లగానే ఉంది. రెండు కొండల మధ్యన లోయలో గాలాడక చెమటతో తడిచిపోయాయి మా శరీరాలు. కొద్దిసేపు ఈతకొట్టి, వాటర్ ఫాల్ పడే కొండెక్కాం. నిలువు కొండైందాన ఆయాసం ఎక్కువవుతోంది. చెట్లు, కొమ్మలు, రాళ్ల ఆసరాతో పైకి చేరిన తర్వాత అక్కడి దృశ్యాలు చూసి అప్పటిదాంకా మేము పడిన శ్రమంతా క్షణంలో మాయమైపోయింది. మా అడుగులకు కింద పేరుకున్న కుళ్లులు చెదిరినాయి గానీ లేకుంటే రూపాయి బిల్లపడినా కనపడేంత స్వచ్ఛంగా ఉన్నాయి నీళ్లు. శిల్పి సగం చెక్కి వదిలేసినట్టుండే పెద్ద బండరాయి గూడులాంటి ఆకృతిలో ఉంది. శివ, కిరణ్, సర్పరాజ్ సాయి, సుదర్శన్, అంగడి శివ కూడా ఎక్కారు.

"దిగితే మళ్లా ఎక్కేదెట్టాన్నా" వెనకాల సాయి తన భయాన్ని బయటపెడుతున్నాడు. "అడుగు ముందుకు పడితేనే కదా వెనక్కెలా రావాలో

తెలిసేది" అనుకుంటూ ఇంకో రాయి ఎక్కాం.

పెద్ద పెద్ద బండరాళ్లను, మోదపాకు తీగను పట్టుకుంటూ కొండంచున మరింత పైకెక్కాను. గుడి దగ్గర వాటర్ ఫాల్ స్పష్టంగా కనిపిస్తోంది. కిందినుంచి చూస్తే నీళ్లు కొండ శిఖరం మీదనుండి దూకినట్టుంటాయి గానీ ఇక్కడ్నుండి చూస్తుంటే కొండ ఇంకా చాలా ఉందనిపించింది. నీళ్లలో అటూ ఇటూ పొర్లి టైం ఒకటిన్నర్రవుతుండగా కిందికి మళ్లాము.

మేం తెచ్చుకున్న రెండు బాటిల్ల నీళ్లు అయిపొయ్యాయి. విపరీతమైన దాహంగా ఉంది. వాగులో నీళ్లు తాగుదామా అంటే కొండనీళ్లు తాగి జలుబు, పడ్సెం లాంటివొస్తే కరోనా అని తీసుకెళ్లి పద్నాలుగు రోజులు క్వారెంటైన్ లో పడేస్తారేమో అనే సంశయం ఒక పక్క మెదులుతూనే ఉంది. చూసినంతసేపు చూసి ఏదైతే అది కానీలే అని నీళ్లు చేతుల్లోకి తీసుకుంటే కుళ్లులొస్తున్నాయి. ఇలా అయితే కాదని బోర్లో పడుకుని నోరు నీళ్లల్లో పెట్టి తాగాను. భలే రుచిగా ఉన్నాయి.

గుడి దగ్గరికి రావడానికి పదైదు నిముషాలకు మించి పట్టలేదు. గుడి దగ్గర గుండంలో కాళ్లు పెట్టుకుని కూర్చుంటే చిన్న చిన్న చేప పిల్లలన్నీ కాళ్లకు చుట్టుకుని కొరకడం మొదలుపెట్టాయి. అవి కొరుకుతుంటే ఒకటే గిలిగింతలు. మనిషి మర్మం తెలుసుకున్నెయేమో పెద్ద చేపలు మాత్రం ఆ దరిదాపుల్లోకి కూడా రాలేదు.

అరికాళ్లలో మొదలై నరనరాన పాకుతూ ఒళ్లు జలదరింపులాంటి అనుభూతి. ఆ గిలిగింతలు తట్టుకోలేక ఉత్రంగా కాళ్లు పైకి లేపగానే చేప పిల్లలన్నీ తలో దిక్కుకు పరిగెత్తినాయి. వాటి భయం వాటెది. నా పక్కన కూర్చున్న కిరణ్ మాత్రం అట్నే పెట్టుకోనుండాడు. 'ఆమాయిన గిలిగింతలు పెడ్తాంటే చెమకడం లేదు వీడేం మొద్దు మాసిరా' అనిపిచ్చి అడిగితే "ఏం గాదు మామా ఫస్ట్ అట్నే ఉంటది. కొంచెంసేపు పెట్టు అలవాటయిపోద్ది. కాలుకు గాయమేదన్నా ఉంటే ఇంకా ఎక్కువొస్తాయని" చెప్పాడు.

గాయమనగానే మెడానికి కంప గీక్కున్నది గుర్తొచ్చి కాలు మరింత లోపలికి పెట్టాను. ఫిష్ థెరపీ బాగుంది. ఇరవై నిమిషాల తర్వాత బయటికి కదిలాము.

పొద్దున తిన్నె ఉప్మా అరిగిపోయింది, రెడ్డిబాయికాడ తిన్నె౦చిత్రాన్నం యా మూలకు పోయిందో తెలియదు గానీ కడుపులో వినాయక వాహనాలు ఒకటేమాయిన పరిగెడుతున్నాయి. చెనిక్కాయ పప్పులు, యర్రగడ్డ, టమేటకాయ,

పచ్చి మిరక్కాయ ఏసి బండ మింద నూరిన పచ్చడి వాసన ఘుమాలిస్తోంది. ఆకలిమోపున పచ్చడన్నం కూడా పరమాన్నంలా ఉంది.

బువ్వ తినంగానే వెదురు గుడిసెలోకి దూరాను. ఆకులు కదలకపోవడంతో ఉక్కపోతగా ఉంది. కిందికొచ్చి కిరణ్ ఫోన్లో తొంభైల కాలం నాటి మెలోడి పాటలు వింటూ కాసేపు పడుకున్నా. నిద్రలేచిన తర్వాత 'డ్యూటీ ఎలా ఉంటది, అడవిలో భయం వేయదా, జీతం సరిపోద్దా' అంటూ ప్రొటెక్షన్ వాచర్ బ్రాహ్మణ పల్లె అబ్బాయితో మాటలు పెట్టుకుంటి.

"యాడా కుదరక దీంట్లో ఉండాన్నా. జీతం కూడా పెద్దగా సరిపోదు. ఇక్కడుంటే వారానికొకసారి ఇంటికిపోవచ్చు" అని చెప్పాడు.

అడవి జంతువులు గురించి అడిగితే రోజూ రాత్రవుతూనే ఒక ఎలుగుబంటి వచ్చి వీళ్లు మిగిలిచ్చిన బువ్వ తిని పోతుందంట. భయమెయ్యదా మరి అంటే "ఎందుకెయ్యదు అది తిని పొయ్యేంత వరకూ లోపలొక్కరవ్వ గిలిగానే ఉంటది. అయితే అది అన్నానికి అలవాటు పడి వచ్చేదాన మనమింద దాడి చెయ్యదు. ఒకసారి వచ్చి పొయిందంటే మాత్రం ప్రశాంతగా పడుకోవచ్చు" అని చెప్పాడు. దాన్ని వీళ్లు పిలుచుకునే ముద్దు పేరు పండు.

లంకమల అడవిలో ఈ మధ్య పులి తిరుగుతాందంటనే అంటే "ఔ, దాంతోనే భయం. 2020, ఏప్రిల్ ఇరవై ఎనిమిదో తారీఖున చిన్నపాయ కాడ చూసినాము. ఆ తర్వాత గుడి కాడికి పొయ్యేటప్పుడూ, వచ్చేటప్పుడూ పులి అడుగులు చూసి వొత్తిపొయినాము ముగ్గురం" అంటూ అతను చెప్తుంటే నాలుగైదు నెల్లకొకసారి జీతం తీసుకుంటూ కూడా ఇన్ని భయాలతో బతుకుతున్నారే అనిపించింది.

పులి వెళ్లిన తర్వాత వాటి అడుగులు తీసుకునే విధానం, కెమెరా ట్రాప్స్, సాసర్ పిట్స్ గురించి వివరించి, వాళ్లు సేకరించిన అడుగులు చూపించాడు. పెద్ద పులిది ఒక్కొక్కటి అరచేతి మాయిన ఉన్నాయి. అలాంటివే చిన్న సైజు అడుగులు కూడా ఉన్నాయి. చిరుతపులి అయ్యుంటది.

లంకమలలో ఉండే ఎర్రచందనం గురించి, దాని రక్షణకు వీళ్లు అనుసరించే పద్ధతి గురించి, ఇప్పటి వరకూ వాళ్లు పట్టుకున్న సంఘటనల గురించీ మొత్తం అడుగుతుంటే 'మైదుకూరులో ఒకేసారి 180 తమిళ కూలీలను పట్టుకోవడం రికార్డంట. ఆ కూలోల్లల్లో తమిళనాడు ఎస్సై పోస్టుకు సెలక్టయిన పిల్లోడు కూడా ఉన్నెడున్నా పాపమనిపించింది' అన్నాడు.

ఎస్సై జాబ్ కు సెలక్టయినోడు కేవలం కూలి డబ్బుల కోసం ఈ ఊబిలో ఇరుక్కున్నాడంటే ఆశ్చర్యమేసింది. అదీ నిజమేలే..! లేకుంటే ఊరు కాని ఊరిలో రాజ్యాలేలడానికేమైనా వస్తారా అంతంత దూరాలనుండి.

ఫారెస్టు అధికారులు, పోలీసుల సాయంతో ఎర్రచందనం దుంగల్ను చెక్ పోస్టులు, బార్డర్లు దాటించి అనతి కాలంలోనే వందల, వేల కోట్లకు పడగలెత్తిన బద్వేల్, బ్రహ్మంగారిమఠం చుట్టుపక్క పల్లెల స్మగ్లింగ్ వీరుల గురించి అంగడి శివ చెప్తుంటే 'ఎర్రచందనం స్మగ్లింగ్ వెనకుండి నడిపించేది ఇక్కడోళ్లు, స్మగర్లు అనే ముద్ర మాత్రం తమిళ కూలీలకు. అలా అని వాళ్లు పూర్తిగా ఏమీ తెలియని అమాయకులు కాదు గానీ ఎక్కువ కూలిబాటు వస్తుందనే ఆశ అటువంటిది. అది ఆడించే ఆట'. కొంచెం డబ్బు సంపాదించగానే రాజకీయాల్లోకి వస్తారు. అక్కడ్నుంచి వారి రక్షణ బాధ్యత వ్యవస్థలే చూసుకుంటాయి.

మరో అర్ధగంటసేపు నాలుగేళ్లనుంచి వాళ్లు మెయింటెయిన్ చేస్తున్న ఫారెస్టు రిజిస్టర్ చూస్తూ గడిపాను.

పొద్దు పడమటి ఆకాశానికి పసుపు కుంకాలద్దుతోంది. సమయమింకా ఉంది గానీ దూడకు పాలివ్వాలని పక్కచూపులు చూసే జంగిటి గొడ్డులాగా ఆత్రమాత్రంగా కొండల చాటుకెళ్లిపోతున్నాడు సూర్యుడు. మొబ్బైతే అడవిలో ఇబ్బందని ఇంటి ముఖం పట్టిమి.

లోయలు నల్లని కాటుకద్దుకుంటున్న వేళ, కాంతి పరిక్షేపణం ప్రభావం వల్ల కొండవాలుల్లో మంచు తెరల వంటి పొర ఒకటి ప్రత్యక్షమవుతుంది. ఎంతసేపైనా చూస్తూనే ఉండాలనిపిస్తుంది ఆ దృశ్యం. కెమెరాలో బందించాలని ఫోటో బయటికి తీశాను గానీ కెమెరా కంటికి చిక్కేది కాదది.

కొంచెం దూరమట్టా కదిలామో లేదో మా వాళ్లరుస్తున్నారు "అద్దో ఎలుగుబంటి అద్దో ఎలుగుబంటి" అని. బైక్ స్లో చేసి చూస్తే దారి పక్కగా వెదురు చెట్లల్లోకి జారుకుంటోంది నల్లటి జివ్వమొకటి. నాకైతే పూర్తిగా కనపడ్లేదు గానీ సాయి, శివ, సుదర్శన్, అంగడి శివ, కిరణ్ వీళ్లు చూశారంట. దిగి చూద్దామనుకున్నా గానీ పిల్లల తల్లైతే మాత్రం పిచ్చి పిచ్చిగా ప్రవర్తించి, దాడి చేస్తుందని గుర్తొచ్చి ముందుకు సాగాము.

మామూలుగా మా పల్లెలకు నిండు పడమరగా ఉత్తరం - దక్షిణంగా లంకమల తొలి శ్రేణి కనిపిస్తూ ఉంటుంది కాబట్టి లోపల కూడా అలాగే ఉత్తర దక్షిణ శ్రేణి ఉంటుందని చిన్నప్పట్నుంచి మా మెదల్లలో నిక్షిప్తమై ఉంటుంది

కానీ అవి లోపల తూర్పు పడమరగా కూడా ఉన్నాయి. ఆ అనుమానమే శివగానికొచ్చి "ఏంది వివేకూ సన్సెట్ ఈ పక్క అవుతోందని" అన్నాడు.

"సూర్యుడు ఎప్పటిలాగే ఉన్నాడు మనమే మారినాము" అన్నాను. ప్రత్యక్షంగా చూస్తేనే ఏ భౌగోళిక స్వరూపమైనా అంతుబట్టేది అనిపించింది.

గురట్లబాయి దగ్గర కొండలనుంచి బయటికొచ్చి ముళ్ల పొదలు, చిన్న చెట్లు కలిగిన చిట్టడవుల్లోకి ప్రవేశించాము. లోపల కొండల మధ్యనున్నప్పుడు అస్తమించినట్టు అనిపించిన సూర్యుడు బయటికి రాగానే తను కూడా మాతో పాటు వచ్చాడు.

నడిరోడ్డులో ఒక పెద్ద పిట్టేదో నిలబడి ఉంది. దగ్గరికొచ్చేకొద్దీ ఆకారం స్పష్టమవుతోంది. కొండ కోడి. దారిలో అదలా నిలబడి ఉంటే దాని నడుమొంపు, ఇంగ్లీషు U అక్షరాన్ని వెడల్పుజేసి ఆ కొస్సన ఈ కొస్సన పూల జడ అల్లినట్టుగా భలే సక్కదనంగా ఉంది. రాజసానికి కూడా ఏ మాత్రం కొదవలేదు. బండి ఆపి ఫోటో తీసేలోపు మా అలికిడిని గమనించి తుర్రుమని చెట్లల్లోకి ఎగిరిపోయింది. అడివికోడి కదా ఆ మాత్రం ఒడుపుండాల్లే.

మరికొంచెం దూరం రాగానే రేచుకుక్కల గుంపు కనపడింది. రోడ్డు మీదనే ఉన్నాయవి. అయిదారు ఉంటాయి. నక్కలకు, కుక్కలకు మధ్యస్తమైన సైజులో అన్నీ నాజుగ్గా ఉన్నాయి. యాక్సిలరేటర్ రేజ్ చేసిన శబ్దానికి తలో దిక్కున పొదల్లోకి జారుకున్నాయి.

రేచుకుక్కలు, తోడేళ్లు అనుసరించే వేట పద్ధతులు, వ్యూహాల గురించి కొద్దిసేపు చర్చ మా మధ్య. పెద్దవి రెండు కుక్కలు ముందు వెనక నడిపిస్తుండగా మధ్యలో ఉండే పిల్ల కుక్కలు, పెంటి కుక్కలు జంతువును బెంబేలెత్తించి, పరిగెత్తించి పరిగెత్తించి పడగొడతాయంట. సమిష్టి కృషికి పులులు, సింహాలు సైతం వీటి జోలికి రావని చెప్తుంటారు.

అవి ఇవీ మాట్లాడుకుంటూ ఒక సాధారణ శుక్రవారాన్ని కాస్తా మర్చిపోలేని ప్రయాణాల్లో ఒకటిగా మార్చిన లంకమల అడివిని వదిలి సాధారణ జనావాసంలోకి పడితిమి.

ఇంటికొచ్చి చూద్దున గదా బండి ఫ్రంట్ టైరు పూర్తిగా నేలకు ఆనుకుని ఉంది. పొద్దున్నే పంక్చర్ షాప్ కు వెళ్తే పన్నెండు ఉన్నాయి. ముగ్గురం కలిపి రెండొందల ఇరవై కేజీల బరువు భుజానేసుకుని ఆ రాళ్ల దారుల్లో అది పడిన నరకయాతన

చూసి జాలేసింది.

తర్వాతి కాలంలో కొండలు కోనలు, జిల్లాలు, రాష్ట్రాలు దాటి ఎన్నెన్నో ప్రయాణాలు చేశాను, చేస్తున్నాను గానీ నా పేరు పక్కన చేరిన లంకమల, నన్ను అడవికి దగ్గర చేసిన ఆ దారులు ప్రత్యేకం.

# సోమశిల వెనుక జలాల్లో

ఊర్లో కోళ్లన్నీ గొంతులరిగేలా మొత్తుకుంటేగాని రాని మెలుకువ ఆరోజు తొలికోడైనా కూయకముందే వచ్చింది. లేచి కూర్చున్నాను. "సోమశిల బ్యాక్ వాటర్స్‌లో మంచి మంచి చేపలు అమ్ముతారంట పోదమా" అని మా బామ్మర్ది రాజశేఖర్ రేపిన అలజడి అది.

ఎన్నాళ్లుగానో మదిలో నిక్షిప్తమై ఉన్న మునక పల్లెల ఆలోచనలకు, గూగుల్ మ్యాప్స్ చూసుకుంటూ ఊహించిన దృశ్యాలకు ప్రత్యక్ష రూపం దొరకబోతోందనే అనే తలంపు కుదురుగా ఉండనియ్యలేదు. నాలుగున్నరకల్లా కమలకూరునుంచి అట్లూరు మండలంలోని సోమశిల వెనుకజలాల వైపు కదిలాం.

రాత్రి బడలికింకా తీరనట్టు తూరుపు కొండలు మజ్జుగా మూలుగుతున్నాయి.

అట్లూరు పల్లెల పండ్ల తోటల్లోని తేమను జతచేసుకుని చల్లగా తాకుతోంది చైత్రమాసపు గాలి. వేమలూరు దాటి ముత్తుకూరు, బోడిశెట్టిపల్లె వరకు తార్రోడ్డు. అక్కన్నుంచి జొన్నవరంకు మట్టిరోడ్డు. తర్వాతంతా అడవి. కొండ కూడా మరీ

దూరంలో లేదు.

మామూలుగా అయితే వెలమ, దంతె, సోమి, గొటికె, కలివి, బలుస, నేలరేగి వంటి పొద అడవులు ఉండాల్సింది గానీ ఎటుచూసినా సీమతుమ్మ చెట్లే కనిపిస్తున్నాయి. వంట చెరుకు కోసం అడవిని నాశనం చెయ్యకుండా నాలుగైదు దశాబ్దాల కిందట హెలికాప్టర్లతో చల్లించారంట వీటి విత్తనాలని. ఇప్పుడవి స్థానిక భౌగోళిక పరిస్థితులకు తగ్గట్టు తమను తాము మార్చుకుంటూ మిగతా చెట్ల జాతులను మింగేస్తున్నాయి. ఒకప్పుడు పల్లెల్లోని కల్లాల్లో కటవల వారంబడి ఉండే సుంకేసుల చెట్లు వీటి దెబ్బకు పూర్తిగా అంతరించిపోతున్నాయి. ఆ చెట్టు తొర్రల్లో బతికే గుడ్ల గూబలు, పగిడికంటెలు తమ ఆశ్రయం కోల్పోతున్నాయి.

ఎనిమిది మంది మనుషులనేసుకుని నాలుగు బండ్లు ఆ పాడుబడ్డ బాటల్లో మొండిగా సాగిపోతున్నాయి. కొంతదూరం వెళ్లిన తర్వాత రోడ్డు మరీ ఇబ్బందిగా అయింది.

సూర్యుడు ఎండగుర్రాలకు కళ్లేలు బిగించకముందే నిద్ర మత్తునొదిలించుకుని ఆహార వేటకు సిద్ధమవుతున్నట్టున్నాయి అడవి పిట్టలు. ఆరేడు కిలోమీటర్ల అడవి ప్రయాణం తర్వాత నీళ్ల అంచున వేసుకున్న రెండు గుడిసెల దగ్గరికి చేరాము. అది రెడ్డివారి పేట.

కనుచూపుమేరా నీళ్లే. చుట్టూ కొండల మధ్యన అదో జలసంద్రాన్ని తలపిస్తోంది. తూరుపుకొండలు, లంకమల శ్రేణుల మధ్యన సగిలిపాయ అస్థిత్వాన్ని పూర్తిగా జలసమాధి చేశాయి సోమశిల వెనుకజలాలు. పాయలో సగిలేరు ప్రవహించుతుండబట్టి దాన్ని సగిలిపాయ అంటారు.

చేపలో చేపలని పల్లెల్ని నిద్రలేపుకుంటూ అంత దూరంనుంచొస్తే 'రాత్రి వలెయ్యలేదున్నా, రోంచేపుంటే వలేసి పట్టిచ్చాం' కళ్ళు పులుంకుంటూ గుడిసెల్లోనించి బయటికొచ్చారు చేపలోళ్లు.

ఎనిక్కిపొయిగాంగ చేసేదేముందిలే అని అందరం అక్కడే కూర్చుండిపోయాం.

అదీ మంచిదైంది ఒకందుకు. సోమశిల వెనుక జలాలను, చేపలు పట్టేవాళ్ల జీవితాలను దగ్గర్నుంచి చూసే అవకాశం దొరికింది.

మేమున్న ప్రదేశం కొండపాదాల చెంతనే ఉండడంతో సూర్యోదయపు వెలుగులింకా మొదలవ్వలేదు. నీళ్ల పక్కన మధ్య వయస్కుడొకాయన కనిపిస్తే అటుగా వెళ్లాను. నేలమింద బురద తడి అలాగే ఉంది. చేపల నీచు వాసన ఘాటుగా తాకుతున్నా ఏమీ పట్టనట్టుగా ఉన్నాడతను. చూపుల్లో నిస్తేజం. వేసుకున్న చొక్కా,

లుంగీ కూడా చెమటకు ఉప్పిర్లున్నాయి. అంతా నలభయ్యేళ్లకు మించని వయసు. శ్రమను నమ్ముకున్న దేహమని చూస్తూనే చెప్పొచ్చు. మాటల్లో మరో ఇద్దరు వచ్చారు. వాళ్లూ అంతే. యాభయ్యేళ్లు ఒకతనికి, ముప్పయ్యేళ్లు మరొకతనికి ఉంటాయేమో.

బతుకుదెరువును వెతుక్కుంటూ అన్నవరం నుండి వచ్చారంట. భోజనాలు పెట్టి రోజుకు నాలుగొందల కూలి. బెస్తోల్లు అనుకున్నా గానీ వాడ బలిజోల్లు అంట. ఒకపక్క నాతో మాట్లాడుతూనే చేపల వలకు సిద్ధం చేసుకుంటున్నారు.

కరోనా, పట్నాలు దాటి అప్పుడప్పుడే పల్లెలకు విస్తరిస్తున్న రోజులు. రైళ్ల గురించి అడిగాడు. లాక్డౌన్, ఇతర విషయాలు చెప్పాను. అదంతా వింటున్న అతని కళ్లల్లో విచారం, దిగులు స్పష్టంగా తెలుస్తున్నాయి.

"పోతామున్నా యట్టైనా పోతాం. రోడ్డెక్కితే ఆటోలు పట్టుకునైనా పోతామని" అన్నాడు. మనసులో ఆందోళన గొంతులో తెలుస్తోంది.

మాటైతే బయటికి అనగలిగాడు గానీ ఎక్కడి అన్నవరం ఎక్కడి కడప..! కొద్దిరోజులు ఓపిగ్గా ఉండక తప్పదనుకుంటూ లంగరేసిన పడవలో ఒకతను గిన్నెతో నీళ్లు బయటికి తోడుతుంటే వెళ్లి కూర్చున్నా. సన్నగానే ఉన్నా నల్లగా నిగనిగలాడుతున్న దేహం, రింగులు తిరిగి పొడవుగా వెంట్రుకలు. స్థానిక యానాదోళ్లు. మూడు పూటలా భోజనం పెట్టి నెలకు పదకొండు వేలు ఇస్తారంట. మాటల్లోనే నీళ్లన్నీ తోడేశాడు.

చేపలు పట్టేవాళ్లు ఒక్కొక్కరే పడవ దగ్గరికి చేరారు. మొత్తం ఎనిమిది మంది. 'నేను కూడా మీతో వస్తానన్నా' అని అందులో ఎక్కి కూర్చున్నా. ఆరుమందిమి ఒక దాంట్లో, ముగ్గురు వేరే చిన్న పడవలో ఎక్కారు.

లంగరు తీసి బయల్దేరేటపుడు 'స్వామి తల్లీ ఒక్కో చేప పది కిలోలు పడాలి' అని రెండు చేతులతో మొక్కి లోపలికి తోశాడు సావుకారి. రోజూ వలేసేది అదే నీళ్లల్లో అయినా ఒక్కోసారి దండిగా పడటం, మరొకసారి ఉత్త చేతులతో రావడం దేవుని దయ, బయల్దేరే వేళా విశేషమని బలంగా నమ్ముతున్నారు వాళ్లు.

అండెం దగ్గర కూర్చున్న వ్యక్తి ఒక తెడ్డు వేస్తున్నాడు. ఇతని తెడ్డును బట్టే పడవ దిశ మారేది. మధ్యలో ఇద్దరు తెడ్లు, అవరం దగ్గరున్నోళ్లు వలలు వేస్తుండగా ముందుకు సాగింది పడవ. ముందురోజు సాయంత్రం వలకు చిక్కిన చేపలు కొన్ని ఓనరు, యానాదోల్లతను చిన్న పడవతో బయటికి వెళ్లిపోగా మిగతా ఏడుమందిమి ఒక పడవలో వెళ్లాం.

వలకు ఒక కొన ఒడ్డునేసి, ఇంగోపక్క వదులుకుంటూ ఒకతను, పైన తేలాల్సిన బెండ్లు ఉన్నె లైను నీళ్లలో వేస్తూ ఇంకోకతను. వంద నూటా యాభై మీటర్ల వల నీళ్లల్లో పరిచి 'U' ఆకారంలో ఒడ్డుకు చేరాము. మొత్తంగా నలుగురు తెడ్లు, ఇద్దరు వలలు. పడవ దిగిన తర్వాత ఆ కొన, ఈ కొన పట్టుకుని వల ఒడ్డుకు లాగడం మెదలుపెట్టారు. ఆ లాగడంలో మా వాళ్లు కూడా ఒక చెయ్యేశారు.

నాలుగు జిలేబీ చేపలు దొరికితే మంటమింద కాలుస్తున్నారు సుధాకర్, విష్ణు. నోట్లో ఉన్న వేప పుల్ల ఊసి, నీళ్లు పుక్కిలిస్తూ అటుగా వెళ్లాను. ఉప్పూ కారెం లేకున్నా కాల్చిన చేపలు పొద్దున్నే భలే రుచిగా అనిపించాయి. ఇంకొన్నుంటే బాగుండు అనిపించింది గానీ పచ్చి చేపలు లేవు. చేపల కోసం వల దగ్గరికి వెళ్లారు మా వాళ్లు. నేను పక్కనే ఉన్న కొండవైపు కదిలాను.

నరమానవుల అలికిడులు లేని చోట నా కదలికలకు బెదిరిన బెల్లగాయి ఒకటి రివ్వున ఎగిరిపోయింది. పొదలోకి తొంగిచూస్తే గూడు, గూట్లో ఒక గుడ్డు. మళ్లీ తన గూటికి వచ్చి గుడ్డు పొదుగుద్దా లేదా అనిపించింది. మనిషి తాకిన గూడు, గుడ్ల దగ్గరికి బెల్లాగాయిలు మళ్లీ రావు, వదిలేసిపోతాయని చిన్నప్పుడు చాలా వినేవాళ్లం. వాటి భయం వాటిది.

కొండ పాదాన్నంత సీమతుమ్మ చెట్లు ఆక్రమించాయి. ఆ తుమ్మ చెట్ల వనం మధ్యన, మైలు దూరంలో పెంకుటిళ్లుల ఊరొకటి కనపడుతోంది. పేరు చెన్నేపల్లె. పదైదు ఇరవై ఇళ్లదాకా ఉన్నాయి. మేకలు మేపే యాదవుల కుటుంబం ఒకటి, బొగ్గులు కాల్చుకుంటూ, చేపలు పట్టే యానాదోళ్లు కొందరున్నారంట. ఊరు మొత్తం సోమశిల మునకలో భాగమే అయినా నీళ్లు ఇళ్ల వరకూ రావు. పొలాలకు ఇచ్చిన ప్యాకేజీ ఇళ్లకు రాక అలానే వదిలేశారు. ఆ తుమ్మచెట్ల మధ్యన యానోదోళ్లు గుడిసెలేసుకుని నీళ్లల్లో బతుకు వెతుకులాట సాగిస్తుంటారు.

మరికొంచెం ఎక్కాను. జల సమాధైన పల్లెల ప్రతినిధులమన్నట్టు రెండు పాత గుడులు తమ అస్థిత్వాన్ని బయటి ప్రపంచానికి గుర్తుచేయమన్నట్టుగా సగం కనిపిస్తున్నాయి. వర్షాకాలంలో మునిగెత్తి, వేసవి కాలంలో వెనక్కి మరలే జలాక్రమణకు ప్రత్యక్ష సాక్ష్యులమన్నుట్టు కొప్పులు పైకి పెట్టుకుని చూస్తున్నాయి తాటిచెట్లు.

దూరంగా పడమటి దిక్కున గుబ్బకొండ, దత్తాత్రేయస్వామి గుడి కనిపిస్తున్నాయి. గుబ్బకొండపైన సిద్ధవటం కోటకు సంబంధించిన ఈశాన్య హద్దు బురుజు ఉంది. దాని వెనకాల ఎత్తుగా కనిపించేది మద్దూరు కొండ. కొండ మధ్యలో గుహ

ఒకటుందంట. ఎంత ఎండాకాలంలో అయినా నీళ్లుంటాయి అని చెప్తారు పెద్దోళ్లు.

వాయువ్య దిక్కున లంకమల కొండ వరుస కనిపిస్తోంది. ఉత్తరంగా చూస్తే అట్లూరు, బద్వేలు పల్లెలన్నీ మసక మసగ్గా కనిపిస్తున్నాయి. ఆ మసకను చీల్చుకుంటూ ఉత్తర దక్షిణంగా నీటి ధార. అదే సగిలేరు. డ్యాం కట్టకముందు మలినేనిపట్నం దగ్గర పెన్నాలో కలిసేది గానీ మునక వల్ల జొన్నవరంలోనే తన అస్థిత్వం కోల్పోతోంది.

'ఆనకట్టలే ఆధునిక దేవాలయాలు' అన్న భారత తొలి ప్రధాని నెహ్రూ మాటలు అక్షరసత్యాలే గానీ ఒక ప్రాంత దప్పిక తీర్చడం కోసం వేరెవరో కన్న ఊరిని, నమ్ముకున్న నేలను వదలి వెళ్లాల్సిరావడం ఎంత బాధాకరం కదా అనుకుంటూ కొండ దిగడం మొదలుపెట్టాను. విపరీతమైన దప్పిక, ఆకలి. కొండ లోయల్లో పుల్లగెడ్డిని పెరక్కతింటూ వానపాలం చేస్తున్నాయి ఆవులు కొన్ని.

కాలే కడుపుల ఆత్రాన్ని గుర్తుచేస్తున్నట్టు ఆగి ఆగి వినిపిస్తున్నాయి నెమళ్ల అరుపులు.

"తెల్లార్జామున లేసి అదేపనిగా ఇంతదూరమొచ్చే పనికిమాలిన జిలేబీ చేపలు దొరడకడమేందో మన దరిద్రం కాకపోతే' అసంతృప్తితో మా వాళ్లు, తొలిసారి మునక చూడగలిగినా అనే తృప్తితో నేను.

కొన్ని దృశ్యాలు చూశాక మదిలో రేగి, సద్దుమనిగే ఆలోచనల అలజడిలా రాళ్లల్లో ఎగురుకుంటూ వస్తున్నాయి బైకులు.

## 2

తొలకర్ల తడిచాలక, నెర్రెలు చీలి గ్రీష్మంవైపు ఆశగా చూస్తున్నాయి కమలకూరు బీడుభూములు. తూరుపు కొండల అంచున సాగుతున్న మా ప్రయాణంలో ఎత్తైన కొండలుంటే దాక్కుంటూ, నక్కిన కొండల మీద పైకి తేలుతూ దాగుడు మూతలాడుతున్నట్టుగా ఉంది తొలిపొద్దు యవ్వారం.

ఈ ప్రయాణమూ మునకకే. అంతకుముందు రెండు నెలల కిందట వెళ్లింది సగిలేరు ఎడమగట్టు వెంబడి. ఈసారి కుడిగట్టున. వేమలూరు దగ్గర సగిలేటి చివరి బ్రిడ్జిని దాటి, ఆకుతోటపల్లె నుంచి దక్షిణంగా ముంపువైపు బళ్లు కదిలించాము.

తార్రోడ్డు ఉంది గానీ జనసంచారం లేక రోడ్డుకు అటుఇటు సీమతుమ్మ చెట్లు

దారిని కమ్మేశాయి. కొంతదూరం వరకూ బైకులు వెళ్లగలిగేంత ఉంది, తర్వాత అదీ కష్టమైంది. పాతరోడ్డు రూపు కోల్పోయి రాళ్లు తేలింది. అయితే ముందులాగా సీమతుమ్మ చెట్లు లేవు. ఆరేడు నెలల పాటు నీళ్లల్లో మగ్గి, చర్మం ఒలిచిన దట్టెంలాగా ఒట్టి కట్టెలు తేలాయి.

ఆదివారమంటే నీసు ఉండాల్సిందేనన్నట్టు తయారయింది సమాజం. తెల్లారుజామున్నే మునకకు పోయినోళ్లు చేపలు కొనుక్కుని తిరిగొస్తున్నారు. మేమింకా సగిలేటి పరీవాహకంలోనే ఉన్నాం. ఒకచోట జనాలు కనపడ్డంతో బైకులు ఆపి అటుగా వెళ్లాము. వరద పేర్చిన పుర్రుమట్టి ఎండిపోయి, అట్టలు కట్టి, బిల్లలు బిల్లలుగా నెర్రెలు చీలినట్టు ఉంది సగిలేటి ఒడ్డు. సోమశిల మునక తేర్చిన ఒండ్రు అది. వలలేసి పట్టిన చేపల సంచి భూజానేసుకుని గూటికి పయనమవుతున్నారు ఇద్దరు జాలర్లు.

నీళ్లను తట్టుకుని నిలబడ్డ పాడుబడ్డ సత్రాలు, సమాధులు, పొలం గెట్లు, పెద్ద కాలువలు, నెంబర్ రాళ్లు, సారవంతమైన మైదానాలను తలపించే బీడు భూములు అన్నీ అలాగే ఉన్నాయి. బావుల్లో నీళ్లు నిండుకుండలా తొణికిసలాడుతున్నాయి.

పచ్చటి దుప్పటి కప్పుకుని క్రికెట్ మైదానాన్ని తలపిస్తున్నాయి ఒకప్పటి పొలాలు. వాటిల్లో దొడ్లు వేసుకుని నివాసముంటున్న గొర్లోళ్లు అక్కడక్కడా కనిపిస్తున్నారు.

అప్పుడు పూర్తిగా జలమయం,

ఇప్పుడు నిండు పచ్చదనం.

రెండు నెలల్లో ఎంత తేడా..!

అప్పుడే ఈనిన ఆవు ఒకటి బిడ్డ ఒంటికంటుకున్న మాయను నాకుతూ మందకు కాస్త ఎడంగా ఉంది. తడబడు అడుగులతో నిలబడ్డానికి ప్రయత్నం చేస్తోంది దూడ. మందంటే ఎవరో కాస్తున్నవి కాదు, అడవికి తోలితే బీళ్లలో గెడ్డి ఏరకతింటూ, కాలవల్లో నీళ్లు తాగుతూ, వారానికో నెలకో ఒకసారి ఇంటి మొహం చూసొచ్చే ముంపువాసపు జీవులు.

కాలువలు, కుంటల్లో చేపలు, పురుగుల కోసం తమ వేటని మొదలుపెట్టాయి ఎర్రగాళ్ల కొంగలు కొన్ని.

పెన్నా నది ఒడ్డున బెడుసుపల్లె చేరేసరికి ముక్కాలు గంట పట్టింది. బైకులు ఆపి, పొలం గట్ల మీద నడక మొదలుపెట్టాము. పొలాలంటే మునక నీళ్లు వెనక్కి వెళ్లినప్పుడు ఏవైనా ఎలిగడ్డ పైర్లు వేసుకుని, నీళ్లు రాగానే వదిలేసి వెళ్లిపోతుంటారు.

ఒకేచోట వందెకరాల పైగా సదరమైన నేలుంటుంది. మొత్తం చెనిక్కాయ పంటే. పెన్నా పరీవాహకంలోని సారవంతమైన నేలలవి.

పూతకొచ్చిన తర్వాత చెనిక్కాయ పొలాల్లో నుంచి రాత్రిపూట మరీ ముఖ్యంగా తెల్లవారుజామునొచ్చే ఒకరకమైన వాసన భలే ఉంటుంది. ఆ వాసన చూసి దాదాపు ఆరేడు సంవత్సరాలు పైనే అయ్యుంటది. మా పల్లెల్లో చెనిక్కాయ పూర్తిగా ఆపేసినట్టే.

వెన్నెల రాత్రుల్లో చెనిక్కాయ పొలంలో కాయిలుండడమంటే భలే ఇష్టం నాకు.

"పొద్దటాంచి జనాలే జనాలు తిర్నాలున్నెట్టు. అందరూ శాపలే తిని బతుకుతాన్నెట్టుంది" చేలో ముసిలామ గొనుక్కుంటూ కనపడింది. వయసు డెబ్బైకి పైనే ఉంటాయి.

"ఏ ఊరుమ్మా మీది?" అంటూ మాట కలిపితిని.

"ఈ ఊరే నాయనా, బెద్దుపల్లె. మునకైనాంక ఊరిడ్సి బాలిరెడ్డిబాయి కాడ చేరుకున్నెము"

"ఈడేం పని?"

"పనా..! మాదే పొలం. గొడ్డూ గోదా చేలో పడకుండా మొగోల్లీన్నే కాయిలుంటరు. నేనప్పుడప్పుడు వొచ్చి పోతాంటా"

"మునక లెక్క దండిగా వచ్చింటది గదుమ్మా" అనడిగితే "ఆ.. ఆ లెక్క ఇంగా యాడుంది నాయనా. యట్టబొయిందో ఏమో. ఇచ్చినప్పుడే, మల్ల కళ్ళజూసిందిలేదు" డబ్బు చంచలమైంది చేతిలో నిలవదు అన్నట్టుగా చెప్పింది.

"మునక కాకుంటేనే మేలంటవామ్మా"

"ఆ పన్జేసింటే దండం పెట్టుకుందుము నాయనా. యట్టాంటి ఊరనీ. యాడోళ్లాడ పొయిరి తలో దిక్కుకు చెట్టుకొకరు పుట్టకొకరు."

మార్పును అంగీకరించలేనట్టు ఆమె మాటల్లో బాధ అర్థమవుతోంది. మునకకు ముందు పల్లె దృశ్యాలు గుర్తుకొచ్చి కళ్ళల్లో నీళ్లు మెదిలినట్టున్నాయి, చేత్తో జుట్టు సవరించినట్టు సవరించి నీళ్లు తుడుసుకున్నెది.

ఒక ప్రాంత నీటి అవసరాల కోసం ఇంకొక ప్రాంతపు పల్లెలు కొన్ని బంధాలు, బంధుత్వాలు, ఆస్థులు, జ్ఞాపకాలను అక్కడే జలసమాధి చేసి మరొక చోట అనామకంగా మొదలుపెట్టడం బాధాకరమే కదా అనిపించింది.

పెన్నమ్మ ఒడ్డుకు చేరుకున్నాం. చిన్న సైజు సంతలా ఉందక్కడ. సన్న చేపలు,

పెద్ద చేపలు, పక్కెలు, రవ్వలు, బొచ్చెలు, రోకులు, మూసలు, వాలిగెలు, బురద మట్టలు, జల్లలు, ఇసికె దందులు ఇలా రకాల వారీగా రాశులు పోసి ఉంచారు. ఎటుచూసినా చేపలే. జనాలు ఎగబడి వస్తున్నారు. చేపలు కొనడానికొచ్చే వాళ్లు మంచి మంచివి ఏరుకుంటుంటే, మత్స్య కార్మికులు చేపలు తెచ్చి వలల మింద ఆరబోస్తున్నారు. ఎవరెన్ని కేజీలు తీసుకుంటున్నారో లెక్కలేసుకుంటూ సావుకారి.

ఏటతల కుడిగట్టున ఒడ్డునానుకుని చుట్టూ నీళ్లూ మధ్యలో కొండ, కొండపైన పాతకాలపు కట్టడం. దూరంనుంచి చూస్తే జైనుల గుడిలాగా అనిపిస్తోంది గానీ అదొక శివాలయమంట. మల్లేష్ కొండ అంటారు.

ముందుకు పోతే గుడిసె పక్కన దండేలకు ఆరేసిన వొట్టి చేపలు దర్శనమిచ్చాయి. జుయ్యంటూ సందులేకుండా ముసురుకుంటున్నాయి నల్లీగెలు. చేపల పొట్ట పేగులు కుళ్లిన వాసన ముక్కులను అదరగొడుతోంది. అవేం పట్టనట్టు విసుగ్గా ఈగెలను తోలుకుంటూనే తమ పని తాము చేస్తున్నారు ఏడెనిమిదిమంది పనోళ్లు.

ఏటి ఒడ్డున లంగరేసిన పడవ దగ్గర ఒకతను ఏదో పని చేసుకుంటుంటే 'ఏ ఊరన్నా' అని పలకరించాను. ఉలుకూ పలుకూ లేదు. శ్రమ జీవితానికి కొత్త పరిచయాలెందుకు అనుకున్నాడేమో. కొద్దిసేపు అటు ఇటు తచ్చాడి, దూరంగా టైర్లు సగానికి కూరుకుపోయిన ట్రాక్టర్ ఒకటి కనిపిస్తే వెళ్లాను. ట్రాక్టర్ ఇంజనుకు మోటారు తగిలించి ఏట్లో నీళ్లు పొలానికి వేస్తున్నారు. అవసరమే మనిషి చేత సరికొత్త ఆవిష్కరణలు చేయిస్తుంది.

నది ఒడ్డున పేరుకున్న ఒండ్రుమట్టి పైన ఆరినట్టుంటుంది గానీ లోపల తడి ఉంటుంది. దాని మీద నడుస్తుంటే కాలు నల్చుకోవడం భలే గమ్మత్తుగా ఉంది. నీటి అలల సవ్వడిని గమనిస్తూ కొద్దిసేపు నిలుచున్నాను.

ఇంజనీరింగ్ అయిపోయి, ఉద్యోగం రాక ఖాళీగా ఉన్న రోజుల్లో సాయంత్రం సగిలేటి ఒడ్డున కూర్చుని అలల్ని చూస్తూ గడిపిన రోజులు గుర్తుకొచ్చాయి. మరీ ముఖ్యంగా మూలేటి దగ్గర. సుద్దరాళ్ల సందుల్లో గలగలపారే నీళ్లు, ప్రవాహానికి తలలూపే జంబు, ఎగిరిపడే చేపలు, వాటి కోసం కాచుక్కూచ్చునే పక్షులు, లంకమల కొండపైన సూర్యాస్తయం, అక్కడి నీళ్లల్లో వణికే సూర్యుని ప్రతిబింబం గమనిస్తూ గంటలు గంటలుండేవాన్ని.

చేపలు ఎండబెట్టడానికని గుడిసెలకు ఎడంగా వాలిగెల్ను చీలుస్తూ కనిపించారు ఇద్దరు మనుషులు. ఒకతను ఉత్సాహంగా చేప తలలు తప్పిస్తుంటే, పేగులు తీసే అతని చూపులు నిస్సారంగా ఉన్నాయి. చూపులే కాదు మనిషి కూడా. పెరిగిన గడ్డం,

జుట్టు, ఆ జుట్టు కళ్ళల్లో పడకుండా తలకు చుట్టిన తుండుగుడ్డ తమిళ సినిమాలో ఆర్టిస్టులా ఉన్నాడు.

"ఇక్కడోళ్లేనా మీరు" ఉత్సాహంగా పనిచేస్తున్న అతన్ని కదిలించాను.

"కాదండి. కాకినాడ"

"అంతా మీ ఊరోళ్లేనా"

"లేదండి. రాజమండ్రి, భీమవరం, తుని తలోదిక్కు నుండి వచ్చామండి. ఇద్దో ఈడిది భద్రాచలమండి. అంతా ఇక్కడికొచ్చాకే పరిచయం"

"జీతమెంతిస్తారన్నా?"

"అంతా ఇంతని లేదండీ నెలకు తొమ్మిది వేలు. ఆరోగ్యం బాగలేక ఆపేస్తే మళ్లీ అందులో కటింగ్ చేస్తారు"

"తొమ్మిది వేలకు గోదావరి నుంచి ఇంత దూరం రావాల్నా?"

"ఏం చెప్తామండి మా ఖర్మ. తొలిగా వచ్చేటప్పుడు బ్రోకరుగాడేమో పదిహేనేలు ఇత్తామని చెప్పాడండి. ఇక్కడికొచ్చి ఇరక్కపోయామా, వాళ్లెంతిత్తే అంత తీసుకోవాల్సొత్తాందండి. మధ్యలో వెళ్లిపోతే ఇంగంతే, జీతం కట్టు"

"భోజనాల సంగతి?"

"వాళ్లదేనండి. పొద్దునొకసారి, రాత్రొకసారి. సాయంత్రమైతే విపరీతమైన ఆకలేస్తుందండి. బయట ఏదన్నా తిందామంటే చుట్టుపక్కల మనుసులే ఉండరు ఇంగ అంగళ్లేముంటాయీ..!"

తర్వాత రాబోయే నా మాట గ్రహించాడేమో "ఏం లేదండి ఇక్కడ ఇరుక్కుపోయామంతే. ఆర్నెళ్లు ఎప్పుడైపోద్దా ఎప్పుడైపోద్దా అని చూస్తున్నామండి" చెప్పుకుపోతున్నాడు. నా ఆలోచనలు అక్కడే ఆగిపొయ్యాయి.

చిన్నప్పుడు కొంతమంది మాలవాళ్లు మజ్జిగ కావాలంటూ వచ్చేవాళ్లు. ఏం ఒక బర్రెను కొనుక్కోలేరా అనిపించేది. ఎరికలోళ్లో మరొకరో 'ఇంత బువ్వ పెట్టండమ్మా' అంటూ అడుక్కోడానికి వస్తారు. యానాదోళ్లు ఒకపూట తిండికి కూడా చాలా ఇబ్బంది పడుతుంటారని తెలుసు. అదే పేదరికం అనుకునేవాడిని ఆ వయసులో. ఇది కొత్త కోణం.

అంతరాల సమూహంలో బతుకుతూ అదే నిజమని భ్రమల్లో బతుకుతున్నాం మనం. కంటికి కనిపించని వ్యథలెన్నో సమాజం నిండా.

కొండగట్టుమీద నిలబడి చూస్తే అంతా సదరంగానే కనిపిస్తుంది. దిగి చూస్తేనో గుంత మిట్టలు, ఎగుడు దిగుళ్లు అనుభవమయ్యేది.

ఒకపక్క మేమివన్నీ మాట్లాడుతున్నా కూడా పక్కన కూర్చున్న అబ్బాయి మాత్రం తన లోకంలో తను ఉన్నాడు ఎక్కడో ఆలోచిస్తూ. అతనిదో వింత గాథ. భద్రాచలం పక్కన పాల్వంచ అంట.

"భోజనం పెట్టి పన్నెండు వేలు ఇస్తామంటే చేపల చెరువుకు సెక్యూరిటీ గార్డ్ పనికోసం రాజమండ్రి పోయింటినన్నా. చెప్పిన బజార్లో నిలబడి రెండు గంటలు చూసినా, ఎవ్వరూ రాలేదు. ఇంటికి పోదామా ఉందామా అని ఆలోచిస్తుంటే వీళ్లు పరిచయమయ్యారు. ఇటొచ్చి ఇరుక్కపోయినా అన్నా. ఆర్నెళ్లైంది ఇంటికి పోక" తలెత్తకుండానే చెప్తున్నాడు.

"చదువుకున్నెవా?"

"పాల్వంచ డిగ్రీ కాలేజీలో బీ.కాం చదివినా అన్నా. సబ్జెక్లు మిగిలినాయి. ఆపేశా"

"పెళ్లి?"

"ఇంగా లేదన్నా. డిగ్రీ అయిపోయి మూడేళ్లే అయ్యింది. చేసుకోవాలి"

"బెస్తోళ్లేనా మీరు కూడా"

"కాదన్నా. మేం మాదిగోళ్లం"

"మరి నువ్వెట్టా వచ్చినావు ఈ చేపలు పట్టడానికి?"

"బలంగా ఉన్నా కదా వల లాగడానికని పిల్చుకొచ్చారన్నా. ఇక్కడికొచ్చాక చెప్పినంత జీతమూ లేదు కడుపు నిండా తిండీ లేదు. ఆర్నెళ్లు ఎప్పుడెప్పుడవుతుందా అని ఆలోచిస్తూ బానిసలాగా పడున్నా" కళ్ళు ఎరుపెక్కి, ఇంతకుమించి ఇంకొక్క మాట మాట్లాడించినా కన్నీళ్లు జలజల రాలేట్టున్నాయి.

నేను చాలాసేపట్నుంచి వీళ్లతో మాట్లాడ్డం గమనించాడేమో ముప్పై అయిదుకు అటు ఇటుగా ఉన్న వ్యక్తి "నీళ్లు, బురద తప్ప మా దగ్గరేముందన్నా..! వినే వాళ్లుండాలే గానీ ఇక్కడ పది మందియీ పది భారతాలు" అంటూ వచ్చాడు. చూసేదానికి సన్నగా, పీక్కుపోయినట్టు ఉన్నా గానీ మాట ఒడుపు. పేరు సురేష్. జీవితం నేర్పిన పాఠాలు తప్ప బడికి వెళ్లింది లేదంట.

"మాట్లాడే మాటను బట్టి అవతలోడు ఎలాంటోడో కనిపెట్టగల జ్ఞానము, రేయింబవళ్లు మేలుకుని చేపలు పట్టగల పనితనమూ వచ్చింది గానీ డబ్బే చేతికి రావడం లేదు. మాదంతా పెద్ద కథలేన్నా. అమ్మో నాయనో ఒక మాట తిడితే

ఆవేశంలో వచ్చినోళ్లు, పెళ్లాం పోరు పడ్లేక కొందరు, తెలిసీ తెలియక మరికొందరు అంతా చిత్రమైన మనుషులం" చెప్పుకుపోతున్నాడు.

"ఇన్ని తెల్సినోడివి నువ్వే ఏదన్నా పెట్టుకోవాల్సింది"

"నేను సంపాదించేది మా పెళ్లాం పిల్లోల్లను పోషించడానికే సరిపోదన్నా ఇంగ వేరేవి కూడానా. ఒంట్లో శక్తున్నన్ని రోజులు వలెయ్యడం తర్వాత మా పిల్ల నా కొడుకు సదివి ఉద్యోగం తెచ్చుకుంటే సుఖపడేది లేకుంటే ఏదోకరోజు వలలో చిక్కేది.

మా ఓనర్ది కొవ్వూరు. లక్షకో రెండు లక్షలకో వేలంపాట పాడి కంట్రాక్టు తెచ్చుకున్నాడు. మమ్మల్ని పదిమందిని పెట్టుకుని వాడు సంపాదించుకుంటున్నాడు. ఈడనే కాదు లోకమంతా అంతేన్నా కూలోడు కూలోడే" బలవంతపు నవ్వొకటి నవ్వినాడు.

"ఎంత మిగుల్తది మీ ఓనరుకు?"

"రెండ్రోజులకొకసారి వేటన్నా. ఎంత లేదన్నా రెండు మూడొందల కేజీల రవ్వలు, బొచ్చెలుంటాయి. కేజీ తొంబై లెక్కన అమ్ముతారు. మినిమం ఇరవై వేలు. అవి కాకుండా నాలుగైదొందల కేజీల జిలేబీలు, పక్కెలు, చిన్న చేపలు, వాలిగెలు పడ్తాయి. అయ్యి కేజీ డెబ్బై వంతున అమ్ముతారు. ఎంతలేదన్నా అదొక ముప్పై వేలు. మిగతా ఎండు చేపల ఆదాయం గూడా. మా పనోళ్లందరికీ కలిపి నెలకు లక్ష లక్షన్నర ఖర్చు."

"నెలకు రెండు మూడు లక్షలు మిగిలేట్టుందే ఆ లెక్కన"

"మిగిల్తే మిగిలిందిలే గానీ పెండ్లాం పిల్లోల్లనొదలి ఇంతదూరమొచ్చి కష్టపడ్తున్నామని మాకు కొంచెం ఇస్తే మేము ఇంకా కొంచెం ఎక్కువ కష్టపడి పనిచేస్తాం కదా. అట్లాంటియన్నీ తల్చుకుంటుంటే ఒక్కోసారి నిద్రకూడా పట్టదన్నా" మాట్లాడుతుండగా ఒక వ్యక్తి ఇటుగా రావడంతో అందరూ గమ్మునైపోయారంతా. అతనే వాళ్ల ఓనరని అర్థమైంది నాకు.

అప్పటికే చేపలు తీసుకుని చాలాసేపు అవ్వడంతో సురేష్ ఫోన్ నెంబర్ తీసుకుని అక్కన్నుంచి కదిలాము.

'శ్రమకు తగ్గ ప్రతిఫలము ఆశించడమూ తప్పేనా..!' అతని మాటలు సుడులు తిరుగుతున్నాయి.

చెనిక్కాయ తోట పక్కన బీట్లో నడుస్తుంటే మా అలికిడి చూసి 'ఉతితీరు.. ఉతితీరు.. ఉతితీరు....' అంటూ ఉత్తిసిత్తుగాడు ఒకటేమాయిన అరుస్తున్నాడు.

బాటకు కొంచెం ఎడంగా గుడ్డొకటి కనపడింది. మేం దాని దగ్గరికి పోతామని వాని భయం.

వానికీ తెలుసు ఏ పామో వచ్చి తన గుడ్డును నోట్లో వేసుకున్నా, మనిషో గొడ్డో కాలుకింద నలిగినా అరవడం తప్ప తను చెయ్యగలిగిందేమీ ఉండదని. కానీ ఆ అరుపులో వానికంటూ

ఒక ఆశ,

ఒక నమ్మకం,

ఒక ఆశావహ దృక్పథం. అందుకే అరుస్తుంటాడు.

'చుట్టూ సమస్యలెన్ని ఉన్నా మనిషిని ముందుకు నడిపేది కూడా రేపంటూ ఒకటి ఉండకపోదనే ఆశే కదా' అనుకుంటూ బైకు కదిలించాము.

దోవపక్కన కుంటలో ఎర్రగాళ్ల కొంగ చేపల కోసం తారాడుతోంది, సగం కూలబడ్డ పాత సత్రంమింద గోడమింద కూర్చుని కావ్.. కావ్... కావ్... అంటూ అరుస్తోంది కాకి ఒకటి.

గాలివాటం వల్లేమో ఉత్తిసిత్తుగాని కూతలు ఇంకా వినపడుతూనే ఉన్నాయి. ఉతిత్తీరు.. ఉతిత్తీరు.... ఉతిత్తీరు.... లోకం తీరు... లోకం తీరు....

## 3

అదే పెన్నా, అదే సగిలేరు, అదే సోమశిల, అదే మునక, అవే నీళ్లు, అవే చేపలు, అవే పడవలు. ఏముందక్కడ అంతకుమించి?

నిజమే, ఒక యాత్రికుడిగా సోమశిలకు వెళ్లాలనుకుంటే అంతకుమించి ఏమీ ఉండకపోవచ్చు. దాన్ని దాటుకుని అడుగు ముందుకేసి చూడగలిగితే మాత్రం

ఆకలి పోరాటముంది.

కంటికి కనిపించని ఆరాటముంది.

ఆలోచనల తాలూకు అట్టడుగు సంఘర్షణుంది.

నదితో మొదలై

నదినుంచి దూరం జరుగుతున్న మనిషిని

నదివైపు పిలిచే ఆకర్షణ ఉంది.

అదే లాగింది.

'సోమశిల వెనుక జలాల్లో చేపల వేట' పేరుతో మూడేళ్ల కిందట కరోనా టైంలో సరదాగా మొదలైంది. అది సగిలేటి దక్షిణపు ఒడ్డు. తర్వాత అట్లూరు మండలం పెన్నా పరీవాహకంలో వైజాగ్, భద్రాచలం, తుని నుంచి వచ్చిన వలస కూలీలతో సంభాషణ శ్రమ జీవుల అంతరంగాన్ని కళ్ళముందుకు తెచ్చాయి.

ఒంటిమిట్ట మండలంలోని బెస్తపల్లె, మల్లేష్ కొండ, ఇసుకదిన్నె, కోటపాడు పరిసరాల్లోని మునక జలాల్లో పడవ ప్రయాణపు అనుభూతిని రుచి చూపించింది. అదేరోజు పెన్నానది కుడిగట్టున చేసిన ప్రయాణంలో వెనుకజలాల జిమ్మకు పనికిరాకుండా పోయిన గొల్లపల్లె పొలాలు, దర్జిపల్లె తాటిచెట్ల వరుస మధ్యన చూసిన సూర్యాస్తమయం, అక్కడ రుచి చూసిన కల్లు ప్రత్యేకం.

ఎంత అందమైన పెన్నా నది పరీవాహక పల్లెలవి.

రాచగుడిపల్లెల్లో ఎద్దుల పయ్యి కడిగి, చెండుకు ఎద్దుల కుంకం చల్లి, ముగదాడు పట్టుకుని వీధమ్మిటి నడిపించుకుంటూ పోతున్నాడు ఒక రైతు.

నాకెందుకో ఆ దృశ్యం భలేగా ఉంటుంది. రాజులా కనిపిస్తాయి ఎద్దులప్పుడు. అలా చూస్తూ కూర్చుంటాను ఎంతసేపైనా. అదనే కాదు కొత్త ఎద్దులు కొన్నప్పుడు, లేదా కొత్త బండి తయారు చేయించినప్పుడు పిల్లోళ్లను బండిలో ఎక్కించుకుని ఊరంతా తిప్పుతారు. అది కూడా ఇష్టం. గిత్తలకు సేద్యం చేయించెప్పుడు చిన్న బండ కట్టి ఊరంతా తిప్పుతారు, అలాగే ఏరువాక సాగడం కూడా. వాటమ్మిటి అలా నడిచేవాడిని ఎంతసేపైనా, ఎంత దూరమైనా.

గోపవరం మండలంలోని గట్టుపల్లె, రాజుపాళెం, ఓబులం పాయకట్టులో తునినుంచి వచ్చిన మత్స్యకారులు వండిపెట్టిన చేపల కూర తిని, వాళ్ల పడవలో కూర్చుని తూరుపు కొండల వరుస నుంచి మల్లెంకొండ వరకూ నీళ్లపైన గీసిన మునక గీతలు, డ్యాం మధ్యన వంద అడుగుల లోతు నీళ్లపై కొట్టిన ఈత మనసుకు ధైర్యాన్నిచ్చింది.

నందలూరు వైపునుంచి చేసిన పొత్తపి యాత్ర పెన్నా చెయ్యేటిల సంగమంలోని గుండ్లమాడను పరిచయం చేశాయి. దాన్ని వెతుక్కుంటూ గోపవరం మండలం నుంచి చేసిన సాహసం, అది దొరకడం ప్రయత్నం, శ్రమ, ఆశావహ దృక్పథం తాలూకు

ప్రతిఫలం తృప్తినిచ్చాయి.

ముక్కూమొహం తెలియని వాళ్లు ఇంటికి వెళ్తే కులం మతం ప్రాంతం వర్గమనే తన పర బేధం మరిచి వెళ్లిన ప్రతిచోటా ఆత్మీయంగా వాళ్లు చేసిపెట్టిన అన్నం కడుపునింపితే, వస్తూ వస్తూ డబ్బులు చేతిలో పెట్టబోతే "మీ అక్క వాళ్లింట్లో అన్నం తింటే ఇలానే డబ్బులిస్తారా అన్నా" అంటూ ఆమె అన్నమాట మనుషులమేనని గుర్తుచేశాయి.

వెళ్లిన చోటుకే వెళ్లింది లేదు

చూసిందే మళ్లీ చూసింది లేదు

ఏ ఒక్కరోజూ అసంతృప్తిగా వెనక్కి వచ్చిందీ లేదు.

ఇన్నాళ్లుగా నేను విస్మరించిన నా నేలను పలకరిస్తూ

నేను పీల్చే గాలికి జీవితపు శ్రమల ఉఛ్వాస నిశ్వాసలు అద్దిన పరిసరాలను తడిమి తడిమి చూసుకుంటూ

చేసిన ప్రతి ప్రయాణం

ఎదురయ్యే మనిషి

గొర్రె బర్రె ఆవు మేక కుక్క చేప

వెనక్కి కదిలిపోయే దృశ్యాలు

రెక్కలపై ఎగిరిపోయే పక్షులు

చిగురించే చెట్టు

ఆకులు రాల్చిన మోడు

ఏవో గుర్తుచేస్తూ

నాలో నాకు తెలియని ఆలోచనల సుడిగుండాలు రేపుతుంటే ఏముందక్కడ అన్నిసార్లు చూడ్డానికి అనే తలంపే లేదు.

మూడేళ్ల కిందట చేపలు కొనడానికి సరదాగా వెళ్లిన సోమశిల తొలి ప్రయాణం జాగ్రఫీ పరంగా కొంచెం వెంటాడుతోంది. ఆ రోజు నేను చూసిన దృశ్యాలను గూగుల్ మ్యాప్స్ ద్వారా ఎంత శోధించినా ఎక్కడో లంకె కుదరడంలేదు. అది అతకాలంటే

మళ్లీ వెళ్లి చూసిరావాలి. మలినేనిపట్నం దగ్గర పెన్నా, సగిలేరుల సంగమం వెళ్లాలని ఎప్పట్నుంచో ఉంది. అలా రెండూ ఒకేసారి కుదురుతాయని బయల్దేరాం.

అట్లూరు మండలంలోని వేమలూరు, ముత్తుకూరు దాటి తూరుపు కొండల అంచున చెన్నేపల్లె వైపు సాగిపోతుంటే మూడేళ్ల కిందటి తొలి జ్ఞాపకాలు పలకరిస్తున్నాయి.

డ్యాం నీళ్లు పూర్తిగా వెనక్కెళ్లిపోవడంతో ముంపు నేలంతా ఊపిరి పీల్చుకుంటున్నట్టుగా ఉంది.

అన్నాళ్లూ నీళ్లల్లో నాని తెల్లటి జింక కొమ్ముల్లా కనిపిస్తున్నాయి సీమతుమ్మ చెట్లు. ఇవే చెట్లు, నీళ్లు లేకపోయినింటే గెడ్డితో సహా ఏ ఇతర మొక్కల జాతినీ బతకనిచ్చేది కాదు. గతకాలపు స్మృతులు అన్నట్టు పాతకాలపు సత్రాలు, బావులు మాత్రం శిథిలమవ్వకుండా నిలబడగలిగాయి అక్కడక్కడా.

వీటన్నింటి మధ్య ఒంపులు తిరుగుతూ సన్నటి కాలువలా సగిలేరు. ఎల్లకొండ గుట్టపైన్నుంచి చూడటం బాగుంది.

మునకలో వరద నీరు తీసుకొచ్చిన బురద జానెడు మందాన పేరుకుని ఉంది. చేపలు పట్టేవాళ్లు, మేకలు కాసుకునే వాళ్లు, తప్పిపోయిన గొడ్లను వెతుక్కునే వాళ్లు దారిపొడుగునా కనిపిస్తున్నారు. పాలిచ్చే బర్రెలు కాకుండా ఒట్టి గొడ్లను ఇడ్సి తోలతారు. అవి మేతనెతుక్కుంటూ మునకమ్మటి పోతాయి. నీళ్లుండేదాన ఎంతకూ ఇంటికి కదలవు. వారం పది రోజులకొకసారొచ్చి ఇంటికి తోలుకునిపోవడం మునకవార పల్లె జనాలకు మామూలే.

మొండి గోడలు, వీధి కూడల్లలో కల్లోళ్లు, నీళ్లు తొట్లు, మంచి నీటి చేదురు బావులు, ఇంటింటికొక ఊట బావి, ఊడిపడిన గోడలు ఏవో చెప్పడానికి ఎదురుచూస్తున్నట్టుగా ఉన్నాయి.

మలినేనిపట్నం ప్రాథమిక పాఠశాల బ్లాక్ బోర్డుపై ఉన్న '21/9/2005' తేదీ ఆ పల్లెల మునకకు చివరి అక్షర సాక్ష్యంగా నిలబడి ఉంది. గుడి ఒకటి పదిలంగానే నిలబడి ఉంది, గుడిలో మూల విరాట్ లేదు. ఎవరో తొవ్వినట్టుగా ఉన్నారు.

మలినేనిపట్నం ఊరి బయట తూర్పు ముఖంగా ఎల్లమ్మ గుడి ఉంది. ఆలయం గెట్టిగానే ఉన్నా గర్భగుడి నేల మొత్తం పెద్ద గుంత ఉంది. అమ్మవారి విగ్రహాన్ని గడపలో పెట్టారు.

దాని దిగువన మలినేనిపట్నం చెరువు. తూము సగం పూడిపోయి ఉంది.

డా. కేశవరెడ్డి గారి 'అతడు అడవిని జయించాడు'లో సుక్క పందిని వెతుక్కుంటూ వెళ్లిన ముసలోడు లాంటి మనిషి ఎదురయ్యాడు. వయసు అరవై ఉంటుందనుకున్నా గానీ నలభై అయిదే అంట. శ్రమలో నలిగిన మనిషని అతని బక్కచిక్కిన దేహం చెబుతోంది. వెనకాలే భార్య, కొడుకు ఉన్నారు. నీళ్లు తగ్గిన స్థలం వదిలి వేరే చోటు పని వెతుక్కుంటూ వెళ్లి, థర్మోకోల్ తో చేసిన పడవ కోసం వెనక్కి వస్తున్నారంట. యానాదోళ్లలో జీవితం సగం వెతుకులాటలోనే సరిపోతుంది. మిగతా సగం ఆకలి, శ్రమ.

ఈ పల్లెలు, శిథిలాలు, గుడులు పక్కనపెడ్తే ఆ రెండు పల్లెల్లో ఆసక్తిగా కనిపించిన విషయం ఒక చెట్టు. చెట్టుకున్న ముల్లులు, కాండం అకేశియా జాతి మొక్కలను గుర్తుచేస్తున్నాయి. కాయలు జమ్మికాయల్లా, మటిక్కాయలాంటి విత్తనం కొంచెం పెద్ద సైజులో ఉంది. ఉసిరి చెట్టులాంటి ఈనెలతో, ఆకులు ముడుచుకుని ఉన్నాయి. ఇటువంటి చెట్టును ఇంతకు ముందెప్పుడూ చూసింది లేదు.

ఒకే నేలమట్టంతో వందల ఎకరాల సదరమైన నేల గట్లు గట్లుగా కనపడుతూ ఒకనాటి నదీ పరీవాహక సారవంతమైన నేలను, అక్కడి పల్లె వికాసాన్ని గుర్తు చేస్తోంది.

ఇటువైపొక నది

అటువైపొక నది

కనుచూపు మేర చుట్టూ కొండలు

మధ్యలో పల్లెలు, చుట్టూ పొలాలు

వాటి మధ్యన ఊటబావులు, అక్కడక్కడా తాటిచెట్లు.

సూర్యోదయం, సూర్యాస్తమయ వేళ ఆ దృశ్యాలను ఊహించుకుంటే ఒక అద్భుతం కళ్ళముందు లీలగా కదలాడుతోంది.

నలభై అయిదేళ్ల ప్రాయానికే అరవైలా కనిపిస్తున్న నేపాలీ గణేష్, కోసీ తీరం నుంచొచ్చిన వయసు మళ్లిన బీహారీ, ఎవరికీ పలక్కుండా దిగంతాలకు చూస్తున్నట్టు పనిచేసుకునే ఒరిస్సా వలస కుర్రాడు, కడప అబ్బాయి వీళ్లంతా మూడు పూటల అన్నానికి, పది పన్నెండు వేల జీతానికి పని చెయ్యడం మనిషి పేదరికం, శ్రమ తాలూకు మరో పార్శ్వాన్ని చూపుతున్నాయి. కేరళ తేయాకు నిర్బంధ కార్మికుల మీద బాల తీసిన 'పరదేశి' సినిమా గుర్తుకొచ్చింది. వీళ్లకు వాళ్లంత బానిసత్వం లేదు కానీ శ్రమకు తగిన ఆదాయం వెతుక్కోలేని జీవులు.

"ముప్పయ్యేళ్లు అయింది నేపాల్ ను వదిలిపెట్టొచ్చి. నేనొక అనాధను" నవ్వుతూ చెప్తున్నప్పుడు అతని మొహంలో ఏ దిగులూ కనిపించలేదు గానీ అంతరంగపు లోతును అతని కళ్ళు దాచలేకపోయాయి. బొంబాయి, గోవాల్లో పనిచేసి, ఇక్కడికి రాకముందు తిరుపతిలో రైల్వేస్టేషన్ ఎదురుగా ఫాస్ట్ ఫుడ్ సెంటర్ లో పనిచేశాడంట. ఇక్కడ కూడా రెండు నెలలు మాత్రమే పనిచేసేట్టు వాళ్ల మేస్త్రీతో మాట్లాడుకుని వచ్చాడంట. ఆధార్ కార్డ్, ఓటర్ కార్డ్ ఏవీ తీసుకున్నట్టు లేదు. పుట్టేప్పుడు ఈ భూమికి ఏమి తెచ్చామనీ గిట్టేప్పుడు గురుతులు వదిలిపోవడానికి అనుకున్నాడేమో.

మేం వెంట తీసుకుని వెళ్లిన చికెన్ రక్తం బియ్యంలో కలిసి పనికి రాకుండా పోయాయి. చేపల వాళ్లే అన్నం, చేపల పులుసు, చికెన్ చేసి పెట్టారు.

అంతదూరం వెతుక్కుంటూ వచ్చిన నదీ సంగమం మలినేనిపట్నంకు కొంచెం దిగువన మైలు దూరంలో ఉంది. డ్యాం పేర్చిన బురద వల్ల తేడా తెలియడం లేదు గానీ తెల్లటి పెన్నా ఇసుక నీటిలో, బురద నేలల ఎర్రటి ఇసుకని మోసుకొచ్చే సగిలేరు సంగమం ఎంత సహజంగా ఉండేదో.

సాయంత్రమైంది.

వలలు ఎత్తడంలో కొందరు, వలలు వేసి లాగడంలో మరికొందరు ఎవరి పనుల్లో వాళ్లు హడావిడిగా ఉండడంతో బయటినుంచి చూడటమే తప్ప నీళ్లల్లో ఆ ప్రదేశానికి తీసుకునిపొయ్యే వాళ్లు లేరు. అక్కడికీ ఒకతను తీసుకెళ్తా అన్నాడు గానీ వలలు తీసుకుంటూ వచ్చేదానికి గంట గంటన్నర పడుతుంది అనడంతో గట్టుపైన్నుంచి చూసి వెనక్కి మరిలాం.

అప్పటికే తాగడానికి నీళ్లు లేవు. మేము ఆ సగిలేటి బురద నీళ్లే తాగుతున్నాం గానీ దగ్గు, జలుబు ఉండడంతో గోవర్ధన్ అన్న తాగే ధైర్యం చెయ్యలేదు.

ఉదయం ప్రోగ్రామే రెండు గంటలు లేట్ అయ్యింది లేకుంటే ఇంతకుముందు తూర్పు వైపునుంచి వచ్చిన గుండ్లమాడకు ఇప్పుడు పడమటి వైపునుంచి వెళ్లిందుము. పైకప్పు వరకూ ఉన్న నీళ్లు తగ్గడంతో ఇప్పుడు పూర్తిగా బయటపడింటది.

మేం వస్తున్నప్పుడు చెరువులోకి దిగిన మూడు కాళ్ల బర్రె ఆ ఊబిలో నడవలేక పడుకుని ధీనంగా చూస్తూ ఉంది. ఒక కాలు పూర్తిగా తెగి పాలకు, అమ్మకానికి పనికిరాని బర్రె గురించి తెలిసినా యజమాని కూడా పట్టించుకోకపోవచ్చు. ఆ ఊబిలో మహా అయితే ఒకరోజు రెండ్రోజులు.

అప్పటికే ఆలస్యం కావడం, నీళ్ల దప్పిక వల్ల వినుకొండ నాగరాజు గారి 'ఊబిలో

దున్న' లాగా తీసుకొచ్చేలా దాన్ని ఉత్తేజపరిచే సాహసం చెయ్యలేదు.

ఇంటికొచ్చిన తర్వాత దాని గురించి చెబితే 'బయిటికన్నా తోలి రావాల్సింది' మా అమ్మ మాటలు, దాని చూపులు ఏ బర్రెను చూసినా ఇప్పటికీ వెంటాడుతూనే ఉన్నాయి.

మదిలో మెదిలే ఆశకు తగిన శ్రమ శక్తి ఒంట్లో ఉంటేనే విలువ లేదంటే నిర్దాక్షిణ్యంగా కాలం తనలో కలిపేసుకుంటుంది.

మలినేనిపట్నం దగ్గర ఆపిన మా బండ్లు స్టార్ట్ చేయడం గమనించిన మేకలతను మేం గొల్లపల్లె చేరుకునేలోగా దోవకాడికి పరిగెత్తుకుంటూ వచ్చాడు. బయటి మనిషి పలకరింపుకు మొహమోసినట్టు పరిగెత్తుకొచ్చాడని అనుకున్నా గానీ మునకలో మేకలు, గొర్లు దొంగతనం చేసేవాళ్లేమో అనుకుని జాగ్రత్తపడటానికి వచ్చాడని తర్వాత తెలిసింది. అతను బంగారయ్య. చెన్నేపల్లెలో ఉంటూ మునకలో జివ్వాలు మేపుకునే చిట్టచివరి యాదవుల కుటుంబం. భార్య, భర్త అంతే. పిల్లలు బద్వేలో చదువుతున్నారంట.

చెన్నేపల్లెలో ఆధార్ కార్డుకు కూడా నోచుకోని పది యానాది కుటుంబాలు ప్రభుత్వాధికారుల నిర్లక్ష్యానికి నిలువుటద్దాలు. వాళ్లేం టెర్రరిస్టులా లేక విదేశీ చొరబాటుదారులా కనీస గుర్తింపుకు నోచుకోకపోవడానికి. నిజం చెప్పాలంటే మనందరికంటే ముందు ఈ గాలిపీల్చిన అనాదులు. కల్మషం అంటించుకోని సమాజపు అట్టడుగు జీవులు. 'యానాది' పదం 'అనాది' నుంచి పుట్టిందంట. కానీ ఈ దేశ గుర్తింపే లేదు.

వాళ్ల ఇళ్ల మధ్య కోళ్లలా తిరిగే నెమళ్లు మనసుల్లోని స్వచ్ఛతను తెలుపుతున్నాయి.

పొద్దుగుంకేలోపు బయటికి చేరాలని మునక పల్లెల మీదుగా రయ్యి రయ్యిన సాగిపోతున్నాయి మా బండ్లు. పడమటి దిక్కున అస్తమయానికి సన్నద్ధమవుతున్నాడు సూర్యుడు.

*****

బయటికొచ్చిన తర్వాత వాళ్ల పరిస్థితి గురించి బద్వేల్ ఆర్డీవో ఆకుల వెంకటరమణ గారికి వివరించాను. కారు వెళ్లలేని దారుల్లో బండిపైన కూర్చుని నాతో పాటు ఆయనే చెన్నేపల్లెకు స్వయంగా రావడం, ఆధార్, రేషన్ తో పాటు ఇళ్లు, పొలం ప్రభుత్వం తరపున వాళ్లకు అందాల్సిన పథకాలు అందేలా చేస్తా అనడం యానాదుల్లో

చిరు భరోసా నింపింది.

బద్వేల్ పరిధిలో ఉన్న యానాదుల గుడిసెలు, వారి జీవన విధానాలు అన్నీ సేకరించి, ఆర్డీవో వెంకటరమణ గారి సారధ్యంలో వాళ్లకు అందాల్సినవన్నీ అందించే బాధ్యతతో యానాదులు సమాజంలో కలిసేలా 'ఎస్ఆర్ శంకరన్ సోషల్ జస్టిస్' స్కీం మొదలుపెట్టాం. ఎంత మార్పు తీసుకురాగలమనేది కాలానికి వదిలిపెడితే మార్పువైపు అడుగులైతే పడ్డాయి.

పరిసరాలను వెతుక్కుంటూ చేసే మా ప్రయాణాల్లో సమాజం, జీవితాలను గుర్తుచేసే ఇలాంటి సంఘటనలు గుర్తుకొచ్చినప్పుడు ఏదో తృప్తి మనసులో మెదులుతుంది.

నేను చూసిన యానాదులు, వాళ్ల జీవన స్థితిగతులు, బతుకుపోరు, అనాది చరిత్ర, ప్రభుత్వ గుర్తింపుకు నోచుకోని మా ప్రాంత యానాదులకు పథకాలు, ప్రయోజనాలు పొందేలా మేము చేసిన ప్రయత్నాలు, పనులను పుస్తకంగా తీసుకురాబోతున్నాము.

*****

# మల్లుగాని బండ

దివిటీల మల్లుగాడు

దీటిబట్టి వచ్చినాడు

గుఱ్ఱమెక్కి గూడమొచ్చి

గంజి గటక కాచి కాచి

సానికల్లో పోసినాడు

ధాతకరువు భూతమయ్యె

దొర కొడుకుల దొరతనం

మల్లుముందు దిగదుడుపురా

నా సామిరంగా అంటూ అతని ధాతృత్వం గురించి,

అదిరిచ్చి చంపినాడు మల్లుగాడు

బెదిరిచ్చి చంపినాడు మల్లుగాడు అంటూ మిట్టమానుపల్లె రోకర్ కనం దగ్గర బ్రిటీష్ ప్రభుత్వ సైనికున్ని చంపిన అతని వీరత్వం గురించి స్థానిక జానపదులు రకరకాలుగా కైకట్టి పాడేవాళ్లు.

పంతొమ్మిదవ శతాబ్దపు తొలినాళ్లలో కడప జిల్లాలో దివిటీ మల్లన్న ఒక సంచలనం. బ్రిటీష్ అధికారుల దృష్టిలో మల్లన్న అంటే ఒక బందిపోటు, స్థానిక పేద ప్రజల పాలిట మాత్రం అతనొక రాబిన్ హుడ్. ఉన్నోళ్లను కొట్టు, లేనోళ్లకు పెట్టు. ఇదే దివిటీ మల్లన్న విధానం.

మైదుకూరు దగ్గర భూమాయపల్లె యాదవుల కుటుంబంలో పుట్టిన మల్లన్న పెరిగింది మాత్రం రేకలకుంట పట్రా పాలెగాడు సల్లా శేషప్ప నాయుడి తండ్రి వద్ద. మల్లన్నకు వీధి నాటకాలన్నా, తోలు బొమ్మలాటలన్నా మహా ప్రీతి. బద్వేలు దగ్గర చెన్నంపల్లె బొమ్మలాటల కళాకారులకు విపరీతమైన దాన ధర్మాలు చేసేవాడంట. భూస్వాములను దోచుకవడానికి, దారినబొయ్యే వాళ్లను కొట్టడానికి, నాటకాలు చూడ్డానికి రాత్రి పూట దివిటీ పట్టుకుని తిరుగుతూ రాత్రిళ్లు లంకమల కొండల్లో తలదాచుకునే వాడు. అలా మల్లన్న కాస్త దివిటీ మల్లన్న అని పేరు.

రాను రాను అతని వీరోచిత చర్యలకు చట్టానికి, ప్రభుత్వానికి కొరకరాని కొయ్యగా మారినాడు. ఎంత మంది సైన్యం చుట్టుముట్టినా దొరక్కుండా వాళ్ల కళ్ళముందరే తప్పించుకుని పొయ్యేవాడు. ఒకవేళ అతికష్టం మీద బంధించినా పదడుగుల గోడలను సైతం తెట్టు గోడలా ఎగిరిపొయ్యేవాడంట.

అంత శక్తి దివిటీ మల్లన్నకు రావడానికి కారణం సిద్ధుడు ఇచ్చిన మూలికా చూర్ణం అని చెప్తుంటారు.

సిద్ధుడు ఒకడు మిన్నాగు పాము విషం కోసం లోకమంతా తిరిగి ఎక్కడా దొరక్క చివరికి మల్లుగాని వద్దకు చేరాడంట. మల్లన్న మిన్నాగు పామును పట్టి తెచ్చిచ్చాడంట. సిద్ధుడు దాని విషాన్ని బయటికి తీసి, దానికి మరికొన్ని ఆకు పసర్లు కలిపి మూలికా చూర్ణంగా చేసి తనొక ముద్ద తీసుకుని మల్లుగానికి మరొక ముద్ద ఇచ్చాడంట తినమని.

మిన్నాగు పాము విషంతో చేసిన చూర్ణాన్ని తినిమని ఇస్తున్నాడంటే ఇదేదో మోసమున్నెట్టు ఉందేనని మల్లన్నకు అనుమానం పట్టుకుంది. అయితే అది బయటికి చెప్పకుండా తిన్నట్టు నటించి, సిద్ధునికి చూడకుండా పక్కనుండే బావిలో వేశాడంట.

అప్పటివరకూ మామూలుగా ఉండిన బాయిలో నీళ్లు చూర్ణం పడంగానే పైకి కిందికి తొనికిసలాడుతున్నాయంట. ఇదేందిరా వింతగా ఉందేనని వెనక్కి తిరిగి చూస్తే అది తిన్న సిద్ధుడు బోళ్లు, తిప్పలు, కొండలమింద వాయు వేగంతో పోతున్నాడంట. అర్రర్రే ఎంత పొరపాటు చేసినారా అని తనను తాను తిట్టుకుంటూ బండకేసి నూరిన రాయిని నాక్కున్నాడంట.

ఆ సిద్ధ మూలికలు ఇచ్చిన శక్తి వల్లే మల్లుగాని నడకలో అంత వేగం అని అంటుంటారు.

అది విన్నప్పుడల్లా 'అటజని కాంచె భూమిసురు డంబర చుంబి శిరస్సరజ్ఝరీ పటల' అంటూ 'స్వారోచిష మనుసంభవం' లో అల్లసాని పెద్దన చెప్పిన వరూధిని ప్రవరాఖ్యుల వృత్తాంతం గుర్తుకొస్తుంది. ప్రవరుడు కూడా సిద్ధుడిచ్చిన లేహ్యంతోనే హిమాలయాల సందర్శనకు వెళ్తాడు.

అది కాల్పనికమా యదార్థమా అనేది పక్కనపెడితే సిద్ధ వైద్యానికి భారతదేశంలో ప్రత్యేక స్థానమున్నది.

చివరికి దివిటీ మల్లన్నను నేరుగా పట్టుకోలేమని నిర్ణయానికొచ్చిన అప్పటి కడప కలెక్టర్ థామస్ మన్రో పత్తూరులోని మల్లన్న ఉంపుడుగత్తెను ధనాశతో, అధికారంతో మచ్చిక చేసుకుని, ఆమె ద్వారా రతి సమయంలో మల్లన్న కాళ్లు, చేతులను తాళ్లతో మంచానికి కట్టించి, సూరు బొక్కల్లోనుంచి ఈటెలు పొడిపించి చంపించాడంట. బ్రిటీష్ క్రైం రికార్డ్స్ లో దివిటీ మల్లన్న ప్రస్తావన లేదు గానీ ఇవన్నీ లంకమల పాదపు పల్లెల్లోని పెద్దలు చెప్పే విషయాలు.

దీనికి సాక్ష్యం తొనకల బాయి. ఇప్పటికి కూడా బాయిలో నీళ్లు తొనుకుతూనే ఉంటాయంట. లోతు చూద్దామని వెదురు కట్టె పెడితే ఎంత లోతుకైనా పోతూనే ఉంటుందంట. ఇది మా ఊరి రెడ్డి బ్రహ్మ రెడ్డి పెదనాయన, పంగా రమణారెడ్డి అన్న స్వయంగా చూసినామని చెప్పారు.

ఆ తొనకలబాయిని చూడ్డానికే ఈ ప్రయాణం. దోవలు తెలిసిన వాళ్లు లేకుండా, గుడ్డి గుర్తులు పెట్టుకుని అడవిలో ఒక నిర్దిష్ట ప్రదేశం చూసి రావడం దింపుడు కల్లం ఆశలే. రిస్క్ కూడా. ఇదే మాట మా వాళ్లతో చెబితే ఎవ్వరూ ధైర్యం చెయ్యరు. అందుకే పుట్టగోగుల సాకు.

పుట్టగొడుగులంటే మా పల్లెల్లో యమా క్రేజ్. సంగటి, బువ్వ, దోశ, చపాతీ, సొద్దరొట్టె కాంబినేషన్ లో మొద్దలేసుకుని తింటే మామూలుగా ఉండదు. ఆ పుట్టగోగుల్ను లేచే సమయాల్ని మా వాళ్లు డీకోడ్ చేశారు. కార్తె మారే ముందు, మారిన తర్వాత లేస్తాయి. ఈ సంవత్సరం ఈ కార్తెలో పలానా చోట లేసినాయంటే మళ్లీ సంవత్సరం అదే కార్తెలో అదే ప్రదేశంలో ఖచ్చితంగా లేస్తాయంట.

కార్తెలు మారేప్పుడు ఉరుముల, మెరుపుల వాన వెలిసిన ఉదయం పొలం గెట్లనుంచి మొదలు వాగులు, వంకలు, మిట్టలు, గుట్టల మీదుగా చెట్టు, పుట్ట దేన్నీ

వదలకుండా గాలిస్తుంటారు మా ఊరి చుట్టుపక్కల, లంకమల పాదపు అడవిలో. అడుగు బయటపెడితే చాలు ఖచ్చితంగా తీసుకురాగలిగే ముగ్గురు నలుగురు సెలబ్రిటీలు ఉన్నారు మా ఊర్లో. ఆ రకంగా చూసుకుంటే మనమూ సెలబ్రిటీలమే, తీసుకురావడంలో కాదు ఎన్నిసార్లు తిరిగినా వీళ్లకు ఒక్క పుట్టగోగు కూడా కనిపించదు అనే కోణంలో. నాకు తోడు మా శివగాడు.

శ్రద్ధావాన్ లభతే జ్ఞానం అన్నట్టు ధ్యాస పుట్టగోగుల మీదుంటే అవి దొరుకుతాయి కానీ మన ధ్యాస పుట్టగోగుల పేరు చెప్పి అడివంతా తిరగడం మీదుంటే అవి మాత్రం కోసుకొమ్మని అని ఎదురొస్తాయా..!

అలాంటిదే ఈ ప్రయాణం కూడా. నాకు తోడు లెక్చరర్ చంద్ర, శివ, తరుణ్.

2020 సెప్టెంబర్ 19. ఆశ్వీయుజ మాసం. కార్తె పుబ్బనుంచి ఉత్తరకు మారింది. వాన వెలిసిన వాతావరణం చల్లగా ఉంది. లంకమల పాదపు అడివిలో జనాల అలికిడి ఎక్కువగా ఉంది, పుట్టగోగులు దొరకవని అగ్రహారం పైపక్క రాణిబావి దక్షిణపు కొండల వైపు కదిలాము. బండ్లు అగ్రహారం ఎస్సీ కాలనీ దగ్గర పెట్టి, పడమటి బోదు వారగా అడవిలోకి అడుగుపెట్టాం. ప్రశాంతంగా ఉండాల్సిన అడవి మనుషుల మాటలు, అరుపులు, కేకలతో గలగలమంటోంది. అందరూ వాటికోసమే.

మా వెనకాల మరో ఇద్దరు ఇటే వస్తుంటే అడిగాను, వాళ్లు కూడా పుట్టగోగుల కోసమేనంట. ఒకరికి ముప్పై అయిదుకు దగ్గరి వయసు, మరొకరిది ఇరవై అయిదు ఉండొచ్చు. ఊరు అగ్రహారం.

“తొనకల బాయి తెలుసా?” అని అడిగాను.

"తొనకలబాయే కాదు మల్లుగాని బండ, దోర్నాల ఈపక్క అన్నీ తెలుసు" అని ఉత్సాహంగా చెప్పాడు ముప్పై అయిదేళ్ల వయసతను. కొండ కింద పల్లె కావడంతో బర్రెలు, కొండ సామాన్ల కోసం బాగానే తిరుగుతుంటారు.

"తొనకలబాయికి తీసప్పోతవా" అని అడిగాను. ఔననీ కాదనీ చెప్పడానికి తటపటాయిస్తుంటే "డబ్బులిస్తా రాండిన్నా" అన్నాను. మొహమాటంగానే తలూపారిద్దరూ. గాజులబండ పడమటి పాదాలనుంచి దక్షిణపు దిక్కుగా కదిలాం.

"ఇక్కడెక్కడో గంగమ్మ విగ్రహం, ఏపి సెట్టు ఉండాలన్నా" అని దూరంగా చిన్న దిన్నెవైపు చూపిస్తూ "లోగడ కురవ సంజన్న అని ఒకాయన ఉండేవాడంటన్నా. దీటీ మల్లన్నకు సాయం సేచ్చాండని ఆ సెట్టు పక్కన బిటీషోళ్లు కొర్రేసి సంపినారు" చెప్పాడు. ఇది కూడా రేకలకుంటలో పెద్దోళ్ల ద్వారా విన్న విషయమే. ఒకప్పుడు బద్వేల్ మైదుకూర్ రోడ్డు ఆ ఏపి చెట్టువారగా ఉండేదంట. బహిరంగంగా ఉరి తీసి

మరొకరు దివిటీ మల్లన్నకు సాయం చెయ్యకుండా భయపెట్టే ప్రయత్నం ఉండొచ్చు.

రాయిగాని బోడు తూర్పుకు చేరంగానే యాభయ్యేళ్ల స్త్రీ, ఆమె మనమరాలు కొన్ని పుట్టగోగులతో ఎదురయ్యారు. ఇంకొంచెం దూరం తర్వాత పాతకనం బోడు, కనంబోడుల మధ్యన మరో ముగ్గురు మొగోళ్లు కూడా. వాళ్లంతా పుట్టగోగులతో ఎదురవ్వడం చూసి వీళ్లు 'మేం రాలేం మీరు పోండి' ఎక్కడ అంకేచ్చరోనని నా భయం నాది.

లోతొంక రాళ్లల్లో శివగాని చెప్పు తెగింది. వాడూ మొండేకేసే అవకాశం లేకపోలేదు. కొమ్మేను మోర, గాడిబండ సెల కాలి బాటమ్మటి వెళ్తుండగా దారిలో ఇద్దరు పెద్దోళ్లు ఎదురయ్యారు. బర్రెలు ఇంటికి రాలేదని వెతుక్కుంటూ వచ్చారంట. నమ్మేలా లేదు. కొండ వార పల్లెల్లో ఇలాంటి వాళ్లు ఎదురవ్వడం మామూలే అయినా కొండసామాన్ల కోసం వచ్చినోళ్లుగా అనిపించింది నాకు.

అడవంత నిగూఢమైనదో అడవిలో ఒంటరిగా తిరిగే మనుషులు అంతకుమించి లోతైనోళ్లు అనిపించింది. ఎవరెందుకు వెళ్తుంటారో అంతు చిక్కదు.

వాళ్ల గురించి నేను ఆలోచిస్తున్నా కదా మల్లుగాని బండ చూడ్డానికి వెళ్తున్నాం అనగానే ఖచ్చితంగా బంగారు లేపడానికి వెళ్లున్నారని మా గురించి అనుకునింటారు వాళ్లు.

నాలుగు మైల్లు నడిచిన తర్వాతొచ్చింది తొనకల బాయి. అందరూ చెప్పే మాటల్ను బట్టి పెద్దగా ఊహించుకున్న నాకు సెల మధ్యన వంకలో పెద్ద పెద్ద బండరాళ్లలో ఒక రాయిని తొలిచినట్టుండే చిన్న గుంతలాగుంది. ఉపరితలం మీద అంతా కలిపి ఒకటిన్నర నుంచి రెండు మీటర్ల వ్యాసం ఉండొచ్చు. నీళ్లు మాత్రం తొనుకుతున్నాయి. గాలి తగలని నీటిమట్టంలో కూడా తొనికిసలాడ్డం కాస్త ఆలోచించాల్సిన విషయమే.

సెల వారగా వస్తే ఉత్తర దిక్కున బ్రహ్మంసాగర్ డ్యాం నిండుకుండలా కనిపిస్తోంది. గత కొద్దిరోజులుగా కురుస్తున్న వర్షాలకు కొండగెడ్డి, చెట్లు పచ్చగా కళకళ్ళాడుతుంటే, కొండ దరులన్నీ జోము పట్టినట్టు నీళ్లు పుట్టిస్తున్నాయి. బండరాళ్లు పాచిపట్టి నల్లగా మెరుస్తున్నాయి. ఎటుచూసినా పచ్చదనంతో అడవి మురిసిపోతోంది. బొరుగులు, కారాలు, చెనిక్కాయ ముద్దలు తిని, నీళ్లు తాగి బాయికి ఎడమపక్కన బోడు ఎక్కి మల్లుగాని బండవైపు కదిలాము. ఫారెస్ట్ ఫైర్ ఆపడానికో లేక బీట్ డివిజన్ కోసమో ముక్కాలు మీటరు ఎత్తు, అర్ధ మీటరు వెడల్పున పొడవాటి తెట్టుగోడ ఒకటుంది.

ఒంటి కాలు చెప్పుతో శివగాడు పడుతున్న అవస్థ చూడలేక నా చెప్పులు వానికిచ్చి నేను మొండి కాళ్లనే నడక సాగించాను. ఒకప్పుడు కాలిబాట ఉనిందంట గానీ ఈ మధ్య జనసంచారం లేక నడుములెత్తు పెరిగిన కొండగెడ్డిలో పూర్తిగా బూడిపొయ్యింది. మా ముందు వెళ్లే అతను దారి చేసుకుంటూ పోతుంటే మేము వెనకాల అనుసరించాము. అడుగు తీసి అడుగుపెడుతుంటే రాయి మీదే పెడుతున్నామో లేక పురుగుబుట్టల మిండ వేస్తున్నామో అర్థం గాకుండా ఉంది. అలా ఒకచోట గెడ్డి కాళ్లకు చుట్టుకుని కిందపడ్డాను. ఎడమపక్కనంతా లోయ. దాంట్లోకి జారిపోకుండా గెడ్డిని ఆసరా చేసుకును జాగ్రత్తగా నడుస్తూ ముందుకు సాగితే కొండ వాగు దాటిన తర్వాత చిన్నపాటి గుహ ఒకటి వచ్చింది.

అదే మల్లుగాని బండేమో అనుకుంటూ అటుగా నడిచాను. శివగాడు తప్ప మిగతా నలుగురు అది దాటి ముందుకు సాగిపోయారు. ఫోటో తీద్దామని దగ్గరికి వెళ్తే ఆ గుహ తాలూకు నిశ్శబ్దం భయం రేపుతోంది. చిన్నప్పుడు చదివిన మేకపోతు గాంభీర్యంలో మేకపోతులా గిలి గిలిగానే గుహ దగ్గరికి వెళ్లి ఫోన్ టార్చ్ లైట్ వేశాను. పులిలాంటి జంతువు ఎగిరి మింద దూకదు కదా అనే ఆలోచన కూడా రాకపోలేదు. గబ్బిలాల పెంట మగ్గిందేమో గుప్పునొచ్చి ముక్కు పుటాలను అదరగొడుతోంది. ఏదో జంతువు పెట్టిన గొద్దె ఇంకా పచ్చిగానే ఉంది. అంటే ఇది జంతువుల సహజ ఆవాసం ఉన్నట్టుంది అనుకుంటూ అక్కడున్నుంచి బయటికి కదిలి ఎడమపక్కగా పైకెక్కాం.

పైన వంద మీటర్లలో ఉంది మల్లుగాని బండ. క్వార్జ్ రాళ్లను తొలుచుకుంటూ సహజసిద్ధమైన గుహ. గుహ అంటే మరీ పెద్దది కాదు అలా అని చిన్నదీ కాదు, ముప్పై నలభై మంది కూర్చునేంత తావుంది. మనిషి కూర్చుని వెళ్లగలిగేంత రంధ్రం లాంటిది ఉంది కానీ చిన్న చిన్న రాళ్లతో బూడ్చివేశారెవరో.

గుహ గోడలకు తెల్లని రంగులో బొమ్మలు గీసున్నాయి. మనిషి, మనిషి చేతిలో ఖడ్గంలాంటి ఆయధం, శివలింగం, స్వస్తిక్ గుర్తు, గేదె, ఆవు, దుప్పి, నక్క వంటి నాలుగు కాళ్ల జంతువులు ఇలా రకరలకాల బొమ్మలు ఉన్నాయి. కళ పరిపూర్ణంగా లేకపోయినా కళాకారుని హృదయం తెలుస్తోంది. ఏనుగు ఆకారపు బొమ్మ ఆసక్తిగా అనిపించింది. లంకమలలో ఏనుగు తిరిగిన ఆనవాళ్లు ఎప్పుడూ ఎవరినోటా వినలేదు. ఒకప్పుడు ఉండి ఇప్పుడు కనుమరుగైందేమో.

యోగివేమన యూనివర్సిటీ హిస్టరీ డిపార్ట్మెంట్ వాళ్లు వీటిని చూసి రాతి యుగపు ఆదిమానవుని రేఖా చిత్రాలుగా గుర్తించారు.

వానకు తడుస్తూ

చలికి వణుకుతూ

ఎండకు ఎండుతూ

పిడికెడు పొట్టను నింపుకోవడం కోసం గడ్డలు తొవ్వుతూ, జంతువుల్ని వేటాడుతూ, తిండి దొరకని రోజున ఎదురు చూపులతో, స్వజాతి పోరాటాలతో అనాది మానవుడు అనుభవించిన వేదనెంత..?

ఏపూటకాపూట సేకరణకు పరిమితమైన అతని ఆలోచనల్ని రేపటికి కూడబెట్టడం వైపుగా తరిమిన సంఘర్షణల లోతెంత..?

రాత్రిళ్లు దివిటీ పట్టి దోపిడీలు చేస్తూ, బ్రిటీష్ వారి ఎత్తులను తప్పించుకుంటూ పగటి పూటల్లో ఈ గుహలో కూర్చుని మల్లుగాడు ఏం ఆలోచిస్తూ ఉండుంటాడు..?

అడవిని ఆశ్రయించినన్నాళ్లూ ఏ దిగులూ లేకుండా బతికి, అడవికవతల స్త్రీ మోసానికి అదే బ్రిటీష్ వాడి ఈటెలు గుండెల్లో దిగుతుంటే విడిచే ముందు సమాజం తీరింతేనని సమాధానపడుంటాడా..!

భౌతికంగా మనిషి అక్కడే ఉన్నాను గానీ ఆలోచనలు మాత్రం అక్కడెక్కడో యుగాలకవతల ఏ సమాధానాలు దొరకని చీకటి గుహంతర్భాగాల్లో దేని కోసమో వెతుకులాడుకుంటున్నాయి.

"యోవ్ రావయ్యా సోమీ ఆకలి సంపుతాంది" శివగాని మాటలు కదలమని గుర్తుచేశాయి. నిజమే చిరుతిళ్లు, నీళ్లతో ఎంతసేపని కడుపు నింపుకుంటాం. మల్లుగాని బండకు పైపక్క వందలేళ్లుగా మనిషి రాకపోకలకు గుర్తుగా చింతచెట్టు కాయలు విరగ్గాసింది. నోట్లో పెట్టుకుంటే పాడు పులుపు. ఉప్పు, జిలకర ఉండుంటే బజ్జి దంచుకుందుము గదా అని వాటినే కొరుక్కుంటూ వచ్చిన దారిలో కాకుండా గాడిబండ సెల వంక వారల మీదుగా సాగితిమి.

తెలిసిన దారి కాకపోవడం, గెడ్డి విపరీతంగా పెరగడంతో సెలల్లో కిందికి దిగడం చాలా కష్టంగా అనిపించింది. కొండ నిలువునా కిందికి దిగాము. దారిలో మేకలతను ఒక బిక్కికాయ ఇచ్చాడు. బతికించావు అనుకుంటూ కొరికితే అయితే అది పచ్చి నసురు. పుట్టగోగుల ఆశ వదిలేసి కొండ కరివేపాకుతో ఇంటికి చేరాం.

స్నానం చేసిన తర్వాత చూసుకుంటే అరికాళ్లు మొత్తం రాళ్లు, కంప గీక్కున్నెట్టు అడ్డదిడ్డంగా గీతలు. ఆకలి, చెప్పులు లేని నడక ప్రయాసలు, పుట్టగోగులు తీసుకొచ్చే మోహాలేనా వీళ్లవి అనే అసంతృప్తులకావల నోటి మాటల్లో విన్న చరిత్రకు దృశ్యరూపం దొరికిందనే చిరు సంతృప్తి అచ్చంగా తొనకల బాయిలో తొనికే నీళ్లలా.

# సాలంక

గొర్లు తోలుకుని నెలల కాలాలు అడవులమ్మటి తిరుగుతూ మా ఊర్లో వాళ్లు పంచుకునే అనుభవాలకు దృశ్య రూపమిస్తూనో, పుట్టగోగులు, కలివి, బిక్కి, బల్సి కాయలు అంటూ సరదగానో మొదలైన అడవి సావాసాలు 'మల్లుగాని బండ' వద్ద దొరికిన రాతియుగం నాటి ఆదిమానవుని రేఖాచిత్రాలు ప్రయాణాల్లోని చారిత్రక కోణాన్ని గుర్తుచేశాయి.

'మల్లుగాని బండ' ప్రయాణం గురించి నేను రాసింది చదివి కడప బ్రౌన్ లైబ్రరీ కట్టా నరసింహులు గారు ఫోన్ చేశారు. దివిటీ మల్లుని గురించి రైల్వేకోడూరు బస్టాండులో ఒక సాయిబు పాడిన జానపద పాట, అతని సొంతూరు భాకరాపేట దగ్గర అంటూ తను విన్న విషయాలు చెప్పి కుదిరితే అతని గురించి శోధించమన్నారు.

మాటల సందర్భంలో ఆయన నోట విన్నేదే 'మధ్య లంకకు పోయి మళ్లా వచ్చే కన్నా సాలంకకు పోయి సావడం మేలు' అనే సామెత. అది వినగానే చుట్టూ ఎత్తైన కొండలు, మధ్యలో లోయ, లోయలో నీళ్లు, ఆ నీళ్లను ఆశ్రయించి బతికే అడవి జంతువులతో బాగా దట్టమైన ప్రదేశమేమో అనిపించింది. మా వాళ్లను అడిగితే మన పక్కుండే లంకమలలో ఆ పేరెప్పుడూ వినిందిలేదన్నారు.

పేరే విన్నప్పుడు మరి దారెలా..!

గూగుల్ మ్యాపుల్లో వెతకంగా అట్లూరు మండలం కొండూరు, రెడ్డిపల్లెలకు పడమరగా 'సాలంక వాటర్ ఫాల్స్' అని ఒక లొకేషన్ కనిపించింది. 'విశిష్ట కంకాళధారి - ఉత్పత్తి పిడుగు' అనే ఏడవ శతాబ్ధపు శాసనాన్ని వెతుక్కుంటూ వెళ్లిన యోగివేమన యూనివర్సిటీ తాళపత్ర పరిశోధకుడు నాగదాసరి మునికుమార్ పిన్ చేసిన పాయింట్ అది. ఆ మాత్రం చాలు.

*మే 21, 2021.*

నట్టి నడివేసవిలో జ్యేష్ఠమాసపు ఎండలను లెక్కచెయ్యకుండా ఊహలకు వాస్తవ రూపాన్ని వెతుక్కుంటూ సాలంకకు బయల్దేరాం. సుబ్బారెడ్డి ఏదో పనుందని చెప్పడంతో ఫారెస్ట్ డిపార్ట్మెంట్ లో ప్రొటెక్షన్ వాచర్ గా మూడ్నాలుగేళ్ల నుంచి పనిచేస్తున్న కిరణ్ తోడయ్యాడు. అయితే ఇప్పుడు వెళ్లబోయే పత్తోనిబాయి బేస్ క్యాంప్ వానిక్కూడా పూర్తిగా కొత్త.

కొత్తచెరువు దగ్గర గొర్లుకాసే వాళ్లు కనిపిస్తే సాలంక గురించి అడిగాను. తెలియదన్నారు. కొండవార పల్లెలోళ్లకే తెలియదంటే అదసలు నిజంగా ఉందా, ఉంటే మేం పోగలమా అనిపించింది.

ఏదైతే అది కానీ సాయంత్రం నాలుగు వరకూ తిరుగుదాం, కనపచ్చే అదృష్టం లేకుంటే వెనక్కొద్దాం అనుకుంటూ బోదబోడు వంక, గురట్లబాయికి మధ్యన ఎడమవైపు తిరిగాం. అట్లూరు మండలం పల్లెలోళ్లు పత్తోనిబాయి మీదుగా లంకమల గుడికి రావడానికి పాతకాలపు బండిబాట అది. పాదప్రాంతం కావడంతో ఏమంత దట్టంగా లేదు అడవి. ఏపి, కొమ్మి, భిల్లు, పచ్చారె, సోమి, పొగేటాకు, ఉలింగర, పరికి, ఇతర చెట్లు కలిగిన చిట్టడవి. ఈ చుట్టుపక్కలే ఎక్కడో కోమటిదిన్నె అనే శెట్టిగారి ఊరుండాలి. ఒకప్పుడు బాగా సంపన్నమైన గ్రామమంట.

రోడ్డుకు కొంచెం ఎడంగా పాతకాలం బాయి ఒకటి కనిపిస్తే ఆగాం. అదే పత్తోనిబాయి. బాయిని పరిశీలిస్తుండగా గొర్ల మందలు వచ్చాయి అక్కడికి. ఏ ఊరని వాళ్లనడిగేలోపు 'కూవో.. కూవ్వో..' అని గొర్లను నీళ్లకు అదిలిస్తూ వచ్చాడు నా స్కూల్ సీనియర్ మల్లంపేట సుబ్బారెడ్డి.

"ఇక్కడెందుకొచ్చినవు నందా?" అతని కళ్ళల్లో నన్ను చూసిన ఆశ్చర్యం. స్కూల్, కాలేజ్, ఫ్రెండ్స్, ఆఫీస్ కొలీగ్స్ అందరూ వివేక్ అనే అంటారు గానీ సుబ్బారెడ్డి ఒక్కడే నంద అంటాడు. పిలుపులోని ఆప్యాయత వల్లనేమో తను నంద అని పిలవడం నాకెప్పుడూ ప్రత్యేకమే.

"సాలంకను వెతుక్కుంటూ" వచ్చామని చెప్పాను.

"పెద్దోళ్లు సెప్పంగ పేరు యిన్డమే గానీ ఎప్పుడూ పొయిందిలేదు" అన్నాడు వాళ్లల్లో ఒకాయన.

"గొర్ల మేపుకు మల్లప్పేట నుంచి ఇంతదూరం రావాల్నా?" అడిగాను.

"తొలకరి కాలం గదా గొర్లు కొండకు మల్లిచ్చాండం."

ఎనిమిది రోజులకొకసారి ఇంట్లో వాళ్లు తెచ్చే బత్తెం మూటె భుజానేసుకుని ఎండ వాన చలిగాలులు తట్టుకుంటూ, రెండు పూట్ల భోజనంతో వారాలు, నెలల కాలంసాగే వనవాస జీవితం.

'కొండపొలం' నవల సినిమా నేపథ్యమిదే. నేను రాసిన 'మల్లిగాని బత్తెం' కూడా ఆ నేపథ్యమే. అదే 'అరణ్యవాసం'గా రాబోతోంది. కొండపొలం గొర్ల కాపర్ల జీవితమైతే, ప్రేమకోసం గొర్లు తోలుకుని అడివికి వెళ్లిన వాని కథ అరణ్యవాసం. నేపథ్యం ఒకటే గానీ కథ, కథనాలు వేరు.

అప్పటికి అరణ్యవాసం షూటింగ్ ఇంకా మొదలవ్వలేదు. బత్తెం బరువు కథకు అవసరం. ఎంత బరువుంటదో చూద్దామని సుబ్బారెడ్డి బత్తెం తీసుకుని భుజానేసుకున్నా. పప్పులు, బొరుగులు, కూరగాయలు, కంది బేళ్లు, నిప్పట్లు, బోకులు బొచ్చెలన్నీ కలిపి పదైదు ఇరవై కేజీల బరువుకు తగ్గదు. ఎత్తుకున్నప్పుడు అంత బరువనిపించలేదు గానీ నడుస్తుంటే మెడకు తాడుకట్టి వెనక్కి లాగుతున్నట్టుగా ఉంది. పడుకునేప్పుడు, తినేప్పుడు తప్ప మిగతా సమయమంతా దాన్నలా మోసుకుని కొండలు, కోనలు, లోయల్లో గొర్లను కనిపెట్టుకోనుండడం మామూలు విషయం కాదు. ఎడగండ్లు, చిరుతపులులు, తోడేళ్లు, మెగాల వంటి క్రూరమృగాల దాడి ఉండనే ఉంటుంది.

అక్కడ గమనించిన మరో విషయం సుబ్బారెడ్డి బత్తెమొకటే అంత బరువు, మిగతా వాళ్లవి తూకంగా అనిపించలేదు. ఎందుకలా అని అడిగితే "మనకంటే వాళ్లొక్కరవ్వ సీనియర్లు నందా తప్పదు మనకు" అంటూ పెద్దలకు ఇవ్వాల్సిన గౌరవాన్ని గుర్తుచేశాడు.

"ఉండు బువ్వ సేచ్చం తినిపోదురని" సుబ్బారెడ్డి చాలాసేపు బంగప్పడ్డాడు గానీ "ఇప్పుడే ఇంటికాడ తినొచ్చినం మీరు కానీండని" తలా ఒక నిప్పట తీసుకుని, మా కారెపు గవ్వలు వాళ్లకిచ్చాం.

కొండల్లో కష్టాలు మావాళ్లు చెప్తుంటారు. ఒక్కోసారి దడి పట్టిందంటే వారం పదిరోజులు ఆగకుండా కురుస్తుందంట వర్షం. అన్ని రోజులూ చలికి వణుకుతూ పెద్ద

పెద్ద బండరాళ్ల చాటున ఒదుక్కుని కూర్చోవాలి. వాన వెలిస్తేనే బయటికొచ్చేది. అలాంటప్పుడు చొక్కా విప్పి సంకన పెట్టుకుని తిరుగుతారంట. అది మరింత చలి కదా అంటే తడిచిన చొక్కాతో అయితే మరింత వణికిపోతాం, వాన వెలిసిన తర్వాత చొక్కా వేసుకుంటే వెచ్చగా ఉంటుందని చెప్తారు. అవసరం నేర్పే పాఠమది.

అంత వానల్లోనూ వాళ్లు మంట పుట్టించే తీరు ఆసక్తిగా అనిపిస్తుంది. ఎంత తడిసిన వెదురు కట్టెనైనా కొస్సను గొడ్డలి పెనికెపాటుతో నలగ్గొట్టి నలగ్గొట్టి దూదిలాగా చేసి వెలిగిస్తారంట. ఒక్కసారి మండించి, టేకు కట్టెలు వేస్తే ఎంత తుఫానొచ్చినా మండుతూనే ఉంటుందంట. అందరూ దాని చుట్టూ చేరి చలి కాచుకుంటూ కూర్చుంటారు. కింద నీళ్లు పారుతూనే ఉంటాయి. నిద్రపోయే వాళ్లు అలాగే నిద్రపోతుంటారంట. తడి జీవితాలు.

అక్కడక్కడా ఊరికొకరిద్దరు తప్ప పల్లెల్లో ఇప్పుడంత శ్రమ చేసేవాళ్లు లేరు. నిజానికి నేటి సమాజానికి అవసరం లేదు కూడా.

తరం కదలిపోతోంది.

శ్రమ తీరు మారింది.

కాలం వేగాన్ని మేధస్సు ఒడిసిపట్టింది.

తొలకర్లు మొదలవ్వక ముందు కొండకు పొయి ఇరవై రెండ్రోజులు ఉండొచ్చినారంట, ఇప్పుడు మళ్లీ వెళ్తున్నారు.

"ముందు తెల్సినింటే నేను మీతో పాటు వచ్చి నాల్రోజులునిందునే" అన్నాను సుబ్బారెడ్డితో.

"కాలు మింద కాలేసుకోని జమ్మంగా ఉజ్జోగం చేసుకోకుండా నీకెందుకు నందా ఈ అగసాట్లు" అన్నాడు సుబ్బారెడ్డి.

నా అగసాట్లు సరే, మరి తను..!

ఇంటర్మీడియట్లో బైపీసీ రెండేళ్లు చదివాడు. అది కుదర్లేదేమో బద్వేల్ లో సివిల్ ఇంజనీరింగ్ డిప్లొమో పూర్తి చేసి గుజరాత్ లో సైట్ ఇంజనీర్ గా చేరాడు. చదువుకంటే తెలివి పనిచేసింది. 2014 లోనే ముప్పై నలభై వేల జీతమని అంటాన్నెరు వాళ్ల ఫ్రెండ్స్. అదే ఫీల్డ్ లో ఉండుంటే ఇప్పుడు నెలకు లక్ష పైనే ఉండుండేది జీతం. అదే అడిగాను.

"ఉనింటే వచ్చిండేదేమో..! అమ్మా నాయనా మెత్తబడిండ్రు. పెళ్లాం, పిల్లోళ్లను వదిలి పోబుద్ధికాలేదు నందా. దాంతో పోల్చుకుంటే ఈడ కష్టం తప్ప

ఆదాయముండదు గానీ సాయంత్రమైతానే నా వాళ్లను నేను సూసుకుంటాండా అని తృప్తైతే ఉంది" గొర్లు పక్కకు మల్లుంటే 'ర్ఘా..' అని అదిలిచ్చి రావడానికి వెళ్లాడు.

'తృప్తిగా బతకడం కోసం మనిషి సంపాదన మొదలుపెడతాడా, అది అంతులేనిది. చివరికి సంపాదనలోనే తృప్తిని వెతుక్కోవాల్సి ఉంటుంది'.

సుబ్బారెడ్డిని చూస్తుంటే తన తృప్తిని తనలోనే వెతుక్కున్నట్టున్నాడు.

అక్కన్నుంచి కొంచెం ముందుకెళ్తే ఫారెస్ట్ డిపార్ట్మెంట్ బేస్ క్యాంప్ ఉంది. ఈ పేర్లు భలే ఉంటాయి. పత్తోనిబాయి బేస్ క్యాంప్, రెడ్డిబాయి బేస్ క్యాంప్, రాణిబాయి బేస్ క్యాంప్, పాయబాయి బేస్ క్యాంప్ ఇలా. అన్నీ బావులే. ఒకప్పటి సామాజిక సేవకు చిహ్నాలు.

బేస్ క్యాంప్ లో నలుగురైదు మంది ప్రొటెక్షన్ వాచర్స్ ఉన్నారు. సాలంక గురించి చెప్తే వాళ్లూ గుర్తుపట్టలేదు. మ్యాప్ లో చూపిస్తే అది కైలాసం పేటు అన్నారు. వాళ్లల్లో ఒకరైనా మాతో వస్తారనుకున్నా గానీ వాళ్లకంత ఆసక్తి లేనట్టుంది. ఒక కిలోమీటర్ పడమరగా, నైరుతిగా మూడు కిలోమీటర్లు వెళ్లాల్సిన దారి చెప్పారు.

పక్కనే మూడంతస్తుల ఫారెస్ట్ వాచ్ టవర్ ఉంది. అదెక్కి వెళ్లాల్సిన దారి, కొండలు గుర్తులు చూసుకుని తూర్పువైపు చూశాను. పది పదైదు కిలోమీటర్ల పొడవు, ఇరవై ముప్పై కిలోమీటర్ల వెడల్పుతో పచ్చని తివాచీ పరిచినట్టుంది పాదపంచు పొదడవి. ఈ తివాచీలే సలీం అలీ, ది బర్డ్ మ్యాన్ ఆఫ్ ఇండియాను మరియు ఆర్నిథాలజిస్ట్ భరత్ భూషన్ ను కడప వరకూ రప్పించింది. ఈ పొదలే లంకమల ప్రాశస్త్యాన్ని ప్రపంచ పటంలో పెట్టింది.

కలివికోడి, జెర్డాన్స్ కోర్సర్. శాస్త్రీయనామం రైనోప్టిలస్ బిటర్క్వేటస్. అట్లూరు మండలం లంకమల తూర్పు పాదపు ప్రాంతంలో కలివి పొదలు దాని సహజ ఆవాసాలు.

1848 లో బ్రిటీష్ అధికారి సర్ థామస్. సి. జెర్డాన్ 'From the hilly country above the Eastern Ghats off Nellore and in Cuddapah district' లో రాసేంత వరకూ కలివికోడి విశిష్టత మన వాళ్లకు తెలియదు. తర్వాత మళ్లీ 1986 వరకూ దాని ఊసేలేదు.

కముజులు, పూరేళ్లు, కొండకోళ్ల కోసం లంకమల తూర్పు పాదపు ప్రాంతంలో ఉచ్చులేసే రెడ్డిపల్లె ఐతన్నకు ఒకరోజు ఉచ్చులో ఎప్పుడూ చూడని, వినని పక్షి ఒకటి చిక్కుకోనుంది.

పెద్ద కళ్ళు

చిన్న ముక్కు

తేలికైన శరీరం

పొడవాటి కాళ్లు

బూడిద రంగులో మెడకు హారంలాంటి రెండు చారలు అదనపు ఆకర్షణ.

వెంటనే కడపలో ఉంటున్న కలివికోడి సర్వే టీంకు సమాచారం అందించాడు. బాంబే నేచురల్ హిస్టరీ సొసైటీ ఆర్నిథాలజిస్ట్ భరత్ భూషన్ అప్పటికప్పుడు అర్థరాత్రి కడపనుంచి బయల్దేరాడు. సిద్ధవటం దగ్గర పెన్నా నది చిన్న బ్రిడ్జిపైన పారుతోంది. అప్పటికి పెద్ద బ్రిడ్జి ఇంకా కట్టలేదు. వాన తగ్గేంత వరకూ భాకరాపేట రైల్వే స్టేషనులో కూర్చుని తెల్లవారుజామున రెడ్డిపల్లెకు చేరుకున్నాడు.

అదే.

కలివికోడి.

అంతరించిపోయింది అనుకున్న పద్నాలుగు దశాబ్దాల తర్వాత మళ్లీ కనిపించింది. దేశంలో అదొక సంచలన వార్త. సంతోషం పట్టలేకపోయాడు భరత్ భూషన్. చేతిలోకి తీసుకుంటే పూరేడు పిట్టలా బిత్తిరి చూపులు చూస్తోంది. బొంబాయిలో ఉన్న సలీం అలీకి సమాచారం చేరవేశాడు. ఆయన కూడా వెంటనే బయల్దేరాడు.

అసలే బెదురుజీవి. దానికి తోడు జనవరి నెల మంచుతో పాటు రెండ్రోజులుగా తీవ్ర వర్షాలు. సలీం అలీ రెడ్డిపల్లె చేరేలోపు పదమూడు రకాల రాగాలు పలికించగల ఒక పక్షి గొంతు శాశ్వతంగా మూగబోయింది.

ఎంతటి విషాదం..!

ఆ ప్రాంతాన్ని అప్పటికప్పుడు లంకమల్లేశ్వర అభయారణ్యంగా ప్రకటించి, కొండూరు సెక్షన్ రెడ్డిపల్లె, ఎర్రబల్లె ప్రాంతాలను రెడ్ జోన్ గా నిర్ణయించి అణువణువూ శోధించారు. కలివికోడి అస్థిత్వాన్ని ప్రపంచానికి గుర్తుచేసిన ఐతన్నను ఫారెస్ట్ గార్డ్ గా ఉద్యోగంలోకి తీసుకున్నారు. నేను గతంలో ఆ ఊరి వ్యక్తులతో మాట్లాడిన ప్రకారం కలివికోడి దొరికింది వేరొక వ్యక్తికి.

ప్రాజెక్ట్ కలివికోడి పేరుతో కెమెరా ట్రాప్స్, ఇతర అత్యాధునిక పద్ధతుల ద్వారా సుమారు యాభై కోట్లు ఖర్చుచేసి వెతికారు. ఎన్నెన్నో కన్జర్వేషన్ సెషన్స్ నిర్వహించారు. అయినా కలివికోడి జాడ దొరకలేదు.

ఉందో లేదో తెలియని కలివికోడి కోసం అంతంత ఖర్చు పెట్టి, జనాలను అడవిలోకి రాకుండా ఇబ్బంది పెడుతున్నారనే మరో వాదనా లేకపోలేదు.

అలాంటి మాటలు విన్నప్పుడల్లా మనిషి ఇక్కడ కాకుంటే మరెక్కడైనా బతగ్గలడు, ఇక్కడ కాకుంటే ఇంకోచోట తన ప్రస్థానాన్ని నిరాటంకంగా సాగించగలడు కానీ ప్రపంచంలో ఎక్కడా లేనట్టు ఇక్కడ మాత్రమే కలివికోడి తన సహజ ఆవాసాన్ని వెతుక్కుందంటే ఈ ప్రదేశం దానికెంత ప్రత్యేకం. అది బతకాలి అనిపిస్తుంది.

బతుకుతుందా అని చాలామంది అంటుంటారు. 1848 అస్థిత్వం గుర్తించబడిన పక్షి మళ్లీ కనిపించింది 1986 లో అంటే దాదాపూ నూట నలభయ్యేళ్లు పట్టింది. ఆ రకంగా చూసుకుంటే లంకమల కలివిపొదల సాక్షిగా ఈ నిశాచరజీవి ఏదోక రోజు మళ్లీ తన గొంతును ఘనంగా ప్రపంచానికి చాటుతుందని నాకు బలమైన నమ్మకం.

వెళ్లినరోజు ఏమనించలేదు గానీ ఇదంతా రాస్తుంటే ఫారెస్ట్ అధికారుల పర్మిషన్ తీసుకుని కనీసం రెండు మూడు రోజులు ఆ ప్రాంతంలో కలివికోడిని వెతకాలని ఉంది.

ఏమో ఎవరికి తెలుసు నా శ్వాసలు తాకిన గాలులు పీల్చిన కలివికోడి తనకు తాను పునరుజ్జీవనం చెందుతుందేమో..!

తొలకరి చినుకులకు అడవి ఇప్పుడిప్పుడే పచ్చబడుతోంది. అడవి కాలడంతో పరికె పెద్దగా ఇబ్బంది పెట్టడంలేదు గానీ బూడిపోడానికి సిద్ధంగా ఉన్న బండ్లబాట, కాలిబాటలు పోల్చుకోవడమే కాస్త కష్టం. కొంతదూరం వెళ్లిన తర్వాత వంక కనపడింది. కైలాసం పేటు దగ్గర వాటర్ ఫాల్ ఉందని తెలుసు. అక్కన్నుంచి ఖచ్చితంగా వంక ఉండాలి కాబట్టి ఆ వంకను పట్టుకుని, పెద్ద పెద్ద బండరాళ్లను దాటుకుంటూ నాలుగు కిలోమీటర్లు నడిస్తే వచ్చింది ఎదురుగా పెద్ద కొండపేటు.

ఎవరో శిల్పి ఓపిగ్గా కొండను తొలిచినట్టు 'L' ఆకారం. యాభై అరవై మీటర్ల ఎత్తు నుంచి నీళ్లు దూకుతుంటే ఆ అందం రెట్టింపయ్యేలా మూలనుంచి ముందుకు చొచ్చుకొచ్చిందొక పెద్ద బండరాయి. గూడులాగా ఉంది చూడ్డానికి. నీళ్లు దూకడంలేదు గానీ చెమ్మ కారి కారి నల్లగా పాచిపట్టి ఉంది. గుండంలో మోకాళ్ల లోతున నీళ్లున్నాయి. దాని పక్కన అటు ఇటు ఎత్తైన కొండపేట్లు. రాయి రాయి పేర్చినట్టుండే ఆ కొండపేట్లకు అరవై డెబ్బై పైగా తేనెపెట్టెలు. కైలాస పేటు అని వాళ్లు చెప్తుంటే స్ఫురణకు రాలేదు గానీ నేరుగా చూస్తుంటే మా ఊరి రెడ్డి నారాయణోళ్ల రమణారెడ్డెన్న చెప్పిన కైలాసగుండం ఇదే అనిపించింది.

తేనె లేపడానికని యానాదోళ్లు ముగ్గురు అన్నదమ్ములు, చెల్లెలు కైలాస పేటుకు పొయ్యారంట. పైన్నుంచి చూస్తే బ్రహ్మరాక్షసి గదా నోరు తెరిచినట్టుండే ఆ కొండపేట్లను చూసి ముగ్గురికీ అన్నలకి గుండెలు అదిరాయి. నా వల్ల కాదంటే నా వల్ల కాదన్నెట్టు అంకేసి నిలబడ్డారు.

'ఓరె మీ సల్లు దొమ్మలు కుక్కలు పెరక..' అని చెల్లెలు నవ్వి, నడుముకు తాడు కట్టించుకుని కిందికి దిగి, తేనె పైకి పంపిచ్చి, ఇంగ పైకి లాగండని కేకేసింది.

మొగోళ్లు తాడు పట్టుకుంటే ఆడపిల్ల తేనె తెచ్చిందని బయట తెలిచ్చే పిల్లనిచ్చే వాళ్లు కూడా ఉండరు అని అనుమానం పట్టుకుంది ముగ్గురికీ. ఎంతకీ లాగకుండా చివరికి చేతిలో తాడు అట్నే కిందికి వదిలేసి, సచ్చిపొయింటదిలే అని ఇంటి ముఖం పట్నెరు. తీరా ఇంటికి చేరేసరికల్లా చెల్లెలు నట్టింట్లో కూర్చుని బువ్వ తింటూ "అన్నోళ్లు దప్పిగ్గొనింటారు రోన్ని మంచి నీళ్లు తీసకరామ్మా" అని పిలిచిందంట.

అప్పట్నుంచి యానాదోళ్లు కైలాస గుండాల్లో తేనె లేపగుడ్దని గంగమ్మ శాపం పెట్టిందంటారు. అది బలంగా నమ్ముతారేమో యానాదోళ్లెవరూ కైలాస గుండాల్లో తేనె లేపరు.

రమణన్న చెప్పిన మాటల ప్రకారం గుండంలో నీళ్లు దూకేకాడ ఒక త్రిశూలం ఉండాలని వెతికితే కనపడలేదు. ఉన్న రోన్ని నీళ్లలో కొన్ని చేపలు ఉన్నాయి. ఒక చేప దొరికితే కాల్చుకుని తిందామనుకున్నాం గానీ "అక్కడ నీసు, బీడీ, సీకిరేట్లు కాల్సాకండి. మంట తగిలితే తేనెటీగెలు సంపుతాయి" అని చెప్పిన రామయ్య మాటలు గుర్తుకొచ్చి, మేం ఇంటికాన్నుంచి తెచ్చుకున్న చిత్రాన్నం తిన్నాం.

'సాలంక లేదు ఏం లేదు, ఇంటికి పోదాంపా దోవ తెల్సినోళ్లనడిగి ఇంగోక రోజొజ్జాం' మా వాళ్ల సనుగుళ్లు మొదలయ్యాయి. తెచ్చుకున్న నీళ్లు కూడా అయిపోవచ్చాయి.

కొండ వైపు చూశాను. పైయిటేళ ఎండకు పెనంమింద రొట్టెలా పలపల్లాడిపోతోంది.

చలి, వాన, పచ్చదనం నన్ను సాంత్వన పరచాలని చూస్తాయి

కానీ ఎండమాత్రం ప్రశ్నిస్తుంది.

నీ సత్తా ఇదేనా అని సవాలు చేస్తుంది.

పరిగెడతాను, ఎండలో నా నీడలు ఛేదించుకుంటూ.

సాలంక లేకపోతే పోయింది కనీసం యానాదోళ్ల సంఘటనకు దృశ్యం

చిక్కుతుందిలేనని కొండెక్కడం మొదలుపెట్టాము. అడవి ప్రయాణాలు మొదలైన తొలినాళ్లలో ఆ ఊపు ఉత్సాహం అలాంటిది.

పది నిమిషాలకు కానీ అర్థంకాలేదు, ఎంత మూర్ఖంగా అడుగు ముందుకేశాం అనేది. అది నిలువు కొండ. దానికి తోడు జలుగు. కొండ చెంపలపై వాలు ఎక్కువుండటం వల్ల రాళ్లు జారుతూ కిందికొస్తుంటాయి. దాన్ని జలుగు అంటారు. మట్టిని రాళ్లు కప్పడంతో జలుగుల్లో ఆపు పట్టుకోవడానికి చెట్లు కూడా మొలవవు. మోకాళ్లు గడ్డానికి తగులుతున్నాయి. కాళ్లు రెండు నాలుగయ్యాయి. అది ఎక్కడం కాదు దాదాపూ నిలువునా పాకడమే. దానికి తోడు అప్పుడే చిత్రాన్నం తినిందాన కడుపులో కూడు నోట్లోకొస్తోంది.

అయినా మొండిగా ఎక్కుతున్నాం. వెనక్కి తిరగాలంటే ధైర్యం చాలడంలేదు. ఏ మాత్రం పట్టుజారినా నేరుగా లోయలోకే. మాకందరికీ జాగ్రత్తలు చెబుతూ విష్ణు పట్టుతప్పాడు. రెండు మీటర్లు ఆ జలుగు రాళ్లమ్మిటి కిందికిజారి ఎండిపోయిన గెడ్డిని ఆసరా చేసుకుని నిలదొక్కుకున్నాడు అతికష్టం మీద. గుండె పిడికిట్లోకొచ్చిందేమో ఆ ఆక్రోషంతో "మమ్మల్ను కైలాసం పంపీడాపికే తొడకచ్చినావులే" అంటూ నన్ను రొప్పుతున్నాడు విష్ణు. అప్పటికి సరిగ్గా కొండ సగమెక్కాము. ఎటూ అర్థంకాలేదు. ఈ పరిస్థితుల్లో లోయలోకి దొర్లుకుంటూ పోవడంకంటే శిఖరానికెగబాకడమే ఉత్తమమనుకుంటూ కొండెక్కాము. శిఖరం చేరి లోయలోకి చూస్తే నిజంగా మేమేనా ఎక్కింది అనిపించింది అని.

కుడివైపుకు వంద మీటర్లు నడిచాం. అవతలొక కొండ, ఇవతలొక కొండ. మధ్యలో వాగు. చిలుం పట్టినట్టు కాషాయవర్ణపు పెద పెద్ద బండరాళ్ల మధ్య సన్నగాలికి చిన్ని చిన్ని అలలుగా కదులుతూ ఆకుపచ్చని రంగులో నీళ్లు. కౌబాయ్ సినిమాల్లో చూపించే లొకేషన్లా ఉంది. అంతసేపూ మేము పడ్డ యాతనంతా మర్చిపోయాం. సాలంకకని బయల్దేరిన ప్రయాణం కొండగాలిలో కలిసిపోయింది. వెళ్లే ఓపిక కూడా లేదు, మొండికి కదిలినా మా వాళ్లు కొట్టేట్టు ఉన్నారు.

రాళ్లల్లో ఐరన్ ఓర్ ఉండటం వల్ల ఆ రంగుకు మారి ఉండొచ్చు. నీళ్ల ప్రవాహం వల్ల ఒరిపిడికి గురైన ఆ రాళ్ల రూపంలో ఏదో ఆకర్షణ ఉంది. వంకలో నీళ్లు తాగి, చల్లగాలి మోసుకొస్తున్న కొండ పాటలు వింటూ అయిదు వరకూ అక్కడే పడుకుని, ఏనుమింద ఉత్తరం వైపుగా కనిపించిన కాలిబాట పట్టుకుని కొండ దిగడం మొదలుపెట్టాము.

కాలి బూడిదైన తొలకరి జ్ఞాపకాల మధ్యన మందమైన ఆకులతో ఎర్రచందనం

చిగుర్లు మెరిసిపోతున్నాయి. వచ్చే సంవత్సరంలోపు మంట బూడిద చెయ్యనంత పెద్దగా కాకుంటే మళ్లీ అట్టడుగునుంచి మొదలవ్వాల్సిందే. అదో నిరంతర ప్రక్రియ. ఎర్రచందనం విత్తనాలు బొప్పి గెట్టిగా ఉండి, కాలకుంటే మొలక రావంట. పది ఇరవయ్యేళ్లైనా అలాగే స్తబ్దుగా పడి ఉంటాయి.

'కాలితేనే అడవి పనికొచ్చేది' అనే పెద్దోళ్ల మాటల్లో నేటి విజ్ఞానానికి అందనివెన్నో ఉంటాయి ఇలాంటివి.

బేస్ క్యాంప్ చేరేసరికి గంటన్నర పట్టింది. మిగిల్నె బువ్వ కుక్కలకు పెట్టి ఇంటికొస్తుంటే ఆవుల మంద ఒకటి కనిపించింది. తడబడు అడుగులతో తల్లి పొదుగును వెతుక్కునే సంటి దూడ, మా అలికిడికి బెదిరి తోకెత్తుకుని తల్లి చాటుకు పరిగెత్తే కోడెదూడ భలే ముచ్చటగా అనిపించాయి.

ఇంటికి వెళ్లినాక మునికుమార్ తో మాట్లాడితే తెలిసింది మేం వెళ్లిందే సాలంక అని, బంగారు తవ్వకాల్లో శిథిలమైన శివాలయం అక్కడేనని, శాసనం కూడా అక్కడే దొరికిందని. మేం కూర్చున్న ప్రదేశానికి యాభై మీటర్ల దూరంలోనే ఉందంట గుడి.

'కంకాళధారి', 'కైలాస గుండాలు', 'శూలం', 'మధ్య లంకకు పొయి మళ్లా వచ్చే కన్నా సాలంకకు పొయి సావడం మేలు' ఇవన్నీ ఆలోచిస్తే ఒకదానికొకటి చాలా దగ్గరగా ఉన్నట్టున్నాయి.

లంకమల మొదటినుంచీ కాపాలిక శైవులకు ప్రధాన కేంద్రం. ఆ శాఖ వాళ్లు మోక్షం కోసం ఆత్మార్పణ సంప్రదాయాన్ని ఆచస్తారు. మధ్య లంక అంటే లంకమల రామలింగేశ్వర స్వామి దగ్గరికి వెళ్లి తిరిగొచ్చేకంటే సాలంక శివునికి మొక్కి, కైలాస గుండంలో దూకి ఆత్మార్పణ చేసుకుంటే కైలాసం చేరతామనే అర్థంలో ఆ సామెత స్థిరపడి ఉండొచ్చు.

నల్లమలలోని శ్రీశైలం నడక దారిలో కనుమూరి మార్గం దగ్గర మోక్షం కోసం వీరశైవులు ఆచరించే ఇలాంటి ఆత్మార్పణ సంప్రదాయమే ఒకటి ఉంది.

అడవి నిగూఢమైనది.

ఆ నిగూఢత తెలిసిన వాళ్ల తోడు లేకుండా వెళ్తే చేరాల్సిన చోటుకు చేరినా కూడా అదే గమ్యమని మనకు తెలియదనేది ప్రత్యక్ష పాఠం.

****

# కొండపొలం యాత్ర

వృత్తిరీత్యా సాఫ్ట్వేర్ ఇంజనీర్ అయినప్పటికీ ఏదోక రోజు ఫారెస్ట్ డిపార్ట్మెంట్ లో జాయినవ్వాలనే నా అడవి ఆలోచనలకు 'కొండపొలం' నవలలోని రవి పాత్ర అక్షర రూపం. 2020 సంక్రాంతి రోజున నవలలో ప్రస్తావించిన ప్రదేశాలు చూసుకుంటూ జ్యోతినుంచి కాశినాయన తపస్సు చేసిన గరుడాద్రి వరకు కొండపొలం రచయిత సన్నపురెడ్డి గారు, సగిలేటి కథల బత్తుల ప్రసాదన్న, మరికొంత మందితో చేసిన ప్రయాణం ప్రత్యేక అనుభూతినిచ్చింది.

నిజానికి కొండపొలం అనే కాదు నవీన్ అంపశయ్య, ఆనందోబ్రహ్మ లో మందాకిని, అతడు అడవిని జయించాడు లో ముసలోడు, హిమజ్వాలలో గీతాదేవి, జమీల్య ఇలా చదివిన ప్రతి పుస్తకం, ప్రతి రచయితా, ప్రతి పాత్రా కొత్తగా కనిపించే సాహిత్య సావాసపు తొలినాళ్లవి. పులివెందుల వివేకన్న ద్వారా అప్పుడు పరిచయం శివ రాచర్ల అన్నతో. అది కూడా హైదరాబాద్ బుక్ ఫెస్టివల్ లో.

నాకు భలే అనిపించిన పుస్తకాలు ఆయనకు అతి సాధారణంగా కనిపించేవి. అప్పటివరకూ ఎక్కడైనా విన్న, చూసిన, రివ్యూలు చదివి ఏవి పడితే అవి, ఎలా పడితే అలా చదివిన నాకు, సాహిత్యం కోసం జీవితంలో ప్రత్యేక పేజీలు కేటాయించుకున్న శివన్నతో పరిచయం సాహిత్యంలో మరో కోణాన్ని పరిచయం చేసింది.

"నువ్వు ఎంచుకునే కథా వస్తువులు బాగుంటాయి. వ్యక్తీకరణ శైలి కొంచెం మారాలి. సాధారణ రచనను గొప్పగా మార్చగలిగేది భాష, భావం. ఆ విధంగా ప్రయత్నించు" అంటూ ఆధునిక మాహాభారతం, శప్తభూమి, బోయకొట్టములు పంద్రెండు మరికొన్ని ఉదాహరణలు చెప్పేవాడు. అలా అని భాష, భావం మాత్రమే గొప్పవా అని అడిగితే "కాదు విషయంలో వెంటాడే లోతుండాలి" అంటూ అరుణ అనే అనామక రచయిత్రి రాసిన 'ఎల్లి' నవల గురించి ఉదహరిస్తాడు. ఆ రచయిత పేరుగానీ, ఎరుకుల జీవన విధానం గురించిన ఆ నవల గురించి గానీ బయట ప్రపంచానికి పెద్దగా తెలియదు. సాహిత్యమే కాదు సినిమా, సమాజం, చరిత్ర, రాజకీయాలు, ఆర్థికం, పర్యాటకం, ప్రయాణాలు, మనుషులు, మనస్తత్వాలు ఇలా ఎంతో చర్చ జరిగేది మా మధ్య. ఒక్కమాటలో చెప్పాలంటే నాలో రేగే గజిబిజి ఆలోచనలకు ఒక రూపమివ్వగలిగే మార్గదర్శి.

అలా ఒకరోజు కొండపొలం గురించి వచ్చిన చర్చలో నల్లమలలో గరుడాద్రి వరకూ మేము చేసిన ప్రయాణమూ, ఈసారి జ్యోతినుంచి అహోబిలం వరకూ వెళ్తే బాగుంటుందన్న సన్నపురెడ్డి గారి మాట గురించి చెప్పాను. మనం వెళ్దాం అన్నాడు. అలా 'కొండపొలం యాత్ర' కు తొలి అడుగులు పడ్డాయి.

కడప జిల్లా బద్వేల్ తాలూకా జ్యోతిక్షేత్రం నుండి కర్నూలు జిల్లా ఆళ్లగడ్డ తాలూకా అహోబిల నరసింహ స్వామి వరకూ నల్లమల దక్షిణ భాగంలోని తూర్పు పడమరలను కలుపుతూ సాగే 20 కిలోమీటర్ల అడవి యాత్ర. అంత దూరమూ ఒకేరోజంటే కష్టం కాబట్టి ముందు రోజు సాయంత్రం జ్యోతినుంచి బయల్దేరి, రాత్రికి గరుడాద్రిలో ఉండి, ఉదయాన్నే పాములేటి మీదుగా అహోబిలం చేరేలా అనుకున్నాం. ముప్పై నలభయ్యేళ్ల పాటు గొర్లుకాస్తూ నల్లమల గురించి అణువణువు తెలిసిన నాయనపల్లె రామయ్యను మాకు దారి చూపించడానికి మాట్లాడారు సన్నపురెడ్డి గారు.

టీచర్లు, సాఫ్ట్ వేర్ ఇంజనీర్లు, ఛార్టెడ్ అకౌంటెంట్లు, బిజినెస్ ఇలా భిన్న నేపథ్యాలు, విభిన్న ప్రాంతాల కలయిక. మొత్తం పదహైదు మందిమి. చాలావరకూ సోషల్ మీడియా కలిపిన స్నేహాలే. హైదరాబాద్ నుంచి శివన్న, వివేకన్న, హను రావూరి అన్న, నేను బయల్దేరాం. వస్తూ వస్తూ సాహిత్యం, సమాజం, రాజకీయాలు, సినిమాలు మరీ ముఖ్యంగా అన్నమయ్య పదకోశాన్ని అతి సరళంగా వ్యాఖ్యానించగలిగే గోపిరెడ్డి శ్రీనివాసరెడ్డి గారిని నంద్యాలలో కలిసి, గిద్దలూరు వైపు కదిలాము.

మలుపులు మలుపులు రోడ్డు, రాత్రిపూట బస్సులాపి దొంగలు దోచుకునేవాళ్లు

ఇలా చిన్నప్పుడు చాలా వినేవాళ్లం గిద్దలూరు - నంద్యాల ఘాట్ రోడ్డు గురించి. దారంతా ఆ మాటలే కదలాడుతున్నాయి. పుల్లదుమ్మును ఒంటికి పూసుకున్నట్టు పండుటాకులతో శిశిరానికి సన్నద్ధమవుతోంది మాఘమాసపు అడివి. దారి మూసెయ్యడానికొచ్చిన వెదుర్లు ఆకులు మాడ్చుకుని కట్టెలు తేలుతున్నాయి.

గిద్దలూరులో పేట రౌడీ కళా సాగరన్నను ఎక్కించుకుని, అక్కడి ఆంటీ మెస్ లో భోజనం పూర్తి చేశాం. ఒకప్పుడు బాగా ఫేమసంట. గ్లోబలైజేషన్ దెబ్బకు ప్రపంచమంతా కుగ్రామమైంది. ఒకప్పుడు ప్రాంతాలకు తగ్గ స్థానిక రుచులు అందించిన మెస్సుల ఉప్పు కారెమంతా ఇప్పుడు సప్పబడినట్టు ఎక్కడా చూసినా అదే రుచి.

కొండపొలం యాత్రకని బెంగుళూరు, జమ్మలమడుగు, బద్వేల్ నుంచి వచ్చిన ఒక్కొక్కరే జ్యోతికి చేరుకుంటుండడంతో మా కారు కలసపాడువైపు వేగంగా కదిలిపోతోంది. ఇంతలో ఏదో గుర్తుకొచ్చినట్టు కారు అరటికాయల బండి పక్కనాపి "కొత్తకోటకు ఎలా వెళ్లాలి?" అడిగాడు శివన్న. దారి చెప్పాడు అతడు. ఎందుకనేది అక్కడికి వెళ్లేంత వరకు మాకూ అర్థమవ్వలేదు.

'రవి అస్తమించని బ్రిటీష్ సామ్రాజ్యంపై సమరశంఖం పూరించిన ఉయ్యాలవాడ నరసింహా రెడ్డి తన తదుపరి పోరాటాన్ని కొత్తకోట కేంద్రంగా ఉధృతం చేశాడని, అందుకు సంబంధించిన ఫిరంగి ఒకటి కొత్తకోట పరిసరాల్లో గుట్టపై ఉందని' ఎక్కడో చదివాడంట. దాన్ని చూసిన క్షణం భావోద్వేగానికి గురయ్యాడు. అప్పుడు నాకది కొత్తగా అనిపించింది గానీ అన్న గురించే తెలిసేకొద్దీ తర్వాత అర్థమయ్యింది 'వాస్తవ చరిత్ర తాలూకు సజీవ సాక్ష్యాల ఉద్వేగమని'.

ఉయ్యాలవాడ నరసింహారెడ్డి స్వాతంత్ర్య సమరం గురించి మంచి చర్చ జరిగింది.

'బ్రిటీష్ ప్రభుత్వం పదకొండు రూపాయల పెన్షన్ నిరాకరించడంతో రేగిన అలజడి మాత్రమే తప్ప అది స్వాతంత్ర్య సమరం కాదు' అని ఆ మధ్య మీడియాలో, సోషల్ మీడియాలో జరిగిన ప్రచారం గుర్తుచేస్తే "పదకొండు రూపాయల పెన్షన్ కోసం చేసే పోరాటమైతే అయిదు వేల మంది పైగా పాల్గొంటారా? చరిత్రను తక్కువ చేసి చూపడం కాకుంటే" అన్నాడు.

నిజమే. చరిత్రలోని ప్రతి సంఘటన, పోరాటాన్ని సమకాలీన సమాజమెప్పుడూ తన అవసరాలకు తగ్గట్టు మార్చుకుంటుంది. అతని ప్రాంతమో, కులమో కారణాలేమైతేనేం నేటి తెలుగు సమాజానికి ఉయ్యాలవాడ నరసింహారెడ్డి పోరాటాన్ని

ప్రత్యేకంగా గుర్తించాల్సిన అవసరం లేనట్టుంది.

హీరోయిజం, వేదాంతం, ఆధ్యాత్మికమంటూ కమర్షియల్ గా ఏవేవో లెక్కలేసి చేశారు గానీ నిజానికి సినిమాకు మించిన సంఘర్షణ నరసింహారెడ్డి జీవితంలో, పోరాటంలో. అది కనిపించదు 'సైరా'లో. చరిత్రను సినిమాగా మార్చే కథ, కథనం కోసం అంతలా సాయం చేసిన కాశీపురం ప్రభాకర్ రెడ్డెన్న పేరు కనీసం ప్రస్తావించకపోవడం మరీ దారుణం.

జ్యోతి దగ్గరికి చేరేసరికి అనుకున్న దానికంటే గంటపైగా ఆలస్యమైంది. కాశినాయన అక్కడ జీవ సమాధి అవ్వడం వల్ల నరసింహ స్వామి వైభవాన్ని కాశినాయన తీసేసుకున్నాడు గానీ నిజానికి నల్లమల నవ నారసింహ క్షేత్రాల్లో ఇదొకటి.

చుట్టూ అడవి, మధ్యలో ఆశ్రమం.

డెబ్బై ఎనభై ఎకరాలకు తక్కువుండదు. గుడి ఘనంగా కడుతున్నారు గానీ రిజర్వ్ ఫారెస్ట్ లో పర్మిషన్లు లేవని ఫారెస్ట్ డిపార్ట్మెంట్ వాళ్లు ఆపడం వల్ల అసంపూర్ణంగా ఉంది. చుట్టూ పెద్ద పెద్ద చింతమాన్లు, ఉసిరి, బూరగ, మర్రి, మరికొన్ని చెట్లు చిక్కటి నీడను పరుస్తున్నాయి. కుటుంబపు ఆసరా కోల్పోయి కాశినాయనను ఆశ్రయించిన ముసలీ ముతకా జనాలు అరుగులమింద కూర్చుని నిస్సారంగా చూస్తున్నారు. బిడ్డల నిరాదరణకు గురైనోళ్లు, కుటుంబ కలహాల వల్ల అలిగినోళ్లకు మా చుట్టుపక్కల జిల్లాల్లో గుర్తొచ్చే చివరి మజిలీ ఇదే. అర్ధరాత్రి వెళ్లినా లేదనకుండా మూడు పూటలా భోజనం దొరుకుతుంది.

కాశినాయన బతికుండంగా ఎవరో రైతు కాళ్లమింద పడబోతే 'నా కాళ్లు మొక్కితే ఏమొచ్చుది మట్టి తప్ప, ఆకలైనోనికింత కూడు పెట్టు అదే పున్నెం' అన్నెడంట. రైతుతత్వాన్ని ఆయనంతలా నమ్మి ప్రచారం చెయ్యబట్టేమో కాశినాయన ఆశ్రమం ఎక్కడున్నా నిత్యాన్నదానమే.

'పులి తాలూకు అలజడులు అప్పుడప్పుడూ కనపడుతున్నాయి రాత్రిపూట అడివి ప్రయాణం మంచిది కాదని' అక్కడున్నోళ్లు జాగ్రత్తలు చెప్పినారు గానీ ఇంతమంది మానవ మృగాలను చూసి కూడా ఏ అడవి మృగానికి ధైర్యమొస్తుందిలే అనుకుంటూ కాశినాయన జీవ సమాధి, జ్యోతి నరసింహ స్వామిని దర్శించుకుని 5.45 కు గుడికి నిండు పడమరగా గరుడాద్రి వైపు బయల్దేరాం.

అడవినుంచి అప్పుడే వచ్చినాయేమో వందలాది ఆవులతో గోశాలంతా

హడావిడిగా ఉంది. దూడలను వెతుక్కుంటూ కొన్ని ఆవులు గజగజా తిరుగుతుంటే, అమ్మలను కనిపెట్టిన దూడలు తోకలూపుకుంటూ పొదుగులో పాలకోసం జురుకుల్లాడుతున్నాయి .

పొద్దులేని కాలం, దానికి తోడు చుట్టూ కొండలు అయిందాన ఆరుగంటలకల్లా అడవి మొత్తాన్ని చీకటి తన ఆధీనంలోకి తీసుకుంది. అయితే అది పది ఇరవై నిమిషాలు మాత్రమే. అనంతరాయుని గుట్ట దగ్గరికి చేరేసరికల్లా మాయన్న పోతే పోనీ మీకు తోడు నేనున్నా అంటూ తూర్పు దిక్కున దేవరకొండ పైన్నుంచి పలకరించాడు పున్నమి చంద్రుడు.

కొత్తకోట దగ్గర ఆగడం ఒకరకంగా మంచే చేసింది. చరిత్రను చూడాల్సిన కోణం అర్థమవడం ఒకటైతే, దట్టంగా పరుచుకున్న చెట్ల చాటున బొట్లు బొట్లుగా రాలుతున్న వెన్నెల వెలుగుల్ని గుప్పిట గుట్టుకుంటూ నడవడం కొత్తగా ఉంది. నిజానికి ఈ కొండపొలం యాత్ర ఫిబ్రవరి 8, 9 ల్లో పెట్టింది కూడా పున్నమి రాత్రుల్లో అడవి అందాల కోసమే.

బయటి చదువులు, వృత్తి, భిన్న సమాజ ప్రభావిత యాస, భాషలు మాట్లాడే ఈరోజుల్లో ఎక్కడెక్కడ తిరిగినా నేటికీ స్వచ్ఛమైన పడమటి కడప యాసను మాట్లాడే పులివెందుల వివేకన్న సరదా మాటల వల్ల అక్కడున్న అందరికీ కొత్త పాత అనే తేడా లేకపోయింది.

రాత్రిపూట అడవి, పులి తాలూకు గిలి లోపల పెట్టుకుని పైకి ధైర్యం నటిస్తున్నారో లేక నిజంగానే ధైర్యంగా ఉన్నారో చూడాలని శివన్న ప్రయత్నించాడు గానీ ఏ ఒక్కరూ భయపడలేదు. ఆరు కిలోమీటర్ల ప్రయాణంలో అక్కడక్కడా అయిదారు నిమిషాలు ఆగుతూ రెండు గంటలకల్లా గరుడాద్రికి చేరుకున్నాము.

నిండు పున్నమి వేళ చంద్రుని కిరణాలు తాకిన అడవి శోభాయమానంగా వెలిగిపోతోంది. ఏదైనా వృథా అయిందని చెప్పడానికి 'అడవికాచిన వెన్నెల' అంటూ పోలిక తెస్తారు కానీ నిజానికి వెన్నెల్లో అడవి అందాలను ఆస్వాదించాలంటే నీ దగ్గర వేరే వెలుగు ఉండకూడదు.

చుట్టూ ఉన్న అన్ని కొండలకంటే ఎత్తైన కొండ,

రివ్వున వీచే గాలి,

గాలికి కదిలే ఆకుల సవ్వడి,

జన సంచారం లేని ప్రశాంతత వేరే మార్మిక లోకంలోకి తీసుకెళ్తున్నట్టుగా ఉంది.

ఉత్తర భారత హిమాలయాల్లో దొరకని ప్రశాంతత నల్లమలలో దొరికిందేమో కాశినాయన గరుడాద్రి దగ్గర పన్నెండు సంవత్సరాల పాటు తపస్సు చేశాడు. తర్వాత అవధూతగా ఈ నల్లమల చుట్టుపక్కలే సంచరిస్తూ, ఇక్కడే జీవ సమాధి అయ్యాడు.

గరుడాద్రి అనేది ఆంజనేయస్వామి గుడి. నిత్యాన్నదానం కాశినాయన సత్రం వాళ్లే నిర్వహిస్తున్నారు. మేమొస్తున్నామని ముందే చెప్పడంతో బువ్వ, పప్పు, ఉర్లగడ్డ పులుసు, ఊరగాయ, మజ్జిక చేసి పెట్టారు. ఎత్తైన కొండ కావడంతో ఎయిర్టెల్ సిగ్నల్స్ అందాయి. ఇళ్లకు క్షేమ సమాచారమందించి మాటల్లో పడ్డాము.

'ముప్పై వేలు పెడితే ఈ ఆశ్రమానికి సోలార్ లైట్లు బిగించొచ్చు తలా ఇంత వేసుకుందాం' అని ప్రపోజల్ పెట్టాడు కళాసాగరన్న.

'డబ్బు గురించి వదిలెయ్యండి నేను పెట్టుకుంటా. జ్యోతి వరకూ తెప్పిస్తాను అక్కడినుండి గరుడాద్రికి చేర్చే బాధ్యత మీదేనంటూ' సన్నపురెడ్డి గారికి చెప్పాడు శివన్న. విగ్రహాలను నమ్మని ఆయన మనిషిని గౌరవిస్తాడనే విషయం అర్థమై, అన్నమీద గౌరవాన్ని మరింత పెంచింది.

అలసిన శరీరాలు ఒక్కక్కటే నిద్రలోకి జారుకుంటున్నాయి. గరుడాద్రి ఎదురుగా ఎదురుగా కొండ శిఖరంపై కాశినాయన తపస్సు చేసిన ప్రదేశంలో కట్టిన రూములో పడుకోవాలని నా ధ్యాస. పులి తిరిగే ప్రదేశం కావడంతో నన్ను ఒక్కన్నే పంపించడానికి మా వాళ్లు ఒప్పుకోలేదు. చాప తీసుకెళ్లి రూములో పడుకున్నాం. యాభై అరవై మంది వరకూ ఏ ఇబ్బంది లేకుండా పనుకునేంత ఉంది అక్కడ. పులి పొరపాటుగా అటొచ్చీ మా వాళ్ల గురక శబ్ధాలు వింటే బెదిరి, నల్లమల వదిలి పారిపోతుందేమోనన్నట్టు ఒకర్నిమించి మరొకరు పోటీపడ్తున్నారు.

తెల్లవారుజామున అయిదు గంటలకే లేచి, రాళ్లు తొసక్కుండా జాగ్రత్తగా నడుస్తూ కొండ దిగి ఓబులం దారి పట్టిమి. అక్కడివరకూ మాతో వచ్చిన ప్రవీణన్న ఒక్కడు కాశినాయన వైపు కదిలాడు.

వాగులు, వంకలు దాటి, క్రూరమృగాల భయాన్ని జయిస్తూ ఇంత దుర్గమారణ్యంలోకొచ్చి కలుసుకునే సిద్దప్ప నాయుడు, నెత్తిన దీపంతో నడుచుకుంటూ వచ్చే సుగాళీల ఆడబిడ్డ ప్రేమకు ప్రత్యక్ష సాక్ష్యమైన పాళెగాడు సిద్దప్ప నాయుని గుట్టను దూరంనుంచి చూశాము. నాలుగు కిలోమీటర్ల ప్రయాణం తర్వాత పాములేటి నరసింహ స్వామి దగ్గరికి వెళ్లే బండ్ల బాట కనపడింది. బాట పక్కనే బాటసారుల కోసం నీళ్ల బోరింగొకటి ఉంది. బోరింగు నీళ్లు భూమిలోకి ఇంకకుండా సాసర్ పిట్ లోకి వెళ్లేలా సిమెంట్ అలికారు. అడవి జివ్వాల నీటి దప్పిక

తీర్చడం కోసం చిన్న వెసులుబాటు. కాలకృత్యాలు అక్కడే తీర్చుకుని, కుడివైపుగా కదిలాము.

పూర్తిగా తెలవారకపోవడంతో అప్పుడప్పుడే నిద్ర మేల్కొంటున్న ఒక్కో పక్షి తమ అస్థిత్వాన్ని ఘనంగా చాటుకుంటున్నాయి.

పగలైనా రాత్రైనా

వెన్నెలైనా చీకటైనా

అడవి తన సహజ స్వభావంలో తానుంటుంది గానీ మనిషికే సమయం సందర్భాన్ని బట్టి ఎన్నెన్నో అనుభూతులు.

ఫారెస్ట్ డిపార్ట్మెంట్ వారి జీబులు, బండ్లు తిరగడం వల్ల దారి బాగ నలిగి మొత్తం పుల్లదుమ్ము లేచింది. గరుడాద్రినుంచి ఎనిమిది కిలోమీటర్ల నడక తర్వాత పాములేటి నరసింహ స్వామి దగ్గరికి చేరుకున్నాం. అదృష్టంకొద్దీ అక్కడున్న అంగట్లో బొరుగుల చిత్రాన్నం బజ్జీలు దొరికింది. అంగడంటే రోజూ ఉండదు, శని ఆదివారాలు మాత్రమే.

రేడియోలో వార్తలు వింటున్న నలుగురు సాధువులు కనిపిస్తే వెళ్లి మాటలు కలిపాను. ఇంతకు ముందెవురో ఇలాగే వచ్చి ఫోటోలు తీసుకుని భంగ్యాకు అమ్ముతున్నారని, బొమ్మ కొయ్యల స్మగ్లర్లకు సహకరిస్తున్నారనీ పేపర్లలో రాసిన భయంతో మాట్లాడటానికి జంకుతుంటే వాళ్లనెందుకు ఇబ్బంది పెట్టడం అని పక్కకొచ్చాను.

అప్పటిదాకా ముందుండి నడిపిన రామయ్య ఇంటికాడ కందికట్టె కొట్టే పనుందనీ మీరు ఏ ఇబ్బందీ లేకుండా వెళ్లొచ్చని మాకు జాగ్రత్తలు చెప్పి ఒక్కడే ఇంటి దోవ పట్టాడు. అంతమందున్నా మాలో అంతర్లీనంగా ఉన్న పులి తాలూకు గిలి ఆయన ఒంటరి ప్రయాణాన్ని ఇసుమంతైనా కదిలించలేకపోవడం ఆసక్తిగా అనిపించి అడిగితే 'ఒకసారి కాశినాయన ఆసనం ఆవులు కాచ్చాంటే పులెదురుగా వొచ్చింది. చేతిలో వెదురుకట్టె మాత్రమే ఉనింది. పులి మిందపడకుండా చిత్తాకట్టె తిప్పుతూ ఎనిక్కెనక్కి నడిచి గబక్కిన సెట్టెక్కినా. ఇంగజూడది అరగంట సేపు సెట్టు సుట్టూ తిరిగి, ఉచ్చలు పోసి, గాండ్రించి కుదురక దాటుకుని పొయింది' అని చెప్పాడు.

నాలుగు కాళ్ల జంతువు ఆయువు పట్టుమింద కొట్టే పులికి రెండు కాళ్ల మనిషి అంత త్వరగా అర్థం కాదంట. అందుకే ఇతర జంతువులను వేటాడలేని పరిస్థితుల్లో తప్ప పులి మనిషిమీద అంత త్వరగా దాడి చెయ్యదు. పులికి వెన్ను చూపించొద్దనేది ఇందుకే.

గంట తర్వాత పాములేటి నుంచి కుడివైపున్న కాలిబాటలో అహోబిలం వైపు కదిలాము. దారికి కుడిపక్కన చెంచులక్ష్మి గుహ ఉంటే చూసొచ్చాను.

మధ్యలో ముప్పైయ్యేళ్ల ఒంటరి ప్రయాణీకుడు ఎదురయ్యాడు. వృత్తి సాఫ్ట్ వేర్ ఇంజనీర్. ట్రావెలింగ్ అంటే చాలా ఇష్టమట. నల్లమలలో ఒంటరి ప్రయాణమంటే గెట్టోడే. ఇంకొంచెం ముందుకెళ్లాక మరో నలుగురు ఎదురయ్యారు.

పాములేటి నుంచి అహోబిలంకు రెండు గంటలు పట్టింది. నాలుగు వైపులా ఎత్తైన కొండలు, మధ్యలో గాడి. రాయిని తొలిచినట్టు గుడి, పక్కనే వాగు. కుళ్లాయి దగ్గర స్నానాలు చేసి దైవ దర్శనానికి లోపలికి పోతిమి. గర్భగుడిలో ప్రహ్లాద సమేత నరసింహ స్వామి రౌద్ర రూపంలో ఆసీనుడయి ఉన్నాడు. తెలుగు నేలపై ఉన్నా కూడా గుడి శైలి, పరిసరాలు మొత్తం తమిళ, కన్నడ ప్రాభల్యమే. అక్కడికి కొంచెం దూరంలో జ్వాలా నరసింహ స్వామి, ప్రహ్లాదుని బండ, ఉగ్ర స్తంభం(నరసింహ స్వామి స్థంభం చీల్చుకుని వచ్చి హిరణ్యకశిపున్ని చంపింది ఇక్కడే అంటారు) చూడాలనే ఆసక్తి ఉంది గానీ అప్పటికే ఇరవై కిలోమీటర్లకు పైగా నడిచి అలసిన శరీరాలను మరింత ఇబ్బంది పెట్టకూడదని విరమించుకున్నాము.

పాశ్చాత్య సంస్కృతి మోజులో మనోళ్లు పరిగెడుతుంటే కొంతమంది ఫారినర్స్ పూర్తిగా భారతీయ వేషధారణలో ఒకరిద్దరు కనపడ్డారు. ఉక్రెయిన్ దేశస్తులంట. ఇంగ్లీష్ కూడా పూర్తిగా రాదు గానీ ఇస్కాన్ సంస్థ సహకారంతో భారత దేశ సంస్కృతి పట్ల ఆకర్షింపబడి వచ్చామని చెప్పాడు.

అక్కడికి కొంత దూరంలో కాశినాయన అన్నదాన సత్రం ఉందని చెప్పారు గానీ అంత ఓపిక లేక అక్కడే ఉన్న ఆర్యవైశ్య సత్రంలో భోజనం ముగించుకుని 2.30 కు దిగువ అహోబిలం, అక్కన్నించి ఎవరి గూళ్లకు వాళ్లం పయనమయ్యాం.

## 2

'కొండపొలం యాత్ర' పేరుతో నల్లమల తూర్పు, పడమరలు ఏకం చేసిన అడుగులకు మూడేళ్లు. నల్లమల అప్పుడప్పుడూ ఆహ్వానించేది గానీ కరోనా వల్ల అందరికీ కుదిరింది కాదు. నేను మాత్రం వీలు కుదిరినప్పుడల్లా బిలం, మొండి భైరవుని కోన అంటూ పలకరించి వస్తూనే ఉన్నా.

మళ్లీ ఇన్నాళ్లకు కుదిరింది. అదే ఫిబ్రవరి నెల, అదే పౌర్ణమి. శివన్న, వివేకన్న,

బత్తుల ప్రవీణన్న, కెమెరామెన్ ప్రవీణ్, నేను తప్ప అందరూ కొత్త వాళ్లే. జలదారుల్లో గ్రూప్, ఇన్ టు ది నేచర్ సభ్యులతో పాటు బద్వేల్ ఆర్డీవో ఆకుల వెంకటరమణ గారు కూడా మాతో కలిసారు.

ఆయన నేపథ్యం ఆసక్తికరం. పుట్టి పెరిగింది మార్కాపురం. హైదరాబాద్ లో సాఫ్ట్ వేర్ ఉద్యోగం, సివిల్స్ లక్ష్యంతో చదివి గ్రూప్ 1 స్టేట్ టాపర్, ఐటీడిఏ ప్రాజెక్ట్ ఆఫీసర్ గా చింతూర్ లో తొలి పోస్టింగ్, ఇప్పుడు బద్వేల్. తొలి ఉద్యోగమే ఏజెన్సీ ఏరియా. కొండరెడ్లు, కోయలు, ఇతర గిరిజనుల బతుకు వ్యథలు చాలా దగ్గర్నుంచి చూసిన అనుభవంతో అట్టడుగున ఉండే జీవితాలకు ఏమైనా చేయాలనే గెట్టి సంకల్పం ఉంది ఎస్ ఆర్ శంకరన్ సార్ లాగా. అలా ఆ మధ్యన వరికుంట్ల యానాది కాలనీకి, సోమశిల బ్యాక్ వాటర్స్ లో యానాదుల దగ్గరికి వెళ్లాం. ప్రభుత్వం నుంచి రావలసిన కనీస సదుపాయాలు, ఇతర ప్రోత్సాహకాలు అందేలా ప్రత్యేక చొరవ చూపించారు. సమాజానికి ఇలాంటి అధికారులే అవసరమన్నట్టు ఉంటుంది ఆయనతో కలిసి పనిచేసేప్పుడు. ఒకసారి మాటల మధ్యలో మా కొండపొలం యాత్ర, వెన్నెల్లో గరుడాద్రి అనుభవాల గురించి చెప్తే 'ఈసారి నేను కూడా వస్తా' అన్నారు.

కాశినాయన సమాధి, జ్యోతి నరసింహ స్వామి క్షేత్రం దర్శించుకున్న తర్వాత అందరం గరుడాద్రి వైపు కదిలాము.

సమయం, సందర్భం, వెళ్లే దారి అన్నీ అవే. మనుషులు వేరు. నాయనపల్లె పాములేటయ్య ఈసారి మా మార్గ దర్శకుడు. వయసు డెబ్బయ్యేళ్లుంటాయి. "అంత దూరం నడుచ్చావా" అంటే "నువ్వు నడ్సు నాతో పాటు" అన్నాడు ఒకింత పొగరుగా. నిజమే పాతోళ్లతో పాటు నడవలేము. వాళ్లు తిన్న తిండి, వారి శారీరక శ్రమ ముందు ఈ తరం వారి డైట్ లు, వాకింగ్, రన్నింగులు ఖచ్చితంగా అలసిపోతాయి.

ఎండగుర్రాలు అలసి పడమటి కొండల్లోకి దిగిపోయాయి. ఆ వెలితి తీర్చడానికి తూరుపు దిక్కున వెన్నముద్దలా చంద్రుడు. వెలుగు - చీకటి రెండూ ప్రకృతి రూపాలే.

'పదండి ముందుకు పదండి తోసుకు పోదాం పోదాం పైపైకి' అంటూ మావాళ్లు వడివడిగా సాగుతుంటే నేను అందరికన్నా వెనకాల నడుస్తున్నాను. నా పక్కన అరణ్య శేఖర్. ఇప్పుడనే కాదు కొత్తగా వెళ్లే ప్రదేశం లేదా దారి తెలియని అడవి యాత్రలైతే తప్ప నా అడుగులెప్పుడూ వెనకే సాగుతూ ఉంటాయి. ముందు నడుస్తుంటే ఉండే వడి, మధ్యలో గలగల మాటలకు ఆవల ఆలోచనలకు కావలసిన ప్రశాంతత దొరుకుతున్నట్టుగా ఉంటుంది.

మూడేళ్ల కిందట ఇదే సమయంలో, ఇదే దారిలో నడిచిన అడుగుల గుర్తులపై కొత్త

జ్ఞాపకాలు రాసుకుంటూ నలభై నిమిషాలకల్లా అనంతరాయుని గుట్టకు చేరుకున్నాం.

వెళ్లాల్సిన దారి గురించి పాములేటయ్యతో మాటలు కలిపాను. 'గరుడాద్రి నుంచి ఓబులంకు రెండు దారులు ఉన్నాయంట. పాములేటి మీదుగా నేరుగా పెద్ద అహోబిలంకు చేరుకునేది ఒకటి, పెద్దూట్లు, మద్యూట్లు మీదుగా మట్టిపల్లె చెరువు దగ్గర అడవి నుంచి పడమటి పక్క బయటికి వచ్చి 'చిన్న అహోబిలం' దగ్గరికి చేరుకునేది రెండోది. అక్కన్నుంచి పెద్ద అహోబిలంకు ఆటోలో వెళ్లొచ్చు.

పెద్దూట్ల మీదుగా వెళ్లే దారి దూరమంట గానీ మొత్తం సదరం. పాములేటయ్యకు అహోబిలం పల్లెల్లో చుట్టరికం ఉండడంతో దాదాపూ డెబ్బై సార్లు పైనే నడిచింటాడంట ఈ నల్లమల దారుల్లో.

'పులిని చూశావా' అంటే 'పులి అడుగులు, వేటాడి తిన్న తర్వాత దాని గుర్తులు చూశాను తప్ప నేరుగా ఎదురుపడలేదు' అన్నాడు. తనకు జీవితానికి అభద్రతా భావం కలిగితే తప్ప మనిషి మీద పులి దాడిచెయ్యదు అనేది అర్థమవుతోంది వీళ్ల ప్రత్యక్ష అనుభవాలని బట్టి.

'కడుపు నిండిన అడుగులు నింపాదిగాపడతాయి గానీ కాలే కడుపులో గజిబిజి ఆలోచనలు కుదురుగా ఉండనీవు' పాములేటయ్య మాటల్లో అతని జీవితానుభవాల ద్వారా అర్థమైంది.

గోవర్ధన్ అన్న, సునీలన్న, పాములేటయ్య, నేను లేచి గరుడాద్రి వైపు కదిలాం అన్నం చేయించడానికని. అయితే మధ్యాహ్నం ఆర్ఎస్ఎస్ సేవక్ ల కోసం చేసిన భోజనం మిగిలే ఉందని చెప్పడంతో మళ్లీ వండాల్సిన అవసరం రాలేదు. మావాళ్లు అప్పటికప్పుడు కొన్ని పచ్చి మిరపకాయలు, టమోట, పచ్చికొబ్బెర, ఎర్రగడ్డలతో పచ్చికారెం దంచారు.

ప్రవీణన్న మంటకు సిద్ధంచేసే లోపల శివన్న 'రేనాడు' పుస్తకం నా చేతిలో పెట్టి ఒక పేజీ చదువు అన్నాడు. తెరవగానే నా ఆలోచనలకు తగ్గట్టు మంచి తత్వం కనపడింది. అంతలో వివేకన్న వచ్చాడు. ఆయన్నూ చదవమన్నాడు. ఆయన జీవితానికి దగ్గరగా ఉన్న పేజీనే కనపడింది. ఒక్కొక్కరే వస్తుంటే వాళ్ల చేతే ఒక్కో పేజీ.

ఆశ్చర్యం ఏమంటే ఎవరి జీవితానికి దగ్గరైన ఆలోచనల పేజీలే వాళ్లకు వస్తున్నాయి. 'చిలక జోస్యం' లాగా అదొక 'పుస్తక జోస్యం'.

ఒక పుస్తకంలో అన్ని జీవిత సత్యాలున్నాయా ఆశ్చర్యం నాలో. అది గ్రహించినట్టు 'నాకు నచ్చిన కొటేషన్స్ అండర్లైన్ చేసిన వాటినే వివేక్ చదివుతున్నాడని' శివన్న చెప్పాడు. ఏదైతేనేం యాత్రల్లో పుస్తక పఠనం, ఇదొక కొత్త

అనుభవం. కాసేపటికి అందరం మంట చుట్టూ చేరాం.

ఎన్నెన్నో కబుర్లు.

ఎవరి జీవితం వారిది.

ఎవరి దృక్పథం వారిది.

ఉన్నది ఒకటే జిందగీ.

చివరికి మిగిలేది అనుభవాలు, అనుభూతులు.

నాలుగున్నరేళ్ల సాఫ్ట్వేర్ జీవితం. జాబ్ వదిలేసిన తర్వాత ఆర్థిక వెసులుబాటు కోసం పాలిటీ క్లాసెస్ చెప్తూనే యూపీఎస్సీ ప్రిపరేషన్ కంటిన్యూ చేశా అన్నారు వెంకటరమణ గారు. ఆ మాటలు ఆరేళ్ల కిందటి నన్ను నాకు గుర్తుచేశాయి.

ఇంజనీరింగ్ తర్వాత రెండేళ్లు ఖాళీ. సంవత్సరం ఐటీ జీవితం తర్వాత ఎస్సై ప్రిలిమ్స్ క్వాలిఫై అవ్వగానే మెయిన్స్ కోసం జాబ్ వదిలేశా. ఒక ర్యాంక్ తేడాలో ఆగింది. తీవ్ర నిరాశకు తోడు తరిమే ఆర్థిక ఒత్తిడి. సంవత్సరం తిరిగేలోపు మళ్లీ సాఫ్ట్వేర్ ఇంజనీర్ గా మారిపోయా. ఒక్క మార్క్ తో ఆగినా, అర మార్క్ తో జారినా ఓటమి ఓటమే. అలా అని ప్రస్తుత జీవితం పట్ల చిన్న అసంతృప్తి కూడా లేదు.

పోలిక అని కాదు గానీ సమస్య ఒక్కటే, చూసిన దృష్టికోణం వేరు. మనం పరిస్థితులకు సర్దుకుని వెళ్లాం ఆయన ఛాలెంజ్ చేసి గెలిచారు.

అన్నం తిన్న తర్వాత కాశినాయన తపస్సు చేసిన రూం వైపు నడిచాం. కొండెక్కడానికి పద్దెదు నిమిషాలు పట్టింది. గతంలో లాగా వద్దనడానికి ఈసారి నేను ఒంటరి కాదు. వివేకన్న, ఆర్ సీ రెడ్డెన్న, సునీలన్న, గోవర్ధన్ అన్న, అరణ్య శేఖర్, ప్రవీణ్, నేను.

నరమానవుని ఊసుండని ఈ మార్మిక ప్రపంచంలో, కృ౦ూర మృగాల అలికిడుల మధ్య ఒంటరిగా పన్నెండేళ్ల పాటు కాశినాయన దేనికోసం తపస్సు చేసుంటాడు..?

కనిపించని దేవుని గురించా.!

కనిపించే నీరు నేల గురించా.!

రైతు గురించా.! వ్యవసాయం గురించా.!

ఏదైతేనేం ఒక మనిషి భౌతికంగా కనుమరుగైన ముప్పయేళ్ల తర్వాత కూడా పేద

సాదలు, బీద బిక్కి, నిరాదరణకు గురైన అభాగ్యులకు ఆయన పేరు మీద మూడు పూటలా లేదనకుండా ఇంత అన్నం, ఆశ్రయం దొరుకుతుందంటే అంతకంటే సార్థకత ఉంటుందా ఒక జీవితానికి.

కొండ శిఖరం పైన్నుంచి చూస్తుంటే వెండి గిన్నెలా మెరుస్తోంది అడవంతా. చెట్ల కొమ్మల చాటు పున్నమి చంద్రుడు గుర్తుండిపోతాడలా. అప్పటికి టైం పదకొండున్నర కావొస్తోంది. ఇద్దరి గురక వల్ల ముగ్గురికి నిద్ర పట్టలేదంట గానీ నాకు మాత్రం పడుకున్నది మొదలు అయిదు వరకూ ఏమీ జ్ఞాపకం లేదు. ఒకరకమైన సమాధి స్థితి.

మైదుకూరు డీఎస్పీ వంశీధర్ గౌడ్ గారు, ఫ్యాక్షన్ జోన్ డీఎస్పీ చెంచుబాబు గారు, కడప సైబర్ క్రైం ఎస్సై మధు మల్లేశ్వర్ రెడ్డి గారు తొలిపొద్దు పొడిచే లోపలే ఆశ్రమం జీపులో గరుడాద్రి చేరుకున్నారు.

ఒకప్పుడు దండకారణ్యం తర్వాత నల్లమలలో బలమైన నక్సల్ మూవ్మెంట్ ఉనిందంట. అలాంటి చోట ఎన్కౌంటర్ స్పెషలిస్టులతో నడుస్తున్నామనే ఆలోచన కొత్తగా ఉంది. శేషాచలం ఎన్కౌంటర్లలో చెంచుబాబు గారు ప్రత్యక్షంగా పాల్గొన్నారంట.

ఈసారి పాములేటి దగ్గర అంగడి లేదు. ముందు జాగ్రత్తగా మేము తెచ్చిన పూరీలు, సునీలన్న రొట్టెలు కాపాడాయి. గుడి దగ్గరుండే చెంచోళ్లనడిగి టమోటా, పచ్చి మిరపకాయలు, ఎర్రగడ్డ తీసుకుని పచ్చికారెం దంచుకున్నాం.

సైబర్ క్రైం ఎస్సై మధు మల్లేశ్వర్ రెడ్డి గారు స్మార్ట్ ఫోన్ డేటా, ప్రైవసీ గురించి చెప్పిన మాటలు వింటుంటే మనమందరం మనకు తెలియకుండానే ఒక టెక్నాలజీ చట్రంలో బతుకుతున్నామనిపించింది.

గతంలో రామయ్యలాగే పాములేటయ్య కూడా పాములేటినుంచి వెనక్కి మరిలాడు.

తరాల మధ్య తేడా స్పష్టం. శారీరక శ్రమతో, చాలీచాలని వ్యథలతో గట్టిపడ్డ గుండెలు వాళ్లవైతే రోజు రోజుకూ శ్రమనుంచి దూరంగా జరుగుతూ చిన్న చిన్న ఒడిదుడుకులకూ అదిరిపడే బేల బతుకులు మనవి.

పెద్ద అహోబిలం చేరేసరికి పన్నెండున్నర అయింది. స్నానం చేసి, దర్శనం చేసుకుని చిన్న అహోబిలంలో 'నరసింహ వట' యాగం దగ్గర తమిళ సాంప్రదాయ పద్ధతిలో అన్నదానం ఆరగించడంతో నల్లమల నడక యాత్రకు వీడ్కోలు పలికి ఎవరి మజిలీలకు వాళ్లు పయనమయ్యారు.

క్రికెట్, ఫ్యాక్షన్, తమిళనాడు సంస్కృతి, శివకాశి టపాసుల ఫ్యాక్టరీ, మహిల నేపథ్యంలో కాశీపురం ప్రభాకర్ రెడ్డి అన్న రాసిన 'మేడం.. C' నవల ఆవిష్కరణకు మేం నంద్యాల బయల్దేరి వెళ్లాం.

"వచ్చే వాళ్లు వస్తుంటారు, రాని వాళ్లు ఆగుతుంటారు గానీ ఓపికున్నంత వరకూ డిసెంబర్ లో గండికోట డ్యాం, ఫిబ్రవరిలో కొండపొలం యాత్ర ప్రతి సంవత్సరం చేస్తూనే ఉందాం" శివన్న అన్నాడు స్థిరంగా.

మొత్తంగా ఇరవై కిలోమీటర్ల నవలా యాత్ర. నవల అదే పేరుతో సినిమాగా రావడం రచనకు దక్కిన గౌరవం.

***

# సదురుబండ

వాతావరణం చల్లగా ఉంది. పైగా ఆదివారం. ఈరోజు ఖచ్చితంగా యాడికోసోటికి తొడప్పోతాడులే అనుకుంటా సంబరంగా నిద్దరలేసినా. మొన్నటి సాలంక, కైలాసగుండాల బెట్ట ఇంకా తీరలేదేమో ఎనిమిదైతాన్నే గూడా ఉలుకూ పలుకూ లేదు మా ఓనరు గానిలో. అప్పుడొచ్చింది 'ఈ రోజేదైనా ప్రోగ్రాముందాన్నా' అంటూ సీఏ రామ్మోహన్ నుంచి మెసేజ్.

మల్లుగాని బండ, సదురుబండల్లో ఏ బండకు వెళ్లాలని సంశయం. మల్లుగాని బండ చూసిందే. సదురుబండైతే పెద్ద లోయ, వెయ్యి గొర్లు పనుకోగలిగే సదరమైన బండరాయి, గలగలపారే నీళ్లు, ఎండ కిందికి పడనివ్వని మామిడి చెట్లతో బో ఉంటదని చెప్తాంటరు. అదే ఖరారైంది చివరికి.

భలే సంతోషంగా అనిపించింది నాకు. నేనెవరో చెప్పలేదు కదూ..! మా ఓనరుగాడు వాడే చరవాణిని. OnePlus Nord.

వంట సరంజామా అంతా సంచిలో ఏసుకుని లంకమలవైపు కదిలారు. ఒక బండిలో వీరాడ్డి, రామ్మోహన్. ఇంకో బండిలో విష్ణు, మా వాడు. కొత్తచెరువు ఫారెస్ట్ గేటు దాటంగానే ఎవరో మంత్రమేసినట్టు చల్లదనాన్ని తరుముకుంటూ వచ్చింది ఎండ.

లోపలికెళ్తుంటే మలుపు మలుపులోనూ మనుషులే ఎదురవుతున్నారు. అందరి బండ్లమింద ఏదో సంచి. కొండకు పొయి ఈతకాయలు కోసుకోనొస్తున్నారు.

పల్లెల్లో ఈత చెట్లు పక్కనపెడ్తే కొండ శిఖరాలమింద నాలుగైదు అడుగుల ఎత్తులో ఉంటాయి ఈ ఈత పొదలు. కాయలు సెంటీమీటరు పొడవు, నల్లటి రంగులో నిగనిగలాడుతుంటాయి. రుచికి బో తీపి. ఒకప్పుడు ఎండాకాలమొచ్చిందంటే సాలు పాలపండ్లు, ఈతకాయలు తట్టలో నెత్తిమింద పెట్టుకుని పల్లెల్లో తిరుగుతూ షటాకు, పావు, అరపావు, అర్ధశేరు ఇంతని అమ్మేవాళ్లంట కొండంచు పల్లెలోళ్లు. పది పన్నెండేళ్ల నుంచి ఎవరూ పెద్దగా రావడం లేదని మాట్లాడుకుంటూ పోతున్నారు.

కరోనా తొలినాళ్లలో ఈతకాయలకని సాకుడుతోకెక్కినారంట మా ఓనరు, శివ, కిరణ్, విష్ణు, సాయి. తీరా అక్కడికెళ్లాక బోసిపొయిన చెట్లను చూసి కాళ్లీడ్చుకుంటూ దిగొచ్చారు. తొలి ప్రయాణాలు కావడంతో నీళ్లు తీసప్పోక దప్పికతో అల్లాడిపోయారంట.

ఎండల ధాటికి ఆకురాల్చి బోసిపోయిన అడివంతా, వాన చినుకుల పచ్చదనాన్ని సింగారించుకుని మేఘాలకు కృతజ్ఞత చెప్తున్నట్టుగా ఉంది. ఆ అడవి సందేశమందించడానికనేమో నెమళ్లు, పిట్టలు గొంతెత్తి అరుస్తున్నాయి.

ఈతకాయలకని వెళ్లిన సుబ్బాడ్డి రెడ్డిబాయి బేస్ క్యాంప్ కాడికి తిరిగొచ్చేసరికి అర్ధగంట పట్టింది. గుడికాడ బండ్లు పెట్టి, మూటె ముల్లె భుజానేసుకుని అన్నదాన సత్రం పైపక్కన పూలతొట్టి నారవ మీదుగా పైకెగమల్లినారు. ఒకప్పుడు బాగా నలిగిన బాటేనంట గానీ ఇప్పుడు జనసంచారం లేక దోవ మొత్తం వెదురు పొదలు, పరిక కంప ఆక్రమిస్తున్నాయి. ఎర్రపేటు దగ్గర ఇరుకు దారిని దాటుకుని శిఖరం వైపు కదిలారు. మనిషి సత్తా తెలిసేది ఇలాంటి చోటే. మోకాళ్లు పూర్తిగా నేలకానుతుంటే ఎందుకెక్కామురా అనిపిస్తుంటుంది.

కిందినుంచి చూస్తే కొండలన్నీ సదరంగా కనిపిస్తాయి గానీ కొండల అందాలను చూడాలంటే శిఖరమెక్కాలి. ఆ కొండ వాలులు, లోయలు వేటికవి ప్రత్యేకం. అన్నీ పదిలంగా నిక్షిప్తమవుతున్నాయి నాలో.

ఏను వెంబడి నడుస్తుంటే కుడిపక్కన పసలగుండం లోయ, ఎడమపక్కన మరో లోయ. ఏపుగా పెరిగిన మామిడిచెట్లు కొండ సగమెత్తు వరకూ కనిపిస్తున్నాయి. పక్షుల అరుపులు, నీటి గలగలలు శబ్దం తెలుస్తోంది. మొత్తంగా గుడి నుంచి సదురుబండ చేరడానికి గంటన్నర పట్టింది.

అప్పటికే మధ్యాహ్నమవ్వడంతో వచ్చీరాగానే వంట పనులు మొదలుపెట్టారు. సుబ్బాడ్డి చేతి వంటెప్పుడూ ప్రత్యేకమే. వాళ్ల మాటలు వింటుంటే నాకూ తినాలని ఆశ కలిగింది. నోరుంటేగా..! నీళ్లమ్మిటి ఈదుకుంటూ వచ్చిన ఎండ్రకాయలను కూడా

వదల్లేదు వీళ్లు. వచ్చినోటియెచ్చినట్టు పట్టుకుని కాల్చుకుతిన్నారు.

మనిషి నిర్దయుడు.

ప్రకృతి ఆస్వాదనను, విధ్వంసాన్ని ఒకేసారి చెయ్యగలడు.

మామూలుగా లోయల్లో గాలాడక ఉక్కపోత ఉంటుంది గానీ ఇక్కడి ఎత్తైన చెట్ల చాటున ఎండ కిందికి పడకపోవడం వల్ల ఏసీకంటే చల్లగా మంచు కాలపు ఉదయంలా ఉంది. నీళ్లైతే డీప్ ఫ్రిడ్జ్ లో పెట్టినట్టే.

అడివంటే అంతేనేమో, అదొక మార్మిక ప్రపంచం. లేకుంటే ఒక్కచోట ఒక్కోలా అన్ని అందాలు, అనుభూతులు ఎలా సాధ్యం..!

సదురుబండను చూసిన మనసుల్లోని ఆహ్లాదం వాళ్ల మాటల్లో తెలుస్తోంది. ఇంకొద్దిసేపు ఇంకొద్దిసేపు అనుకుంటూ బరువుగా కదిలేసరికి పొద్దు పూర్తిగా పడమరకు వాలిపోయింది.

లోయలు చీకట్ల ఒడిలో ఒత్తిగిలుతున్నాయి. శిఖరాల వెలుగులింకా మాయమవ్వలేదు. సూర్యాస్తమయానంతర అడవి అందాలను నాలో బంధించాడు.

మరికొద్దిసేపటికి వెలుగులను పక్కకుతోసి చీకట్లు మెల్లిగా తన పట్టు నిరూపించుకున్నాయి. కపర కపర చీకట్ల వేళ పసలగుండం లోయంతా నల్లని చీకటి, కొండ శిఖరంపై ముదురు చీకటి, లేత వెలుగు, పడమటి ఆకాశం ముదురు పసుపు, ఎరుపు రంగును పులుముకుని మరో ప్రపంచంలా కనిపిస్తోంది.

'నమ్మకు నమ్మకు ఈ రేయిని

అరె కమ్ముకు వచ్చిన ఈ మాయని..' సుబ్బారెడ్డి ఫోన్ లోనుంచి మంద్రంగా వినిపిస్తోంది పాట. కొద్దిసేపు ఆ దృశ్యాన్ని చూసి, నన్ను జేబులో కుక్కి ముందుకు కదిలాడు.

చీకటి నిజంగా మాయచేసింది. పడిపోతున్నా, జోబిలో ఉండాల్సిన నేను కిందికి జారిపోతున్నా. కొండ రాళ్లను తలుచుకుంటే ఒక్కసారిగా చిప్ పగిలినంత పనైంది. వాలులో పడితే లోయలోకి దొర్లుతానేమోననే ఆలోచన పదురుపుట్టించింది.

'రేయ్ రేయ్ పాటలు మళ్లిందువు గానీ ముందిట్టా చూడురా..' అని గెట్టిగా అరుద్దామనుకున్నా గానీ నాకంటూ గొంతుంటే గదా.

లంకమల లంకమల అని నన్ను అడివంతా తిప్పినోడు, ఈ లంకమలలోనే నా జీవితాన్ని ముగిచ్చేట్టున్నాడు అనిపించింది. పక్కనే ఉన్న రామలింగేశ్వరునికి నా

బాధ అర్థమైందేమో ఏ గాయాలూ కాకుండా ఎండుటాకులమింద పడేలా మాత్రం కనికరించాడు.

నేను కిందపడిన సంగతి వెనకాలొస్తున్నోళ్లు ఎవరో ఒకరు గమనించకపోరా అని ఆశతో చూశాను. రావడమైతే ముగ్గురొచ్చారు గానీ నేలమీదున్న నన్ను గుర్తించేదెవరు..!

'మొబ్బులో కొండ దింపి సంపుతాండని' ఏందేందో గొనుక్కుంటా వెదురు పొదల్ని పట్టుకుని నా మీదుగా కిందికి దిగినాడు వీరాడ్డి. ప్రకృతి మైకం వల్లేమో నేను జోబిలో లేననే విషయమే స్ఫురించనట్టుంది మా వానికి. కొంతదూరం పొయినాంక గుర్తుకొచ్చినా ఫోన్ చేస్తే మొగడానికి అడివిలో సిగ్నల్ కూడా అందదు.

ఇంతలో పది పదైదు బారల దూరం పొయినాంక జేబు తడిమి చూసుకుని, నేను లేనన్న విషయం గమనించినట్టున్నాడు మా ఓనరు గాడు. వాని ఆత్రం నాకు తెలుస్తోంది. లైటేసి చుట్టూ గమనించాడు. కానీ నేనక్కడుంటే గదా. మాడికాయల బ్యాగులో వెతికాడు. ఊహూ.

'ఎంత పని సేచ్చివి మామా' అని సుబ్బాడ్డి పెద్ద నిట్టూర్పు. అందరి మొహాల్లోనూ అదే భావం.

ఎలా పొయింటది..!

ఎక్కడ పోయింటది..!

వాళ్లలో వాళ్లు మాట్లాడుకోవడం తెలుస్తూనే ఉంది. 'నేనీడ్నే ఉండారా కొంచెం వెతకంఢ్రా నాయనా' అని అరవాలనుంది.

'మీరు ముగ్గురూ కిందకి పోండి మామా, నేనూ ఎఱ్రపేటు కాడికి పొయి వెతికొచ్చామని' చెప్పి సుబ్బాడ్డి, మా ఓనరు నా వైపు కదిలారు. మళ్లీ ఆశలు చిగురించాయి నాలో. తామొచ్చిన దారిని అందాసు పట్టాలని సతపోరాడుతున్నారు గానీ ఆ మొబ్బులో యాడ తెలుచ్చాంది. ఫోనులోని టార్చిలైటు కాళ్లముందు మాత్రమే పనికొచ్చాంది తప్ప మొత్తం కనిపించట్లేదు. అయినా అట్నే వెతుక్కుంటూ వచ్చారు.

నేను పోయాననే టెన్షన్ వల్లో, హడావిడిగా కొండెక్కడం వల్లో చెమటతో తడిసిపోయింది మా ఓనరుగాని మొహం. అది కనపడకుండా భలే నటిస్తున్నట్టుగా ఉంది వాన్ని సూచ్చాంటే.

నా పక్కకొచ్చారు వాళ్లు. ఇంకొంచమైతే నా మింద కాలు పెట్టేస్తాడేమో అనుకున్నా గానీ నన్ను చూడలేదు. వాళ్ల ధ్యాసంతా నేను జారి లోయలోకి

పడిపోయానేమో అని ఎడంవైపుగా లైటేసి చూసుకుంటూ వస్తున్నారు తప్ప అక్కడే ఉన్న నన్ను గమనించలేదు. కనీసం చివరిగా ఫోటో తీసిన చెట్టునైనా గుర్తుపట్టలేదు.

వాళ్ల పునరాగమనంతో చిగురెత్తిన ఆశలన్నీ నిష్క్రమనంతో మోడు వారిపోయినాయి. పది నిమిషాలెతికి 'మొబ్బులో యాడలే, రేపొజ్జం' అనుకుంటూ మళ్లీ నా మీదుగానే కిందికిపోయారు.

అప్పటికే టైం ఏడున్నరైంది. నా జీవితం ఇంతటితో సమాప్తం అనే స్మశాన వైరాగ్యం ఆవహించింది మెలిమెల్లిగా.

నన్ను వెతకడానికి మళ్లీ పొద్దున వస్తారా..!

మావాడు నన్నిలా వదిలెయ్యడు రేప్పొద్దున ఖచ్చితంగా వెతుక్కుంటూ వస్తాడని అనుకోగానే ఆకాశంలో మిణుకుమిణుకుమంటూ ఎగిరే మిణుగురుల్లాంటి ఆశలు లీలగా కనపడుతున్నాయి. అయితే ఆలోపు నా గొంతులో పాణముంటుందా ఉండదా అనే దిగులొకటి పట్టుకుంది.

నాలుగైదు రోజులుగా పడాలా వద్దా పడాలా వద్దా అని ఊరిస్తూ భారంగా కదిలే వాన మొబ్బులు మరింత భయపెడుతున్నాయి. వర్షం తాలూకు ఆలోచనలు మదిలోకి రాగానే ఆకాశం వైపు చూశాను. చుక్కల జాడ లేదు. మేఘాల చాటు చంద్రుడు మసక మసగ్గా కనిపిస్తున్నాడు. అది కూడా ఎప్పుడెప్పుడు పారిపోదామా అన్నట్టు. అప్పటివరకూ జోరుగా వీచిన కొండగాలి బిగసప్పాయినట్టు ఉక్కపోత మొదలయ్యింది.

రకరకాల ఆలోచనలు ఉక్కిరిబిక్కిరి చేస్తున్నాయి. వాటన్నింటినీ తొక్కిపొట్టి, నేటి నిరాశల్ని రేపటి ఆశలుగా మార్చుకుంటూ నాకు నేను ధైర్యం చెప్తుకుంటుండగా సరసరమంటూ ఎండుటాకుల మీద ఏదో కదిలిన చప్పుడు. రిసీవర్ రిక్కరించి విందును కదా పాము కదిలిన చప్పుడు మెల్లిగా నా వైపే వస్తున్నట్టుగా ఉంది. గొర్రెల్ను, మేకల్ను, కుందేళ్లను అమాంతం మింగేసే కొండచిలువ గుర్తొచ్చింది. నన్నూ తింటుందేమోనని ఊపిరి బిగబట్టి చూశాను. సెన్సార్ వెలిగించి పలకరిద్దామనుకునేలోపు ఆ లైటింగ్ కు భయపడి బెబ్బరకొట్టుకుంటూ పరిగెత్తినాడు ఆ బిత్తిరినాయాలు. జెర్రిపోతుగాడు.

చంద్రుడు పడమటి పక్కకు వాలిన చాలాసేపటికి కొండ గొర్రెనొకదాన్ని తరుముతూ వచ్చింది ఎడగండు. ఆకలి ఆరాటం దానిది, ప్రాణ సంకటం దీనిది. ఏకాసింతలేని బోడిగాన్ని నాకే జీవితపు చివరి క్షణాల గురించి ఇంత బాధగా ఉంటే

ఆ కొండగొర్రె పరిస్థితి..!

ఎలానో ఉంది మనసంతా. ఎడగండును తిడదామా అంటే అందులో దాని ఆకలి దానిది.

కొండగొర్రె గెడ్డిని తినలేదా..!

పోనీ ఈ కొండగొర్రెను చంపితిన్న ఎడగండు ఇక్కడే శాశ్వతమా అంటే వెళ్లాల్సి వచ్చిన రోజున దాన్ని తినేదీ ఏదోకటి ఉండనే ఉంటుంది. ఏమీ తినకుంటే మట్టిలో పురుగులు తినేస్తాయి. సృష్టి ధర్మం.

వేగంగా సాగిపోతున్న మేఘాల చాటున బద్ధకంగా కదులుతున్నాడు చంద్రుడు. ఎంతకూ తరగని రేతిరిది. పిచ్చిపిచ్చి ఆలోచనలు ఉక్కిరిబిక్కిరి చేస్తున్నాయి. గ్యాలరీలోకి వెళ్లాను. రీతు ఫోటోలు, వీడియోలు భలే ముచ్చటగా ఉన్నాయి. కరోనా తీర్చిన బాల్యం ఆ పిల్లది. కరోనా లేకుండుంటే హైదరాబాద్ కాంక్రీట్ జంగిల్లో నాలుగ్గోడల మగ్గుండేదేమో. మరి కాస్తకిందికి వెళ్లాను. మా ఓనరుగాని దృష్టికోణంలో నేను నిక్షిప్తం చేసిన కొండలు, కోనలు, అడవులు, జలపాతాలు, వాగులు, వంకలు, నదులు, డ్యాములు, పొలాలు. ఎన్నెన్ని ప్రయాణాలు. అనుభూతులే జీవితం.

మూడు జాములు గడిచాయి. తెల్లవారుజాము చలి వణికిస్తోంది. పక్షులు మెల్లగా పరిసరాలను జాగరూకుపర్చుడం మొదలుపెట్టాయి. ఒక్కో పక్షిదీ ఒక్కో గాత్రం. సహజ సంగీత శృతిలయలెన్నో. సుస్వర గాన కచేరీ వింటూ గాలిలో తేలిపోతున్న నన్ను 'నేలమిందికి రారా' అంటూ నాలుగు వాన చినుకులు పటపటమని కొట్టాయి. గుండె గుభిల్లుమనింది ఒక్కసారిగా. పోయెగదురా జీవితం అనుకున్నా.

మహాభారత ఆదిపర్వంలోని ఖాండవ వన దహనం సయమంలో అడవినంతా కాల్చిన బూడిద చేసిన అగ్నిదేవుడు, మందపాలుడనే మహాముని కోరిక మేరకు లావుక పక్షి రూపంలోనున్న అతని భార్య, పిల్లలున్న చెట్టును మాత్రం కాల్చకుండా వదిలేసినట్టు ఏ కలియుగ పుణ్యాత్ముని విజ్ఞాపన మేరకో మంత్రమేసినట్టు ఆగాయి చినుకులు. బిడ్డలు ప్రమాదంలో ఉంటే నిస్సహాయురాలైన తల్లి పడే మానసిక వేదనను 'మాతృవేదన' పాఠంలో జరిత అనే పక్షి ద్వారా ఎంతద్భుతంగా వర్ణిస్తాడు నన్నయ్య.

ఎన్నెన్నో ఆలోచనలతో, ఆశ నిరాశలతో సాగిన అతి సుదీర్ఘమైన ఒంటరి రాత్రిని నాకు అందించి, రేపటికి సిద్ధమవుతోంది లంకమల. తూర్పు వైపున వెలుగులు రేఖలు జీవం పోసుకుంటున్నాయి.

గంట

రెండు గంటలు

మూడు గంటలు..

మా వాడింకా రాలేదనే దిగులు అంతకంతకూ పెరుగుతోంది. బ్యాటరీ చివరంచుకొచ్చింది. గొంతులో పాణంపొయ్యేలోపు వస్తాడా..! రాడా..!

అంతసేపూ కొండపేటు చాటునుండబట్టి తెలియలేదు గానీ రేపటెండ సెగ సుర్రుమనిపిస్తోంది. ముందు మా ఓనరుగాన్ని కొట్టాలి బో తీసిండు మొబ్బులో అడివి ఫోటోలు. వాడు జాగర్తగా ఉనింటే నాకీ ఖర్మ పట్టేదా అని తిట్టుకుంటాండగా ఏవో మాటలు వినపడ్డాయి దూరంగా. ధ్యాసపెట్టి విందును గదా మా వాళ్లే. సుబ్బాడ్డి గొంతు వినపడలేదు. కిరణ్, యానాదోళ్ల రామయ్య కూడా వస్తున్నట్టు లేదు. మరెలా కనిపెడతారు వీళ్లూ..! ఏమో చూడాలి. తరుణ్ గొంతు వినపడుతోంది. వానిమింద కాస్త నమ్మకం.

గొంతులో ప్రాణం అడుగంటి చివరి క్షణాలు అన్నట్టుగా ఉంది నా పరిస్థితి. అటు ఇటు వెతుక్కుంటూ, ఆకు ఆకూ కదపుతూ పొదను పొదను జరిపి చూస్తూ క్షుణ్ణంగా పరిశీలించుకుంటూ పైకెగమల్లి వస్తున్నారు. దారికడ్డం పడిపోయిన భిల్లు చెట్టును దాటుకుని ముందుకు నడిచి ఎర్రపేటు కాడికి వచ్చారు. అక్కన్నుంచి పసలగుండం వైపు చూడగానే మా ఓనరుగాడు వాడు తీసిన ఫోటో తాలూకు పోలిక చిక్కిందేమో అక్కడక్కడే తిరుగుతున్నాడు గానీ నా వైపు చూడనే లేదు. లోయలోకి చూసుకుంటూ హడావిడిగా నన్ను దాటిపొయ్యాడు.

'రేయ్ నేనిక్కడే ఉండా కిందికి సూడురా సోమీ' నోరు పెగల్లేదు. ఎండదెబ్బకు లైటింగ్ సెన్సార్ కూడా పనిచెయ్యడంలేదు. నాకు తెలుస్తోంది ఇవే చివరి క్షణాలని. బ్యాటరీ డెడ్.

తర్వాత ఏం జరిగిందీ నాకు గుర్తులేదు. పవర్ బ్యాంక్ ద్వారా సెలైన్ ఎక్కించేసరికి ప్రాణమొచ్చింది. ముందుగా నేననుకున్నట్టుగానే తరుణ్ గాడికి దొరికానంట.

రాత్రి సేమిరేసిన పాలల్లో అన్నంతో సహా పేరబెట్టిన సద్దిబువ్వలో నిమ్మకాయ ఊరిగాయ నంజుకుని తింటూ ఫోన్ దొరికిన ఆనందంలో వాళ్లుంటే, మళ్లీ లంకమల ప్రపంచాన్ని యథావిధిగా చూడబోతున్నా అనే సంతోషంతో నా మనసంతా నిండిపోయింది.

*****

ఆ రాత్రి పూలతొట్టి నారవ దిగేసరికి తొమ్మిదయింది.

పగలు లక్ష చేతులతో ఆహ్వానం పలికిన ఈ లంకమల దారులే అంధకారాన్ని దిగమింగి గుంభనంగా మారాయి. ఏ చెట్టు ఏ రహస్యాన్ని దాచుకుందో ఎవరికెరుక. బండి వెలుతుర్లో చీకటిని చీల్చుకుంటూ కదిలాము.

కుందేళ్లు గెంతుతున్నాయి

ఎలుంగొడ్డు పిల్లలు ఆడుకుంటున్నాయి

దారిలో దుప్పులు రమించుకుంటున్నాయి. అదో స్వేచ్ఛా ప్రపంచం.

మామూలుగా అయినింటే ఇవన్నీ అబ్బురపరిచుండేవేమో గానీ అప్పుడున్న పరిస్థితి వేరే. అడివిలో నా ఫోను పోయిందని ఊర్లో ఎవరికైనా చెప్తే అయ్యో అనకపోగా ఇంట్లో వాళ్లతో సహా 'నిద్దర మంచం లేసినాంచి లంకమల లంకమల అని పరిగెత్తాంటడు ఇప్పుడు సరిపోయిందిలే' అనే శెతుర్లే ఎక్కువొస్తాయేమో అనుకుంటూ ఇంటికి చేరాం.

అడివిలో పొయిన ఫోను యాడ దొరుకుతుందిలే అని నిరాశలో ఆగిపొయినింటే ఒక వస్తువు చేజారిపోయిండేదేమో గానీ ఆలోచన, నమ్మకం, ఆశావహ దృక్పథం, శ్రమ గురిపెట్టిన లక్ష్యాన్ని సాక్ష్యాత్కారం చేస్తాయని గుర్తుచేసే ప్రత్యక్ష పాఠం.

ఇంటికొస్తుంటే దారిలో బాలయపల్లె బీట్ ఆఫీసర్ శ్యాం గారు ఎదురై "జంతువుల కోసం పెట్టిన కెమెరా ట్రాప్స్ లో జంతువులకంటే నీ ఫోటోలే ఎక్కువున్నాయి" అన్నారు సరదాగా. అప్పుడు గానీ అర్థమవలేదు లంకమల నాకు మరింత సన్నిహితంగా మారిందని, అడుగులకు జీవం గుర్తుచేస్తోందని, ఆలోచనలకు రూపమిస్తోందని.

***

# మల్లెంకొండ

సోమశిల నుంచి కండలేరు దాకా

పెంచలకోన నుంచి మల్లెంకొండ దాకా

ఉదయగిరి నుంచి వెంకటగిరి దుర్గం దాకా

కలువాయి నుంచి అనంతసాగరం చెరువు దాకా

అన్నీ కాళ్లకిందనే
కంటిచూపు దూరంలోనే.

బద్వేల్ - నెల్లూర్ రోడ్డులో పెద్దపోలుకుంట దాటి నెల్లూరు వైపు వెళ్తుంటే దారికెదురుగా నిట్టనిలువు కొండ ఒకటి కనిపిస్తుంది. స్థానికంగా దుర్గమ్మకొండ అంటారు.

మా మామ వాళ్లు కోడ్ని పెట్టుకుంటాంటే చిలకలమర్రి దుర్గమ్మ గుడికి పొయిన నాకు పక్కనున్న దుర్గమ్మకొండ ఆసక్తిగా కనిపించింది. సమయం చిక్కడంతో మా బామ్మర్దులు విష్ణు, వెంకట సుబ్బారెడ్డి సరేనన్నారు.

'దుర్గమ్మకొండ మా ఇంటి దేవత. మేమే ఎప్పుడెక్కింది లేదు మీరేడ ఎక్కుతారు' మా వాళ్ల మాటలు ప్రయాణం ఆపకపోగా మరింత ఉత్సాహాన్ని రేపాయి. సోమశిల

నార్త్ కెనాల్ దాటి పాదపు అడవిలో కలివిపండ్లు కోసుకుంటూ కొండవైపు కదిలాం.

దగ్గరికెళ్లి చూద్దుము కదా ఏనుగు తొండం పైకెత్తినట్టు నిట్టనిలువుగా ఉందా కొండ. వెనక కాళ్లమీదెక్కి వీపు మీదుగా తొండాన్ని అధిరోహిద్దామని బయల్దేరినోళ్లం కాస్తా పొట్టమిందికి చేరి, మెడమీద మోకాళ్లతో పాకుతున్నాము. కిందికి దిగుదామా అంటే కాళ్లు తగిలిన రాళ్లు క్షణాల్లో కిందికి చేరుతున్నాయి. పైకే వెళ్లామా అంటే ఎక్కడుండేది, ఎంతెక్కాల్సిందీ ఏమర్థంకావడం లేదు.

వెంట తీసుకెళ్లిన నీళ్లు కూడా అయిపొయ్యాయి. పైన దొరుకుతాయనే ఆశ కూడా లేదు. 'కంటికి దగ్గర కాలికి దూరం' అని పెద్దోళ్లు ఊరకే చెప్పలేదు. అయినా మొండిగా ముందుకు కదిలి, మరో అర్థగంటకు కళ్ళను ఊరించిన ఊహలవెంట అడుగులు వేసుకుంటూ శిఖరాన్ని చేరాం.

సోమశిల జలాలతో తడిసిన పచ్చని వరి మాగానులు ఎటుచూసినా. బీళ్లున్న చోట ఆరుద్ర పురుగుల రంగు పూసుకున్నట్టు ఎర్రటి నేలలు. చెవులకు లోలాకుల్లా పండుమాగిన మిరపకాయ తోటలు. వాటి మధ్యన వంపులు తిరుగుతూ పెన్నా నది.

నదీ పరీవాహక పల్లెల అందం ఇసుక, పచ్చని పొలాలు, పొలం గెట్ల మీద తాటి చెట్ల వరుసల్లోనే ఉంటుందేమో.

పెంచలకోన, సోమశిల మీదుగా రాపూరు, చిట్వేల్ రోడ్డుకు కుడిపక్క ఒక కొండల వరుస వస్తుంది. ఉత్తరం నుంచి దక్షిణంగా సోమశిల వరకూ ఎత్తు తగ్గుతూ వస్తాయి. అక్కన్నుంచి పెంచలకోన వరకూ ఎత్తు పెరుగుతూపోతాయి. ఆ గండిలో పెన్నా నదిమీద డ్యాం కట్టారు.

అదంతా వెలిగొండలు శ్రేణి. స్థానికంగా మల్లెంకొండ అంటారు. ఇక్కడి జనాల మాటల్లో చెప్పాలంటే మల్లెంకొండ భర్త కొండ, దుర్గమ్మ భార్య కొండ.

సంబరంతో ఉరకలెత్తిన పెన్నా గురించి, అడుగంటిన సోమశిల జలాలు, మిరపతోటల ఘాటు వాసన, పాల కంకుల జొన్న సరసాలు, వెన్నెల రాత్రుల్లో చెనిక్కాయ చేలో కూర్చుని దిగంతాలకు చూసే యువరైతు, పట్టణాలకు తరలిపోతున్న కుటుంబాలు, ప్లాట్లుగా మారుతున్న పొలాలు, పల్లె సంగతుల గురించి స్థల కాలాలకతీమైన కబుర్లెన్నో చెప్పుకుంటారన్నట్టుగా ఉంది ఆ భార్యాభర్తల కొండలు చూస్తుంటే. మల్లెంకొండలో ఈశ్వరుడు కొలువై వుంటే ఇక్కడుండేది దుర్గా మల్లేశ్వరి అమ్మవారు.

ఆ విశేషాలన్నీ సౌజన్యకు చెప్తుంటే విని "మల్లెంకొండతో పోలిచ్చే అదేమంత పెద్ద కొండా..!" అన్నది మా అత్త. అలా దుర్గమ్మకొండ కంటే ఎత్తైన కొండగా పరిచయం

మల్లెంకొండ.

****

కార్తీక మాసపు చలిగాలులు మార్గశిర మంచుగా మారుతున్న డిసెంబర్ నెల. బారెడు దూరంలో ఉన్న వ్యక్తిని కూడా పోల్చుకోలేనంత దట్టంగా మంచు దుప్పట్లలో మూలుగుతున్నాయి తొలి ఉదయాలు. తరుణ్ కు, నాకు పెద్దగా ఇబ్బంది అనిపించలేదు గానీ బాలరాజుపల్లె నుంచి బయల్దేరిన నల్లమల ఆస్థాన రచయిత సన్నపురెడ్డి వెంకట్రామిరెడ్డి గారిని మాత్రం చలి బాగా వణికించిందంట.

సుదూర తీరాన అరేబియా ఇసుకలో 'ఎడారి సేద్యం' చేసే పాయకట్టు మాటగాడు గంటా వెంకటరెడ్డి మామ వాళ్లూరు బేతాయపల్లె చేరేసరికి ఎనిమిదిన్నర అయింది. కాఫీ తాగి, మధ్యాహ్నానికి చిత్రాన్నం పెట్టించుకుని బయల్దేరాం.

తూర్పు దిక్కున వెలిగొండల వరుస, పడమటి వైపున తూరుపుకొండల వరుస మధ్యన పాయలాగా ఉండే పల్లెలని పాయకట్టు పల్లెలు అంటారు. వీళ్లనుద్దేశించి 'పాయకట్టు - మాయకట్టు' అనే నానుడి కూడా ఉంది. సోమశిల ముంపులోకి రాకముందు వైభోగం వెలిగబెట్టిన పల్లెలే.

గట్టుపల్లె, గాజులపల్లె ఓబులం, ఎప్పిరాళ్ల, పట్టపురాయి, వెంగళాయపల్లె, దొంగలసాని, నెమల్లదిన్నె ఇలా ఎన్నెన్ని ఊర్లు, ఎంతెంత స్థానిక చరిత్ర. మొత్తం జలసమాధి.

వర్షాలు బాగా పడ్తుండడంతో బుచ్చెనపల్లె దగ్గర గొబ్బిరాతి కోన, నీర్దులపల్లెల కొండ మీది నుంచి వాటర్ ఫాల్స్ వడివడిగా కిందికి దూకుతున్నాయి. నీర్దులపల్లె వాటర్ ఫాల్ చూస్తుంటే పెంచలకోన జలపాతమే గుర్తుకొస్తోంది.

పెంచల నరసింహస్వామి గుడి వెనకాల మూడు కిలోమీటర్ల దూరంలో కొండపైన్నుంచి దూకే జలపాతం వాగుగా మారి కిందికి ప్రవహిస్తుంది. పూర్వం కన్వ మహర్షి ఈ ప్రాంతంలో తపస్సు చేయడం వల్ల కన్వలేరు అంటారు. కండలేరు అనేది మరో పేరు.

వర్షాకాలంలో పెంచలకోన వెళ్లగలిగితే కొండపైన్నుంచి జాలువారే జలపాతం, తెల్లని రాళ్ల మధ్యన తేటుగా ప్రవహించే వంక చాలా బాగుంటాయి చూడ్డానికి. పెంచల(పెనుశిల) కొండకు పెద్ద గాటు లాంటిదొకటి కనిపిస్తుంది. నరసింహస్వామి, హిరణ్యకశిపుడికి మధ్య జరుతున్న యుద్ధంలో ఖడ్గం తగిలి పడ్డ గాటు అంటుంటారు. పెంచల తిరునాళ్ల బాగా ఫేమస్ మా పల్లెల్లో.

సోమశిల వెనుక జలాలు బ్రాహ్మణపల్లె ఊరి పొలిమేరల వరకూ ఆగాయి. అక్కన్నుంచి అటు ఇటు నీళ్లు, మధ్యలో మట్టి రోడ్డు. రెండు కిలోమీటర్లు వెళ్తే వడ్డెపల్లె, సూరేపల్లెలు వస్తాయి. ఊరి చుట్టూ నీళ్లుంటాయి గానీ ఊర్లోకి రావు. ఇళ్లకు మునక డబ్బులు రాకపోవడంతో ఇంకా ఖాళీ చెయ్యలేదు. మట్టి గోడలు, బోద కొట్టాలతో ఆనాటి పల్లె జీవనానికి చివరి ప్రతీకలు ఈ రెండు ఊర్లు. అరణ్యవాసం సినిమా షూటింగ్ ఎక్కువ భాగం ఈ రెండు పల్లెల్లోనే జరిగింది.

వర్షాలు బాగా పడుతుండడంతో అడవిలోకి అడుగుపెట్టక ముందునుంచే జలపాతపు హోరు తెలుస్తోంది. వర్షంలో తడిసిన వెలిగొండలు కళకళ్లాడిపోతున్నాయి. దిగువ మల్లెంకొండ చేరేలోపు ఒకే వాగును మూడుసార్లు దాటాము. అక్కన్నుంచి కొండపైకి సప్పుట పరచడంతో తొలిసారే అయినా దారి తప్పుతామనే భయం లేదు.

కొండపైన కిలోమీటర్ నడిచేసరికి సూర్యుడు నడినెత్తి మీదికి వచ్చాడు. ఎండ వేడిమి తెలియకుండా కాలిబాటకు గొడుగుపట్టాయి చెట్లు. ప్రకృతి రాగాలు ఆలపించుకుంటూ గలగలా పారుతోంది వాగు ఒకటి.

ఆ వాగు ఒడ్డున అన్నానికి కూర్చున్నాం. ఒకరు సీనియర్ రచయిత, మరొకరు మంచి సాహిత్యాభిలాషి. శశిశ్రీ సాహిత్య నేత్రం, సీమ మట్టిలోనుంచి పుట్టిన సింగమనేని నారాయణ - కేతు విశ్వనాథరెడ్డి గారి కథలు, కేశవరెడ్డి గారి రచనల గురించి వాళ్లిద్దరి ఆసక్తికరమైన సాహిత్య చర్చ. శ్రోతలా వింటూ కూర్చున్నాను.

"ఇంత నిలువెత్తు కొండ ఎక్కి నన్ను నేను ఇబ్బంది పెట్టుకోలేను. మీరు పోయిరాండి" అక్కడే కూర్చుండిపోయారు సన్నపురెడ్డి గారు. అప్పటికి ఒంటిగంట కావొస్తోంది సమయం. మల్లెంకొండ చూడాలని ఆశగా ఉన్నా ఆయన్ను అడవిలో ఒంటరిగా వదలలేక గంటా మామ కూడా ఆగిపొయ్యాడు. ఇంతదూరమొచ్చి ఎనిక్కెందుకులేనని నేను, తరుణ్ నడక సాగించాం.

నిలువెత్తు కొండ. పిల్ల సొయ్యం పిలిచ్చే పలుకుద్దని పరుగెడుతూ కొండెక్కాం. నిలువెత్తు కొండ ఎక్కే క్రమంలో గుండె ధడధడధడా కొట్టుకుంటుంటే గానీ అర్థంకాలేదు మేం చేసిన పొరపాటు. ఒకానొక సమయంలో మల్లెంకొండ చేరుతామా లేదా అని కూడా అనిపించింది. కొండ తీరు అర్థమయ్యాక, అలసటొస్తే కూర్చుంటూ రెండు కిలోమీటర్ల దూరంలోని జారుడుబండ చేరాక గానీ చెవుల గుమ్ములు తగ్గలేదు.

ఆకాశాన్నందుకోవాలన్నట్టు ఆరాటపడే మల్లెంకొండ కొప్పు, మల్లెంకొండతో పోటీ పడలేక మధ్యలోనే విరమిచుకున్న తూరుపుకొండల వరుస, ఆ కొండల మధ్యన సూర్యుని కిరణాలు పడి మిలమిల మెరుస్తున్న సోమశిల జలాలు. సూర్యాస్తమయ

సమయంలో ధవళ వర్ణపు ఏటవాలు కిరణాలు నీళ్లపై పడుతున్న దృశ్యం ఊహించుకుంటే ముందుకు కదలాలనిపించలేదు. అక్కడే ఆగుదామని అనిపించింది. కానీ కదలక తప్పలేదు.

మల్లెంకొండనుంచి తిరిగొస్తున్న ముగ్గురు బాటసారులు ఎదురై 'ఆ కొండెక్కి దిగితే వొచ్చదిపోండి' అన్నారు. కిలోమీటరు మేర ఈత చెట్లు. మధ్యలో కాలిబాట. మాకు తోడు దిగువ మల్లెంకొండలో జతకలిసిన కాటమయ్య.

జారుడుబండనుంచి రెండు కిలోమీటర్ల ప్రయాణం తర్వాత పోతురాజుబండ వచ్చింది. పక్కనున్న మంచినీళ్ల సెల నుంచి గ్రావిటీ ద్వారా నీళ్లు రప్పించి, ఆ పైపులే గుడివద్ద ట్యాంకు వరకూ పరిచారు. గాలి పీల్చి కిందికి వదిలితే ఊట వస్తూనే ఉంటుంది.

ఎక్కడెక్కడి మైదానాలనూ జయించుకొచ్చే గాలికి కొండలు అడ్డుకట్ట వేస్తాయి. అలాగని గాలి తన ఉధృతిని ఆపుకోదు. ఎక్కడోచోట సందు దొరుకుతుంది. ఒత్తిడి సంకెళ్లన్నీ తెంచుకున్నట్టు ఒక్కసారిగా లోయల్లోకి దూరి చెట్టు చెట్టును, కొమ్మ కొమ్మను పలకరించుకుంటూ అడవంతా స్వేచ్ఛగా విహరిస్తుంటుంది.

కొండ శిఖరాలమీద వుండి ఆ గాలి సవ్వడిని వినాలి. ఏ సంగీత వాయిద్యమూ పలికించలేని రాగమది. దానికి పోటీగా జలపాతాల హోరు. కొండ శిఖరం మీదన్నుంచి ఒకటి, మధ్యలో ఒకటి దూకుతూ పాలధారల్లా కనిపిస్తున్నాయి ఎదురుగా.

పొడవాటి తోకతో తెల్లటి పిట్ట ఒకటి టిక్కుం టిక్కుం అని కొమ్మలపై ఒడుపుగా తిరుగుతోంది. నాకే గనుక ఆ పిట్ట రెక్కలిస్తే జలపాతపు అంచుపై వాలిపోయి, నీటి తుంపర్లు పెట్టే గిలిగిలింతలు అనుభూతించాలని ఉంది. కానీ వాస్తవం వెక్కిరిస్తుంది కదా.

కాళ్లీడ్చుకుంటూ మరో కిలోమీటరు నడిచాక మల్లెంకొండ గుడికి చేరువయ్యాం. అనువుగాని చోట అధికులమనరాదన్నట్టు అంతసేపూ మా వెనకాలే నడిచిన కాటమయ్య స్థానిక కుక్కల ఆధిపత్యాన్ని అంగీకరిస్తూ అక్కడే ఆగిపోయాడు.

కార్తీక పౌర్ణమి బాగా జరిగిందనడానికి ఆనవాళ్లుగా ముప్పై నలభై దేరాల కోసం వేసిన కట్టెలు ఇంకా అలాగే ఉన్నాయి. ఇద్దరు ముగ్గురు మనుషులున్నారు అక్కడ. పొంగలి చేశాం తిందుర్రాండని పిలిచారు. తినొచ్చామను చెప్పి గుడివైపు కదిలాం.

'గుడంటే అద్భుత శిల్ప సంపదున్న గుడేం కాదు. పైకప్పు కూడా లేదు.

మొండిగోడల మధ్యన మూడు రాతి శిలలు నిలబెట్టారంతే. మల్లెంకొండయ్య, పోతురాజు, అంకాలమ్మ. ముందరి కాళ్లు పైకి లేపిన గుర్రం, సవారీ చేస్తున్న యుద్ధ వీరుడు, చేతిలో ఖడ్గం, వెనకాల ఛత్రీ పట్టిన సేవకుడు, కాళ్ల దగ్గర రెండు కుక్కలతో మల్లెంకొండయ్య విగ్రహం ఆసక్తిగా కనిపించింది. యుద్ధంలో వీర మరణానికి గుర్తుగా వేసే వీరగల్లు. రాయిమీంద శివలింగం కూడా ఉంది.

మల్లెంకొండయ్య గుడికి ఈశాన్యంగా శివాలయం ఉంది. అక్కడ కూడా పైకప్పు లేదు. మరికొంచెం ముందుకు వెళ్తే వంక ఒకటి రాళ్లను ఒరుసుకుంటూ స్వచ్ఛంగా పారుతోంది. ఎడమపక్కకు వెళ్తే మోక్ష గుండం, కుడివైపుకు వెళ్తే దొంగల గుండం.

పోతురాజుబండ దగ్గర్నుంచి కనిపించిన జలపాతం పేరు రామసరి తీర్థమంట. ఇక్కన్నుంచి అయిదు కిలోమీటర్లు నడిస్తే వస్తుంది. రాముడు, సీత తమ అరణ్యవాసం సమయంలో ఇక్కడే స్నానమాచరించారని చెప్తుంటారు.

భారతదేశంలో సీతమ్మ స్నానమాడని జలపాతం, పాండవులు మునగని గుండాలుండవని అంటారు పెద్దోళ్లు.

స్థల కాలాలకతీతమైన వందలేళ్లనాటి మర్రిచెట్టు వంక ఒడ్డున ఊడలు దించి ఉంది. పరిసరాలు ఆగి చూడమంటున్నాయి గానీ ఎక్కువసేపుండేదానికి లేదు.

కాటమయ్య మళ్లీ మాతో జతకలిశాడు. నడుస్తుంటే ఈత చెట్ల మధ్యన ఏదో అలికిడి. కుక్క అక్కడికక్కడే ఆగిపోయింది. ఎంత పిలిచినా, అదిలించినా అక్కన్నుంచి కదల్లేదు. ఎలుంగొడ్డులాంటిది అటుగా వచ్చినట్టుంది. చేతిలోకి కట్టెలు తీసుకుని వడివడిగా నడిచాం.

దారిలో రెండు బ్యాచులు ఎదురయ్యాయి. రాత్రి మల్లెంకొండలో బస చేసి, పొద్దున్నే కోడిని కోసుకుని వస్తారంట.

పొద్దు పడమటి కొండల్లోకి దిగిపోతుండగా దానికంటే ఎత్తైన కొండలపై నిలబడి చూడటం భలేగుంది. నేను ఊహించిన ఏటవాలు కిరణాలు నీళ్లపై పడి మెరిసే దృశ్యం సాక్ష్యాత్కారమవ్వాలంటే ఇంకో గంట ఆగాలి. అంత సమయం లేదు. నాతో పాటు నడుస్తూ నడుస్తూనే దారికి వారగా ఉన్న ఉసిరికాయలు ఒడుపుగా కోస్తున్నాడు తరుణ్.

మేం వచ్చేసరికి వాళ్లు వెళ్లిపోయుంటారు అనుకున్నాం గానీ ఎక్కడ ఆగారో అక్కడే ఉన్నారిద్దరూ. దిగువ మల్లెంకొండ దగ్గర వాగు ఒడ్డున కూర్చుని అన్నం తిని ఇంటికి చేరేసరికి పొద్దుగుంకింది.

తిని పడుకున్నాననే గానీ కళ్ళముందర గుర్రం, గుర్రం మీద మల్లెంకొండయ్య కదనరంగంలో వేగంగా కదలిపోతున్నారు. లేచి కట్టా నరసింహులు గారి 'కడప కైఫియ్యత్ కథలు' పుస్తకం తెరిచాను.

'పూర్వం లింగాలకోట దొరతనం చేసే పెద వీర, చిన్న వీరమల్ల రాజులకు మండువ కోటను పాలించే మండువ తాతతో వైరం ఉండేది. నెల్లూరు సిద్ధిరాజుకు సహాయంగా పొత్తపి మల్లదేవ, సోమదేవులతో పెన్నాతీరం దొంగలసాని వద్ద యుద్ధం చేస్తూ మరణించారు. వారి మరణానంతరం దొరతనానికొచ్చిన శివదేవ మహారాజు మండువ తాత మీద పగ తీర్చుకోవడానికి తన మేనల్లుడు గంగరాజును పంపించాడు.

గంగరాజు మండువ కోట మీద యుద్ధం చేసి కోటను సాధించి, మండువ తాతను బంధీగా తీసుకొచ్చాడు. కానీ గంగరాజు గాయాలయ్యాయి. ఆ గాయాలు బలం చేసి కొన్నాళ్లకు కైవల్యం పొందాడు.

లింగాలకోట దగ్గర పట్నంలో ప్రజలు గంగరాజు శిలను నిలిపారు. గుర్రం మీద స్వారీ చేస్తూ గొడుగు ఒక చేతిలో, కత్తి మరో చేతిలో ఉన్నట్లు శిల చెక్కించి, మల్లెంకొండ అనే పర్వతం మీద ఉంచారు. గంగరాజును మల్లెంకొండయ్య అని ఆ విగ్రహానికి పూజలు చెయ్యడం ప్రారంభించారు. ఈ పూజలు క్రమంగా ఇతర ప్రాంతాలకు వ్యాపించాయి. ఆ ప్రాంతాల నుంచి జనాలు వచ్చి మల్లెంకొండయ్యకు సంబరాలు చేసేవారు. పొంగల్లు పెట్టేవారు, సిడులు సాగించేవారు. అంతేగాకుండా చుట్టుపక్కల ప్రజలు క్రమంగా మల్లెంకొండయ్యను దేవుడుగా భావించసాగారు. గుర్రపుస్వారీ మీద మల్లెంకొండయ్యను విగ్రహంగా మలిచి దేవాలయం కట్టించి, మాన్యాలు ఏర్పాటుచేసి ప్రతి సంవత్సరం పొంగళ్లు పెడుతూ తిరునాళ్లు చేస్తున్నారు.'

ఒక వ్యక్తి కాలక్రమంలో ఏ విధంగా దైవత్వాన్ని ఆపాదించబడతాడు అనేదానికి మల్లెంకొండయ్య ప్రత్యక్ష ఉదాహరణ అనిపించింది. ప్రతి ఏటా శివరాత్రికి, కార్తీక మాసంలో లక్షలు లక్షలు ఖర్చుపెడుతున్నా గుడికి పైకప్పు లేకపోవడం గురించి స్థానికంగా ఇలాంటిదే ఒక ప్రచారముంది. చుట్టుపక్కల జనాలందరూ కలిసి పందిరి వేసి రావడం, ఉదయానికల్లా అది కూలిపోవడం. రోజూ ఇదే తంతు. జనాలకు అనుమానమొచ్చి రాత్రి అక్కడే ఉండి చూడగా గుర్రంమీద మల్లెంకొండయ్య వచ్చి పందిరిపడేసి, పందిరి వెయ్యకూడదని ఆజ్ఞాపించాడు. అందుకే పైకప్పు ఉండదు అని చెబుతారు.

భక్తి కోణంలో నమ్మడం నమ్మకపోవడం ఎవరికి వారి వ్యక్తిగతం కానీ అందమైన ప్రకృతి వనంలో గడపడం మంచి అనుభూతినిస్తుంది. వెన్నెల రాత్రి అయితే అదొక

అద్భుతం అంతే.

## 2

"మూడ్నాలుగు రోజులు బయటి ప్రపంచంతో సంబంధం లేకుండా పూర్తిగా ప్రకృతిలో గడపాల. మన చుట్టుపక్కల ఎక్కడ బాగుంటుంది" అని యర్రగుంట్ల నుంచి మల్లు ప్రసాద్ రెడ్డెన్న ఫోన్. ఎయిర్ ఫోర్స్ లో ఉద్యోగమనే గానీ మనసంతా తన ఊరు, తన మండలం, తన జిల్లా చుట్టే తిరుగుతుంటాయి.

లంకమల గుడి దగ్గర గాలాడదు, దోమలెక్కువ. నిత్యపూజ స్వామి కోనలో ప్రైవసీ తక్కువ. ఘటిక సిద్ధేశ్వరం చల్లగా ఉంటుంది గానీ జనాల తాకిడి ఉంటుంది. నల్లమలలో కాశినాయన తపస్సు చేసిన గరుడాద్రి బాగుంటుంది గానీ చెట్లు, చల్లదనం తక్కువ. మల్లెంకొండైతే అన్నిటికీ అనుకూలమని చెప్పాను.

కొత్తవాళ్లు వెళ్లినా దారికిబ్బంది ఉండదు గానీ మనల్ని నమ్ముకుని వచ్చినోళ్లను మీ దారిన మీరు పొయిరాండని పంపించడం ఇష్టం లేకపోయింది. రాత్రికక్కడే ఉండి ఉదయాన్నే వచ్చేద్దామని కదిలాను. నాతో సహా మొత్తం ఆరు మందిమి. జూన్ రెండో వారమైనా వాతావరణమింకా పూర్తిగా చల్లబడలేదు. మూడ్రోజులకు సరిపడా సరుకులు, నాటు కోళ్లు రెండు మోసుకుని జారుడుబండ చేరేసరికే తెచ్చుకున్న నీళ్లన్నీ అయిపోయాయి. మిట్ట మధ్యాహ్నం అయిందాన విపరీతమైన పీరుపు. అందరి మదిలో విసుగుంది కానీ ఎవ్వరూ బయటపడలేదు. అడవి ప్రయాణాల్లో ఇలాంటివి మామూలే.

మల్లెంకొండ చేరేసరికి సాయంత్రం అయిదున్నర అయింది. గుడి లోయలో ఉండేదాన రాత్రికి గాలి ఆడుతుందో ఆడదో అనుకున్నా గానీ నా అనుమానాలు తుడిపేస్తూ అలుపులేకుండా వీస్తూనే ఉంది చల్లగాలి. ఆ చల్లగాలిలో నాటుకోడి రుచి అద్భుతంగా తగిలింది నోటికి. తెల్లవారుజామున అడవి పిట్టలు లేపేంత వరకూ ఎప్పుడు పడుకునింది, నిద్రపోయింది కూడా గుర్తులేదు.

మర్రిచెట్టు దగ్గర కిందికి దిగి, వంకమ్మిటి అర్థకిలోమీటర్ నడిచాక పెద్ద పెద్ద రాళ్లు సహజ సుందరంగా కనిపిస్తున్నాయి. వంకలో గాలి ఉధృతంగా వీస్తోంది. ఒక వెడల్పాటి రాయిమీద పడుకుని కాసేపలా కళ్లు మూసుకుంటే అరగంటసేపు బయట ప్రపంచమేదీ గుర్తుకురాలేదు. మరికొంచెం కిందికి నడిచాను. కాషాయ పంచె, చొక్కా తొడిగిన ప్రసాదన్న ధ్యానముద్రలో మరో లోకంలోకి చేరాడు. పూర్తిగా సమాధి స్థితి.

తపస్సు చెయ్యడానికి మునులు అడవుల్లోకి ఇందుకోసమే వెళ్లుంటారనుకుంటా. కషాయం కట్టిన సాధువెవరో ధ్యానం కోసం అటుగా వచ్చి, మా వళ్ల ఏకాంతం కుదరక వంక చివరికంతా వెళ్లి వెనక్కొచ్చాడు.

ఇంటికి బయల్దేరబోతుంటే తమతో పాటు ఉండమన్నారు గానీ వ్యక్తిగత పనుల వల్ల కుదరదు. జొన్నరొట్టె, సద్దిబువ్వ తిని, చేతికట్టె, అగ్గిపెట్టె తీసుకుని ఇంటిదారి పట్టిని. పైకి ఎంత ధైర్యంగా ఉన్నా అడవిలో ఒంటరితనం తాలూకు గిలి ఉండనే ఉంది. ఈతకాయల కాలమైందాన పొదల్లో పొంచుకోనుండే ఎలుంగొడ్ల భయం అదనం. పిల్లల తల్లైతే దాని దాడిని ఊహించడం కూడా కష్టం. జారుడుబండ వరకూ అడవి, నేను, నా ఆలోచనలు అంతే. ఆగి ఆగి వీచే గాలి ఒక్కోసారి గుబులు రేపుతోంది.

అడవిలో ఒంటరి నడక మంచి అనుభవం. లోపలి అలజడులు, భయాలు, పైపైన అపోహలు, నువ్వు నీ చుట్టూ అల్లుకునే బింకపు పొరలు అన్నీ కలసి నిన్ను నీ కళ్ళముందు నిలబెడతాయి. మనల్ని మనం నగ్నంగా చూసుకోవడం అవసరం అప్పుడప్పుడూ.

## 3

లచ్చుమ్మ ఒక సాధారణ పల్లెటూరి మహిళ. భర్త తొందరగా భర్త కాలంచేశాడు. చేతిలో నెలల పాప, మూడేళ్ల కొడుకు. వేరే ఆదరువు లేదు. ఉన్న కొంచెం పొలంలోనే రేయింబవళ్లు కష్టపడి, బర్రెల్ని పెట్టుకుని బిడ్డల్ని సాకింది. కష్టాలు తరుముకొచ్చిన ప్రతిసారీ 'నా పిల్లల జీవితం బాగుపడ్తే సాలు సోమీ' అంటూ ఇంటి దైవం మల్లెంకొండయ్యకు మొక్కుకునేది. కొడుకు బడికి పోతే, పొలంలో తల్లికి కూతురు తోడైంది. ఆ కష్టాల్ని మదిలో పెట్టుకున్న మల్లేష్ చదువైపోగానే మంచి ఉద్యోగం తెచ్చుకున్నాడు. ఎదిగొచ్చిన కొడుకును చూసి తల్లి ఎంతో ముచ్చటపడేది. తాహతుకు మించి అప్పుచేసి మరీ చెల్లెలిని మంచి ఉద్యోగస్తునికిచ్చి తన బాధ్యతను నెరవేర్చాడు. పారాణైనా ఆరకముందే చెల్లెలు కుటుంబం మొత్తం కారు యాక్సిడెంట్ లో బలైపోయింది. కష్టంలోనే పుట్టి, కష్టంలోనే పోయిందని కూతురి గురించి దిగులుపడేది లచ్చుమ్మ.

కొడుక్కు అమెరికాలో ఉద్యోగం. డబ్బులు బాగా సంపాదిస్తున్నాడని పేరొచ్చింది. పేరుకు తగ్గట్టే బాగా డబ్బున్న వాళ్లతో సంబంధం కుదిరింది. కొడుకు పెళ్లి

మల్లెంకొండలో చేస్తాననే లచ్చుమ్మ మొక్కు ప్రకారం మల్లెంకొండలో చేద్దామంటే అంత అడవిలో పెండ్లి కష్టమని ఎవ్వరూ పడనియ్యలేదు. పెండ్లి తర్వాత పొట్టేలు మొక్కు తీర్చుకుందామంటే అంతా హడావిడి. తేరుకునే లోపే కొడుకు, కోడలు అమెరికా వెళ్లిపోయారు. అది మొదలు కొడుకు వస్తాడు, వస్తాడు అని సంవత్సరాలు సంవత్సరాలుగా ఎదురు చూస్తోంది గానీ ఎంతకూ రాలేదు కొడుకు. అయిదారేళ్లు గడిచాయి. ఇద్దరు మనమరాళ్లు పుట్టారు. మొహం చూపించడానికి కూడా రాకుండా పూర్తిగా అమెరికా మనుషులైపోయారు. అడిగి అడిగి వస్తారనే ఆశనొదిలేసింది. ఏదో అంతరం తల్లీ కొడుకుల మధ్య. ఉన్న ఏకైక తోడు తను పెంచుకునే పొట్టేలు. దాన్నే బిడ్డలా భావిస్తోంది.

కొడుకు రావడమైతే వచ్చాడు గానీ పిల్లలు పల్లెలో ఎండలకు తట్టుకోలేరని అత్తగారింట్లో ఉంచాడు. లచ్చుమ్మకు నచ్చలేదది. కొడుకు పూర్తిగా తన చెయ్యి దాటిపొయ్యాడని అర్థమైంది. కానీ ఇంటిదేవుని మొక్కు బాకీ పడకూడదని పొట్టేలును తీసుకుని మల్లెంకొండకు పయనమయ్యారు. దూరమైన కొడుకు కోసం, తోడున్న కొడుకును బలియ్యడం నచ్చడంలేదు ఆమెకు.

కొండెక్కుతుంటే ఎలుంగొడ్డు దాడి చేసినప్పుడు మనమరాలిని, లచ్చుమ్మను ఆమె పెంచుకునే పొట్టేలే కాపాడుతుంది. మల్లేష్, పొట్టేలును పక్కపక్కన చూస్తుంటే తను కడుపున పుట్టిన కొడుకు కొడుకులా కనిపించట్లేదు. పొట్టేలును బలినుంచి తప్పించాలని ఆ తల్లి ఆరాటం. పారిపొమ్మని అడవిలో వదిలేస్తుంది. లచ్చుమ్మను వదిలి అది పోదు. అడవిలో ఏ జంతువైనా తింటే తినని నా కళ్ళముందు పొట్టేలు చావకూడదని అర్ధరాత్రి లేచి పొట్టేలును తీసుకుని రామసరి జలపాతం వైపు నడుస్తుంది. మల్లేషు కూడా చాటుగా అనుసరిస్తాడు. తల్లి ఆవేదనలో తను చేస్తున్న తప్పు గ్రహిస్తాడు. పొట్టేలు ఇంటికొస్తుంది. కథ సుఖాంతం.

మల్లెంకొండను రెండు మూడుసార్లు చూసిన అనుభవంతో ఆ ప్రదేశాలను సందర్భానికి తగ్గట్టుగా కథలో చేర్చి ఫేస్బుక్ లో రాసిన 'పొట్టేలు' కథకు సంక్షిప్త రూపమిది. లచ్చుమ్మ మానసిక వేదన ఫేస్బుక్ పాఠకులదైంది. కథ పూర్తయ్యాక 'పున్నమి వెన్నెల్లో మల్లెంకొండ యాత్ర' అని సోషల్ మీడియాలో ప్రకటించగానే నలభై అయిదుమంది పోగయ్యారు. సగంకంటే ఎక్కువమంది కథలోని పాత్రల మధ్యన సంఘర్షణ, అందులోని మల్లెంకొండ పరిసరాలకు దృశ్యరూపమివ్వడానికి వస్తున్నామన్నారు. ఆ కథా రచయితగా నాకు అత్యంత సంతోషాన్నిచ్చే విషయమది.

భోజనాల గురించి వచ్చిన చర్చలో ఇంతమందిని మల్లెంకొండవైపు నడిపిస్తున్న పొట్టేలు లేకుండా ఎలా అన్నారు. అందుకోసమని మా ఊర్లో ఒక పొట్టేలును

మాట్లాడిపెట్టాను. అన్నీ అనుకున్నట్టుగానే జరుగుతున్నాయి, ఒక్క నా కాలు తప్ప. అప్పటికి సరిగ్గా నెలన్నర క్రితం హైదరాబాద్ లో వాలీబాల్ ఆడుతుంటే పాదం మెలికబడి ఎముక చిట్లింది. నెలన్నర విశ్రాంతి అవసరం అన్నారు గానీ పిండికట్టు మూడు వారాలకల్లా ఊడిపోయింది. కడపలో డాక్టరును అడిగి, మల్లెంకొండ యాత్ర గురించి చెబితే నొప్పి నిదానంగా తగ్గుతుంది, జాగ్రత్త అన్నారు.

సాధారణంగా నొప్పిని లెక్కచేసే రకం కాదు గానీ ఎముకలతో యవ్వారం ఏ మాత్రం తేడా జరిగినా ఆ ప్రభావం జీవితాంతం అనుభవించాలనే ఆలోచన అప్పుడప్పుడూ మెదురు తడుతూనే ఉంది. పోనీ పోకుండా ఆగుదామా అంటే కథ రాసి, అంతమందిని ఆహ్వానించి మనమే పోకపోతే బాగుండదని దిగువ మల్లెంకొండ వరకూ కారులో పోయి సాగనంపొద్దాం, లేదంటే ఎక్కగలిగినంత ఎక్కి నొప్పి ఎక్కువైతే వెనక్కొద్దాం అనుకుంటూ బయల్దేరాం. వాళ్లందరూ వెళ్లిపోయినా మనిద్దరం నిదానంగా పోదామని విష్ణును నాతో ఉండమన్నాను. విచిత్రం ఏంటంటే బయల్దేరిన ఆ నలభై అయిదు మందిలో అందరికంటే ముందు జారుడుబండ చేరింది మేమిద్దరమే. మానసిక స్థితికి తగ్గట్టు నా శారీరక సంసిద్ధత నన్ను ఆశ్చర్యపరిచింది. అదే ఆలోచిస్తూ జారుడుబండ వద్ద కూర్చున్నా. మిగతా వాళ్లు ఒక్కొక్కరే వస్తున్నారు.

ఎన్నిసార్లు మల్లెంకొండకొచ్చినా చిక్కని సోమశిల జలాల్లో సూర్యాస్తమయ దృశ్యం ఇప్పుడు చిక్కింది. నిజానికి చిక్కింది అనడం కంటే అందరూ తిట్టుకుంటారని తెలిసినా ఈ దృశ్యం కోసమే కావాలని రెండు గంటలు ఆలస్యం చేశాను.

తూర్పు కొండల్లోని ఎర్రచందనపు చేవను మింగిన సూర్య కిరణాలు ఏటవాలుగా పడటం వల్ల ఎర్రగా మెరుస్తున్నాయి సోమశిల జలాలు.

చుట్టూ కొండలు

మధ్యలో నీళ్లు

తేలియాడే అలలపై నెత్తుటి ముద్దలాంటి సూర్యుడి ప్రతిబింభం.

అద్భుతంగా అనిపించింది.

అంతవరకూ ఎండగుర్రాలను తోలి అలసిన సూర్యున్ని పడమటి ఆకాశానికి అప్పజెప్పి, పున్నమి వెన్నెల చల్లదనాల కోసం పరిసరాల మార్పు గమనిస్తూ రెండు గంటలు అక్కడే కూర్చున్నా. మల్లెంకొండ కొప్పుపై చంద్రోదయం, జీవితకాల జ్ఞాపకమది. ఈతపొదల మధ్యన వెన్నెల నడక బాగుంది.

మేం వెళ్లేసరికి మాతో పాటు వస్తున్న రాజుపాళెం సుబ్బరాజు గారు మనిషిని

పంపించి మా నలభై అయిదు మందికి భోజనం సిద్ధం చేయించారు. మల్లెంకొండ మీద ప్రత్యేక శ్రద్ధ ఆయనకు.

తిన్న తర్వాత వెన్ను వణికిస్తున్న చలిని కూడా లెక్కచెయ్యకుండా గానా భజానా సిద్ధమైంది 'ఆకాశంలో ఒక తార నా కోసమొచ్చింది ఈ వేళ..' అంటూ రాత్రంతా పాటలు, డ్యాన్సుల సందడి. నడిజాము నుంచి తెల్లారే వరకూ ఎముకలు కొరికే మంచుకు కప్పుకున్న దుప్పట్లతో సహా శరీరాలు తడిసి ముద్దయ్యాయి. చలిమంటలు కూడా ఆ చల్లదనాన్ని ఆపలేకపోయాయి.

అక్కడో సరదా సంఘటన జరిగింది. మంచుపడేలా ఉంది టార్పాలిన్ పట్ట కప్పిన గుడిసెలో పడుకుందాం అని మా వాళ్లంటే 'ఆర్..! ఇంతదూరమెచ్చింది పట్టకింద పడుకోడానికా? మనమొచ్చిందే పున్నమి వెన్నెల్లో మల్లెంకొండ అందాల కోసమైతే' అని అందర్నీ మిద్దెపైకి తోలాను. తీరా అక్కడికెళ్లేసరికి ఆ చలిని తట్టుకోవడం నా వల్ల కాలేదు. కాలు నొప్పి సలుపుతోంది దానికితోడు రాత్రి నిద్ర సరిపోకపోతే రేపు ఉదయం వెళ్లాలనుకుంటున్న రామసరి జలపాతం పోలేమని ఎవ్వరూ గమనించకుండా వచ్చి గుడిసెలో దూరుకున్నాను. మొండిగా అక్కడే పడుకున్నవాళ్లు ఉదయానికల్లా యాడోల్లాడ నీలక్కపోవడం ఒకటైతే నేను గుడిసెలో ఉండటం వాళ్లను మరింత ఆశ్చర్యపడింది.

ఉదయాన్నే సగంమంది వంటలకు కూర్చుంటే, మిగతా సగం రామసరి జలపాతం వైపు కదిలాము. సుబ్బరాజు అన్న చెప్పడంతో అక్కడే ఉంటున్న యానాది సుబ్రమణ్యం, వాళ్ల కొడుకు ఏడేళ్ల నరసింహ దారి చూపించారు. గుడినుంచి అయిదు కిలోమీటర్ల దూరంలో ఉంటుంది రామసరి.

నిజం చెప్పాలంటే కథ రాసే సమయానికి ఇంటర్నెట్ లో ఫోటో తప్ప రామసరి జలపాతం నేను ప్రత్యక్షంగా చూడలేదు. వాటర్ ఫాల్, గుండం పక్కన మర్రిచెట్టు ఊడలు అన్నీ ఊహిస్తూ రాశాను. అక్కడికెళ్లి చూస్తే అచ్చంగా అలాగే ఉంది.

నిట్టనిలువుగా తెగ్గొట్టినట్టు కొండ, శిఖరం మీద ముందుకొచ్చినట్టు అంచు. ఆ అంచునుంచి సన్నగా దూకుతోంది ధార. ఎత్తు ఎక్కువ ఉండడం వల్ల గాలికి అటు ఇటు లఘు లోలకంలా మత్తుగా ఊగుతోంది జలపాతం. ప్రత్యక్షంగా చూస్తే కానీ అంతుచిక్కని కదలిక అది. వర్షాలుండుంటే మరింత అందంగా కనిపించుండేది.

# 4

పెన్నా, చెయ్యేరుల సంగమంలోని సోమశిల జలాల్లో గుండ్లమాడ శివాలయాన్ని వెతుక్కుంటూ వెళ్లి, దిగువ మల్లెంకొండకు చేరేసరికి అర్ధరాత్రి దాటింది. అమావాస్యకు దగ్గరి రోజులు కావడంతో కళ్ళు పొడుచుకున్నా కానరాని చీకటి. అయినా మొండిగా నడిచాం. మల్లెంకొండ చేరేసరికి తెల్లవారుజామున మూడున్నర అయింది. పున్నమి వెన్నెల్లో మల్లెంకొండ నడకలా అమావాస్య రోజున ఇదో అనుభూతి.

సూర్యోదయం సూర్యాస్తమయం

పట్టపగలు నడిరాత్రి

నిండు పున్నమి కటిక అమావాస్య చీకటి ఇలా అన్ని కాలాల మల్లెంకొండ దృశ్యాలు నా మది మూలల్లో పదిలంగా ఉన్నాయి.

*****

# గండికోట డ్యాం

కొన్ని సావాసాలు పిలుస్తాయ్
జీవితానికో ఆట విడుపిద్దాం పదమంటూ

ఆ రాత్రి గడిచిపోతుంది
అన్నాళ్ల నాటి సరదా కబుర్లే గాలి ఊసుల్లా

ఒక ఉదయం తట్టిలేపుతుంది
కొండల చాటు సూర్యున్ని పైకి లేపుతూ

నీళ్లు తొణికిసలాడుతాయి
వదిలితే నా ఒరవడి చూపిస్తానని

నిన్నటి నిట్టూర్పులు
నేటి సరిగమలు
రేపటి ఆశలు..

ప్రయాణం గుర్తుచేసే పాఠం.

సరదాలు, సంతోషాలు, మనసు తడులు అన్నీ భాగమే. నడకలు కొత్త దారులు చూపిస్తాయి కొంగొత్త ఆశలతో, స్థిర చిత్తాలతో.

డ్యాములో నీళ్లు నిశ్చలం అనుకుంటాం.

దిగి చూస్తే కానీ తెలియదు ఆ అగాథపు లోతు.

వదిలితే కానీ తెలియదు, ఆ నిశ్చలత్వం చాటున దాగిన ప్రళయ ఝరి.

మనిషీ అంతే.

ఊరించే ఊహల వెంట తనను తాను వెతుక్కుంటూ సాగిపోయే నిత్య సంచారి.

*****

శుక్కురారం క్రిస్మస్, శనారం ఆదారం సందు దొరికింది గదా అని అరుణ గారి 'ఎల్లి', కేశవరెడ్డి గారి 'మునెమ్మ', చెంగీజ్ ఐత్మతోవ్ 'తల్లి భూదేవి' పక్కకు తీసి పెట్టుకున్నా ఈ వారం యాడికి పోకుండా అయిపీయ్యాలని. ఇంతలో పులిందల ఇవేకన్న ఫోను "ఏందిబ్బీ కథ, యా కొండకు పోతండావు ఈ వారం" అని.

"యాడికి లేదన్నో ఇంటికాన్నే" అంటి.

"అయితే శుక్కురారం సాయంత్రం అయిదుకల్లా గండికోటకొచ్చెయ్ మనోళ్లంతా వచ్చాండారు రేత్తిరికి ఆన్నే ప్లాన్" అన్నాడు.

"యాడలేన్నా" అన్నాను కరోనా భయం మెదురు తడ్తాంటే.

"అంతేలేబ్బీ యాడికి పిల్సినా రావాకు. మీ లంకమలలోనే తిరుక్కుంటాండు" భారీ డైలాగ్ కొట్టె.

ఆ పోగ్రాం గురించి మళ్లెవురూ కుయ్ కయ్ అనకుంటే ఏమోలే అని మరేదగా ఉంటినో. శుక్కురారం పొద్దన్నే ఇవేకన్న మళ్లా ఫోను కొట్టె "యాడ్దాంకా వొచ్చినావుబ్బీ" అని.

"సాయంత్రం గదున్నా ప్రోగ్రాం" అంటే "ఓర్నీ పాసుగూల రోంచెం ముందొచ్చే కొరక్కతింటరాబ్బీ ఎవురన్నా..! యరగుంట్ల దాంకా బండ్లో రా ఆడ శ్రీకంత ఉంటాడు, మీరట్ట రాండి నేను మా బామర్ది భార్య సీమంతం అయిపోతానే వచ్చా" ఆర్డర్ పాస్ జేసె.

బద్వేల్ యర్రగుంట్ల డెబ్బై కిలోమీటర్లు. 11.30 కి బయల్దేర్తిని. దోవంతా ఏడేళ్ల

కింద సూసిన గండికోటే మతిలో మెదుల్తాంది. మామూలుగా నది ఒడ్డున, కొండ మింద, మైదానాల్లో అని కోటలు మూడు రకాలంటారు. గండికోట ప్రత్యేకం. నది, కొండ రెండూ ఉంటాయి. ఎర్రమల కొండల్ను చీల్చుకుంటా వచ్చిన పెన్నా నది గండి భలే ఉంటుంది. దాన్నే ఈమధ్య గ్రాండ్ కాన్యన్ ఆఫ్ ఇండియా అని అంటాండేది అందరూ. అక్కడి సూర్యాస్తమయం, సూర్యోదయం అద్భుతం.

కాకతీయులు, హొయసల, ముసునూరు, విజయనగర సామ్రాజ్య కాలంలో నాయక, అమరనాయంకర నాయకులుగా, సామంతులుగా, సేనానులుగా ఉండిన పెమ్మసాని వంశం వారే గండికోట పాలకులు.

గండికోట రాజ్యంలో వొచ్చే 25 లచ్చల్లో 5 లచ్చలు రాయల వారికి కట్టేవారంట. వీరికి స్వంతంగా 25 వేల సైన్యం, 15 వేల గుర్రాలు, 40 ఏనుగులు ఉండేటియంట. వజ్రాలు కూడా ఎగుమతులు చేసేవాళ్లంట. ఆ ఆదాయం మింద కన్నుబడిన గోల్కొండ ప్రతినిధి మీర్ జుమ్లా మైలవరం దగ్గర గుడారమేసుకుని మూడ్నెళ్లు చూసినా గంటికోటను ముట్టడించలేకపోయెనంట. ఇట్లైతే కాదుతీ అని పొదిలె లింగన్న అనే రాయబారితో గుత్తికోటను ఇచ్చామని చెప్పి పంపి, తీరా లోపలికొచ్చినాంక రాజుకు విషమిచ్చి చంపి, కోటను దోచుకుని, దేవాలయాలను ధ్వంసం చేసినాడంట.

నమ్మితేనే మనిషిని మోసం చెయ్యగలిగేది అనడానికి ఇదొక ఉదాహరణ. గండికోట రహస్యమంటే అదేనేమో.

ఇయ్యన్నీ ఆలోసిచ్చుకుంటా యర్రగుంట్ల చేరేతల్లికి ఒంటి గంటాయ. శ్రీకంఠన్నతో కల్సి, చిలంకూర్లో రామచంద్ర అన్నను ఎక్కిచ్చుకుని, నా బండి ఆన్నే పెట్టాను. అప్పుడు గానీ తెలీలేదు మేం వెళ్లేది గండికోట కోట కాదని గండికోట డ్యాం కాడికని.

మజ్జినాల బువ్వకు చిలంకూర్ ధాబాలోకి అడుగుపెట్టగానే ఎదురూగా కూకోనుండే శివన్న, కళాసాగరన్న, సుబ్బరాయుడన్న, ఆర్ సి రెడ్డెన్న. అన్నీ ఫేస్బుక్ సావాసాలే.

తిన్నె తర్వాత రేత్తిరికి అల్సంద వడలు సేపిచ్చుకోనొచ్చా అని సుబ్బరాయుడన్న, సాయంతరం కలుచ్చానని ఆర్ సి రెడ్డెన్న జారుకుంటే మిగతా వాళ్లం కొండాపురం బ్యాక్ వాటర్ సూడ్డానికి పోతిమి.

గండికోట డ్యాంలో నిలబెట్టిన 27 టీఎంసీ నీళ్ల గురించి విన్నమే గానీ సూచ్చాంటే

సముద్దరమున్నెట్టే ఉంది. నీళ్లు బులుగు రంగులో మెరుచ్చాండాయి. మునిగిన ఊర్లందరికీ లెక్కలిచ్చి తాడిపత్రి రోడ్డుకు దక్షిణంగా స్తలాలిచ్చినారేమో అందరూ ఒద్దిగ్గా కట్టుకుంటాండారు ఇండ్లు. చివరివరకూ కదలకుండా ఉండిన తాళ్ల పొద్దుటూరు ఆసాయనే ఎక్కడో ఉండాలి.

చేపలు పట్టేవాళ్లు నాటు తెప్పలు ఒడ్డున పెట్టుకోనుండారు. వాటెను సూడగానే నీళ్లల్లోకి పోదామని మనసు పీకింది. శివన్ననడిగితే రెడీ అన్నాడు కానీ తోలేవాళ్లే లేకపొయిరి.

పాక శాస్త్ర నిపుణుడు కళాసాగరన్న మతిని ఏ పురుగు తొలిచిందో ఏమో మనమే వంట చేసుకుందామని తిరుక్కున్నెడు. అయ్యన్నీ యాడైతదిలేబ్బా అని ఎన్ని చెప్పినా యినకుండా సూపర్ మార్కెట్లోకి దూరినాడు.

చాకిలేట్ కొన్దానికి ఆరేడేళ్ల పిల్లోడొచ్చి అదెంత ఇదెంత అని అడిగుతుంటే "నీకేం కావాలో తీసుకోరా చిన్నా. సార్ ఎమ్మెల్యేకు పోటీ చేస్తున్నాడు. బిల్ ఆయనే కడతాడు. ఓటు మాత్రం సారుకే వెయ్యాలి" అని కళన్న వైపు సూపిచ్చినాడు శివన్న. వాని సూపు ఇచిత్రంగా ఉన్నెది. కళన్నను చూసి ఎమ్మెల్యే అనుకున్నెడో లేక పిలోల్లను కిడ్నాపింగులు చేసి కిడ్నీలు అమ్ముకునే వాడు కనపడ్డాడో వానికి, అన్నకే తెలియాల.

అంతలోపు శ్రీకంఠమన్న, చిలంకూరు చంద్రన్న పొయి మూడు కేజీల చికెన్ కొటిచ్చుకోనొచ్చినారు. అన్నీ కార్లో ఏసుకుని గండికోట డ్యాం దోవబడ్తిమి.

ఒకపక్క ఎర్రమల కొండలు, మరోపక్క నీళ్లు. పల్లెలన్నీ ఖాళీ అయిందాన జనాలెవురూ లేరు.

సూర్యుడు పడమటి కొండల్లోకి దిగుతుంటే ఆ కిరణాలు నీళ్లపై పడి మెరుచ్చాండయి.

"సన్ సెట్ టైంలో పడవేసుకుని అట్టా నీళ్లమ్మిటి పోతాంటే భలే ఉంటదిన్నా" అంటిని.

"నీలో రొమాంటిక్ యాంగిల్ ఇంకా పొయినట్టులేదబ్బా" అన్నాడు శివన్న చిన్నగా నవ్వి. కుదిరితే సిద్దవటం దగ్గర మొదలు పెట్టి పడవలో సోమశిల డ్యాం వరకూ పోవాలనే ఆలోచనకు బీజం పడింది మా మాటల్లో.

డ్యాములో మునిగిన గ్రామాల తాలూకు జ్ఞాపకాలకు సజీవ సాక్ష్యాలన్నట్టుగా అక్కడక్కడా కొన్ని తాటిచెట్లు వర్సగా కనపడ్తున్నాయి. యుద్ధంలో మరణించిన వాళ్లకు గుర్తుగా వీరగల్లు వేసినట్టు యేరే ప్రాంతాల కోసం తమ భూముల్ను

అనుబంధాలను, చివరికి ఊర్లకు ఊర్లనే త్యాగం చేసిన వారి కోసం మునకగల్లు లాంటిదేదైనా వేపిస్తే బాగుండు అనిపించింది.

మునక పల్లెల వ్యథను మునక వాసుల చేత కథలుగా రాయించి, అన్నింటినీ కలిపి సంకలనంగా తెస్తే ఎలా ఉంటదని శివన్న, నిప్పులవాగు నరేన్ అన్నతో ఒకసారి చర్చపెడితే "బాగుంటుంది, ఎత్తొచ్చిన పల్లె కథలు" అని ప్రచురించొచ్చు అన్నాడు శివన్న.

మేం గండికోట డ్యాం ఆనకట్ట దగ్గిరికి చేరుకునే సరికి ఎర్రని గోళంలా నీళ్ల చాటు కొండల్లోకి దిగిపోతున్నాడు సూర్యుడు. ఆ దృశ్యం చూసి కళాసాగరన్నలోని కళాకారుడు, అల్లూరి సీతారామరాజు సినిమా క్లైమాక్స్ లో క్రిష్ణ ఊపిరి బిగబట్టి చెప్పే రూథర్ ఫోర్డ్ డైలాగులు నాలుగు ఇడ్సినాడు.

ఆపక్క కొండ, ఈపక్క కొండ మధ్యలో ఆనకట్ట. కట్టకు అటు ఇటు నీళ్లే. కిందిపక్క మైలవరం నీళ్లు, పైపక్క గండికోట నీళ్లు. దూరంగా తూరుపు దిక్కున కొండపై గత చరిత్రకు శిథిల సాక్ష్యంలా మొండి గోడలతో కనిపిచ్చాంది గండికోట.

ఔకు నుంచి గండికోట డ్యాంలోకి నీళ్లు తీసుకొచ్చే టన్నెల్ కాడికి పోతిమి. మా అలికిడికి జడిసిన నెమళ్లు రెక్కలమింద బరువుగా ఎగిరిపోతాంటే కొండ నిద్దర్లుజేసే ఆవులు పగులంతా మేసి భారంగా పక్కకు కదిలిపోతాండయి.

లోకలోన్ని శానాసార్లు చూసినా అని శ్రీకంతమన్న, నేన్నడ్సులేనుపోండిబ్బా అని కళన్న, బీఎన్ రెడ్డెన్న, రోహిత్ అక్కడే ఆగిపోతే శివన్న, రామచంద్రన్న, హరి, సుధీర్, నేను టన్నెల్ దగ్గరెకి పోతిమి. ఆ టన్నెల్ పక్కగా ఉన్న జలపాతం కొండ మధ్యలో ఊట పుట్టినట్టు కిందికి దూకుతాంది.

"మీరు మిస్సయినారు గానీ మొన్నొచ్చినప్పుడు ఇవతల ఇంగో వాటర్ ఫాల్ ఉనింది వివేక్" అన్నాడు సుధీర్. ఒకటి తెలుపు రంగు, ఇంగోటి మట్టి కలిసిన ఎర్ర నీళ్లు అన్నాడు. కొద్దిసేపక్కడ కూర్చున్నాంక శివన్నలోని జల ప్రేమికునికి ఏమనిపించిందో ఏమో మరి "వివేక్ మన సినిమాలో హీరోని తెచ్చి ఇక్కడ కూర్చోబెట్టి వాటర్ గురించి వివరించే సీన్ ఒకటి రాయగుడ్డో" అన్నెడు. "బాగుంటది గానీ ఈ సినిమాలో చాన్స్ లేదన్నా మన క్రిష్ణా జలాల ఉద్యమం సినిమాలో ఖచ్చితంగా వాడదాం" అన్నాను.

క్రిష్ణా నది మీద డ్యాములు ఒక్కొక్కటిగా పేలే ఆ కాన్సెప్ట్ గుర్తొచ్చి చిన్నగా నవ్వినాడు అన్న.

తిరిగి గెస్ట్ హౌస్ దగ్గరికొచ్చేసరికి పూర్తిగా పొద్దుగూకింది. రూములు బెమ్మాండంగా ఉన్నాయి. డ్యాం పక్కన, కొండ కింద చలి ఎలా ఉంటుందో ఏమో అని భయపడ్డ మాకు చలి అంతగా ఇబ్బంది పెట్టకపోవడం ఒకరకంగా ఆనందమే. ఎలాగూ వెన్నెలుంది కదా రాత్రి ఎవురన్నా తోడొచ్చే పక్కనున్న కొండ ఎక్కుదామనే ఆలోచన మొదలైంది నా మతిలో.

మేం కట్టెలు, పొవ్వులు రెడీ చేసేసరికి పులిందల బ్యాచ్ వొచ్చినారు. వివేకన్న, ప్రవీణన్న, సుబ్బరాయుడన్న, రామచంద్రన్న, కళ్యాణ్. ప్రవీణన్న వచ్చీ రాంగానే నాటుకోడి కూర వండడం మొదలుపెట్టాడు. కళన్న మంట పెట్టి కడ్డీలమింద సికెన్ సిద్ధం చేశాడు. సుబ్బరాయుడన్న అల్సంద వడలు, ప్రవీణన్న నాటుకోడి పుల్సు కాంబినేషన్ అదిరిపోయిందట్నే.

మొత్తం పదైదు మందిమి. ఎవురికి తోచినోటియి వాళ్లు, గుంపులుగా గుంపులుగా కొందరు మాట్లాడుకుంటున్నారు. బువ్వ ప్రోగ్రాం డ్యాం కట్టమింద పెట్టిమి. పైన వెన్నెల, కింద నీళ్లు, చల్లని గాలి లాలి పాటలు పాడతుండగా ఆరగించడం మర్చిపోలేని అనుభూతి. అప్పుటికే దాదాపూ పదకొండున్నరైంది. నిద్ర ముంచుకొచ్చిందని కాదు గానీ అందరం ఒక్కొక్కరమే వచ్చి రూముల్లో పడుకున్నాం. శివన్నోళ్లు మళ్లా రౌండ్ డ్యాం కాడికి పొయినారంట.

పొద్దన్నే మెలుకువొచ్చేసరికి అయిదున్నరైంది. కళన్న అప్పుటికే లేసి అట్టా ఇట్టా తిరుగుతాండు. "ఇద్దో వివేకూ ఇప్పుడు గాని మాంచి కాఫీ ఒకటి పడిందంటే అదిరిపోద్దిపో" అన్నాడు.

పాలకోసం ఫ్రిడ్జ్ లో వెతుకుతుండగా కుర్చీలో ఒక ప్యాకెట్ కనిపిచ్చింది. తెచ్చి కళన్న చేతిలో పెట్టిని కుమ్మెయ్ అని. "నువ్వు తమ్ముడూ ఉండాల్సినోడివి" అని గిన్నె కడిగి, గ్యాస్ ముంటిచ్చి ప్యాకెట్ కొరికి పాలు అందులో ఒంచగానే చుయ్యంటా శబ్ధమొచ్చింది వెంటనే దాంతో పాటు "ఓరి దుర్మార్గుడా..!" అనే కళన్న అరుపు కూడా. "ఏమిన్నా" అంటే "అవి పాలు గాదు పెరుగు ప్యాకెట్టు" అన్నాడు గుంటూరు యాసలో వొత్తి పలుకుతూ. నవ్వాగలేదు నాకు.

బయిటికొచ్చి చూస్తే సూర్యుడిప్పుడే నిద్దర దుప్పట్లు తీచ్చాండన్నెట్టు తూరుపు ఆకాశం తెలుపెక్కింది. సూర్యోదయంలోపు కొండపైకి చేరుకుని కొండ శిఖరంమింద నిలబడాలనిపిచ్చింది. సలిమంటకాడ కూకోనున్నె సుబ్బరాయుడన్నను అడిగితి "కొండెక్కుదమాన్నా" అని. వొచ్చే దాంకా ఇడిపిచ్చేతట్టు లేడే అనుకున్నాడో ఏమో గానీ పైకి మాత్రం "సరే పా ఎక్కినంత దూరం పొయొజ్జాం" అన్నాడు కొండసాయ

సూచ్చా. సరే అన్నాడే గానీ ఎంతకూ కదల్దు. నోట్లో యాప్పుల్లేసికుని కసకసా తోమి, నీళ్లు పుక్కలిచ్చి రాన్నా పోదామని బలవంతపెడ్తిని. అంతలోపు శ్రీకంఠమన్న బయిటికొచ్చే "ఏన్నా వొచ్చవా" అని ఎచ్చరిచ్చే "నాకు ఓపికె లేదు మీరు పొయిరాండిబ్బా" అన్నాడు.

అప్పటికింకా సూర్యుడు బయిటికి రాలేదు. సూర్యోదయమయ్యే లోపు పోలేనేమోననిపించింది. దూరంనుంచి చూసినప్పుడు కనపడలేదు గానీ కొండగెడ్డి మోకటెత్తు పెరిగి దారులు కూడా కనిపించకుండా ఆక్రమించింది. జన సంచారం లేని కొండలు అయిందాన పైకెక్కడానికి యాడా కాలిదోవలు కూడా కనపరాలేదు. అది సాకుజెప్పి సుబ్బరాయుడన్న యాడ ఎనిక్కి పోదాంపా అంటడో అని కాలవలో దూకి కొండవైపు యల్లబారితిమి.

ఊప, గెడ్డితో కొండ మొత్తం బూడిపోయుంది. రాత్రి అక్కడి వాళ్లను అడిగితే ఆవులు, దుప్పులు, నెమళ్లు తప్ప వేరే ఇతర జంతువులు ఏమీ ఉండవని చెప్పారు. ఎంత తిరిగినా ఎలుగుబంట్లు, చిరుతపులుల భయమైతే లేదులే గానీ కాలు పెడ్తాంటే అది రాయో, మట్టో, లేకుంటే పాములే ఉన్నాయో కూడా తెలియట్లేదు.

నిలువెత్తు కొండ అయిందాన కొంచెం దూరమెక్కుతానే చెమటలు పట్టినాయి. సుబ్బరాయుడన్న అంతకంటే ఎక్కువ వడి పడ్తాండు అనిపిచ్చాంది గానీ ఎనిక్కి పోగుడ్దని మనసులో గెట్టిగా తీర్మాణించుకున్నా. కొంచెం ఎక్కగానే "ఇంగ రా లంకమల కిందికి పోదాం. దోవల్లేకుండా ఎంత దూరమని పోతాం చెప్పు" అన్న మొదలుపెట్టాడు. నా మనసేమో పైకే సూచ్చాంది, పైనున్న రాళ్లపై నా గుర్తుగా ఒక చిన్న మంట వెయ్యాలని.

యట్నోకట్ట పైకెక్కిరా అంటే రాలేనన్నాడు. "నువ్వీన్నే ఉండున్నా ఆడ్దాంక పొయొచ్చా" అని అన్నను ఆన్నే ఉన్నిచ్చి నేను పైకెగమల్తిని.

ఆడాడ ఆవులు, ఇంకా ఏవో జంతువులు తిరిగిన జాడలు తప్ప ఇంగేం కనిపించలేదు. జాడలంటే బాట కాదు, అవి నడిచిన వైపు బోద వంగింది అంతే. పురుగో బుట్టో ఉన్నా చేసేదేం లేదు. మధ్య మధ్యలో లంకా.. అంటూ అన్న కేకలు వినపడ్తూనే ఉన్నాయి. పిలిచి పిలిచి రానని తీర్మాణించుకున్నాక కిందికి దిగిపొయినాడు.

కొండక్కే వల తెలీకో ల్యాకుంటే ఆ కొండ రీతే అంతనో తెలీదుగానీ మరీ నిట్టనిలువు ఎక్కాల్సొచ్చింది. రాళ్లు కూడా పెద్ద పెద్దగా ఉన్నాయి. దానికి తోడు ఆడాడ పరికె, గొటికె చెట్లు దారిని అడ్డగిచ్చాండాయి. వాటెను తప్పిచ్చుకుంటా

ఎగమల్లిపోతున్నా. ఆయాసం అనిపిచ్చినప్పుడు ఆగి కిందికి సూచ్చే కాళ్లకింద మంచులో మసక మసగ్గా కనపడ్తాన్నె డ్యాం నీళ్లు. అప్పటికే చొక్కా చెమటతో పూర్తిగా తడిసిపోయింది. ప్యాంటు చొక్కా మొత్తం ఊప ముల్లులే. ఆకలైతాంటే జాంకాయ రోంత కొరికి జోబిలో ఏసుకున్నా, మరీ ఎక్కువ దూరముంటే ఆకలి ఇబ్బంది పెట్టగుడ్దని. నీళ్లు గూడా అర్థలీటరే అయిందాన పొదుపుగా తాగబడ్తిని.

ముందున్నె చిన్న చిన్న రాళ్లకు తోడు పెద్ద పెద్ద బండరాళ్లు మొదలయ్యాయి. అవి ఎక్కుతాంటే కాళ్లు తొసుకుతాండాయి. అక్కడక్కడా బండ పేట్ల చాటున చిన్న చిన్న బొక్కలున్నాయి. ఎంత ధైర్యంగా ఉందమన్నా ఒంటరి తనం, గాలి స్థంభించినప్పుడు వచ్చే నిశ్శబ్ధం, అప్పుడప్పుడూ వినిపించే పిట్టల అరుపులు, అలసిన శరీరం, నడిచి నడిచి పదిరే కాళ్లు గిలి పెడ్తాండాయి.

పైకి సూచ్చే ఇంత నిలువు కొండ ఎక్కగలమా అనే సంశయం, కిందికిచూస్తే ఇంతెక్కిన వాళ్లం అదెక్కలేమా అనే ధైర్యం కలగలిపి నాకు నేను సర్దిచెప్పుకుంటూ పైకే ఎగమల్లాను. మనలో అంతర్లీనంగా మనో నిబ్బరం, సాధించాలనే కసి అప్పుడప్పుడూ బయటపడతాయి. చిలకలమర్రి దగ్గర దుర్గమ్మ కొండెక్కేతప్పుడు కూడా ఇదే పరిస్థితి. అది ఇంతకంటే నిలువు కొండే గానీ అప్పుడు తోడున్నెరు ఇప్పుడు ఒంటరి ప్రయాణం. అదే తేడా.

ఇంగో నాలుగు మీటర్లెక్కితే శిఖరం వొచ్చదనంగా కాలు తొసికింది. గెడ్డి గంటను ఆపుగా పట్టుకుంటే అది ఊడి చేతిలోకి ఊడొచ్చింది. కాళ్లతో తమాయించుకుని కొద్దిసేపు ఆగి, మళ్లీ ఎక్కడం మొదలుపెట్టా.

సూర్యోదయం అయ్యింది గానీ ఎండ ప్రభావం ఇంకా మొదలవ్వలేదు.

యాభై నిముషాల ఒంటరి ప్రయాణం తర్వాత కొండ శిఖరం చేరాను. కిందికి చూస్తే ఇంత నిలువు కొండను అంత మొండిగా ఎలా ఎక్కానా అని అనిపిచ్చింది. ఈ మొత్తం ప్రయాణంలో ఏ ఒక్కసారైనా ఏమంత శ్రమ అనుకునింటే శిఖరమెక్కిన ఆనందం దక్కేది కాదేమో. అదొక తృప్తి.

శ్రీకంఠమన్న ఫోన్ చేసి "రాచ్చెసుడివి గదుబ్బీ అని ఆసాయ లంకెబిందెలేమన్నా ఉంటే సూడు మేమొచ్చాం" అన్నాడు. కిందినుంచి ఫోటో తీద్దామంటే నేను అస్సలు కనిపించలేదంట. ఇంగరోంత పైకెక్కితే గండికోట కనపచ్చదేమోనని ప్రయత్నించా గానీ గొటికె, పరికె, ఇతర చెట్ల మధ్య వేరే కొండెక్కడానికి దోవలేక ఎనిక్కొచ్చాను. ముందే అనుకున్నట్టు ఎండు పుల్లలు, ఊప గెడ్డి వేసి నేను వెంట తెచ్చుకున్న లైటర్ తో మంటేశాను నా గుర్తుగా.

మేము కూడా వచ్చింటే బాగుండేదని సుధీర్, ప్రతాప్ ఫోన్ చేశారు. ఈన్నే ఉంటా వొచ్చారా అంటే సుధీరేమో సరే అన్నాడు గానీ ఇప్పుడెక్కడైతదిలే అని ఎవ్వరూ రానీలేదు.

ప్రపంచమంతా కాళ్లకిందే ఉన్నట్టుంది. పదైదు నిముషాలు ఆన్నే కూర్చున్నాను ఒంటరిగా. చల్లగాలికి చెమట మొత్తం ఆరిపోయింది. దిగుదామని కిందికి చూస్తే గుండె గుభిల్లుమంటాంది. నిలువెత్తు కొండ దిగాలంటే బ్యాలెన్స్ తప్పి ఏ కొంచెం రాయి తొసికినా పరిస్థితి ఊహించాలంటే భయం మొదులైంది. వొచ్చిన దారిలో గాకుండా వేరే దారిలో దిగడం మొదులుపెట్టి. అలా నడిచి నడిచి నాకు తెలియకుండా ఒక సెల, నారవలు దాటి యాడికేడికో పోతాండా. ఎంత నడిచినా వస్తూనే ఉంది. కొండలు ఎక్కి దిగే వలలు తెలాకుంటే ఇంతేనేమోననిపించింది. ఎక్కిన దానికంటే దిగడానికే ఎక్కువ టైం పట్టింది.

కొండ దిగంగానే సుధీర్ వాళ్లొచ్చినారు ఎదురుగా. "పొద్దున్నే కొంచెం కొంచెం గుర్తుంది మేం మిస్సయ్యాం వచ్చుంటే బాగుండేది వివేక్" అని తన చిన్ననాటి కొండ అనుభవాలని గుర్తుచేసుకున్నాడు సుధీర్.

మళ్లా ఒక రౌండ్ డ్యాం కాడికి పొయి, గెస్ట్ హౌస్ దగ్గెరికొచ్చానే యాడోళ్లాడ బయల్దేరడానికి రెడీగా ఉన్నారు. ప్రవీణన్న చేసిన ఉప్మా తిని అందరికి బై చెప్పి శివన్న, ప్రవీణన్న, కళన్న నేనూ బయల్దేరితిమి.

"ట్రెక్కింగ్ అని చెప్పింటే నేనొచ్చేవాన్ని గదా వివేక్" అన్నాడు శివన్న.

"రాత్రి చాలాసేపు మేలుకున్నావు గదా వస్తావనుకోలేదన్నా" అంటే "ఈసారి మంచి కొండ వరుస చూసి ప్లాన్ చెయ్ కొండ శిఖరం మీద అలా నడుచుకుంటూ పోవాలనుంది ఒకసారి" అన్నాడు.

సూర్యాస్తమయం సమయాన కొండ శిఖరం మీద నడక. తలుచుకుంటేనే అద్భుతంగా ఉంది.

యర్రగుంట్లలో గుడ్డు దోశలు తిని, ఆది నిమ్మాయపల్లె డ్యాం, పుష్పగిరికి వెళ్లాం. అప్పటికే అలసిపొయుండడం వల్ల నేను, ప్రవీణన్న గుడిలోకి పోలేదు. శివన్న, కళన్న పొయొచ్చారు. "మిస్సయ్యావ్ వివేక్. లోపల ఆరేడు రకాల వీరగల్లులు ఒకేచోట ఉన్నాయి" అన్నాడు.

వీరగల్లులు తర్వాతైనా చూసిందునేమో గానీ ఎప్పుడూ ఉల్లాసంగా, ఉత్సాహంగా కనపడే ప్రవీణన్న తన అంతరంగాన్ని బయటపెట్టాడు. నవ్వుతూ తిరిగే మనుషుల్లో

పైకి కనిపించని లోతులు చాలా ఉంటాయనిపిచ్చింది. చెన్నూర్లో శివరాం ధమ్ బిరియాణీ కోసం వెళ్తే శనివారం సెలవంట. ఇంగో చోట తిని పుష్పగిరి ఆవలి గట్టునుండే చెన్నకేశవ స్వామి శిల్పకళా సౌందర్యాన్ని చూసుకుని బయల్దేరాం. ప్రవీణన్న, నేను మైదుకూర్లో దిగిపొయ్యాం. తమ గూళ్లను చేరుకోడానికి ముందుకు సాగిపొయ్యారు శివన్న, కళన్న.

అప్పుడప్పుడూ ప్రయాణాలు చేస్తుండాలి,

మనల్ని మనం కొత్తగా పరిచయం చేసుకోడానికైనా.

*****

# రాజుల చెరువు

నట్టి నడెండల కాలం.

పీరుపుతో లంకమల మొత్తం పలపల్లాడుతోంది.

వాగులు వంకలు వట్టిపోయాయి.

రేవులు పూటిరాళ్లను నాకుతున్నాయి.

అందరి దప్పిక తీర్చే సవళ్లబాయి తనకోసం సుక్క నీళ్లూ మిగుల్చుకోలేదు.

గొర్ల పొట్టలు బెత్తుడు లోతుకు సారుకుపొయ్యాయి. ఇంగొక్క రోజు ఇలాగే గడిస్తే ఇంటికి చేరేది గొర్లు కాదు వాటి దట్టేలన్నట్టుంది పరిస్థితి. మిగిలున్న ఒకే ఒక్క ఆశ రాజుల చెరువు.

నీటి చెమ్మను వెతుక్కుంటూ రాజుల చెరువుకు పోతే ఎండిన చెరువు ఎక్కిరిచ్చా పలకరిచ్చింది. బతుకెట్టరా భగమంతుడా అనుకుంటూ సుట్టూ పారజూచ్చే కట్టకింద గుంతలో కనపడ్నెయి రోన్ని నీళ్లు. వాన నీళ్లమ్మిటి కొటుకోనొచ్చిన మట్టి పేరకపొయి, నీళ్లు ఇగిరిపోడంతో ఊబిలాగా తయారయింది చెరువంతా. ఊబిలో కాళ్లిరికిచ్చుకుని బయటికొచ్చే శక్తి లేక ఆన్నే పాణాలిడ్సింది ముసలి కొండగొర్రె ఒకటి. సచ్చి రెండు మూడ్రోజులైందేమో పురుగులు జిబజిబలాడుతూ పాడు వాసెన. నీళ్లకాడికి పోతే అప్పుడే జివ్వాలేయో పొర్లాడినట్టు రొళ్లు రొళ్లు అయినాయి. అయినా తప్పదని నీళ్లు తేరగట్టుకునేంత వరకూ ఆగి, పురుగులు నోట్లోకి రాకుండా గుడ్డ అడ్డం బేసుకుని గొంతు తడుపుకుంటే గానీ జీవుడు శాంతించలేదు. మిగతా వాళ్లకోసం దబరాలోకి నీళ్లు తోడుకుని, గొర్లకు తాపి వాటి పాణాలు బతికించుకున్నాం.

రాజుల చెరువు గురించి రెడ్డి బ్రహ్మారెడ్డి పెదయ్య చెప్పిన ఆ సంఘటన, దృశ్యాలు ఆలా ముద్రించుకున్నాయి మదిలో. కొండ కోనల్లో నీళ్ల కుంటలుండటం సహజమే గానీ చెరువు గురించి వినడం ఇదే తొలిసారి. పోనీ అదైనా ఏ సెలయేరుకు అడ్డంగానో, కొండ వాగు నీళ్లను ఒడిసిపట్టడం కోసం కట్టినారా అంటే కొండ సదరం మీద ఉంటుందంట.

లంకమల పాద ప్రాంతంలో ఎవరిని ఎచ్చరించినా ఒక్కొక్కరు ఒక్కోరకంగా చెప్పేవారు. ఎంత ఎండాకాలమైనా రాజుల చెరువులో ఖచ్చితంగా నీళ్లుంటాయనేది అందరి మాటల్లో వినపడే అంశం.

అవన్నీ వింటుంటే అంత అడవిలో చెరువెందుకు ఉంది?

ఎవరు తవ్వించారు?

అడవి జంతువుల పుణ్యానికి తొవ్వించిందా లేక సాగునీటి కోసం తవ్వించారా?

సాగునీటి కోసమైతే చెరువు కింద పొలముండిందా? పొలముందంటే పల్లెలు, జనాలు ఉండుంటారా?

ఉంటే అంత అడవిలో వాళ్ల జీవన విధానమెట్టిది?

రకరకాల ప్రశ్నలు మదిలో.

అవే ప్రశ్నలు పెద్దోళ్ల ముందుంచితే మరీ అంత పెద్ద చెరువైతే కాదు, రెండు మూడెకరాల నేలలో ఉంటుందని అని చెప్పేవారు. సాగుభూమి తాలూకు అవకాశాలేమైనా ఉన్నాయా అంటే 'పొలమని ఖచ్చితంగా చెప్పలేం గానీ చెరువు కింద ఇరవై ఎకరాల పైన సదరమైన నేల ఉంది. దాంట్లో ఏమన్నా సాగు చేసేవారేమో మనకు తెలియదు' వాళ్లు గమనించింది చెప్పేవారు.

లంకమల ఉత్తర ప్రాంతపు పల్లెలైన జాండ్లవరం, రేకలకుంట, తూపల్లె జనాల మాటల్లో చెప్పాలంటే 'పేర్నిపాడు, నంద్యాలంపేట, దువ్వూరు వంటి ఉత్తర వైపు సంస్థానాలకు సిద్దవటం మట్లి రాజులు ఈ దోవనే ఉపయోగించేవారు. మద్దెలో స్నానాలు, భోజనాల కోసం ఈ చెరువు కట్టించుకున్నారు' అని చెప్తారు.

అక్కడక్కడి చుక్కల్లా కనిపిస్తున్న ఆలోచనలు ఒక రూపుకు వచ్చేలా రేకలు గీయాలంటే ముందు ఆ బాటల్లో నడవాలి, రాజుల చెరువును ప్రత్యక్షంగా చూడాలి. కానీ దారి..?

గొర్లు కాసుకుంటూ లంకమల మొత్తం అణువణువూ ఔపోసన పట్టిన పెద్దోళ్లు వయసు రీత్యా ఇప్పుడు కొండలెక్కగలిగే పరిస్థితిలేదు. అంతో ఇంతో దారులు తెలిసిన

మధ్య వయస్కులు ఇద్దరు ముగ్గురున్నారు గానీ వాళ్లకున్న సంపాదన, కుటుంబ వ్యాపకాల్లో మాకు సమయం కేటాయించే స్థితిలో లేరు, ఎంత దూరమైనా వెళ్దాంపా అనగలిగే మాకు దారులు తెలియవు.

ఎలా.. ఎలా.. ఎలా...!

కాగల కార్యం గంధర్వులే తీరుస్తారన్నట్టు లంకమలకు తూర్పు పల్లెల పాదపు పల్లెల నుంచి నడకమార్గమైన చింతకనం, నిమ్మకుంట్లబాయి చూసొద్దామని అరణ్య శేఖర్, సునీలన్న కడపనుంచి రాణిబాయికి వచ్చారు. రాణిబాయి దగ్గర్నుంచి దోర్నాల, నిమ్మకుంట్ల బాయి మీదుగా రెడ్డిబాయికి బండి బాటుంది. ఇది ఉత్తరపు పల్లెల నుంచి వచ్చే దారి.

నేను అక్కడికి చేరేలోపు రాణిబాయి కాడ మంగళి షాపులో కూర్చోనున్న రేకలకుంట పల్లెలోళ్లను పగులుచీకటి కోన, రాజుల చెరువు గురించి ఎచ్చరించారంట.

వాళ్లల్లో ఒకబ్బాయి అరణ్యవాసం సినిమా షూటింగ్ లో టెంపో డ్రైవర్ గా చేశాడంట. నా పేరు చెప్పగానే గుర్తుపట్టి 'మా మామకు లంకమల మొత్తం తెలుసు, మీరు సరేనంటే రేపే పోదాంపా' అని చెప్పడంతో ప్రోగ్రాం ఆదివారానికి ఫిక్స్ అయింది.

నాకేమో ఆదివారం రాత్రి హైదరాబాద్ ప్రయాణం ఉంది. ఇలాంటి అవకాశాలు మళ్లీ మళ్లీ రావు అంతగైతే సోమవారం పోవొచ్చులే అని లంకమలకే సిద్ధమయ్యాను.

లోపలెక్కడో చిన్న సంశయం. మాట కాదనలేక ఆత్రంకొద్దీ సరేననడం తీరా అక్కడికెళ్లాక వాళ్లు ఫోన్ లు ఎత్తకపోవడంలాంటి అనుభవాలు ఈమధ్య చాలా జరిగాయి. ఎందుకైనా మంచిదని రాజుల చెరువు, పగులుచీకటి కోన గురించి విచారించి కొన్ని కొండగుర్తులు పెట్టుకున్నా.

కడప నుంచి అరణ్యశేఖర్, శ్రీకాంత్, కందుకూరు సాయి, మా ఊరినుంచి ఫారెస్ట్ సుబ్బారెడ్డి, కిరణ్, అంగడి శివ, నేను అందరం బసాపురం టోల్ గేట్ దగ్గరికి చేరుకున్నాం. ముందనుకున్నట్టే ఆ అబ్బాయి ఫోన్ ఎత్తలేదు. బసాపురమోళ్లను కదిలిస్తే 'దోవలు తెలీకుండా అడివిలో కష్టం, ఫారెస్టోళ్లు పోనీరు, బొమ్మకొయ్యల స్మగ్లర్లున్నారు, బంగారు లేపడానికి పోతాండ్రా' అంటూ రకరకాల మాటలు. డబ్బులిస్తాం వస్తారా అన్నా కూడా ఎవరూ కదల్లేదు. ఎర్రచందనం స్మగ్లింగ్, నిధి వేటగాళ్ల తాలూకు మా మీద అనుమానం తెలుస్తోంది వాళ్ల చూపుల్లో.

ఒకతను మాత్రం మామిళ్లేరు వరకూ తెలుసు, తర్వాత దోవ వెతుకుదాం అన్నాడు. దోవ తెలియదన్నప్పుడు ఆయనైనా, మేమైనా ఒకటే కదా అని బసాపురం తిప్పకు పడమటి పక్కన బండి బాటమ్మిటి లంకమల వైపుకు తిరిగాం.

గమ్యం చేరతామా లేదా అనేది పక్కనపెడితే వెళ్లగలిగినంత దూరం వెళ్లి రావాలనేది ప్లాన్.

బయటివాళ్లు లోపలికి రాకుండా చెక్ పోస్ట్ గేటు పెట్టి, బీగం వేసుకున్నారు ఫారెస్ట్ వాళ్లు. బండ్లు గేటు సందున దూర్చి ముందుకు కదిలాం. మూడు కిలోమీటర్ల దూరంలో వచ్చింది పాయబాయి బేస్ క్యాంప్. ఇంతకుముందొకసారి వాన వెలసిన ఉదయం అడవిని చూద్దామని వీరారెడ్డి , తరుణ్ లను తోడు చేసుకుని పాయబాయి వరకు వచ్చాను. దారికి అటు ఇటు ఎర్రగా పూసిన కాశీరత్నాల పూల సోయగాలు ఇంకా కళ్ళముందరే మెదులుతున్నాయి.

చతురస్రాకారంలో దరులు పేర్చిన పెద్ద బాయి ఒకటుంది. చుట్టూ మోకటెత్తు ప్రహరీ కూడా కట్టారు. అదే పాయబాయి అంటే. పాయకు తూర్పుగా బద్వేల్ వైపు కొండలన్నీ అంతకంతకూ ఎత్తు పెరుగుతూ పోతే, పడమటి వైపున చెన్నూరు, ఖాజీపేటవైపు కొండలు ఎత్తు తగ్గుతూ బోళ్లు, తిప్పల్లాగా కనిపిస్తాయి. వందలేళ్లుగా రాకపోకలు సాగించిన దారి జనసంచారం తగ్గి మసకబారుతోంది. అయితే అక్కడక్కడా చిన్న చిన్న అవాంతరాలు తప్ప మామిళ్లేరు వరకూ బండిబాట బాగానే ఉంది. మొత్తం ఎనిమిది కిలోమీటర్లు. జీబుల్లో కష్టంగానీ బైకులకు ఇబ్బందుండదు.

అక్కడొచ్చింది తొలి చిక్కు. అదొక 'Y' జంక్షన్. మామిళ్లేరు -> అంటూ కొండ రాతిపైన ఒక గుర్తు ఉంది. అంటే మామిళ్లేరు ఇంకొంచెం దూరంలో ఉండాలి. ఎడమపక్కకి కొంతదూరం పొయి బండి పొయ్యే మార్గం లేక వెనక్కొచ్చాం. కుడివైపు కొంచెం పోగానే వంక ఒకటొచ్చింది. అది దాటగానే పెద్ద బాట ఉంది గానీ అది కొండెక్కిస్తోంది. దానికి తోడు 2800 అంటూ రాయిమింద ఫారెస్ట్ వాళ్లు పెయింట్ తో ఏదో రాశారు.

అటా ఇటా అని వెళ్లిన ఏడు మందిలో రకరకాల వాదనలు. ఇక్కడ సుబ్బాడ్డి ఫారెస్ట్ అనుభవం పనికొచ్చింది. 'రాయల చెరువు' అంటూ రాయిమింద కుడిపక్క వెళ్లే గుర్తు ఉండడంతో ఈ దారిలో వెళ్లాలని చెప్పాడు. ఆ ఇండికేషన్ పట్టుకుని ముందుకు సాగాం. వెళ్లే దారంతా ఎంతదూరం వచ్చాం అనే సూచికలు ప్రతి వంద మీటర్లకు ఒకటి కనిపిస్తున్నాయి. జనాల వాడుకలోనూ, కైఫీయత్తుల్లోనూ 'రాజుల చెరువు'గా ఉన్నది ఫారెస్ట్ ఇండికేషన్స్ ప్రకారం 'రాయల చెరువు' అని రాసి ఉంది.

ఇక్కడ మదిలో మెలికపడింది. 'రాయల చెరువు' దాని అసలు పేరు అనుకుంటే ఖచ్చితంగా సిద్ధవటం మట్లి రాజులైతే కట్టించి వుండరు. రాయల వంశస్తులెవరో కట్టిస్తే వీళ్లు వాడుకుని ఉంటారు. అలాంటప్పుడు అంత నిర్జనారణ్య ప్రదేశంలో రాయల వారు చెరువును ఎందుకు తవ్వించారు?

రాయల కాలంలో చెరువును తవ్వించిందే నిజమనుకుందామంటే ఫారెస్ట్ వాళ్లు రాసిన పేరు తప్ప వేరే ఆధారం లేదు. ఉన్న ఒక్క ఆధారం కడప జిల్లా పత్తూరుపాళెం కైఫీయత్తు (మూడో భాగం, పేజి నెం. 254)'లో ఈ విధంగా ఉంది.

*కయిఫియ్యతు మవుజె పత్తూరుపాళెం యిలాకే మ// చెన్నూరు పాళెగారు నాయిళ్లు పత్రివారు వంకర బోడినాయుడు వగయిరాలు వ్రాయించినది....*

*'విజయనగర సామ్రాజ్యపు సాళువ నరశింహ్వారయ దేవ మహారాయల రాజ్య పరిపాలనలో పత్రి కులానికి చెందిన సంబెట పిన్నయదేవ మహారాజు పేరనిపాడు సంస్థానాన్ని పాలించేవాడు. అతని దాయాది అయిన సంబెట వీర నరసింహరాజు సంస్థానం మీద విరోధత్వంతో పేరనిపాడు వదిలి లంకమల కొండల్లోకి వచ్చి మద్దిగుండాల దగ్గర తెట్టెలు కట్టుకుని తన స్వంత సైన్యంతో అక్కడ ఉండి దానికి పడమట పరుపు నేలను 'రాజుల చెరువు' అనే చెరువు కట్ట వేయించి దోరణాల దగ్గర ఒక తెట్టు, బాగాది కనుమ వద్ద ఒక తెట్టు, జిల్లెల్ల వద్ద మరో తెట్టు కట్టించి తాను మద్దిగుండాల వద్ద ఉంటూ పుష్పగిరి మీదుగా కాశీ - రామేశ్వరం వెళ్లే భక్తులను దోపిడీ చేస్తూ ఉండగా ఆ విషయం తెలుసుకున్న నరసింహదేవ మహారాయలు వంకర కొమరధూళి బశినాయున్ని తగిన సైన్యంతో పంపించగా ఆ యుద్ధంలో సంబెట వీరనరశింహ రాజు పరారై అయ్యి ఉదయగిరి పారిపోయి అక్కడే మరణించాడు'.*

ఇదీ రాజుల చెరువు గురించి కైఫీయ్యత్తులో ఉన్న సారాంశం.

ఈ ప్రకారం అది 'రాజుల చెరువే' అయితే నమ్మేదానికి ఆస్కారం ఉంది. ఎందుకంటే స్వంత అనుచరగణం కలిగిన సంబెట నరసింహరాజు తన పోషణకై ధన, వస్తువుల కోసం దోపిడీ చేసినా వారి తిండి అవసరాలకై అడవిలో అనుకూలమైన ప్రదేశంలో చెరువు కట్టించుకుని, పైర్లు పెట్టుకుంటూ స్వయం పోషణ చూసుకునే ఆస్కారం ఉంది.

లేదు 'రాయల చెరువు' అయిన పిమ్మట రాయల రాజ్యంలో విశ్వాసపాత్రుడైన అన్న సంబెట పిన్నయ దేవుని మీద అలిగి రాజ్యానికి వ్యతిరేఖంగా దోపిడీ చేసుకునే సంబెట నరసింహరాజు తాను కట్టించిన చెరువుకు రాయల వారి పేరు ఎందుకు

పెడతాడు?

ఇలా చరిత్ర తాలూకు ప్రశ్నలు దారి వెంబడి మదిని తొలుస్తూనే ఉన్నాయి.

భౌగోళికంగా చూస్తే ఈ రాజుల/రాయల చెరువు అనేది లంకమలకు కేంద్ర బిందువు. తూర్పున లంకమలేశ్వర గుడినుంచి సదురుబండ మీదుగా రావాలన్నా, దక్షిణంగా సిద్ధవటం కోట నుంచి బంగళాబోడు, సవళ్లబాయి మీదుగా రావాలన్నా, ఉత్తరం నుంచి జాండ్లవరం, పాయబాయి, మావిల్లేరు మీదుగా రావాలన్నా, పడమర నుంచి పత్తూరు, తీర్థాల మీదుగా రావాలన్నా ఖచ్చితంగా రాజుల/రాయల చెరువుకు చేరాలి. ఇదొక కూడలి. సిద్ధవటం రాజుల మార్గానికి తగ్గట్టు గుర్రపు బాటలు, కాలి బాటలన్నీ ఉన్నాయి.

ఇంకో విషయం కూడా జనాల్లో ఆసక్తిగా ఉంటుంది. ఈ రాజుల చెరువుకు మూడు కిలోమీటర్ల దూరంలో పగులుచీకటి కోన అని లోయ ఒకటుంది. పట్టపగలు కూడా వెలుగు రేఖ లోపలికి ప్రవేశించలేనంత చిమ్మ చీకటి ప్రదేశమది. లోయలోకి రాయి విసిరితే వేసిన పది నిమిషాలకు గానీ ప్రతిధ్వని వినిపించదంట. అక్కడ దివిటీ మల్లుడు బంగారం దాచి పెట్టాడని ప్రచారం. మేము పగులు చీకటి కోన గురించి ఎవర్ని అడిగినా అనుమానంగా చూసేది ఇందుకే.

లంకమల అడవుల్లో సంచరిస్తూ తిండికూడా ఇబ్బంది పడే దివిటీ మల్లుడు బంగారమెక్కడ కూడబెడతాడు జనాల అత్యాశ కాకపోతే.

రకరకాల ఆలోచనలు. శిఖరం మొత్తం ఈత చెట్లున్నాయి. అవి దాటిన తర్వాత వెదుర్లు పలకరించాయి. అడవికి ఆహ్వానం వెదురు పొదల మధ్యన కాలిబాట. బారెడున్నర వెల్పుంటుంది. ఒకప్పుడు వెదురును కూప్స్ లాగా అమ్మేవారు. జాండ్లవరం వాళ్లు ఇదే దారిలో గాడిదలతో మోయించేవారంట. అందువల్లేమో బాట ఇంకా తన రూపును కోల్పోలేదు.

కొండ శిఖరంపై, వాలుల్లో, కొండ దాటి రెండు కిలోమీటర్లు నడిచిన తర్వాత కొండ నడ్డుపైన ఎండ నేలకు తాకనివ్వనట్టు వెదురు పొదలు బాటకు తోరణం కట్టాయి. అలా కొంతదూరం నడిచిన తర్వాత మూడు రస్తాలు వచ్చాయి. ఈసారి కూడా ఫారెస్ట్ వాళ్లు వేసిన గుర్తులే దారి చూపించాయి. కుడిపక్కకు తిరిగాం. కంటికి కనిపించే బండిబాట నుండి కనుమరుగవుతున్న కాలిబాటకు మారింది నడక. ఎక్కడికక్కడ దారిని గుర్తుపట్టుకుంటూ వెళ్లాం.

కొంతదూరం తర్వాత ఆలోచన దారినుంచి నీటికి మారింది. అడవిలో అన్నం లేకపోయినా రెండు మూడ్రోజులు ఎలాగోలా బతకొచ్చు గానీ నీళ్లు లేకుంటే కష్టం. ఆ

దప్పిక 'కుక్కల గుంత' తీర్చింది. తాగి నిమ్మలపడినాంక, నీళ్లు బాటిల్లలో నింపుకుని ముందుకు సాగాం. వెళ్లేకొద్ది దారి పూర్తిగా ఇరుకైపోవడమే కాదు కొన్నిచోట్ల ఆనవాళ్లు కోల్పోయి అడవిలో అంతర్ధానమైపోయింది.

అప్పటికే మధ్యాహ్నం అయింది. 'రెండు గంటల్నుంచి నడుచ్చానే ఉండాం. చెరువు లేదు ఏం లేదు ఎనిక్కి పోదాంపాండి' మా వాళ్ల గొనుగుళ్లు వినపడుతున్నాయి. అసంతృప్తి రేగకముందే ఏదైనా, ఒక్కసారి రేగిందా దారికడ్డమొచ్చే రాయైనా కొండలా కనిపిస్తుంది. మనకున్న ఆసక్తి, ఓపిక అందరికీ ఉండాలని లేదు కదా.

తెలిసీ తెలియని కొండదారుల్లో వాళ్లను మాత్రం ఇంతిబ్బంది పెట్టడమెందుకు అడవి తెలిసినోళ్లనెవర్నైనా తోడు తీసుకుని ఇంకోసారి వద్దాం పద అనే ఆలోచన అప్పుడప్పుడే మొదలవుతోంది.

పెద్ద మాన్లు కాదు గానీ రెండు మూడేళ్ల కిందట పుట్టి పెరిగే చెట్లతో అడవి మరింత చిక్క బడుతోంది. ఆ చెట్ల సందుల్లో, పరికను తప్పించుకుంటూ కొంచెం దూరంలో సదరమైన నేల కనపడింది.

చుట్టూ చెట్లు, మధ్యలో ఖాళీ ప్రదేశం. అదే.

ఇన్నాళ్ల మదిలో ఊహలకు భౌతిక రూపం దొరకిన ఆనందంలో 'రాజుల చెరువు కనిపెట్టేశాం గిబ్స్' అరుపు కాస్తా కేకలా బయటికొచ్చింది.

కొన్ని గంటల వెతుకులాటకే ఇంత ఉల్లాసంగా ఉంటే దిక్కులు తెలియని సముద్రజలాల్లో ఎన్నో నెలల వెతుకులాట తర్వాత కాలికట్ చేరిన వాస్కోడిగామా, మోటుపల్లె రేవులో దిగిన మార్కొపోలో, చైనా ఎడారులను, హిమాలయాల మంచును దాటుకొచ్చిన హుయాన్ త్సాంగ్, అమెరికాను కనిపెట్టిన కొలంబస్ లు ఇంకెంత గొప్ప అనుభూతి చెందింటారో అనిపించింది.

మానవ సంచారానికి గుర్తుగా పాతకాలపు చింతచెట్టు ఒకటుంది. చింతపూత విరగబూసింది. వెదుర్లు, సుగంధపు వేర్లు, ఈతకాయలకు వచ్చి రాత్రి పూట ఉండాల్సొస్తే క్రూరమృగాలు దాడిచెయ్యకుండా చెట్టు కొమ్మలను ఆసరా చేసుకుని, కట్టెలను పేర్చి మంచెలాంటి ఆవాసాన్ని సిద్ధం చేసుకున్నారు యానాదోళ్లెవరో.

చెరువులో నీళ్లైతే ఉన్నాయి గానీ ఉపరితలాన్నంతా గెడ్డి పూర్తిగా కప్పేసింది. ఆ గెడ్డి కూడా కొండగెడ్డి లాగా పల్చగా లేదు ఈనెలు దళసరిగా, చెరుకులాంటి గెనుపుల కాండం, కుదుర్లు బలంగా ఉంది. మధ్య ఆసియాలోని స్టెప్పీల్లా, ఆఫ్రికా సతత

హరితారణ్యాల్లోని సవన్నాల్లా అనిపించింది. గెడ్డిచాటున నేలంతా జిమ్మ తీసుకుని బుజుగు బుజుగ్గా, నల్లగా ఉంది.

పద్దెదవ శతాబ్ధపు మలి నాళ్లనుంచి లెక్కేస్తే దాదాపూ అయిదు వందలేళ్లుగా వాన నీళ్లతో పాటు కొట్టుకొచ్చిన కొండ మృత్తికలన్నీ కలిసి అలా పేరుకుపోయుంటాయి. తేమ శాతం తగ్గితే ఇదే నేల ఊబిలాగా మారి జంతువులు ఇరుక్కుని, అడుగు తీసి అడుగు వెయ్యలేక చనిపోతుంటాయనేది నిజమే అనిపించింది.

చెరువు నిర్మాణాన్ని పరిశీలిస్తూ చుట్టూ తిరిగాం. అంతా కలిపి నాలుగైదెకరాల్లో ఉంటుంది. కట్ట తూర్పు, ఉత్తరంగా కట్టారు. అలుగు కూడా ఉన్నట్టుంది. కట్టకు వాడిన రాళ్లు చుట్టుపక్కల దొరికే కొండ రాళ్లనే మలిచినట్టుంది. వాడకంలో లేకపోవడంతో అక్కడక్కడా చెట్ల వేర్లు కట్టను ఇప్పుడిప్పుడే లేవగొడుతున్నాయి. చెరువుకు సంబంధించిన శాసనం లాంటిదేదో ఈ చుట్టుపక్కలే ఉండాలి. దానికోసం వెతికాం గానీ దొరకలేదు.

టైం రెండు దాటింది. చింతచెట్టు కింద కూర్చుని అన్నం తింటుంటే చెరువుకు మరోవైపు కొండగొర్రెలు రెండు చెరువులో నీళ్లు తాగి వెళ్లాయి. ఎంత ప్రశాంతమైన జీవితం వాటిది అనిపించింది. తిన్న తర్వాత మావాళ్లు నడుమోల్చగా అరణ్యశేఖర్, సాయి, నేను మా ఊరి బ్రహ్మారెడ్డి పెదనాయన చెప్పిన పగులుచీకటి కోన గుర్తులు వెతుక్కుంటూ పడమర దిక్కుకు అడుగులు వేశాం.

కొండ చెంపన మొబైల్ సిగ్నల్ రావడంతో గూగుల్ మ్యాప్ చూసుకుంటూ ఒక కిలోమీటర్ నడిచాం. ఎంతదూరం నడిచినా, ఒక కొండ పూర్తిగా ఎక్కి దిగినా లోయ జాడలేదు. దానికి తోడు ఆ చెంప కాలకపోవడంతో గెడ్డి, పరిక కంప ఎక్కడికక్కడ బట్టలకు తగులుకుని ఇబ్బందిపెడుతున్నాయి. లోయవైపు చూస్తే ఇంకా రెండు మూడు కిలోమీటర్లు పైనే దిగాలన్నట్టుగా ఉంది. ఒకవేళ వెళ్లినా కూడా అదే పగులు చీకటి కోననో కాదో తెలియదనేది సాలంక నేర్పిన ప్రత్యక్ష అడవి పాఠం. దారి తప్పి ఇక్కడేసే రెండు మూడు తప్పటడుగులే తర్వాతెంత దూరం తీసుకెళ్తాయోనని ఆలోచిస్తూ ఒకచోట కూర్చున్నాం. అంతలో ఏదో చప్పుడు. మా వైపే వస్తున్నట్టుగా ఉంది. ఏదో అడవి జంతువయ్యుంటది. ఎక్కువసేపుండడం మంచిది కాదని అక్కన్నుంచి కదిలాం. రాజుల చెరువు చేరుతుండగా ఎలుంగొడ్డు దగ్గరగా వచ్చిందంట. నేనైతే గమనించలేదు.

అన్నీ ఒకసారే కుదరాలంటే అవ్వవు, అడవి అంత త్వరగా అంతుబట్టేది కాదనుకుంటూ వెనక్కి కదిలాం. బయటికొచ్చేసరికి పరిసరాలను చీకట్లు పూర్తిగా

కమ్మేశాయి.

******

నిన్నటి సత్యం నేడసత్యం

నేటి పగలు మరు జాము చీకటి

ఈ వెన్నెల రేపటి పక్షపు అమావాస్య.

నిత్య సత్యమైనదేది ఇలలో..!

నాటి కాలానికి సంబెట వీర నరసింహరాజు విజయనగర సామ్రాజ్య రాజద్రోహే అవ్వొచ్చు గాక, దారి దోపిడీలే చేసుండవచ్చు గాక, తన స్వంత అవసరాలకై పూర్తి స్వార్థానికే ఈ చెరువు తొవ్వించుండొచ్చు గాక కానీ నట్టి నడడివిలో అతను తొవ్వించిన చెరువులో వందల ఏళ్లుగా, వేల జంతువులు, ఎన్ని లక్షల సార్లు తమ దప్పికను తీర్చుకుని ఉంటాయి అని అనుకుంటుంటే అతని పట్ల గొప్ప గౌరవ భావమేదో కలుగుతోంది మనసులో.

'అయిదు శతాబ్దాల నాటి చెరువులో ఎంత పూడిక చేరుంటది..! ఫారెస్ట్ అధికారుల పర్మిషన్ తీసుకుని, #NoPlasticLankamala లాగా #RestoreRajulaCheruvu అనే కార్యక్రమం ఒకటి మొదలుపెట్టి, పూడిక తీసి, చెరువును యధాస్థితికి పునరుద్ధరిస్తే మరికొన్ని శతాబ్దాల పాటు వన్యప్రాణుల దప్పిక తీర్చినట్టు అవుతుంది కదా' అనే నా మదిలో సుడులు తిరుగుతున్న ఆలోచన గ్రహించినట్టు బుల్ బుల్ పిట్ట ఒకటి వసంతరాగం ఆలపిస్తూ సాగిపోయింది.

******

# పగులు చీకటికోన

సూర్యోదయం, సూర్యాస్తమయం, పట్ట పగలు, మిట్ట మధ్యాహ్నం, ఉత్తర దక్షిణాయణాయనాల్లో ఏ కాలంలోనైనా చిన్న వెలుగు రేఖ కూడా చొరబడలేని అతి రహస్య ప్రాంతమది. లోయలోకి రాయి విసిరితే, పడిన శబ్ధం తిరిగి మనిషిని చేరడానికి అయిదారు నిమిషాలు పైనే పడ్తుందంటుంటారు. జివ్వాలేవైనా పట్టుతప్పాయా ఇక దాని గురించి మర్చిపోవాల్సిందే.

పగులు చీకటి కోన గురించి వినగానే భలే ఆసక్తిగా అనిపించింది. పేరుకు తగ్గట్టే పగలే రాత్రిలా భ్రమింపజేస్తుందంట.

'చిన్న చిన్న రేవుల్లో ఆవులు మేపుకుంటూ నీళ్లు తాపుకోనిరాడమే గానీ ఇప్పటివరకూ కోనలోని పొయి, తిరిగొచ్చిన మొగోడు లేడు. అయినా అంత దొమ్మలు ఎవురికుండాయి దీటీ మల్లుగానికి తప్ప' పగులు చీకటి కోన గురించి ఉబికిస్తున్నట్టు చెప్పే ప్రతీ మాట, కోనలోని పగలు చీకట్ల రహస్యాన్ని ఎలాగైనా ఛేదించాలనే కోరికను మరింత బలపరిచాయి.

సంకల్పం బలంగా ఉంది. మరి దారి..?

దారి తెలియకపోయినా ఫారెస్ట్ డిపార్ట్మెంట్ గుర్తులు వెతుక్కుంటూ వెళ్లొచ్చిన రాజులచెరువు మంచి ఉత్సాహాన్నిచ్చింది. అలా అని గుడ్డిగా ఎటుబడితే అటు వెళ్లలేదు. 'సేఫ్టీ ఫస్ట్, అడ్వెంచర్ నెక్స్ట్' అన్నట్టు గూగుల్ మ్యాప్స్ లో రాజులచెరువు పక్కన చీకటి ప్రాంతం కేంద్రంగా లంకమల మొత్తాన్ని ఆఫ్లైన్ మ్యాప్స్ లో సేవ్ చేసుకుని, ఎక్కడికెళ్లినా రాజులచెరువు వరకూ రావడానికి డ్రిప్ ఇరిగేషన్ కోసం వాడే జీపీఎస్ ట్రాకింగ్ డివైజ్ తెచ్చాడు సునీల్ రాచంరెడ్డెన్న. ఒకవేళ దారి తప్పి రెండ్రోజులు అడవిలోనే ఉండాల్సొచ్చినా తిండికిబ్బంది లేకుండా అన్నీ ముందే సిద్ధం చేసుకున్నాం.

వెళ్లేముందు మళ్లీ ఒకసారి లంకమల గురించి బాగా తెలిసిన మా ఊరి రమణా రెడ్డెన్నను అడిగితే "ఏం లేదుబ్బీ రాజుల్చెరువుకు నిండు పడమరగా వెళ్తే ఉత్తరం, దక్షిణంగా ఒక కాలి బాటొచ్చది. దానెమ్మిటి అర కిలోమీటరు దాటినాంక తూర్పు పడమరగా ఒక బాడవొచ్చది. అక్కన్నుంచి రెండు మూడు కిలోమీటర్లు పోతే నేరుగా పగులు చీకటి కోనకే" చెప్పాడు.

ఒకప్పుడు గొర్లు మేపుకో, వసార్ల గుంజలకో, కొట్టాల దూళాలాకో, పొయ్యిలోకి ఎండు కట్టెలకో, కొండ గెడ్డికో, పెళ్లి పందిర్లకో, రోళ్లు, గొడ్డేలి, సలికెపార పిడులకో, తట్టలు బుట్టలల్లే వెదుర్ల కోసమో, తేనె కోసమో, ఆఖరికి తిండి దొరకని కరువు కాలాల్లో దాదెరాకు కోసమో అడవుల్లో స్వేచ్ఛగా తిరిగేవారు. టెక్నాలజీ ఇంతలా పెరిగినా కూడా మాకెందుకో ఈ సంశయం..!

నాటి అవసరం వారిని ధైర్యంగా ముందుకు నడిపిస్తే,

నేటి జీవన విధానం అభద్రతా భావాన్ని తట్టిలేపుతోంది.

అర్థరాత్రి దాటింది. బలవంతంగా ఎంత కళ్ళు మూసుకున్నా నిద్ర దరిదాపుల్లోకి కూడా రావడంలేదు. అడవి ప్రయాణాలకు ముందు రోజు నిద్ర సరిపడకపోతే ఆ బెట్ట ప్రభావం బాగా అనుభవం నాకు. నిద్ర ఏ మాత్రం తక్కువైనా మైండ్ అలసిపోతుంది, శరీరం అస్సలు సహకరించదు.

ఎలాగూ నిద్రపట్టలేదు కదా అని రేపటి అడవి ప్రయాణంలో ఎదురవ్వబోయే సమస్యలు, వాటినెలా ఎదుర్కోవాలనే ఆలోచనలు మల్టీప్లెక్స్ లా మైండ్ లో ఒక్కొక్కటే తిరగడం మొదలుపెట్టాయి

తిండి నీళ్లకు ఇబ్బందిలేదు. ప్రయాణం గురించి బద్వేల్ ఎఫ్ఆర్వో మధుబాబు గారికి ముందే చెప్పడంతో పర్మిషన్స్ ఇబ్బందిలేదు. దారి చూచాయగా గుర్తుంది

చీకటి ప్రదేశాల్లో కొండ చిలువలు, కౄ్రూర జంతువులు ఎక్కువంటారు కాబట్టి వెంటనే దాడి చెయ్యకుండా కడపలో దివిటీ తయారు చేయించుకొచ్చాడు అరణ్యశేఖర్. దివిటీ అంటే త్రిశూలం లాంటిది. ఊరేగింపుల్లో వాడతారు. అది వెలిగించుకోవడానికి నాలుగు లీటర్ల డీజిల్. దారి తప్పితే జీపీఎస్ డివైస్ ఉండనే ఉంది. ఇవన్నీ కాకుండా ఎవరికన్నా ఏమైనా అయితే ఎమర్జెన్సీ కోసం ఫస్ట్ ఎయిడ్ కిట్ లో పాము కాటు, కాటన్, టింక్చర్ రెడీ.

అనుకున్నట్టుగానే నాలుగున్నరకల్లా బసాపురం టోల్ గేట్ దగ్గరికి చేరుకుని, కడప నుంచి మిగతా వాళ్లు రాగానే లంకమలవైపు కదిలాం.

అడవి పూర్తిగా మొదలవ్వకముందే పక్షులు కచేరీ మొదలుపెట్టాయి. తొలివేకువ అడవి అందాలు గమ్మత్తుగా ఉన్నాయి. నెలన్నర కిందట రాజులచెరువుకు వెళ్లేప్పటి అడవికి, ఇప్పటికీ ఎంత తేడా..! తొలకరి వర్షాల పులకరింపు స్పష్టంగా కనిపిస్తోంది.

మామిల్లేరు దగ్గర బండ్లు పెట్టి, నడక మొదలుపెట్టాం. భుజాన మోసుకొస్తున్న నీళ్లు, తిండి సరంజామా కొంచెం బరువుగానే ఉంది కానీ ఉదయపు నడక పెద్దగా శ్రమ అనిపించలేదు. అయినా తప్పదు, ఇప్పుడు సుఖం చూసుకుని బరువు తగ్గించుకుంటే ఆ ప్రభావం తర్వాత తెలుస్తుంది. పరిచయమైన దారే కాబట్టి వడివడిగా అడుగులు వేసుకుంటూ మూడు కిలోమీటర్ల దూరంలోని కుక్కల గుంతకు చేరుకున్నాం.

రాజులచెరువుకు వచ్చినప్పుడు చిన్న మొక్కగా ఉన్న కొండపసుపు ఇప్పుడు మొగ్గ తొడిగింది. మందార పువ్వు నాజూకుతనం సంతరించుకున్నట్టు దాని పూలు భలే ముచ్చటగా ఉన్నాయి. కాండం దగ్గర రక్షక పత్రావళి పసుపు రంగు, మధ్యలో పసుపు పింక్ కలగలిసిన రంగు, ఆకర్షణ పత్రావళి పూర్తి పింక్ రంగులో మెరుస్తున్నాయి. దలసరిగా ఉండటం మరో ప్రత్యేకత. భూమిలోపల గడ్డలుంటాయి. వైద్యంలో వాడతారంట.

శ్రమ తర్వాత ఆకలి, ఆకలి మోపున నోటికి తగిలే రుచి అద్భుతంగా ఉంటాయని పెద్దోళ్లన్నెట్టు సునీలన్న తెచ్చిన జొన్నరొట్టెలు రుచిగా తగిలాయి గానీ చల్లగవడం వల్లేమో దవడలకు మంచి వ్యాయామం. అక్కడొక అర్థగంట, రాజులచెరువుకు మరో అర్థగంట.

చెరువు మొత్తాన్ని గెడ్డి ఆక్రమించేస్తోంది. అక్కడక్కడా నీళ్లు కనపడుతున్న చోట కలువ పూలు మొగ్గలు తొడిగాయి. మరికొన్ని విచ్చుకున్నాయి తెల్లగా.

కొండ శిఖరం మీద సదరమైన నేల, చుట్టూ ఎటుచూసినా పచ్చదనం, మధ్యలో చెరువు, చెరువులో నీళ్లు, నీళ్లలో కలువలు. జానపదాల్లో వర్ణించే దేవకన్యలు ఏకాంత వేళల్లో జలకాలాటకు ఇలాంటి చోటుకే వస్తారేమో.

కాయాలా వద్దా అన్న సంశయంలో ఉన్నట్టు సూర్యుడు కొద్దిసేపు చెమటలు కక్కిస్తూ, మరికొద్దిసేపు మేఘాల చాటున నక్కుతూ ఆటలాడుతున్నాడు. పది గంటలకు రాజులచెరువు నుంచి పగులు చీకటి కోన వైపు కదిలాము.

సునీలన్న దగ్గరున్న జీపీఎస్ ట్రాకర్ ఆన్ చేసి, వెళ్లిన దారికి గుర్తుగా చెట్లు, కొమ్మలను గుడ్డి గుర్తులు పెట్టుకుంటూ అర్థకిలోమీటరు అవతల రమణన్న చెప్పిన బాడవను ఎతుక్కుంటూ ముందుకు నడిచాం.

వంద నూటా యాభై మీటర్ల దూరం నడిచినాంక ఒక కాలిబాట దొరికింది. ఎన్నో శతాబ్ధాల పాటు, వందల వేల మందికి దారి చూపించిన బాట ఇప్పుడు పాతబడి, బూడిపోవడానికి సిద్ధంగా ఉంది. అక్కడక్కడా దారికడ్డంగా వెదుర్లు, పరిక్కంప మరికొన్ని చోట్ల ఎండు కొమ్మలు దారిని అడవిలో కలిపెయ్యాలని ప్రయత్నిస్తున్నాయి. మనిషికి, అడవికి లంకె తెగిన ఈ రోజుల్లో పూర్తిగా అడవిగర్భంలో కలిసిపోవడానికి ఎక్కువ కాలం పట్టకపోవచ్చు.

కొంతలో కొంత సంతోషం ఈమధ్య కాలంలో ఎవరో నడిచినట్టు అక్కడక్కడా చెలిగిన వెదురు బొంగులు, పాలిథీన్ కవర్లు, చెట్లకు కట్టిన ప్లాస్టిక్ బాటిల్లు, మోపులకు కట్టిన తాళ్లు కనిపిస్తున్నాయి. అవి చూడగానే మనం సరైన దారిలోనే వెళ్తున్నట్టున్నాములే అనిపించింది.

చేరబోతున్నాం. ఇన్నాళ్లుగా ఊరించిన చీకటి లోకాన్ని బయట ప్రపంచానికి పరిచయం చెయ్యబోతున్నాం. సుక్కపందిని వెతుక్కుంటూ వెళ్లిన ముసలోని సంఘర్షణతో 'అతడు అడవిని జయించాడు' నవల రాశాడు డా.కేశవరెడ్డి. 'మేం చీకటిని జయించాం' అని ఘనంగా చెప్పాలని కొండగాలి మోసుకొచ్చిన పుష్పక విమానమెక్కి శిఖరాల పైన విహరిస్తున్న ఆలోచనలను లోయల్లోకి విసిరినట్టు కొక్కెమేసి లాగింది పరిక ముల్లు ఒకటి. పరికతో పరాచికాలు కాదని చెప్తుంటారు అడవి గురించి తెలిసిన పెద్దోళ్లు. వాళ్ల దృష్టిలో పులి, ఎలుంగొడ్లకంటే ఈ పరిక దాడులే ఎక్కువ రక్తం కళ్ళజూస్తాయి. కాలని అడవిలో నడక కష్టం అనేది ఇందుకే.

గుణానికి ముల్లకంపే అయినా పరిక పూలు చూడ్డానికి భలే ఉంటాయి. మొగ్గలప్పుడు నల్లతుమ్మ పూవుల్లా, తర్వాత లేత తెలుపు, పసుపు, ఆకుపచ్చలు కలసినట్టి ప్రత్యేక రంగు, విచ్చుకునేప్పుడు సగం లేత పసుపు ఆకుపచ్చ సగం పింక్,

వాలిపోయేప్పుడు పూర్తిగా లేత పింక్ రంగులో ఉంటుంది. బాల్యం, కౌమారం, యవ్వనం, వృద్ధాప్యంలో మనిషి ఆలోచనా దృక్పథం తాలూకు మార్పులకు ప్రతిబింబంలా.

ఏను వెంబడి నడక కావడంతో దారికి అటు ఇటు ఈత చెట్లే ఉన్నాయి. రెండు సంవత్సరాలకొకసారి కాపు వల్లో, వర్షాలు ఎక్కువ పడటం వల్లో ఈ సంవత్సరం కాయలసలు లేవు. ఉన్న ఒకటీ అరా ఒక్కిపోయి ఉన్నాయి. వెతకంగ వెతకంగ దోరగా మాగిన ఈతకాయ ఒకటి దొరికింది. ఎలుంగొడ్లకు ఇష్టమైన ఆహారం. అందుకే ఈత పొదల్లో జాగ్రత్తగా ఉండమంటారు.

బాట నేరుగా ఉండడంతో పగులు చీకటి కోనకు ఇదే దారని మరో ఆలోచన లేకుండా ముందుకు సాగిపొయ్యాం. తదేక లక్ష్యంతో ముందుకు సాగేప్పుడు దారిలో చిన్న చిన్న ఆనందాలు ఊరిస్తాయి. వాటికేమాత్రం లొంగినా గమ్యం తప్పుతామనేది ప్రత్యక్ష పాఠం.

ఎడమవైపు తిరగాల్సినోళ్లం కాస్తా బాగుంది కదా అని బాడవ మరిచి ఆ దారివెంట గుడ్డిగా నడవడంతో దారి తప్పి లంకమల పడమటి వైపుకు తేలాం. అక్కడ ఫోన్ సిగ్నల్స్ అందడంతో మేమున్న లొకేషన్ నుంచి పగులు చీకటి కోనను గుర్తుపట్టాలని మ్యాప్ లో ప్రయత్నించాం గానీ ఎంతకూ అంతు చిక్కలేదు. ఇంతదూరం తీసుకొచ్చిన బండిబాటలోనే ముందుకు సాగాం. దారికి అటు ఇటుగా స్వాగతం తోరణం కట్టిన ఈత చెట్ల మధ్యలోనించి నడవటం మరో కొత్త అనుభూతి.

ఎర్రచందనం అక్రమ రవాణా తాలూకు ఆనవాళ్లు అక్కడక్కడా కనిపిస్తున్నాయి. తమిళనాడు నుంచి వందల కిలోమీటర్లు దాటొచ్చి రాజ్యం కాని రాజ్యంలో తిండి నీళ్లు ఉగ్గబట్టుకుని ఈ అడువుల వెంట తిరిగితే వచ్చే ప్రతిఫలమేంటి?

కూలి.

అవును, ఎర్రచందనం దుంగలు దొరికాయనగానే ఠక్కున తమిళ స్మగ్లర్లు అంటాం గానీ ఇక్కడి స్థానికుల సహాయం లేకుండా ఊరు కాని ఊరిలో, దారి కాని దారులలో, బతుకు భయంతో బిక్కుబిక్కుమంటూ వాళ్లేం చెయ్యగలరు..! కూలిబాటుకు ఆరాటం తప్ప.

చూస్తూ చూస్తుండగానే రెండు మూడు కొండ వరసలు దాటి ముందుకు వెళ్లిపొయాం. నడిచి నడిచి బాటసారి అలిసిపోవలసిందే గానీ బాటకు అలుపులేదన్నట్టు ఒక్కో అడుగుకూ సవాలు విసురుతూనే ఉంది. చీకటి కోన జాడ

లేదు.

సాలంక లాగా అక్కడికి వెళ్లి అదే సాలంక అని తెలుసుకోలేక వెనక్కొచ్చిన అనుభవం గుర్తుకొచ్చి కనిపించిన లోయనల్లా ఆసక్తిగా చూసుకుంటూ బాటకు కుడి పక్క కొండంచుకు వెళ్లి చూస్తున్నాను. లోయ లోతుగానే ఉంది గానీ చీకటిగా లేదు. అక్కన్నుంచి ఎడమ వైపుగా కదిలాం. అది 'తలపుల బోడు'.

నిండు పడమరగా చూస్తే కంటి దూరంలో రెండు మూడు చెరువులు, ఎత్తు తక్కువున్న కొండలు కనిపిస్తున్నాయి. లంకమల పడమటి అంచుకు గానీ వచ్చామా అనిపించింది. బైనాక్యులర్ లో చూడగానే కొత్తపేట, కొండపేట, చెన్నూరు, ఖాజీపేట నైరుతి దిక్కున పెన్నా నది స్పష్టంగా కనిపిస్తున్నాయి.

అప్పటికి మధ్యాహ్నమైంది. ఈరోజు కూడా చీకటి కోన చూడబోవడంలేదనీ, చూసిన పడమటి భాగాన్నే అద్భుతంగా అనుకోవాలనీ అర్థమయింది. గూగుల్ మ్యాప్స్ లో చూస్తే మరో కాలిబాట కనపడింది. దాన్ని పట్టుకుని వెళ్తే చెట్లులేని చదునైన ప్రదేశం కనపడింది. నాలుగైదొందల గొర్లు పడుకోడానికి అనువైన ఒకటే బండ రాయి. ఇటువంటి వాటెను పెంట అంటారు. గొర్రె పెంటికలు, పచ్చడి నూరుకోవడానికి గుంత కనిపించాయి. అది 'పత్తిగోళ్ల పెంట'.

అప్పటివరకూ పత్తి చేలో దూదికాయల్లా తలతలలాడిన మేఘాలు, కాళిదాసు మేఘ సందేశంలోని ప్రియుడి ఎడబాటును తమవిగా భావించినట్టు గుంభనంగా తూర్పు దిక్కుకు కదలిపోతున్నాయి.

యుద్ధం ముగిసిందనే వార్త చేతబట్టుకుని, బోర్డర్ లో ప్రతి సైనికుని దగ్గర అరిచి అరిచి చెప్పే తపాలా బంట్రోతులా గాలికి ఊగిపోతున్నాయి చెట్లన్నీ.

కదిలే ఆకు

కదలని శిల

కాలిన మోడు

నిర్మలమైన ఆకాశం

చిగురించే వసంతం

ముసురు పట్టిన మేఘం

బెదురు చూపుల కొండ గొర్రెలు

సుగంధాలు వెదజల్లే జాన పూత

ఎదురయ్యే చిన్న చిన్న సంఘటనల్లో ఆనందాన్ని వెతుక్కోవడం మొదలుపెట్టాక తృప్తికోసం దిగంతాల్లోనే వెతకక్కర్లేదన్నట్టుగా ఉంది నా అంతరంగం.

చెనిక్కాయల పొడి, ఊరిగాయతో చపాతీలు తిని కాసేపలా నడుమోల్చాం. గూగుల్ మ్యాపులో చూసి పగులు చీకటి కోనగా భావిస్తున్న వైపు కాలిబాట ఒకటి కనపడ్డంతో మళ్లీ చీకటి కోన తాలూకు ఆశలు మొదలయ్యాయి.

మూరెడుత్తు పెరిగిన గెడ్డి బాటకు అటు ఇటు చిక్కగా ఉంది. ఆ బాటమ్మటి కిలోమీటరు నడిచాక ఎడమ పక్కన కొండ, కుడి పక్కన ఎవరో చెక్కినట్టు రెండు మూడు ఎకరాల పెద్ద బండరాయి కనపడింది. బండమీద ఒక్కటే చెట్టు, అక్కడక్కడా గెడ్డి కుదుర్లతో వన్యమృగాలకు సురక్షితమైన ప్రదేశం. పేరు గద్దల బండ.

బాటకెదురుగా, ఎడమ వైపున ఎత్తైన కొండలు, కుడివైపు లోయ ఉంది. వెనక్కి వెళ్లడం తప్ప మరో మార్గం లేదనుకుంటూ బండ వారకు వెళ్లి నిలబడ్డాను. మైదానపు మలినాలను అడవిలో శుద్ధి చేసుకోవడానికన్నట్టు రివ్వున వీస్తోంది గాలి.

'పొద్దుగూకితే ఇబ్బంది పడ్తాం వివేక్. తొందరగా కదలండి' గోవర్ధనన్న మాటలు చెవులను మాత్రమే తాకుతున్నాయి. నిజానికి అక్కన్నుంచి కదలాలని లేదు.

ఇప్పటికిప్పుడు పొద్దు గుంకాలనీ

గాలి పాటలు వింటూ

చందమామతో ఊసులాడాలనీ

నక్షత్రాలను లెక్కపెట్టుకుంటూ రాత్రికి ఇక్కడే ఉండాలనీ, జమీల్యాలో ధనియార్ లా నోటికొచ్చిన కూనిరాగాలేవో పాడుకోవాలనీ ఉంది.

'వనవాసి' లో బిభూతిభూషన్ బంధోపాధ్యాయ రాసుకొచ్చిన మహాలిఖాపర్వత శ్రేణుల్లోని గోలీ గోలీ పువ్వుల ఘుమాళింపును ఇక్కడే ఈ లంకమల సానువుల్లో కూర్చుని ఆస్వాదించాలనీ ఉంది. వీరారెడ్డి కూడా ఉందామనే అన్నాడు. కానీ కదలక తప్పదు.

వస్తా. మళ్లీ వస్తా.

అదీ కూడా నిండు పున్నమి రోజున

రాత్రి ఇక్కడే ఈ గద్దలబండ దగ్గరే ఉంటా.

లంకమల దక్షిణపు అంచును, పాలకొండలను విడదీస్తూ సిద్ధవటం వైపుగా

సాగిపోతోంది పెన్నా నది. దాన్నే అంకమరాతి గండి అంటారు. నీటి ప్రవాహం కపపడటం లేదుగానీ ఇసుక మాత్రం తెల్లగా మెరుస్తోంది.

జీపీఎవ్ డివైజ్ లో చూస్తే రాజులచెరువు రెండు నాటికైల్ మైళ్ల దూరంలో ఉంది. అది నేల దూరం కాదు గాలి దూరం. మ్యాప్ లో చూస్తే పక్కనే దట్టమైన లోయ ఒకటి చూపిస్తోంది. మళ్లీ దారి తప్పినాము.

చంద్ర అన్న చేతిలో రాజులచెరువు పాయింట్ ను చూపించే మ్యాప్, సునీలన్న చేతిలో జీపీఎస్ ట్రాకర్, నా మదిలో మనం వెళ్లాల్సిన దిక్కుకు సంబంధించిన గుర్తు. ఇక్కన్నుంచి ముందుకు వెళ్లి ఇబ్బందిపడే ఆలస్యమైనా బదులు వచ్చిన దారిలోనే వెనక్కి వెళ్తే మేలు అనే సంశయంలో గోవర్ధనన్న.

మ్యాప్ చేతిలో పెట్టుకుని ఈ లోయ ఎక్కి దిగి, ఇంకో లోయ ఎక్కితే అక్కడే రాజులచెరువు అని చంద్రన్న లోయలోకి దించాడు. అలా లోయలోకి దిగి మళ్లీ కొండెక్కడం చాలా కష్టంతో కూడుకున్న పని అని గత అనుభవాలు చాలా చెప్తున్నాయి.

వెనక్కి తిరిగి వచ్చిన దారమ్మిటి పోతే గిరి ప్రదక్షిణ చేసినట్టు అవుతుంది. అలా కాకుండా మనం ఒక కొండ చెంప చుట్టూ చుట్టుకుని దాని సరిగ్గా మరో చెంపకు వైపుకు వచ్చాం కదా అలాంటప్పుడు '6' ఆకారంలో వెళ్లగలిగితే మళ్లీ పాత దారిలోకి కలవచ్చు అని నా అభిప్రాయం. దానికి తగ్గట్టుగా పాత కాలపు కాలిబాట లాగా ఒక చిన్న దారి కనపడింది కానీ కొండ ఎక్కి దిగుదాంపా అన్నట్టున్న అరణ్యశేఖరన్న ఉత్సాహం చూసి వద్దు అనలేదు. మరో పక్క ఎయిర్ డిస్టెన్స్ రెండు నాటికల్ మైళ్లు చూసుకుంటూ, డైరెక్షన్స్ లెక్కలేసుకుంటూ సునీలన్న.

మహాభారతంలోని శాంతిపర్వంలో భీష్ముడు ధర్మరాజుకు చెప్పిన మూడు చేపల కథ గుర్తుకొస్తోంది. ఆపదను ముందే పసిగట్టిన దీర్ఘదర్శి, ఆపత్సమయంలో సమయస్ఫూర్తి చూపి బయటపడ్డ ప్రాప్తకాలజ్ఞుడు, ఆశలొదేసి ప్రాణాలు కోల్పోయిన దీర్ఘసూత్రుడు ఒక్కొక్కరిలో ఒక్కొక్కరం కనిపిస్తున్నాం. ఇప్పుడు కావలసింది ప్రాప్తకాలజ్ఞత.

ముగ్గురం మూడు దారుల్లో ఉండే సరికి "అందరూ ఒకచోటుకొచ్చి ఎటుపోవాల్నో నిర్ణయించండి" అని గెట్టిగా అరిచాడు గోవర్ధనన్న. అన్న గొంతులో అంత తీవ్రత చూడటం అదే తొలిసారి. ఆ మాటల్లోని అంతర్యం అర్థమై సరే పద ఏదైతే అది కానీ అని నిట్టనిలువుగా ఎక్కడం మొదలుపెట్టాము.

అది బో రక్కాసి కొండ. ఆ కొండ చెంప కాలకపోవడం వల్లేమో మొత్తం పరిక

కంప, ఈత చెట్లు, కుళ్లిన గెడ్డి, అడ్డంపడే వట్టి కట్టెలతో చాలా కష్టంగా ఉంది. అడ్డమొచ్చే వాటన్నిటినీ తప్పిచ్చుకుంటూ నిలువెత్తు కొండ ఎక్కుతున్నాం. ఎక్కడైనా అలసటొచ్చి ఆగితే కాళ్లల్లోనించి వేడి సెగలు పొగలు గక్కడం అంత లావు ప్యాంటు లోనుంచి కూడా బయటికి స్పష్టంగా తెలుస్తోంది. గత సంవత్సరం నిలువుగా ఎక్కిన లంకమల కైలాస గుండాలు, చిలకలమర్రి దుర్గమ్మ కొండ, మల్లెంకొండ గుర్తుకొచ్చాయి. వాటెకి దీనికి తేడా ఏంటంటే అక్కడ కొండ శిఖరం, వెళ్లే దారి కనిపించేటియి ఇక్కడ వేసే తీసే అడుగు ఎక్కడ పెడ్తున్నామో కూడా తెలిసే అవకాశం లేదు. మొండిగా ముందుకు సాగడం తప్ప.

అలా ఎక్కిన తర్వాత హమ్మయ్య అనుకునే లోపు మరో కొండ ఎదురుగా వచ్చింది నన్ను కూడా దాటి వెళ్లాల్సిందేనంటూ. మానసిక లక్ష్యాలకు తగ్గ శారీరక సంసిద్ధతకు ఇవి పరీక్షలు. ఫోన్ లో మ్యాప్, డివైజ్ లో ఎయిర్ డిస్టెన్స్ తగ్గుతుందా లేదా అన్నట్టు చూసుకుంటూ ఆ రెండో కొండ కూడా దిగినాంక మరో కాలిబాట ఎదురైంది. దాని మీదుగా వెళ్లుంటే పగులు చీకటి కోనకు వెళ్లుండే వాళ్లమని సిక్స్త్ సెన్స్ చెబుతున్నేది గానీ గోవర్ధనన్న కోసం రిస్క్ పక్కనపెట్టి రాజులచెరువు దారి పట్టక తప్పలేదు.

కొంచెం దూరం నడిచినాంక ఒక చిన్న కాలిబాట, పక్కనే లోయ కనపడ్డంతో అరణ్యశేఖర్ అన్న ఇదే పగులు చీకటి కోననేమో అన్నట్టు ఆశగా లోయలోకి చూశాడు గానీ అది కాదు.

ఎలాగూ తెరపికొచ్చాం, మనం వెళ్లాల్సిన కాలిబాట కూడా పక్కనే ఉంది కాసేపలా కూర్చుందామనుకున్నా కుదరకపోయే. దాన్నుంచి అలా ఎడంపక్కగా నడవంగా పొద్దున మేం వెళ్లిన అసలైన కాలిబాట కలవడంతో ఇక ఎంత రాత్రైనా ఇబ్బందేం లేదన్నెట్టు నిమ్మళించింది మనసు.

పొద్దున మేమొచ్చిన దారి, ఇప్పుడు కలిసిన దారి సరిగ్గా అర్ధ కిలోమీటరు, కిలోమీటరు మధ్యలో ఉంటుంది. దారి ఉత్తరం - దక్షిణానికి తూర్పుగా బాడవ ఒకటి వస్తుంది. దానెమ్మిటి పోతే పగులు చీకటి కోన వస్తుందని రమణన్న చెప్పిన దానితో సరిపోవడంతో ఆ ప్రదేశాన్ని మదిలో గుర్తుపెట్టుకుని వచ్చినా, తర్వాతెప్పుడైనా వెళ్లొచ్చనే ధ్యాసతో. అదే దారి అని కాదు ఒక నమ్మకం, ఆశ మాత్రమే. అడవి నిగూఢమైనది. దాని అంతర్యాలు అంత త్వరగా పట్టలేమన్నది అనుభావాలు చెబుతున్న పాఠం.

మరో అర్థగంటకు రాజులచెరువు చేరుకున్నాం. ఆ తర్వాత కుక్కలగుంత వరకూ ఎక్కడా అలుపులేదు. అనుకున్న గమ్యమేంటి ఈ ప్రయాణ అంతరార్థం ఏంటి

అనుకుంటే 'పగులు చీకటి కోనను వెతుకుతూ బయల్దేరిన ప్రతిసారీ లంకమల కొత్తగా పరిచయమవుతున్నట్టుగా ఉంది'.

లేకుంటే ఎక్కడ లంకమల తూర్పున నందిపల్లె, ఎక్కడ లంకమల మధ్యలోని రాజులచెరువు, ఎక్కడ లంకమల పడమటి హద్దులైన తలపులబోడు, పత్తిగోని పెంట, తీర్థాలు, పడమటి పల్లెలు, కొండలు, పెన్నా నది మరీ ముఖ్యంగా అద్భుతమైన గద్దలబండ వ్యూ పాయింట్.

తొలి ప్రయత్నంలోనే పగులు చీకటి కోనకు చేరుకునింటే ఇవన్నీ చూసే వాళ్లం కాదేమో అనిపించింది. ఈసారి దారి తెలిసిన మనిషిని వెతికిపట్టుకుని మళ్లీ రావాలి అనుకుంటూ ఇంటికి కదిలాం.

అక్కన్నుంచి గంటన్నరలో మావిళ్లేరు, మరో గంటకల్లా బసాపురం. అడవినుంచి పూర్తిగా బయటికొచ్చే సరికి అప్పటివరకూ ప్రపంచానికి వెలుగులు జల్లిన సూర్యుడు ముక్కొండ శిఖరం మీద అరుణారుణ కిరణాలతో వీడ్కోలు పలుకుతున్నట్టుగా ఉన్నాడు.

'అడుగు బయటపెడితే గమ్యమే చేరాలని లేదు,

ఆ ప్రయాణంలో ఎక్కడో చోట నువ్వు నీకు ఎదురవ్వకపోవు' పగులు చీకటి కోన వెతుకులాట ఏదో చెప్తున్నట్టుగా ఉంది.

*****

# బిలం

భౌతిక రూపానికి ఆవల అంతరంగపు లోతుల్లో పొరలు పొరలుగా పేర్చుకున్న గుంభనాల మనిషికి ప్రతీకలా అనిపిస్తాయి గుహలు. తరముకొస్తున్న చీకటి బింకాలను తొక్కిపెట్టి, పట్టి పట్టి వెతికితేగాని అంతర్భాగపు అనుపానులు అంతుపట్టవన్నెట్టు ఏ ఏకాంతపు వేళల్లోనో, స్వేచ్ఛా విహంగపు సాయంకాలాల్లోనో తెరలు తొలగిన మనిషి వాస్తవ దర్శనమవుతుంది.

అదో మార్మిక లోకం.

ఉన్నది లేనట్టు, లేనిది ఉన్నట్టు.

లేకుంటే ఆకులు తిని బతికే మేక తెచ్చుకున్న గంభీరతకు, ఏనుగు కుంభస్థలాన్ని కొట్టగలిగే సింహం భయపడమేంటి విచిత్రంగా.

పొడవాటి గడ్డం, వాడి కొమ్ములు, మిలమిల మెరిసే కన్నులు అంటూ సింహం గుహలోకి దూరిన 'మేకపోతు గాంభీర్యం' గురించి మా తెలుగు సార్ చెప్తుంటే భలే ఆసక్తిగా అనిపించేది గుహ గురించి. నాటి దృశ్యాలు నేటికీ కళ్ళముందరే ఉన్నట్టున్నాయి.

మల్లుగాని బండ గుహే కానీ అంత లోతైనది కాదు. ఇంటర్మీడియట్ లో ఉండగా నేను ప్రత్యక్షంగా చూసింది మాత్రం బ్రహ్మంగారి మనమరాలు ఈశ్వరీదేవి తపస్సు చేసిన గుహ. బ్రహ్మంగారిమఠంకు నైరుతి దిక్కునుంటుంది. గుహ చాలా

పొడవుంటుందంట గానీ మేము పది పదైదు మీటర్లు వెళ్లుంటాము.

ఆది మానవుల రేఖాచిత్రాలుండే మధ్యప్రదేశ్ బీంబెట్కా రాతి గుహలు, మహారాష్ట్ర అజంతా, ఎల్లోరా గుహాలయాలు, విశాఖపట్నం బొర్రా గుహల గురించి తెలుసుకోవడం ఆసక్తిగా ఉండేది. కర్నూలు జిల్లా కొలిమిగుండ్లలోని బెలుం గుహల గురించి ఎవరైనా రాసినప్పుడు వెళ్లి చూసి రావాలి అనుకుంటుండేవాడిని. అయితే అలాంటి గుహ ఒకటి మా దగ్గర కూడా ఉందని తెలిసి ఆశ్చర్యమేసింది.

అదే బిలం. బిలం గుహ.

****

నేను రాసిన 'పొట్టేలు' నవలికలోని మల్లెంకొండ పరిసరాలను చూసుకుంటూ నలభై అయిదు మంది ఫేస్బుక్ మిత్రులం కలిసి చేసిన 'పున్నమి వెన్నెల్లో మల్లెంకొండ' యాత్ర మంచి ఉత్సాహాన్నిచ్చింది. ఆ సంఖ్య బిలం గవికి ఎనభైకి పెరిగింది. ఈసారి హైదరాబాద్, బెంగుళూరు, చెన్నై, విజయవాడ, కర్నూల్, అనంతపురం, కడప, నెల్లూరు, తిరుపతి ఇలా రకరకాల ప్రాంతలనుంచి వస్తున్నారు.

'రాయలసీమ ముఖచిత్రం' వ్యాస సంకలనం ద్వారా రాయలసీమ అస్థిత్వాన్ని, ఉద్యమ ఆవశ్యకతను, నాటి సామాజిక, సాంస్కృతిక, సాహిత్య విశేషాలను భవిష్యత్ తరాలకు అందించిన భూమన్ గారు, రచయిత సన్నపురెడ్డి వెంకట్రామిరెడ్డి గారు, సగిలేటి కథకుడు బత్తుల ప్రసాద్ రావు గారు, 'మేడం సీ' నవల, 'జ్ఞాపకాల నీడ' పేరుతో కర్నూల్ మరీ ముఖ్యంగా కోయిలకుంట్ల ఫ్యాక్షన్ చరిత్రను మీడియా ద్వారా నేటి తరానికి అందించిన కాశీపురం ప్రభాకర్ రెడ్డి గార్ల కలయికతో బిలం యాత్ర ముందు తరానికి, నేటి తరానికి ఒక సామాజిక సాంస్కృతిక సాహిత్య వారధిలా అనిపించింది.

యవ్వనానికి సవాలు విసురుతున్నట్టు ఏడు పదుల వయసును కూడా లెక్కచెయ్యకుండా శేషాచలం మొత్తాన్ని అణువణువు శోధిస్తున్న భూమన్ గారు లంకమల చూడాలనడంతో తిరుపతి నుంచొచ్చే ఎఫ్ఆర్వోలు ప్రభాకర్ రెడ్డి, వెంకటసుబ్బయ్య గార్లు, శ్రీసిటీ మేనేజర్ రామచంద్రా రెడ్డి గారు, జర్నలిస్ట్ రాఘవశర్మ ఆలూరు గారు ఇంకొందరు ముందురోజే మా ఊరు చేరుకున్నారు. ఇంట్లో సంగటి, చెనిక్కాయ పచ్చడి, చికెన్ ఫ్రై చేయించాను.

తిని బయల్దేరబోతుండగా శాలువాతో పాటు శ్రీ శ్రీ గారి జేబులో తుఫాను(మహా ప్రస్తానం), ఎం.వీ. రమణారెడ్డి గారి ఆత్మకథ 'గతించిన రోజులు', 'గాన్ విత్ ద

విండ్' అనువాదం 'చివరకు మిగిలింది', 'టూకీగా ప్రపంచ చరిత్ర' నాలుగు భాగాలు చేతిలో పెట్టారు.

రాజకీయంగా, వ్యక్తిగతంగా పక్కనపెడితే సాహిత్యకారుడిగా ఎం.వీ. రమణారెడ్డి స్థాయి గొప్పది. చివరకు మిగిలింది, రెక్కలు చాచిన పంజరం, మాక్సింగోర్కి కడుపు తీపి, కేఆర్ నారాయన్ మాటకారి వంటి ఎన్నో అనువాదాలు, రచనలు. నేటి తరానికి కూడా రాయలసీమ నీళ్లు, హక్కులు గురించి ఆలోచించాలంటే నలభయ్యేళ్ల కిందట రమణారెడ్డి గారు రాసిన 'సీమ ఎక్కిళ్లు' రెఫరెన్స్ పుస్తకం.

బిలం యాత్రకు రాబోయే అందరికీ ట్రాన్స్పోర్ట్, భోజనాలు తను చూసుకుంటా అని మైదుకూరు జర్నలిస్ట్ నందిరెడ్డి నాగశివారెడ్డి అన్న అనడంతో సగం బాధ్యత తగ్గినట్టైంది. ఎక్కడెక్కడోళ్లంతా ఉదయం తొమ్మిది గంటలకల్లా మల్లెపల్లె దగ్గర దూదెమ్మ కోన తోరణం దగ్గరికి చేరాలి. దూర ప్రాంతాల నుంచొచ్చి ఉదయాన్నే దిగిన వారు కొందరు సిద్దయ్యగారి మఠం వెళ్లొచ్చినారు.

బ్రహ్మంగారి కార్యక్షేత్రాలైన కడప, కర్నూలు, సిద్ధవటం, గండికోట మొదలైన సంస్థానాలన్నీ నవాబుల ఏలుబడిలో ఉన్నా కూడా ఒక హిందువైన బ్రహ్మంగారికి ప్రియశిష్యుడు ఒక దూదేకుల కులస్తుడు. పదిహేడవ శతాబ్ధంలోనే కులమతాలకతీతమైన సామరస్యాన్ని గుర్తుచేస్తుందీ గురు శిష్యులు బంధం.

జ్ఞాన బోధ చెయ్యమని తన దగ్గర చేరిన సిద్దయ్యతో "సిద్దా నా దగ్గర నేర్చుకున్న జ్ఞానం ఇక చాలు. బయట ప్రపంచాన్ని చూసిరాపో" అని పంపించాడంట బ్రహ్మంగారు. అయిదేళ్లు లోకమంతా తిరిగి రాగానే "ఏమిరా సిద్దా" అంటే "ఎవురి లోకం వాళ్లది గురువా" అని సమాధానమిచ్చాడంట సిద్దయ్య. చిన్న వాక్యంలో ఎంత లోతైన సమాధానం.

నీ బాధ నాది కాదు

నా సంతోషం వేరొకరికి పట్టదు. లోకం తీరంతే.

'మాయా జగతి

మాయా బతుకు

మోసమయా జీవా

కళ్ళను నమ్మకు జీవా..' ఇప్పటికీ సిద్దయ్య తత్వగీతాలు మా పల్లెల్లో వినిపిస్తూ

ఉంటాయి.

రెండు ట్రాక్టర్లు, అయిదు కార్లు, అయిదు బైకులతో బిలం గవి యాత్ర కాస్తా నల్లమల దండయాత్రగా మారింది. అందరూ బయల్దేరినారు అని తీర్మాణించుకున్నాక ముందు వెహికల్స్ లేపిన పుల్లదుమ్మును చీల్చుకుంటూ బుల్లెట్ మీద నల్లమలలోకి ప్రవేశించాం.

చైత్రం మొదలుకుని పుష్యం వరకూ మేఘాల ప్రేమ వర్షంలో కొత్త కొత్త అందాలను సింగారించుకున్న అడవి, మాఘమాసంలో సరైన పెండ్లి ముహూర్తం కుదరక అలిగితే అదే అదనుగా ఫాల్గునపు సూర్యుడు తన ప్రతాపాన్ని చూపి మరింత ఎడబాడు పెంచాడన్నట్టుగా ఉంది. అయితే అది కూడా నాలో భాగమేనన్నట్టు బంగారు వర్ణంలో తళతళా మెరుస్తోంది అడవంతా.

పాము పాకిన మట్టిజాడల్లా మెలికలు తిరిగే అడవి బాటల్లో రయ్యిరయ్యిన దూసుకుపోతుంటే ఏవేవో ఆలోచనలు మదినిండా. ఒకటే బాట కాబట్టి దారి తప్పుతామనే దిగులు లేదు. మూల తిరుగుళ్లు వచ్చినప్పుడల్లా పెద్దపులి కనిపిస్తే బాగుండు అని వెతుకుతున్నాయి చూపులు.

బందీపురా, నాగర్ హోలె, కబిని, బానేర్ గట్టా లాంటి వైల్డ్ లైఫ్ శాంక్చుయరీల్లో ప్లాస్టిక్ రహిత జీవ వైవిధ్యాన్ని కాపాడుతూనే ఫారెస్ట్ సఫారీ, నైట్ స్టేయింగ్ అంటూ ప్రకృతి ప్రేమికులను నిత్యం ఆకర్షించేలా ఎన్నో టూరిజం ప్యాకేజెస్ రూపొందించే కర్నాటక, తమిళనాడు, కేరళ రాష్ట్రాలకు వచ్చే టూరిజం ఇన్కమ్ చూస్తూ కూడా ఇంత అద్భుత ప్రకృతిని పెట్టుకుని కూడా మన ఫారెస్ట్ వాళ్లెందుకు అలా ఆలోచించలేకపోతున్నారో అర్థం కాదు.

నలభై అయిదు నిమిషాల ప్రయాణం తర్వాత ఫారెస్ట్ డిపార్ట్మెంట్ ప్రొటెక్షన్ వాచర్స్ కనిపించడంతో బిలం దగ్గరికొచ్చినట్టు అర్థమైంది. సాధారణంగా ప్రయాణాల్లో ఎప్పుడెప్పుడు గమ్యస్థానం చేరదామా అని ఉబలాటంగా ఉంటుంది కానీ ఈరోజెందుకో ఇంకొంచెం దూరముంటే బాగుండు అనిపించింది.

పక్కనే రామన్న బాయి ఉంది. బులుగు, ఆకుపచ్చలు కలగలసిన రంగులో స్వచ్ఛంగా మెరిసిపోతున్నాయి నీళ్లు. బాయిలో నీళ్లు తాగి, అందరూ వచ్చేలోప్ప అక్కడికి నాలుగు కిలోమీటర్ల దూరంలోని బుగ్గవైపు కదిలాం. వెనకాలే కుండాసి ప్రభాకర్ అన్న, సునీలన్న, సుబ్బారెడ్డి, సర్వరాజ్ సాయి కూడా వచ్చారు.

దారిలో అరవయ్యైదేళ్లు పైబడిన ఆరడుగుల మనిషి ఎదురయ్యాడు. పేరు సుబ్బన్న, ఊరు కాశినాయన మండలం కోనరాజుపల్లె. మొలకు కట్టిన ముతక పంచె

తప్ప ఒంటిమింద చొక్కా లేదు. సంసార బంధాలు పూర్తిగా వదులుకోకుండానే సన్యాసి జీవితానికి అలవాటుపడ్డాడు. వారం పది రోజులకొకసారి ఇంటికి పోయి బత్తెం తెచ్చుకుంటాడంట.

"పులి అలికిడులు ఎక్కువయినాయి కదా నల్లమలలో" అంటే "ఎందుకుండవూ..! బుగ్గ దగ్గరికొచ్చి నీళ్లు తాగి పోతాంటది అప్పుడప్పుడూ" చెప్పి బిలంవైపు కదలిపొయ్యాడు.

ఇప్పుడంటే మనం కనపడ్డాము, మాట్లాడాడు. నర మానవుని అలికిడి లేని వేళల్లో చెట్లు పుట్టలు వాగులు వంకలు కొండలు బోళ్లతో ఏ భాషలో సంభాషిస్తుంటాడు..?

అడవి మార్మికతకు అలవాటు పడ్డ మనిషి జన జీవనంలో ఎక్కువ సేపు నిలవలేడేమో అనిపించింది అతన్నలా చూస్తుంటే.

నల్లని రంగులో పెద్ద పెద్ద బండ రాళ్ల మధ్య గలగలపారే వంకను ఊహించుకున్న నాకు వందల ఏళ్ల నాటి మర్రిచెట్టు ఊడల నీడలో చల్లగా పారుతున్న నీటి ధార కంటికి ఆనలేదు. పాతకాలం సత్రం ఒకటుంది బుగ్గ దగ్గర. రెండు రూములు వసతికి అనుకూలంగా ఉన్నాయి. అవకాశం దొరికి, ఒకటి రెండ్రోజులు ఇక్కడ ఉండగలిగితే బాగుంటుందనిపించింది.

పక్కనే మొండి భైరవుని శిలలున్నాయని సుబ్బారెడ్డి చెప్పడంతో అక్కడికి వెళ్లాం. పేరుకు తగ్గట్టే మొండేనికి ప్రతి రూపంగా రాళ్లమింద నిలబెట్టబడిన శిల ఒకటి, తలకు గుర్తుగా స్వయంభూ శిల మరొకటి ఉన్నాయి. ఈ మధ్యనే ఎవరో బలిని చెల్లించుకున్నారన్నట్టు ముదురు ఎరుపు రంగులో ఎండిన రక్తపు మరకలు కనిపించాయి.

హేతువాద కోణంలో ఇవన్నీ మూఢ నమ్మకాలుగా కొట్టి పారెయ్యొచ్చు గానీ ఆ నమ్మకాలే మనిషిని నడపించకుంటే ఎక్కడో బద్వేల్ దగ్గర నందిపల్లెలో ఉండే మైదాన వాసికి నల్లమలలోని బుగ్గతో ఏం పని. అడవికి మనిషికి అంతరం పెరుగుతున్న ఈ రోజుల్లో మనిషిని ప్రకృతి వైపు నడిపేది అదే అయినప్పుడు నమ్మడంలో తప్పేముంది అనిపించింది ఆ నిమిషం.

మేం బిలం దగ్గరికొచ్చేసరికి మధ్యాహ్నం బువ్వ గురించి ఏ మాత్రం ఆలోచన లేకుండా వచ్చినోళ్లు వచ్చినట్టు అందరూ బిలంలోకి దూరిపొయ్యారు. గుహలోకి ఎప్పుడెప్పుడు పోదమా అని మనసు పీకుతున్నా అన్నం పప్పు రసం సాంబార్ అంటూ కూరగాయలు కోసుకుంటూ రామన్న బాయి గట్టున కూర్చోక తప్పలేదు.

అర్థగంటకల్లా ఒక్కొక్కరే రావడం మొదలైంది. తొలిగా భూమన్ సార్, తిరుపతి బ్యాచ్ వచ్చారు. వెనకాలే సన్నపురెడ్డి గారు, మిగతా వాళ్లు గుహ గురించి అదీ ఇదని చెబుతున్నారు గానీ మనం ఊహించినట్టు ఎవరి చొక్కాలకు చెమట, మట్టీ లేదు.

"ఎంత దూరం పొయినారు" అని ఒకరిద్దర్ని అడిగితే "ఎంతో దూరం యాడబ్బా పైకెక్కే నిచ్చెన ఇరిగిపొయింది. యాడ పోతం" అని వాళ్లు చెప్పిన సమాధానానికి పెద్ద నిరాశ కలిగించింది.

ఆ నిరాశను తొలగిస్తూ నల్లటి బొగ్గులాంటి మట్టి ఒళ్లంతా పూసుకుని, చెమటలు కక్కుతూ వచ్చాడు కాశీపురం ప్రభాకర్ రెడ్డెన్న. కొలిమిగుండ్ల బెలుం గుహలు వీళ్ల ఊరు కాశీపురంకు దగ్గరే. చిన్నప్పట్నుంచి బెలుం మీద చాలా దండయాత్రలు చేశాడు.

"ఏన్నోవ్ ఎట్టుంది మా బిలం" అని అడిగాను.

"నువ్వేంది ఈడున్నావ్, లోపల్నుంచి ఎప్పుడొచ్చినావు" అన్నాడు నన్ను చూసి ఆశ్చర్యపోతూ.

"అదేందిన్నా నేనసలు లోపలికి రాకనే ఉంటే" అన్నాను అంతే ఆశ్చర్యంగా.

"సంపినవ్ పో. నువ్వు ముందు పోతుంటావు అని నిన్ను పిల్సుకుంటా మేమంతా ఎనకల్లొచ్చిమి. లోపల ఎంత పిల్సినా పలక్కపోతే చూసి చూసి ఎంత దూరముందో ఏమోలే అనుకుని ఎనిక్కొచ్చినాం" అన్నాడు.

"వివేక్ ఖచ్చితంగా పొయింటాడనే ధైర్యంతోనే మేము అంత లోపలికి పొయినాం" అని వాళ్లలో వాళ్లు మాట్లాడుకున్న మాటలు 'నా తలంపు వాళ్లలో ముందుకెళ్లాలనే ఉత్తేజాన్ని కలిగించిందనే' విషయం చిరు సంతోషాన్ని కలిగించింది. వెళ్లిన వాళ్లందరూ బయటికి రావడంతో వంట పనులు వాళ్లకప్పగించి, తలా ఒక గ్లాసెడు నీరా తాగి చివరి గుంపు గుహ వైపుగా సాగిపోతిమి.

"నేను రాలేకపోతిని గానీ ఇద్దో వివేకూ పెద్ద లైటు తీసప్పో" అని లైటు చేతికిచ్చాడు బత్తుల ప్రసాదన్న. బిలం దగ్గరికి వెళ్లగానే అప్పుడే బయటికి వస్తూ కనిపించారు కుండాసి ప్రభాకరన్న, శ్రీనాథ్.

ఫోటోల్లో చూస్తే అంతగా అనిపించలేదు గానీ ప్రత్యక్షంగా చూస్తుంటే ఎన్నాళ్లనుంచో ఆకలిగొన్న రాక్షసి రాండి రాండి అని పిలుస్తున్నట్టుగా ఉంది. అయితే నీ అరుపులకు భయపడే వాళ్లెవరూ లేరులే అని ఒంటిమింద చొక్కాలు విప్పి గవిలోకి అడుగుపెట్టాం.

గుహ ముఖద్వారం వద్ద రాముని విగ్రహం ప్రతిష్టించబడి ఉంది. బిలంలోకి దిగంగానే మొబ్బు, అంతలోనే వెలుతురు. కొండ నిలువుగా చీలి పెద్ద గాడిలాగా ఏర్పడింది. సూర్యుని వెలుగు రేఖలు గాడిగుండా గుహలోకి దూరాలని శతవిధాలా ప్రయత్నిస్తున్నాయి గానీ గవిలోని రహస్య చీకట్ల ప్రతాపానికి అక్కడే తేలిపోతున్నాయి. రోజూ మందలోనించి తప్పించుకుని వెళ్లి మునీశ్వరునికి పాలిచ్చే ఆవును కాపరి వెంబడించడం, అది బెదిరి గాడిలో పడిన తాలూకు జరిగిన కథ ఒకటి ప్రచారంలో ఉంది ఈ గాడి గురించి.

లంకమల మల్లుగాని బండ, బండిగాని సెలల కంటే కూడా ఆది మానవుని ఆవాసాలకు బిలం అత్యంత అనుకూలంగా ఉంది. దానికి సంబంధించిన రేఖా చిత్రాలేమైనా ఉంటాయేమోనని గుహ గోడలకు లైటు వేసి చూస్తుంటే ఆ వెలుతురుకు బెదిరిన కొన్ని గబ్బిలాలు ఒకచోట నుంచి ఎగిరి మరోపక్క తగులుకుంటున్నాయి. అలా చూసుకుంటూ పదడుగులట్టా వేశామో లేదో ఝుం.. ఝుం... ఝుం.... ఎప్పుడూ వినని ఒక శబ్దం మెల్లగా మొదలై అంతకంతకూ పెరుగుతూ చెవులను తాకుతోంది. గబ్బిలాలు ఒక్కొక్కటే పైకి లేచి మా వైపు దూసుకొస్తున్నాయి. ఎక్కడ తంతాయోనని కిందికి నక్కుతున్నాం గానీ శబ్ధ తరంగాలను అణువణువూ ఒంటబట్టించుకున్న వాటి సహజ జ్ఞానం ముందు మనమెక్కడ.

ముందు వెనుకలు కానరాని చిమ్మ చీకటిలో రిథమిక్ గా సాగిన వాటి రెక్కల చప్పుడు కొత్త సంగీతాన్ని పరిచయం చేశాయి. లైటు అలాగే ఉంచితే ముందుకు వెళ్లడం కష్టమని కొద్దిసేపు ఆపి ఉంచేసరికి కొంచెం కుదుటపడ్డాయవి.

ఫోన్ వెలుతుర్లో కొంచెం నడిచాక పెద్ద సైజు పుట్టలు మూడు కనిపించాయి. చీమలు, పాముల అలికిడున్నట్టు లేదు.

"ఈడ ఇంగా పెద పెద్ద పుట్టలున్నెయంట మామా, నిధుల కోసం బాంబులు పెట్టి పేల్చినారు" చెప్పాడు సుబ్బాడ్డి.

ఇతర జీవుల అస్థిత్వాన్ని ప్రకృతి తన గుండె గూటిలో పదిలంగా దాచుకుంటుంటే మనిషి మాత్రం తాను ప్రకృతికి అతీతమన్న భావనలో విధ్వంసం వైపు సాగుతున్నట్టున్నాడు.

విధ్వంసానికి పరిష్కారం కోసం జీవితమంతా ఎదురుచూసి చూసి, సమాధానం దొరక్క శిలగా మారిన మునీశ్వరుడు కనిపించాడు. తెలిసింది అణువంత, తెలియాల్సింది విశ్వమంత అన్నట్టు విశాలమైన నుదురు, దిగంతాలను గుర్తు చేసే కళ్ళు, నిర్వికారమైన మొహం, నిర్వేదానికి గుర్తుగా గడ్డం. మానవ నిర్మితం కాదు

సహజంగా ఏర్పడ్డ శిల. ఆరడుగులు పైనే ఉంటుంది. దూరం నుంచి చూస్తే పురా మానవుడిలా అనిపిస్తాడు.

పోరుమామిళ్ల పల్లెల్లో ఎక్కువగా వినిపించే ముని రెడ్డి, మునెమ్మ లాంటి పేర్ల తాలూకు ముని ఈయనే. పిల్లలు లేని వారు ఇక్కడి వెళ్లి మొక్కుకున్నాక సంతాన భాగ్యం కలిగితే ఆ బిడ్డలకు ముని స్వామి మింద భక్తితో పెట్టుకునే పేరంట. గుహలో మునులు తపస్సు చేసుకుంటుంటారు అని ఇప్పటికీ చుట్టుపక్కల పల్లెల్లో ప్రచారముంది.

ఎన్నాళ్లుగానో మగ్గిన గబ్బిలాల పెంట అడుగులకింద పుల్లదుమ్ములా లేసి ముక్కు పుటాలను అదరగొడుతోంది. లోపలికి వెళ్లేకొద్దీ గబ్బిలాల రొద తగ్గింది గానీ వెలుతురే పెద్ద ఇబ్బంది అయింది. నా చేతిలో ఉన్న లైటు కొంచెం పరవాలేదు, మిగతా వాళ్ల సెల్ ఫోన్ టార్చ్ అడుగులకు మించి దూరం పడలేకుంది. కిందా దారి కూడా సదరంగా లేదు.

గుహలోకి అడుగుపెట్టక ముందంతా లోపల ఎలా ఉంటదో ఏమో పురుగుబుట్ట ఉంటే పరిస్థితేంది అనుకుంటూ మొదలైంది కాస్తా లోపలికి వెళ్లేకొద్దీ ఇంకొంచెం పోతే ఏముంది, ఎలా ఉంటది అనే ఉత్సుకతే ముందుకు లాక్కుపోతోంది.

మల్లుగాని బండ చూడ్డానికి వెళ్లేటప్పుడు అందరూ ముందుకు వెళ్లిపోగా గుహలో ఏముందో చూద్దామని ఒక్కన్నే పోబోయి, ఏదో జంతువు పెంటికలు చూసి భయపడ్డ జ్ఞాపకాలు ఇంకా కళ్ళముందరే ఉన్నాయి. అయితే ఈసారి మాత్రం ఆ భయం దగ్గరికి రాలేదు. నాతో పాటు జనాలున్నారనే ధైర్యం.

గుహ మొదట్లో పొడి పొడిగా దుమ్ము రేగుతున్నట్టున్నది కాస్తా లోపలికెళ్లేకొద్దీ కొండలోని తడి సొనవానల్లాగా కారి, ఏ రాయిమింద అడుగుపెట్టినా జిబజిబమంటూ తగులుతోంది.

లైట్ల వెలుతురు ఎక్కువ దూరం పడకపోవడంతో మాటలు తప్ప వెనకా ముందు వచ్చే వాళ్లెవరో తెలియదు. ఆ గొంతులను బట్టి సుబ్బారెడ్డి, అరణ్యశేఖర్, సునీల్ అన్న, విష్ణు, సర్పరాజ్ సాయి, విష్ణు ఫ్రెండ్ సుమన్, నేను మొత్తంగా ఏడు మందిమి మాత్రమే మిగిలాం. వెంకట్, శ్రీయపు శివానంద రెడ్డి, తిరుపతి వెటర్నరీ డాక్టర్ వెనకాలే చాలా దూరంలో ఉన్నారేమో పిలిచినా కూడా పలకలేదు.

ప్రకృతి మాయో, గుహలో దాగిన మర్మం వల్లో అప్పటివరకు ఉక్కతో అల్లాడించిన గుహ ఆ చోటుకు రాగానే చల్లని గాలితో అలసట, అసౌకర్యాన్ని ఒక్కసారిగా తేలిక చేసింది. ఆ గాలి ఏదైనా సందు గుండా వస్తుందేమో అని చుట్టూ చూశాం గానీ అంతు

చిక్కలేదు.

పంతొమ్మిదవ శతాబ్ధపు తొలినాళ్లలో రాయలసీమ మొత్తం పాలెగాళ్ల ఆధిపత్యంలో ఉన్న సమయాన మైదుకూరు తాలూకా వనిపెంటకు ఉత్తరంగా నల్లమలలోని సాకెర్లకోట కేంద్రంగా ఒన్నూరమ్మ అనే మహిళా పాలెగత్తె నేపథ్యంలో సన్నపురెడ్డి గారు రాసిన 'పాలెగత్తె' నవల క్లైమాక్స్ సన్నివేశాలకు దృశ్యరూపం దొరుకుతున్నట్టుగా ఉంది ఒక్కో అడుగు ముందుకు వేస్తుంటే.

చీకటి తప్ప అప్పటివరకూ ఏ అడ్డంకీ లేకుండా సాగిన ప్రయాణంలో తొలి ఆటంకం నిచ్చెనల దగ్గర ఎదురైంది. ఒకచోట ఒళ్లు విల్లులా వంచాల్సి వచ్చింది. ఆడికీ ఆ వంచడంలో తేడానో లేక నా ఒళ్లు దిటమెక్కిందో గానీ ఒక సూది రాయి నడ్డీపున బరికింది. ఏ మాత్రం అజాగ్రత్తగా ఉన్నా రక్తం బయటికి వచ్చిందేది. కొంచెం ముందుకు పొయినాంక ఎదురుగా పాదుకలు, పూజకోసం ప్రమిదలు కనిపించాయి. ఇద్దరు దంపతులు ముని స్వామికి మొక్కుకోవడం, తర్వాత వాళ్లిద్దరికీ గవర్నమెంట్ టీచర్ ఉద్యోగాలు రావడం, మొక్కు తీర్చుకోవడం కోసం ఎర్రచందనంతో పాదుకలు చేసి పెట్టడం గురించి తను విన్నది చెప్పుకొచ్చాడు సుబ్బాడ్డి.

అప్పటివరకూ నేను ముందున్నా గానీ సుబ్బాడ్డి, అరణ్యశేఖరన్న తప్ప మిగతా ఎవ్వరూ చేతిలో ఫోన్ పట్టుకుని నడవలేక లైటో లైట్ అని అంటుండంతో నేను వాళ్ల కోసం చిన్నగా నడవక తప్పింది కాదు.

పాకుతూ, నడుస్తూ, నిలువుగా పైకెక్కుతూ, కొన్నిచోట్ల కిందికి దిగుతూ

'అసలే చీకటి

గమ్యమేమో దూరం

దారంతా గతుకులు

ధైర్యమే కవచం' అని ఎవరికి వాళ్లం ధైర్యం చెప్పుకుంటూ బిలం గవిని ఛేదిస్తున్నాం.

ఒకచోట నిలబడి పైకి చూస్తే సవాలు విసురుతూ నిట్టనిలువుగా కనిపించింది బిలం. ఎక్కే దారి ఉండాలి గానీ మేం తగ్గుతమా అనుకుంటూ లూజు లూజుగా జారుతున్న బండ పేలికలను, మట్టిని జాగ్రత్త చేసుకుంటూ పైకెగబాకిపొయ్యాం. రెండు మూడు చోట్ల పైన్నుంచి రాళ్లు పడితే పరిస్థితేంటనే గుబులు కొద్దిసేపు అలజడి లేపింది గానీ చివరివరకూ వెళ్లి తీరాల్సిందేననే సంకల్పాన్ని చెరపలేకపోయింది.

దారితప్పుతామని అనిపించిందేమో "గుహలోనే సామాధి చేసేట్టుండారు పెళ్లన్నా

చేసుకోనీండయ్యా సోమీ" విష్ణు మాట్లాడే మాటలకు అంత స్థితిలోనూ నవ్వాగలేదు.

లోపలికెళ్లేకొద్దీ గబ్బిలాల బెడద తగ్గిందిగానీ జిగట జిగట రాళ్లమింద పాకుతూ వెళ్తుంటే గాలాడక తల మీదుగా మెదలయ్యే చెమట చెంపలమీదుగా కారి, గబ్బిలాల పెంటను ఒళ్లంతా తాపడం చేస్తున్నట్టుగా ఒకటే దురద. చెమట చుక్కలు నోట్లోకి కారినప్పుడు చూడాలి మా పరిస్థితి.

చిన్న చిన్న అసంతృప్తులన్నీ గుహాంతర్భాగాల్లో తొక్కిపెట్టి, గంటసేపటి తర్వాత పెద్ద గుమ్మటం లాంటి ప్రదేశానికి చేరుకున్నాం. అదే చివర అని కాదు, రెండు నిచ్చెనల నిలువెత్తులో మరో బిలం కనిపిస్తోంది. కానీ దారి..? అరుగులాంటి పెద్ద బండ ఒకటి కనపడ్డంతో అందరం దాని మీద ఆసీనులయ్యాం. మదిమూలల్లో ఎక్కడో చిన్న అసంతృప్తి దారుంటే బాగుండు కదా అని.

బయటి ప్రపంచం నుంచి ఒక నిగూఢ, నిర్జన మార్మిక ప్రదేశంలోకి ప్రవేశించి గంట దాటింది. గుహలో దారుల గురించి, తీసుకోవాల్సిన జాగ్రత్తల గురించి బయటికి మాట్లాడే మాటలే కాకుండా దారి తప్పితే ఎలాగనే అంతర్లీనపు ఆలోచనలు కూడా మాతో పాటు గుహలో అణువణువూ, రాయి రాయీ పట్టి తప్పక శోధించింటాయి.

బిలం భూమికి సమాంతరంగా ఉండి ఉంటే రానూ పోనూ పెద్దగా వడి ఉండేది కాదు గానీ ఏటవాలు ఎత్తుగా ఉండటం వల్ల కంటికి, కాళ్ళకు మరింత సమన్వయం అవసరం. అందరూ కొండ ఎక్కడం కష్టం అనుకుంటారు గానీ నిజానికి దిగడమే కష్టం. గుహల్లో ప్రయాణం చేసేప్పుడు వెళ్లే దారులు గుర్తులు పెట్టుకోకుంటే లేకుంటే ఎంతసేపున్నా అక్కడక్కడే తిరుగుతుంటాం. సుబ్బారెడ్డి అడవి అనుభవం ఇక్కడా ఉపయోగపడింది.

మేం రామన్న బావిని చేరుకునేసరికి అందరూ తిని ఎక్కడోళ్లక్కడ సేదతీరుతున్నారు. భూమన్ సార్ వాళ్లు కాశినాయన జీవసమాధి దర్శనం కోసం వెళ్లిపోయారంట. కాళ్లూ మొహం కడుక్కుని బువ్వ తింటాండగా "నాకు తెలిసినోళ్లలో ముప్పయ్యేళ్ల క్రితం మేం పొయ్యొచ్చాం మళ్లా ఇప్పుడు మీరే. వొయిసటాడ్డి" సన్నపురెడ్డి గారు చెప్తుంటే వ్యక్తిగతంగా చిరు సంతోషం. వాస్తవానికి 'పగులు గవిలో గబ్బిలాలు లేచ్చయి, రాత్రయ్యి వేటకు పొయిపాంక మనం పోదం మేలు' అంటూ అందరూ చెప్పిన మాటల వల్ల చివరివరకూ వెళ్లాలనుకోలేదు. లోపలికి అడుగుపెట్టాక గవే మమ్మల్ని తీసుకెళ్లింది.

పగులంతా చేపల వేట సాగించిన కొంగలు సాయంత్రానికి వేటి గూటికవి

చేరినట్టు ఎక్కడెక్కడినుంచో వచ్చి నల్లమలలో విహరించిన పక్షులన్నీ దూదెమ్మ కోన ఆర్చ్ దగ్గర వీడ్కోలు తీసుకుని, గూళ్లకు పయనమవ్వగా మరికొంతమందిమి బ్రహ్మంగారి మఠం వైపు సాగిపొయ్యాం.

ఇచ్చోటనే..

పోలేరమ్మ చేత నిప్పు తెప్పించింది.

ఇచ్చోటనే..

సిద్దయ్యను శిష్యునిగా స్వీకరించి, మత సామరస్యాన్ని గుర్తుచేసింది.

ఇచ్చోటనే..

మాదిగ కక్కయ్యను అక్కున చేర్చుకుని, కుల సమానత్వాన్ని గుర్తుచేసింది.

ఇచ్చోటనే..

నీళ్లు నిరాకరించిన పురజనలు వద్దంటే బ్రహ్మంగారు రాత్రికి రాత్రి జింక కొమ్ముతో స్వంత బావి తవ్వింది.

ఇచ్చోటనే..

ప్రపంచానికి కాలజ్ఞాన కుసుమాలు వెదజల్లిన బ్రహ్మంగారు సజీవ సమాధి అయ్యింది ఇక్కడే.

ఇచ్చోటనే. ఈ కందిమల్లయ్యపల్లెలోనే. ఈ బ్రహ్మంగారి మఠంలోనే.

చిన్నప్పట్నుంచి చూస్తున్న బ్రహ్మంగారి సమాధే కావడంతో ఆగకుండా నేరుగా బ్రహ్మసాగర్ వైపు కదిలాం.

క్రిష్ణా నది నుంచి మద్రాసు నగరానికి 15 టీఎంసీల నీళ్లు అందించే తెలుగుగంగ ప్రాజెక్టులో భాగంగా ఇందిరాగాంధీ మదిలో మొదలైన ఆలోచనకు మర్రి చెన్నారెడ్డి గారు ఊపిరి పోశారు. దానికి ఎన్టీయార్, ఎమ్జీయార్ 1983 లో శంకుస్థాపన చేశారు. 1987 లో వైయస్సార్, ఎమ్వీ రమణారెడ్డి, భూమన్, శేషశయనా రెడ్డి, మరికొందరు రాయలసీమ నాయకుల కరువుబండ యాత్ర సెగతో మద్రాసు తాగునీటి ప్రాజెక్టు కాస్తా 17 టీఎంసీల తాగు, సాగు నీటి ప్రాజెక్టుగా మార్చబడింది. ఎన్టీయార్ మరణం తర్వాత 2004 లో వైయస్సార్ గెలిచేంతవరకూ పురోగతిలేదు. కరువు ప్రాంత కన్నీళ్లు తెలిసినవాడిగా అధికారంలోకి వచ్చిన రెండేళ్లలోనే ప్రాజెక్ట్ పెండింగ్ పనులు, కాలువలు, ముంపు పరిహారాలు యుద్ధ ప్రాతిపదికన పూర్తిచేసి అప్పటి యూపీఏ చైర్ పర్సన్ సోనియాగాంధీ చేత ప్రారంభింపజేశారు. ఆయనున్నాళ్లూ నిత్యం నీటితో

కళకళ్లాడేది. ఈ పన్నెండేళ్ల కాలంలో తొలిసారి ఆయన నిలబెట్టిన 11 టీఎంసీల నీళ్లే రికార్డు. తర్వాత స్టోరేజీ ఏటికేడూ తగ్గుతూ వచ్చింది. ఇప్పుడు అయన కొడుకు వైయస్ జగన్ ముఖ్యమంత్రయ్యాక కట్టకు అవసరమైన మరమ్మత్తులు పూర్తిచేసి 2021 లో ఫుల్ రిజర్వాయర్ లెవెల్ అంటే 17 టీఎంసీల నీళ్లు నిలబెట్టారు.

సరిగ్గా సూర్యాస్తమయ సమయం.

నిండు కుండలా తొనికిసలాడుతోంది బ్రహ్మసాగర్.

బద్వేల్ కరువు తీరింది, సగిలేరు జీవనది అయింది.

నాలాంటి ఒక సగిలేటి పరీవాహక రైతు బిడ్డకు ఇంతకంటే సంతోషకరమైన దృశ్యం ఉంటుందా.

పడమటి కొండల్లోకి దిగిపోతున్న సూర్యుని ప్రతిబింబం నీళ్లపై పడి ముదురు ఎరుపు రంగులో మెరుస్తోంది. ఒడ్డును తాకే ప్రతి అల తనలో జీవముందని చెప్తున్నట్టుగా ఉంది.

*****

# చెయ్యేరు పరీవాహకం

ఆధ్యాత్మికంగా వెలుగు వెలిగిన ప్రాంతం
ముని శాపమున్నట్టు వర్షాలు పెద్దగా కనికరించవు.

జీవనదిలాంటి ఏరు ఆ మూలనుంచి ఈ మూలకు
ఎవరో గొంతు నొక్కినట్టు ఎప్పుడూ వట్టిపోయి ఉంటుంది.

బోరుబావుల చెమ్మతో పచ్చదనాన్ని నింపుకునే పల్లెలు,
కువైట్, సౌదీలకు వలసపోయి బతుకుబండిని నడిపే జనాలు.

చుట్టూ పొలాలు మధ్యలో ఊర్లు
ముత్యాలు మెరిసినట్టు తెల్లటి ఇసుక
ఇసుక తిన్నెలను సందు చేసుకుంటూ ధార
ఏటి గట్టున తాటిచెట్ల వరుస, పాలకొండల సూర్యాస్తమయం, అన్నమయ్య సంకీర్తనలు.

ఒకనాటి పొత్తపినాడు

నేటి చెయ్యేరు పరీవాహకమంతా ఎన్నెన్నో అందమైన దృశ్యాలు. చెయ్యేరునే పాలకొండలకు దక్షిణంగా చిత్తూరులో బాహుదా నది అని కూడా అంటారు.

****

నవంబర్ 19, 2021. తెల్లవారుజాము సమయం.

విశాఖ కార్తె విసురుతుందని పెద్దోళ్లు చెప్పినట్టు వారం పది రోజుల్నుంచి మేఘాలు ఒకటేమాయిన సీత్తాండాయి. వర్షాలకు తోడు కార్తీక మాసపు చలిలో మత్తుగా జోగుతున్న నదీ పరీవాహకపు పల్లెల్లో తెల్లవారుజామున వినపడింది పెద్ద సైరన్. ఎప్పుడో మూగోబోయినట్టు ఉండే అన్నమయ్య ప్రాజెక్టు వరద హెచ్చరిక అలారం అది. పెద్దోళ్లు ముప్పై నలభయ్యేళ్లలో ఒకట్రెండు సార్లు వినుంటారు గానీ ఈ తరానికి పూర్తిగా కొత్తే.

ముసలి బర్రె పొదుగులా ఎప్పుడూ పిడసకట్టుకుపోయినట్టుండే చెయ్యేటికి వరదేందిలేబ్బా అని ఆశ్చర్యం పరీవాహక పల్లె జనాల్లో. ఎక్కడెక్కడి వాగులూ ప్రాణం పోసుకుని ఉరకలెత్తాయి. వాన వరదై ఉప్పొంగుకొస్తే ఏ రైతు మాత్రం వద్దంటాడు. మరీ ముఖ్యంగా సీమ రైతు అస్సలు అనడు. ఇంకా ఇంకా కావాలంటాడు.

అయితే అది మోతాదు దాటినట్టుంది. ముంచెత్తబోతున్న వరద గురించి ఏటివార పల్లెలను అప్రమత్తం చెయ్యడానికని అధికారులు చెయ్యేటి బాట పట్టారు. జనాలను తరలించడానికి ట్రాక్టర్లు కూడా సిద్ధం. వ్యవహారం శృతి మించుతున్నట్టు జనాలకూ తెలుస్తోంది గానీ చెయ్యేటి రౌద్రాన్ని సరిగా అంచనా వెయ్యలేకపోయ్యారు. చిన్నపిల్లల తల్లిదండ్రులు, కొన్ని కుటుంబాలు తప్ప ఎవరూ పెద్దగా కదల్లేదు.

ప్రవాహ ఉధృతి మెల్లిగా పెరుగుతోంది. ఎంత పెరిగినా ఏనాడు ఇబ్బందిపెట్టని చెయ్యేరు ఈరోజు ఇబ్బంది పెడుతుందా అనే మొండి నమ్మకంతో పులపత్తూరు పాలేశ్వరలాయంలో కార్తీక మాసపు శివార్చనకై వెళ్లారు పదకొండుమంది. అందరూ ఒకే కుటుంబం.

అర్ధరాత్రినుంచి ఫించా డ్యాం కట్ట తెగింది, అన్నమయ్య డ్యాం నిండుతాంది, కట్టకు లీకేజీ పడింది, పొర్లుతాంది అంటూ తలా ఒకమాట. నమ్మాలో నమ్మకూడదో అర్థంకాని స్థితి జనాలది. టైం చూస్తే అయిదున్నర కావొస్తోంది. ప్రళయకాల ఘంటికలా మరోసారి మోగింది అలారం.

అన్నమయ్య డ్యాం మట్టికట్ట తెగింది. అంతవరకూ నది ఒడ్డున రాతి కట్టను తాకుతూ సాగిన ప్రవాహం అంతై అంతంతై రెండు మూడు స్థంభాలెత్తున ముంచుకొచ్చింది.

బగ్గిడిపల్లె వరకూ ఇరుకు కొండల సందున ప్రవహించిన వరద, కొండల చెర వీడినట్టు ఒక్కసారిగా విజృంభించింది. ఆ ధాటికి తొలుత వణికింది పులపత్తూరు. రెండొందల కుటుంబాలు పైగా ఉన్న ఊరు మొత్తం జలమయ్యాయి. రెండస్తుల బిల్డింగులు కూడా నీటిలో మునకేశాయి. వరద వెళ్లిపోయిన తర్వాత ఇక్కడ ఇళ్లు ఉండేటియేమో అన్నట్టుగా ఆనవాళ్లు చెదిరిపోయాయి.

అది చూసి బెంబేలెత్తిపొయ్యారు గుడిలో ఉన్న పదకొండు మంది. పదిహేడేళ్ల హేమంత్, తొమ్మిదేళ్ల మేనమామ కొడుకును తీసుకుని గుడి గోపురం ఎక్కాడు. మిగతా వాళ్లు కళ్యాణ మండపంలోకి వెళ్లారు. పూజారి గర్భగుడిలోకి పరిగెత్తి గేటు వేసుకున్నాడు. అక్కడే జలసమాధయ్యాడు.

కొండచిలువ నోరు తెరుచుకొచ్చినట్టు చెవులకు చిల్లులు పడేలా రొదచేస్తూ వచ్చిన తొలి అల గుడిని లేవగొట్టింది. గోపురం మీదున్న ఇద్దరూ వరదలో పడ్డారు. రెండే రెండు మునకల్లో ఒక పిల్లోడు ఏ అలలో సుడులు తిరుగుతున్నాడో తెలియదు. మరో మునకకు హేమంత్ ఒంటిమీద బట్టలన్నీ ఊడిపొయ్యాయి. ఈత వస్తుంది కాబట్టి నీళ్లపైకి తేలాడు. ఇటునుంచి అటు, అటునుంచి ఇటు రెండే నిమిషాల్లో అయిదు కిలోమటర్ల అవతలికి లాక్కుపోయింది వరద ప్రవాహం.

ఎగువ మందపల్లె దగ్గర మిద్దెమీద తన వాళ్లు కనిపించారంట గానీ పిలిచేదెక్కడ, పిలిచినా పలికేదెవ్వరు. అంతా బితుకు బితుకు కల్లోల క్షణాలు. భీమేశ్వరాలయం ముందున్న ఎత్తు గడ్డ తగులుకుని సుడులు తిరుగుతూ చెరువులోకి తోసింది. కొద్దిసేపు గెడ్డివామి ఆసరా, తర్వాత కంప చెట్ల మింద నిలబడి గంటసేపు నరకయాతన. వేరే ఆమె మిద్దె మీద నిలబడి ఉంటే అరిచాడంట. పదిమంది యువకులు మరో గంటపాటు కష్టపడి బయటికి లాగగలిగారు. బయటికొచ్చాక స్పృహ తప్పింది.

అతడు వరదను జయించాడు. ఈత మనిషికి ప్రాథమిక అవసరం అని గుర్తుచేసే సంఘటన.

పులపత్తూరు పాలేశ్వరాలయం గట్టు నీళ్లకు అడ్డంగా నిలవడంతో ఆ ఒత్తిడి పక్కకు తన్నుకుని తొగూరుపేటను లేవగొట్టింది. అయితే ఆ విలేజ్ వలంటీర్ అంజలి అర్థరాత్రి అయినా కూడా జనాలను ఎప్పటికప్పుడు వరద గురించి అప్రమత్తంగా ఉంచుతుండడంతో ఆస్తి నష్టం తప్ప ప్రాణనష్టం కలగలేదు.

అక్కన్నుంచి దిగువదంతా మైదాన ప్రాంతం. పల్లెలు కూడా నది ప్రవాహానికి తక్కువ ఎత్తులోనే ఉంటాయి. ఆకలిగొన్న పులి పంజా విసిరినట్టు చేలరేగిపోయింది వరద. ఆ ప్రభావం ఎక్కువగా పడింది ఎగువ మందపల్లె మీద.

ఆ..! మన చెయ్యేరేలే ఎంత పెద్ద ఎల్లవొచ్చినా రాతి కట్టకం దాటి రాని వరద ఇప్పుడేం చేస్తుందనే అజాగ్రత్తతో అధికారుల మాటల్ని లెక్కచెయ్యకుండా అక్కడే ఉండిపోయిన ఊరి జనాలకు ప్రత్యక్షంగా చూసినప్పుడు గానీ తెలియలేదు తామెంత మూర్ఖంగా జలగండానికి ఎదురు నిలబడ్డామని.

రోజులు, గంటలు, నిమిషాలు కాదు అంతా క్షణాల సమయం. ఊరు మొత్తం జలమయం. మందపల్లె పులపత్తూరు తార్రోడ్డు ఆనవాళ్లు లేకుండా పోయింది. పొలాలు సముద్రాన్ని తలపించాయి. ఇళ్ల గోడలు భళ్లున కూలిపొయ్యాయి. పాము తాటిచెట్టు ఎక్కేప్పుడు చుట్టలు చుట్టుకుంటూ ఎక్కినట్టు తన పరిధి మేర అణువణువు ఆక్రమించింది. పిల్లర్లు పోసి బలంగా కట్టినామనుకున్న ఇండ్లు మొత్తంగా పది మీటర్ల పక్కకు జరిగి, నాలుగడుగులు కిందికి కుంగిందంటే అర్థం చేసుకోవచ్చు వరద ఉధృతి.

కబంద హస్తాల్లా అంతెత్తునుంచి వచ్చే అలల ధాటికి పక్కనున్న ఇళ్లు ఆనవాళ్లు లేకుండా పోయింది. అరభయ్యేళ్లనుంచి ఎన్నో తరాలను చూసిన పాత మిద్దె పెటపెటమని కళ్ళముందే సగానికి కూలి, కొట్టుకుపోయింది.

వరద ప్రభావం ఊహించలేని చాలా కుటుంబాలు ప్రాణ భయంతో బిక్కుబిక్కుమంటూ వణికాయి. అలాంటిలాంటి భయం కాదు. మరణపు అంచుల మీద నిలబడ్డ భయం. అన్నమయ్య డ్యాం తెగే అవకాశాలున్నాయి జాగ్రత్తపడమని అధికారులు చెప్పినప్పుడు అందరిలోనూ భయం ఉండింది గానీ ఆ ఇంటి యజమాని తేలిగ్గా తీసుకున్నాడు. ఎప్పుడైతే వరద పులపత్తూరును లేవగొట్టిందో బయటికి పరిగెత్తడానికి అవకాశం లేకపొయింది. తన ముప్పై మంది కుటుంబ సభ్యులనూ తీసుకుని మిద్దెక్కాడు. ఉప్పెనలా వచ్చిపడింది వరద. తనవాళ్ల వైపు చూశాడు, ప్రాణ భయంతో వణికిపోతున్నారు. తప్పు చేశానా అనిపించింది. వరద ప్రవాహం ఆ ఊర్లో నేరుగా కొట్టగలిగే ఇళ్లు అదే. కోరలు చాచిన కాలనాగులా మిందికొస్తోంది ఒక్కో అల. తర్వాతి క్షణం ఊహించడానికి కూడా కష్టంగా ఉంది. అద్భుతం జరగాలనే ఆశ తప్ప బతుకుమింద నమ్మకం లేకపొయింది వాళ్లకు. కాలం ఆ ముప్పై మందికీ మరో అవకాశమిచ్చింది.

కాలం కనికరించడమనేది పక్కనపెడితే ఆపత్సమయంలో మన అప్రమత్తత ఎంత

అనేది ఆలోచించుకోవాలి. మన మొండితనం, మూర్ఖత్వం పది మందికీ శాపం కాకూడదు అనిపించింది తర్వాత అతనితో మాట్లాడినప్పుడు. వాళ్లే కాదు ఎగువ మందపల్లెలో చాలా వరకూ మిద్దెలు, మేడ పైన నిల్చున్నారు.

ఊరికి దక్షిణంగా ఉన్న పాతకాలం చింతచెట్ల వరుస లేకుంటే ప్రాణ నష్టం, ఆస్తి నష్టం మరింత పెరిగుండేది. ప్రకృతి బీభత్సానికి ప్రకృతే రక్షణ.

వరద ధాటికి ఊర్లో ఇళ్లన్నీ ఒక్కొక్కటే మొండి గోడలుగా, మరికొన్ని నేలమట్టమైపోయాయి. ముప్పై ఇళ్లను, పదకొండు మంది ప్రాణాలను, వందలాది పశువులను తనలో కలిపేసుకుని గానీ ఎగువ మందపల్లెను వదల్లేదు వరద చెయ్యేరు.

నదీ పరీవాహకంతో పాటు ఎగువ మందపల్లె పొలాల మీదుగా పారడంతో పులపత్తూరు, తొగూరుపేటలో రెండస్తుల మిద్దెలెత్తు లేచిన వరద ఎత్తు తగ్గించుకుని వెడల్పయింది.

ఊరికి ఒకవైపు ఏరు, మూడు వైపులా పొలాలతో అందంగా ఉంటాయి ఎగువ, దిగువ మందపల్లెలు. వరద చుట్టుముట్టడంతో లంక గ్రామాలుగా మారాయి. రెండు పల్లెల మధ్య కోతకు సిద్ధంగా ఉన్న వరి మాగానిని మొత్తం వేర్లతో సహా పెకిలించి ఒకప్పుడు ఇక్కడ పొలాలుండేటియా అనేంతగా గెట్లు గెనాలను సదరం చేసింది.

అధికారుల హెచ్చరికలతో పులపత్తూరు, ఎగువ మందపల్లెలో జరిగిన విధ్వంసంతో కొంతలో కొంత అప్రమత్తమయ్యి ప్రాణాలను అరచేతపట్టుకుని ట్రాక్టర్లల్లో, బండ్లల్లో, ఏది చిక్కితే దాంట్లో ఊరి బయటికి వెళ్లడానికి సిద్ధమవుతున్నారు ఊరి జనాలు.

తొలుత పడమటి దిక్కున్న పొలాల్లోంచి ఊళ్లోకి ప్రవేశించిన వరద నీరు మెలిమెల్లిగా నలుదిక్కుల నుంచి ఆక్రమించుకుంటూ మోకాళ్ల ఎత్తు వరకూ వచ్చి చూస్తుండగానే పైపైకి రాసాగాయి. వీలైనంత మేర ఆస్థి నష్టం కలగకుండా జాగ్రత్తపడిన వాళ్లు, పశువులను బతికించుకోవాలని ఆరాటపడే వాళ్ల ఆశలు నీటి ఉధృతిలో కలిసిపోయి ఈ క్షణం ప్రాణం నిలబడితే అదే చాలు అనిపించిందంట. ఎవరి దారిన వారు బయటికి పరిగెత్తసాగారు. కాళ్లున్న వాళ్లు పరిగెడుతున్నారు, మొండిగా నిలబడ్డ ఉన్న వాళ్లు మిద్దెలు ఎక్కి ఆశగా దేవుని వైపు చూస్తున్నారు.

కాటికి కాళ్లు చాపుకుని కుటుంబ సభ్యుల ఈసడింపులు భరించుకుంటూ నాలుగేళ్లుగా మంచానపడున్న ముసిలామకు మోక్షం ప్రసాదించి, అటునుంచి అటుగా వెళ్లి మిద్దెక్కితే బతకొచ్చు అని అనుకుని తీరా ఆ నీటి ఉధృతికి భయపడి ఊరి

బయటికి పరిగెత్తబోయిన కుటుంబం మొత్తాన్ని ఇద్దరు చిన్న పిల్లలను తల్లిదండ్రులతో సహా గల్లంతు చేసింది.

మీ ఇంట్లో వాళ్లు మనకేం పెట్టారు ఏం పెట్టారు అని కూతురి దగ్గర ఒకటేమాయిన పోరుతుంటే అల్లునికి ఇద్దామని బంగారు బ్యాంకులో తాకట్టు పెట్టి తెచ్చిన సొమ్ము బీరువాలో ఉందని, ఇంట్లోకి వెళ్లి డబ్బులు తీసుకుని బయటికొచ్చిందంట ఒకామె. అంతలో నీళ్లు చుట్టుముట్టడంతో ఏం చెయ్యాలో దిక్కుతెలీక వాకిలేసుకుని ఇంట్లోనే జలార్పణం అయిన ఆ తల్లి చేతిలోని నోట్లు ఇప్పుడు ఏ బురదలో కూరుకుపోయున్నాయో ఏమో ఆ కర్కష చెయ్యేరుకే తెలియాలి.

బయట బంగళాల్లో బతకడంకంటే పల్లెకొచ్చి పాలు అమ్ముకుంటే తృప్తిగా ఉంటుందని, వెతికి వెతికి తెచ్చిన ఇరవై పారం బర్రె గొడ్లను బతికించలేక వాటెను తలుగులకే బలిపెట్టిన ఒక యువ రైతుకు తన నిస్సహాయతో వచ్చిన కన్నీళ్లు చెయ్యేటి వరదలో నీటి బిందువుగా కలిసిపోయాయి, ఇకనైనా శాంతించమని వేడుకున్నట్టు.

గొర్లు, మేకలు, కోళ్లు, కుక్కలు వేటినీ వదలకుండా చెలరేగింది వరద. ఆర్గానిక్ ఫార్మింగ్ కోసం తెచ్చిపెట్టుకున్న తొంభై నాటు ఆవుల దొడ్డిని చుట్టుముట్టింది. ఆవులు, ఎద్దులు ఈదులాడి బయటపడాలని కొంతవరకూ ప్రయత్నించాయి గానీ లేగ దూడలు, పాలు తాగే సంటి దూడలు తల్లకిందులై నీళ్లమింద మునుగుతూ లేస్తూ బలం సరిపోక కాళ్లు తిరగేశాయి బతుకాశ వదిలేసినట్టు.

దిగువ మందపల్లె పల్లెనీ, పొలాల్నీ సదరం చేసిన వరద చెయ్యేరు పాపరాజుపల్లె దగ్గర కొంచెం శాంతించింది. శాంతించడమంటే జాలిపడి కాదు లేవగొట్టే అవకాశం లేక. ఊరు ఏటి ఒడ్డునే ఉన్నప్పటికీ గట్టుమీద ఉంటుంది. నీళ్లు ఇళ్లల్లోకొచ్చి సామాన్లు, ఇతర సామాగ్రిని ముంచెత్తింది గానీ ప్రాణ నష్టం లేదు. దిగువనున్న రెండు ఇళ్లులు మాత్రం పునాదులతో సహా కూలిపొయ్యాయి.

పాపరాజులపల్లె తర్వాత భీమేశ్వరాలయ పాదాలను తాకుతూ శేషమాంబపురాన్ని ముంచెత్తాలని శతవిధాలా ప్రయత్నించింది గానీ ఇటువంటి వరద ప్రవాహాల నుంచి ముందు జాగ్రత్త కోసమని కట్టిన రాతి కట్టకం ముందు దాని ప్రయత్నాలు విఫలమయ్యాయి. వరద ఊర్లోకి రాకుండా శివుడే మమ్మల్ని కాపాడినాడు అనుకుంటున్న ఆ గ్రామ ప్రజల నమ్మకం వెనకాలున్న దేవుడు ఇదే. అదేగాక భీమేశ్వరాలయం ఉన్న గట్టు కూడా వంపు తిరిగిన నది వేగాన్ని ఆపి రెండు గ్రామాలను చాలా వరకూ ఆపగలిగింది లేకుంటే నష్టం మరింత పెరిగుండేది.

ఎంత భర్తవైనా నా ప్రవాహ వేగాన్ని ఆపుతావా అని భర్త మీద గంగాదేవి పంతం

పట్టినట్టు శేషమాంబపురం దిగువన కట్టను తెగ్గొట్టి, వాలులో ఉన్న పది కుటుంబాల కొత్తపేటమీద పడింది. అప్పటికే అన్నమయ్య డ్యాం పూర్తిగా తెగడంతో వరద ఒత్తిడి దిగువ పల్లెలమింద ఎక్కువగా ఉండింది.

ఊరు ఊరంతా ప్రాణాలు పిడికిట్లో పెట్టుకుని కుడివైపున్న తిప్పవైపుగా పరిగెత్తారు. ఎవరో తక్కువయ్యారే అని చూస్తే భర్త చనిపోయాక రెండు నెలలుగా తనలో తాను కమిలిపోతున్న పెద్దమ్మ గుర్తొచ్చింది మెడికల్ రెప్రజెంటేటర్ గా చేసే అబ్బాయికి. "ఏం పెద్దమ్మా ఇంగా ఈన్నే పనుకోనుండావు బెన్నే రా పోదాం" అంటే "ఆ.. ఆ ఏరు వచ్చేదిలే పాడులేదులే. అంతగా వచ్చే పైకే పోతాపో నాయనా" అని మంచమ్మింది నుంచి కదల్లేదు. తనుగాంగ చేసేదేం లేదు కదా అని బయటికి పరిగెత్తాడు.

ఏమనుకుందో ఏమో కొద్దిసేపటి తర్వాత బయటికొచ్చి చూడగానే అప్పటివరకూ ఉన్న నిర్లిప్తత స్థానంలో చావు భయం ఆక్రమించింది. మిద్దెక్కుదామంటే ధైర్యం చాలక బయటికి పరిగెత్తింది. ఆలోపే వరద ఇంటి ప్రహరీని తెగ్గొట్టింది. ఈమె నాలుగడుగులు వేసి ఊరి మధ్యలోకి వచ్చేలోపు ఉవ్వెత్తునొచ్చిపడ్డాయి వరద నీళ్లంతా.

రోజూ మజ్జానం కబుర్లు చెప్పుకునే ముసిలామ మరణంలో తోడు అన్నట్టుగా ఇటుగా రాసాగింది. పలకరించేలోపే వరద తనలో కలిపేసుకుంది. బతుతాననే ఆశ చచ్చిపోయి, ఏదైతే అది కానీలే అని అక్కడున్న రేకుల షెడ్డు చాటున నిలబడి చివరి నిమిషంలో ప్రాణం దక్కించుకోగలిగింది.

'ఏమ్మా ఎందుకు అంత అజాగ్రత్తగా ఉన్నావు' అని అడిగితే రెండు చేతులూ పైకెత్తింది నోట మాట రాక. కళ్ళల్లో వరద కన్నీరు.

అటు పులపత్తూరు, తొగురుపేట, మందపల్లె అంత పెద్ద నష్టమూ, ఇటు గుండ్లూరులాగా దారి సౌకర్యమూ లేకపోవడంతో ఈ పది ఇళ్ల గ్రామానికి సరైన సహాయం అందలేదు.

సీతారామపురం తర్వాత రైలు కట్టకు వరద ఆనుకోవడం వల్ల నష్టం కూడా ఆ స్థాయిలోనే ఉనింది. అన్నమయ్య కట్ట తెగడం అప్పటికే అందరికీ పాకింది. ఎవరి జాగ్రత్తల్లో వాళ్లు తూర్పు దిక్కునున్న కొండవైపు పరిగెడుతున్నారు. వాళ్లల్లో ముప్పయ్యైదేళ్ల స్త్రీ ఒకామె ఉంది. ఇద్దరు కూతుర్లు, ఒక కొడుకు. భర్త కువైట్ కు వెళ్తే ఎనుములు మేపుకుంటూ పిల్లలతో కలిసి తండ్రి దగ్గరుంటోది. పోతున్నదల్లా తన బర్రెలు గుర్తుకొచ్చి ఆగింది. పిల్లల్ని తండ్రికి అప్పజెప్పి, కొట్టంలో ఉన్న బర్రెల

తలుగులు విప్పి, గడ్డకు తరిమింది. మోకాళ్ల లోతు నీళ్లలో పరుగులాంటి నడకతో బయటికి నడిచింది. ఇళ్లలోని ఆస్తులు, డబ్బులు, బంగారులాంటివి జాగ్రత్త చేసుకున్నారో లేదో తెలియదు గానీ తమ కుటుంబంలో భాగమైన పశువుల్ని మాత్రం చాలా జాగ్రత్తగా ఊరు దాటించాలని చూస్తున్నారు.

అది సహించని వరద గంగమ్మ బలిని కోరుకుందా అన్నట్టుగా ఒక్కసారిగా విరుచుకుపడింది. పశువులన్నీ కళ్ళముందే చెల్లాచెదురై కొట్టుకుపోతుంటే ఆ బాధ తట్టుకోలేక తమ ప్రాణమైనా నిలబెట్టుకుందామని పాతకాలం కట్టకం ఒకటుంటే దానిమిందికి ఎక్కారు పదిమంది దాకా. ఒక అడుగు తీసి మరో అడుగు పెట్టేలోపు వరద తనలోకి లాగేసుకుంది. సుడుల్లో గింగిరాలు తిరుగుతూ మూడు ఊర్ల అవతల కోనరాజుపల్లె వద్ద శవమై తేలింది.

"సమయానికి రైలు కట్ట తెగబట్టి సరిపోయింది గానీ లేకుండా అక్కడ జరగబోయిన విధ్వంసం మరో స్థాయిలో ఉండిండేది" అని చెప్పారు ఆ గ్రామస్థులు. విధ్వంసం, ఉపశమనం రెండూ ప్రకృతిలో భాగమే.

పొలాలు, కళ్లాలు, కొట్టాలు నీటిలో కలిసిపోయాయి. ధాన్యం, గింజల, డబ్బులు, బంగారం, బట్టలు, వస్తువుల సంగతి సరే సరి. నలభై ఇళ్లు తమ అస్థిత్వాన్ని మరిచి నేల సదరం అయ్యాయి. మిగితావి కూడా తమ రూపు రేఖలు కోల్పోయి మొండి గోడలుగా మిగిలాయి.

చెయ్యేటికి వరద వస్తోందని అందరూ చెబుతుంటే ఎలా ఉంటుందో చూద్దామని రైల్వే బ్రిడ్జి మీదకు వెళ్లిన ఒక అబ్బాయి "అది వరద కాదున్నా చిన్నప్పుడు టీవీల్లో చూసిన సునామీ గుర్తుకొచ్చింది" అన్నాడు.

రైల్వే కట్ట తెగడంతో కట్టకి ఉత్తరంగా ఉన్న గుండ్లూరులోని ఇళ్లు, పొలాలు మొత్తం జల దిగ్భంధనమయ్యాయి. అవకాశమున్నంత వరకూ బర్రెలు, ఆవులు, మేకల్ను విడిపించాలని చూశారు. ప్రాణం మిగలదు అనుకున్నప్పుడు చేసేదేం లేక మిద్దలపైకెక్కి, వాటి ప్రాణాల కోసం ధీనంగా దేవున్ని వేడుకున్న ప్రార్ధనలకైతే లెక్కే ఉండదు.

అప్పటికే అధికారుల, విలేజ్ వలంటీర్ల అప్రమత్తతో గుండ్లూరులో ప్రాణ నష్టమైతే జరగలేదు గానీ హైవే పైన ఆగి ఉన్న బస్సు వరదలో కొట్టుకుపోవడంతో అన్నమయ్య ప్రాజెక్టుతో గాని, చెయ్యేరు పరీవాహకంతో గాని ఏ ప్రత్యక్ష సంబంధమూ లేని దాదాపూ పదైదు మంది నందలూరు బ్రిడ్జి పక్కనాపిన బస్సులోనే జల సమాధయ్యారు. ఇది ఊహించని విశాదమే.

ఇంకొక బస్సు నందలూరు బ్రిడ్జి మధ్యన నీళ్లలో చిక్కుకుని ఉవ్వెత్తున ఎగిసిపడే వరద ఏ క్షణం విరుచుకుపడుతుందో తెలియక ప్రాణాలు గాల్లో పెట్టుకుని గంటపైగా చావు బతుకుల మధ్య ప్రత్యక్ష నరకంలా సాగిపోయింది.

జన ప్రాభల్యంలో వైష్ణవ దేవాలయంలా పూజలందుకుంటున్న నందలూరులోని పదకొండవ శతాబ్ద కాలం నాటి పురాతన సౌమ్యనాథ ఆలయం మూలాలు శివునివి ఉన్నాయని పసిగట్టిందా అన్నట్టు ఆ రుద్ర చెయ్యేరు సౌమ్యనాథ ఆలయాన్ని స్పృశించి మోకాళ్ల లోతున పారుతూ దిగువకు సాగిపోయింది. ఆ జలప్రళయం నుంచి బతికి బయటపడ్డ ప్రతి ప్రాణిదీ జీవన్మరణ పోరాటమే.

తాగే గ్లాసు, తినే కంచం, పడుకునే మంచం, తొడిగే బట్ట, వేసే అడుగు అంతా బురదమయం. కుళ్లిన వాసనలు అదనం. ఆఖరికి మదిలో మెలిగే ఆలోచనలు కూడా.

కరువు తప్ప వరదెరుగని పల్లెల్లో

ఊహించని ఉపద్రవం. అంతా కలిపి గెట్టిగా అర్థగంట సమయం. జనజీవనం మొత్తం అతలాకుతలమైంది. ఉప్పెనై పొంగుకొచ్చిన గంగమ్మ ధాటికి చెయ్యేరు పరీవాహకం మునకేసింది.

చూస్తూ చూస్తుండగానే

వందలాది పశువులు

పదులకొద్దీ మనుషులు

ఆనవాలు కోల్పోయిన పల్లెలు.

ఇదంతా వరద వచ్చిన రెండ్రోజుల తర్వాత అంటే నవంబర్ 22 న నా కళ్ళతో చూసిన చెయ్యేరు కుడిగట్టున పరీవాహక పల్లెల విధ్వంసం. మనిషి కోణంలో చూసిన బీభత్సం.

బర్రెలు, ఆవులు, ఎద్దులు, మేకలు, గొర్రెలు, కోళ్లు, కుక్కల కోణంలో వరదను తలుచుకోవాలంటే వణుకుపుడుతోంది. మనలాగా వాటి కోసం బాధపడే వాటి ఆత్మీయులు గానీ, ఆనవాళ్లు గుర్తుపట్టగలిగే సన్నిహితులు గానీ లేక అనాథ శవాల్లా వాటి బాధలన్నీ పెన్నాలో అటునుంచటు బంగాళాఖాతంలో కలిసిపోయుంటాయి.

విలయతాండవం ప్రకృతి ధర్మం అవ్వొచ్చు గానీ

ఇలాంటి సందర్భాల్లో మాత్రం మానవ తప్పిదమే కారకమయ్యుంటుంది అంతర్లీనంగా.

*****

నా చిన్నప్పుడొకసారి 1996లో సగిలేటికి వరద వచ్చింది. అయితే మా పల్లెల్లో అది పూర్తిగా ఏటికే పరిమితం. పంట నష్టం మాత్రమే. తర్వాత 2009 కర్నూలు వరదల గురించి కాస్త విన్నాను. అంతకుముందు కుందూ వరదల గురించి తెలుసు. ముంబై, చెన్నై వరదలు, 2018 కేరళ పెరియార్ నది వరదలు ఇవన్నీ చదవడం, సామాజిక మాధ్యమాల్లో చూడటమే తప్ప చూసింది లేదు. ప్రత్యక్షంగా చూడటం మాత్రం ఇదే.

ఇంటికొచ్చి పడుకున్నా వరద దృశ్యాలే కళ్ళముందు కదలాడుతున్నాయి.

ఏ జామునో మెలుకువ వస్తుంది.

బిడ్డ కోసం తల్లడిల్లే తల్లి ఆవు,

చచ్చి పడివున్న తల్లి పొదుగులో పాలకోసం మూతి పెట్టే దూడ,

ఇసుకలో కూరుకుపోయి మృగత జీవులుగా పడున్న తోటి జీవుల వాసనలు చూసుకుంటూ పిచ్చిగా తిరిగే మూగ జివ్వాలు.

దట్టెం మొత్తం ఇసుకలో కూరుకుపోయి కాళ్లు మాత్రమే పైకి కనిపిస్తున్న బర్రె శవం ఇప్పటికీ కళ్ళముందరే ఉంది.

అవే దృశ్యాలు. నిద్ర పట్టదు.

సోషల్ మీడియా, వ్యక్తిగత పరిచయాల ద్వారా కొంత డబ్బు పోగుచేసుకుని 23 వ తేదీన ఆఫీసుకు సెలవు పెట్టి, వరద సహాయక చర్యలకు బయల్దేరాం. కడప నుంచి రాష్ట్ర మహిళా కమీషన్ మెంబర్ గజ్జల లక్ష్మి గారు, అరణ్య శేఖర్, సునీల్ రాచంరెడ్డి అన్న, శ్రీకాంత్, మా ఊరి లెక్చరర్ చంద్ర, మరికొంత మిత్రులు వచ్చారు. వరద సహాయం అంటే మా దగ్గరున్నంతలో వాళ్లకు కావలసిన దుప్పట్లు, టవల్లు, బకెట్లు వంటి తక్షణ ప్రాథమిక అవసరాలు తీర్చగలిగేవి మాత్రమే. ఎగువ మందపల్లెలో ఇళ్లిల్లూ తిరిగాము. దిగువ మందపల్లెలో కొంతమేర.

ప్రజలు, సంస్థలు, స్కూలు కాలేజీ ఎన్సీసీ, ఎన్ఎస్ఎస్, ఎన్జీవోలు స్వచ్ఛందంగా ఎవరికి వారు వస్తువులు, భోజనాలు, ట్రాక్టర్లలో బియ్యం మూటెలు వేసుకొచ్చి ఊర్లల్లో పంచుతున్నారు. విపత్తుల సమయాల్లో ప్రభుత్వ చర్యలతో పాటు చుట్టపక్కల ప్రజల తక్షణ స్పందన ఎంతో ఉపశమనం కలిగిస్తుంది.

రాయలసీమ నీటి అధ్యయన వేదిక తరపున సేకరించిన డబ్బుతో రైస్ కుక్కర్లు,

ఇతర వస్తువులు కొన్ని తీసుకుని 28 వ తేదీన మళ్లీ వెళ్లాం. ఈసారి చెయ్యేటి ఎడమ గట్టు వైపు. శివ రాచర్ల అన్న, పులివెందుల వివేక్, శ్రీకంఠ, ఆర్సీ రెడ్డి, సుధాకర్ కొత్తపల్లె, ప్రవీణ్ బత్తుల, సింగం రామచంద్ర, వెంకట్ లు వచ్చారు. వాళ్లకి వీరారెడ్డి, అరణ్య శేఖర్, సునీల్ రాచంరెడ్డి అన్న తోడయ్యారు. తను సేకరించిన బట్టలు, వస్తువులు తీసుకుని కడప సరస్వతి గారు కుటుంబ సమేతంగా వచ్చారు.

ప్రవాహ ఒత్తిడి, వాలు కుడివైపుకు పడటంతో తొగూరుపేట తప్ప నందలూరు, పాతూరు, మిగతా ఎడమగట్టు ఊర్లలో ప్రాణనష్టం లేదు. నీళ్లు ఇళ్లల్లోకి రావడం, పొలాల్లో ఇసుక మేటలు వంటివి ఉన్నాయి.

వరద నీళ్లు ఆనుకున్నంతవరకూ సామాన్లు, బట్టలు పంచి వెనక్కి రాబోతుంటే "ఏం అన్నీ వాళ్లకే ఇచ్చాండారే మాక్కూడా ఇయ్యండి" అని గొనిగి, కొట్లాడి, ఇవ్వలేదని చివరికి కన్నీళ్లు పెట్టుకున్న అరవయ్యేళ్ల ఆడమనిషి మనిషికి ఆశ చెడ్డదని గుర్తుచేసింది. తర్వాత మందపల్లె ఎస్సీ కాలనీలో కూడా పంచాము.

కడప జిల్లా జెడ్పీ చైర్మన్ ఆకేపాటి అమర్నాథ్ రెడ్డి గారి డ్రైవర్ గోవర్ధన్ సహాయంతో ఎడమగట్టున కొండల్లో ఉండే ఏకిరిపల్లెకు బయల్దేరాం. పులపత్తూరుది పూడ్చలేని నష్టం. నూతిపల్లె, బగ్గిడిపల్లెలు కొండపైన ఉండడంతో వరద ప్రభావం లేదు. అక్కన్నుంచి ఆరు కిలోమీటర్ల దూరంలో రెండు కొండలు దాటుకుని ఏకిరిపల్లె చేరాం. అన్నమయ్య డ్యాం తర్వాతొచ్చే తొలి ఊరు అయినా కూడా గట్టుమింద ఉండడంతో నీళ్లు ఊర్లోకి రాలేదు. ఊరంతా పాల ఏకిరి కులస్తులే. నలభై ఆరు కుటుంబాలు ఉంటారు. కుటుంబానికి వెయ్యి చొప్పున ఇచ్చొచ్చాము.

అందరూ ప్రమాదమంటున్నా లెక్కచెయ్యకుండా మొండిగా చేసిన ఈ ప్రయాణం చెయ్యేరు వరద తీరును అర్థం చేసుకోవడానికి ఉపయోగపడింది. ఇరుకిరుకు కొండ వరసల మధ్య గండి కొట్టినట్టు మలుపులు తిరగడం ప్రవాహ ఒత్తిడి పెరిగి, ఆ ప్రభావం మైదానంపై పడింది.

*****

ప్రకృతికి ప్రమాదాలు కొత్త కాదు. ఊహించని ఉపద్రవాలు చుట్టుముట్టిన మరుక్షణం, అంతకు రెండింతల ఉత్సాహంతో తనను తాను పునర్ నిర్మించుకుంటుంది.

అది ప్రకృతి ధర్మం. మరి మనిషి..!

చెయ్యేటి వరద బీభత్సం ఇంకా కళ్ళ ముందునుంచి పోనేలేదు అప్పుడే కాలచక్రం సంవత్సరంన్నర కాలాన్ని తనలో కలిపేసుకుంది.

ఈ సంవత్సరంన్నరలో చెయ్యేరు పరీవాహకంలో రెండుసార్లు తిరిగాను. అయితే అది నందలూరు బ్రిడ్జికి ఉత్తరం వైపున. వరద ప్రభావం బ్రిడ్జికి దక్షిణ పల్లెల్లో మాత్రమే ఉండింది. ఒకసారి నందలూరు సౌమ్యనాథాలయం, లంజకనం, బౌద్ధుల ఆరామాలు, పొత్తపి, పొత్తపిలోని మూల స్థానేశ్వరాలయం, కోనాపురం సోమశిల వెనుక జలాల అంచు పల్లెల జీవనం చూసుకుంటూ వెళ్లొచ్చాము.

లంజకనం దగ్గర కొండపై నదీ ముఖంగా ఉన్న బౌద్ధ పీఠికలు ప్రత్యేకం. పాదపంచున చెయ్యేరు నది, నది మీదుగా సూర్యోదయం, పాలకొండల సూర్యాస్తమయం, స్వచ్ఛమైన పైరగాలి అద్భుతంగా అనిపిస్తాయి. ఏకాగ్రత చెదిరే మాటే ఉండదు. కొండ కింద బుద్ధుల కోసం కొత్తగా కట్టారు.

మరోసారి చెయ్యేరు పరీవాహక ఆధ్యాత్మిక యాత్ర పేరుతో నందలూరు సౌమ్యనాథుని బ్రహ్మోత్సవాలు చూసుకుని రాజంపేట దగ్గర్లోని అత్తిరాలకు బయల్దేరాం. రాజంపేట - చిట్వేలి రూట్ లో ఉండే పోలి చెరువు చూసుకుంటూ అత్తిరాల మడుగు చేరాము. పరశురాముని మాతృ హత్యా దోషం తీరింది ఇక్కడే. అందుకే హత్యారాల అని కూడా అంటారు.

గధాదర ఆలయం పక్కనే ఉంది. చోళుల నిర్మాణ శైలిలో నిర్మించిన పురాతన వైష్ణవాలయం అది. గుడి చుట్టూ విష్ణువు దశావతారాలు చెక్కబడి ఉన్నాయి. గర్భగుడి చుట్టూ ధ్యాన ముద్రలోని బుద్ధుని బొమ్మలు ఉండడం, పక్కనున్న భైరవాచల పర్వతం మింద బౌద్ధారామాలు ఉన్నాయన్న మాట మరింత ఆసక్తిని కలిగించింది. ఆ ఆలయంలో ఉన్న మరో ప్రత్యేకత ఆలయం చుట్టూ మలచబడ్డ శృంగార భంగిమలు. భారతీయ ఆధ్యాత్మికతలో శృంగారం కూడా ఒక భాగమేమో. మనుషులే కాకుండా కోతుల శృంగార భంగిమలు గుడి వద్ద చూడటం ఇదే తొలిసారి.

త్రైతేశ్వర శివాలయంకు వెళ్లాం. అది కూడా వందల సంవత్సరాల చరిత్ర కలిగిన పురాతన ఆలయమే. దక్షయజ్ఞం ఇక్కడే జరిగినట్టు స్థల పురాణంలో రాశారు. భైరవాచల కొండ పైన ఉన్న దీప స్థంభం వెలుగు కార్తీక మాసంలో, శివరాత్రి రోజున సిద్ధవటం, వెంకటగిరి, చంద్రగిరి కోటల వరకూ కనిపిస్తుందంట.

పరశురామ ఆలయానికి వెళ్దామనుకుంటే మూతేశారు. గుడి పురావస్తుశాఖ ఆధీనంలో ఉంది. అక్కడి శాసనాలను, ఆధారలను బట్టి పన్నెండు వందల సంవత్సరాల కిందట వైదంబులు గుడిని నిర్మించారంట. గర్భగుడి గజపృష్ట ఆకారం.

లోపల పరశురాముడు, ఏకాతాతయ్య విగ్రహాలు ఉన్నాయంట. అన్నమయ్య స్వగ్రామమైన తాళ్లపాక, ఆయన ఇల్లున్న స్థలం, చెన్నకేశవాలయం చేసొచ్చాము.

ఎక్కడెక్కడ ఎన్ని తిరుగుతున్నా వరదానంతర చెయ్యేటి పల్లెల పునర్జీవనాన్ని చూడాలని చాలా రోజులుగా మెదులుతూనే ఉంది. అది ఇన్నాళ్లకు కుదిరింది.

కడప నుంచి అరణ్య శేఖర్, మైదుకూరు నుంచి శ్రీయపు శివానంద రెడ్డి, లెక్చరర్ చంద్ర బయల్దేరారు. నాతో బయల్దేరిన సుబ్బారెడ్డి బైక్ ట్రబుల్ ఇవ్వడంతో బయనపల్లె దగ్గర భాకరాపేటకు బస్సెక్కాను.

పేరుకే ఆర్డినరీ బస్సు గానీ అడ్డొచ్చిన స్పీడ్ బ్రేకుల్ని కూడా లెక్కచెయ్యకుండా వేగంగా పరిగెడుతోంది. ఆలోచనలు అంతకంటే వేగంగా సాగుతున్నాయి.

వెనక్కి సాగిపోయే చెట్లు, పల్లెలు, దృశ్యాలన్నీ గతకాలపు చిహ్నాలు.

రాజులు పోయారు

రాజ్యాలు పోయాయి

ముద్రలు మిగిలాయి అన్నట్టు ఎన్నో అంతఃపుర కుట్రలను, రాజభవన కుతంత్రాలకు ప్రత్యక్షం సాక్ష్యంగా నిలబడ్డట్టు పదిలంగా ఉన్నాయి సిద్ధవటం కోట గోడలు. చుట్టూ కొండలు మధ్యలో నది, నది పక్కన కోట. కోట చుట్టూ కందకానికవతల వరి, పసుపు, అరటి తోటలతో భలే ఉంటుంది చూడ్డానికి.

సిద్ధవటం రాజులు విజయనగర సామ్రాజ్యపు సామంతులే అయినప్పటికీ సాంస్కృతిక, సాహిత్య కళాపోషణలో సమాంతరంగా నిలుస్తారు.

అష్ట దిగ్గజాలు అనగానే కృష్ణదేవరాయల కాలంనాటి భువనవిజయం గురించి చెబుతారు కానీ అదే కాలంలో సిద్ధవటం మట్లి అనంతరాజు సంస్థానంలోని ఉప్పుగొండూరు వెంకటకవి, కుందవరపు కవి చౌడప్ప, ఘంటయ కవి, నక్కలపాటి సంజీవప్ప, మంత్రి మూర్తి పాపరాజు, చింతలవారి కొండప్ప, కొఠారం మల్లెం కొండప్ప, గురువప్ప లతో తెలుగు నేలపై తెలుగు సాహిత్యంలో వెలిగిన ఈ అష్ట దిగ్గజాల గురించి బయటి ప్రపంచానికి తెలిసింది తక్కువే.

నిండు వేసవిలో కూడా వడివడిగా పారుతోంది పెన్నా. అడవుల్లో ఆహారాన్ని వెతుక్కుంటూ తిరుగుతున్న సంచార జీవిని మైదానానికి లాక్కొచ్చి, ఆహారోత్పత్తిని పరిచయం చేసింది నదే.

నదికి నీరు అందం.

అందం పెరిగితే, ప్రళయం.

పరీవాహక పల్లె బతుకులు ఛిద్రం.

ఆ ఛిద్రంనుంచి చెయ్యేటి వరద పల్లెలు ఎలా బయటపడ్డాయో చూడ్డానికే ఈ ప్రయాణం.

'ఏరు పక్క మా ఊరమ్మ

ఊరు పక్క మాగాణమ్మ

ఏరు కాలింది ఊరు రేపల్లె..' ఫోన్లో ఎవరో వీడియో చూస్తున్నారు.

'ఏరు పక్క మా ఊరమ్మ

ఊరు పక్క మాగాణమ్మ

ఏరు ముంచింది ఊరు మునిగింది..' అన్నట్టుగా వినిపిస్తోంది నాకు.

2021 నాటి నవంబర్ వరద దృశ్యాలు కళ్ళముందరే కదలాడుతున్నాయి. బిక్కుబిక్కుమంటున్న పల్లెలు, రూపు కోల్పోయిన పొలాలు, బెదిరిపోయిన జీవాలు, మరణపు అంచును తాకొచ్చిన మనుషులు. అంతా ఇరవై ముప్పై నిమిషాల విధ్వంసం. అందుకు సాక్ష్యాలన్నట్టు ఎక్కడ చూసినా ఇసుక మేటలు, వీధులన్నీ బురద. ఎటెటో సాగిపోతున్నాయి ఆలోచనలు.

అనుకున్న సమయంకంటే అర్ధగంట ఆలస్యమైంది భాకరాపేటకు. మరో గంటకల్లా నందలూరు చేరుకున్నాం. నందలూరు బ్రిడ్జిమిందినించి చూస్తే నీటి చెమ్మ నేనెరగనమ్మా అన్నట్టు ఎండలో చెయ్యేటి ఇసుక మిళమిళ మెరుస్తోంది. ఇదేనా సంవత్సరం కిందట అంతమందిని కలలో సైతం ఉలిక్కిపడేలా చేసిన వగలమారి వయ్యారి వరద నది అనిపించింది.

గుండ్లూరు మీదుగా పల్లెల్ను చూసుకుంటూ సాగిపొయ్యాం. రామచంద్రాపురం ఊర్లోకి వెళ్లలేదు. పొలాలు పైర్లకు సిద్ధంగా ఉన్నాయి.

భీమేశ్వరాలయం ప్రశాంతంగా ఉంది. ఏటి ఒడ్డున అరుగులున్నాయి. ఆ అరుగుమింద కూర్చుని ఏరు, ఏటవతల తాటి చెట్లు, దానవతల కొండల మీదుగా సూర్యాస్తమయం బాగుంటుంది. అర్ధకిలోమీటరు వెడల్పున ఉండే చెయ్యేరులో రెండు

మీటర్ల ధారలాగా బెత్తెడు లోతున స్వచ్ఛంగా పారుతోంది చెయ్యేరు.

పాపరాజుపల్లె దగ్గర ఒకరెవరో ఇంటికి మరమ్మత్తులు చేసుకుంటున్నారు. వరదనుంచి త్వరగానే కోలుకున్నట్టున్నారనుకునే లోపు ఇసుకు మేటలతో స్వాగతం పలికాయి దిగువ మందపల్లె పొలాలు. పాపరాజుపల్లె దాటి గట్లు చెదిరిన పొలాలను చూసుకుంటూ దిగువ మందపల్లె వైపుకు వెళ్తుండగా ఇద్దరు వ్యక్తులు నడుస్తూ కనిపించారు. వాళ్లల్లో ఒకాయన పేరు తలపుల శేఖర్. వయసు అరవై అయిదుకు అటు ఇటుగా ఉంటాయి.

వరద రోజు ఇంట్లో వాళ్లనందర్నీ మిట్టకు పంపించి తను మిద్దెక్కాడంట. ఎందుకు ఆగావు అనడిగితే ఎద్దుల కోసం అన్నాడు. ఎద్దుల కోసం ఆగడమేంటీ..! పిచ్చి, అమాయకత్వం కాకపోతే.

"నీకేమైనా జరిగినింటే?"

"నా ఎద్దులే పొయినాంక నేనుంటే ఏం పోతే ఏం" ఆయన మాటతో మత్తు వదిలినట్టనిపించింది. పిచ్చితనం ఆయనకా నాకా అర్థం కాలేదు కొద్దిసేపు.

ఇంటి గొడ్డు మేత తినకపోతే తను తినకుండా దిగులుపడిన మాయమ్మ, ఈనబోసిన తొలిసూటి పడ్డకోసం రాత్రంతా మేలుకున్న మా నాయనలు గుర్తుకొచ్చారు. వాళ్లను అమాయకులుగా నాలో అనుకున్న నేనూ గుర్తుకొచ్చాను.

టౌనుకు పోవాలంటే బండిలో పెట్రోలు, టీ కాఫీ తాగాలంటే పాల ప్యాకెట్ అలవాటులో తన పరిసరాలతో ఎమోషన్స్ కి దూరంగా జరుగుతున్న ఈ తరానికి, మూగ జివ్వాలు తమలో భాగంగా బతికిన ఆ తరం అమాయకంగా కనిపించడంలో వింతేముంది.

వరద తర్వాత ఇసుక మేటలతో బంక తేలి సారం కోల్పోయిన మాగాణి భూములు, ఒక్కో ఎకరా తయారు సాగుకు అనుకూలంగా చెయ్యాలంటే ముప్పై నలభై వేలు ఖర్చుపెట్టలేక వ్యవసాయాన్ని వదిలివెళ్తున్న చిన్న రైతుల గురించి వింటుంటే ఆశ్చర్యమనిపించింది. ఇవన్నీ చెబుతుంటే ఆయన కళ్ళల్లో ఏ మూలో తడి.

కేశవరెడ్డి గారి 'మూగవాని పిల్లన గ్రోవి' లో రైతు బక్కిరెడ్డి గుర్తుకొస్తూనే ఉన్నాడు ఆయనతో మాట్లాడుతున్నంతసేపూ.

ఎగువ మందపల్లెలో మరొక పెద్దాయన సుబ్బయ్య చెప్పే మాటలు వింటూ "వరద తర్వాత ప్రభుత్వం ఆదుకునిందా" అంటే "కుంటోంది, అవసరమున్నోళ్లకంటే లేనోళ్లకు" అంటూ నిట్టూర్చి "సొక్కా కుడ్తే 250 రూపాయలు తీసుకునే నాకు

గవుర్మెంట్ ఇచ్చే పదివేల డబ్బులు దేనికంట" అని వాళ్ల ఊరి టైలర్ మాటల్ను గుర్తుచేసుకున్నాడు. ఈ మనిషి కూడా చెయ్యేటి వరదకు ప్రత్యక్ష సాక్ష్యుడే. అందరూ వెళ్లిపోతుంటే ఈయన మిద్దెక్కాడంట. పోయినింటే అనడిగితే "పోయింటే గోయిందా అందును" అన్నాడు. ఆ మాటలనేప్పుడు చావు తాలూకు భయం ఎక్కడా కనిపించలేదు అతనిలో. మరణపు చివరి అంచును చూసి వచ్చిన వారి తదనానంతర జీవిత దృక్పథం అలాగే ఉంటుందేమో.

ఊరి చివర పూర్తిగా పక్కకు జరిగిన ఇళ్లు అలాగే ఉంది. ఆ కుటుంబం దాదాపూ ఊరిని వదిలేసినట్టే. వరద తర్వాత ఇప్పటికే మూడు నాలుగు కుటుంబాలు ఊరిని విడిచాయంట. పల్లె తరలిపోతోంది.

మేము ఆ ఇంటిని చూస్తుండగా ఒక ముసలామె ఊతకట్టె నేలకు పొడ్సి కుంటుకుంటూ వచ్చింది. ప్రభుత్వ అధికారులనుకున్నదేమో వాళ్ల కష్టాలన్నీ చెప్పుకొచ్చె. 'అప్పుడు పొలాలకు ఇనుప తీగెల కంతలుండేటియి, ఇప్పుడు లేవు. గొడ్లు ఇష్టా రాజ్యంగా తిరుగుతాంటే పైర్లేడ గడ్డెక్కుతాయి? వరదకు ముందు సెంటు ఇరవై ఇరవై అయిదు వేల వంతున అమ్మిన పొలాలు ఇప్పుడు అమ్ముతామన్నా ఇటువైపు చూసే వాళ్లే లేరంట' గొనుగుతోంది. ఇవన్నీ కంటికి కనపడని వరద ప్రభావాలు.

ఎగువ మందపల్లె, దిగువ మందపల్లెల్లో దాదాపూ మూడు నాలుగొందల ఎకరాలు తమ వ్యవసాయ యోగ్యతను చెయ్యేటికి సమర్పించుకున్నాయి. చెయ్యేటి వరదను జయించుకొచ్చిన హేమంత్ కుమార్ ను కలిసాము. రాజంపేటలో ఇంటర్మీడియట్ చదువుతున్నాడంట. తొలిగా కొద్దిరోజులు కలలో కూడా వరద దృశ్యాలే వచ్చువంట గానీ ఇప్పుడు సమాజాన్ని, మరణాన్ని చూసే కోణం మారింది అంటున్నాడు.

కుటుంబంలో తొమ్మిది మందిని ఒకేసారి కోల్పోయిన హేమంత్ తాత తమ్మళోల్ల రామమూర్తి గారిలో వరద జ్ఞాపకాలు ఇంకా పచ్చిగానే ఉన్నాయి. శవాలన్నీ దొరికాయంట గానీ చూసే ధైర్యం లేకపోయింది. ప్రభుత్వం వారినే బూడ్చమని చెప్పానని చెప్పాడు. కూతురు, ఇద్దరు కోడళ్లు, ఆరు మంది మనమళ్లు, మనమరాళ్లు. మనిషికి అయిదు లక్షలు డబ్బులిచ్చిందంట ప్రభుత్వం. అవన్నీ గుర్తుచేసుకుని డబ్బుదేముంది అనగలిగాడు అతి బలవంతం మీద.

తమిళనాడు నుంచి వలస వచ్చిన బ్రాహ్మణ శాఖ తమ్మళి కులంగా ఏర్పడిందని చెప్పారు.

పులపత్తూరు వెళ్లే దారిలో ప్రభుత్వం మరో ఊరు కట్టిస్తున్నట్టుగా ఉంది. అన్నీ

బేస్మెంట్ దాటి గోడలు లేచాయి. స్లాబ్ లకు సిద్ధమవుతున్నట్టుగా ఉంది.

చెయ్యేటి కుడి గట్టుమింద వందల ఏళ్లనాటి పాలేశ్వరాలయం పునాదులతో సహా ఆనవాళ్లు లేకుండా పోయింది.

అన్నమయ్య డ్యాం కట్టలు తెంచుకున్న చెయ్యేటికి ముందుగా ఎదురు నిలిచింది ఈ పులపత్తూరే. ఆ ఆక్రోశం వల్లేమో సగం ఊరిని కసి తీరా పెకలించివేసింది. నదిని ఆనుకుని ఉన్న ఎస్సీ కాలనీనైతే కనికరమనేది లేకుండా నేల సదరం చేసింది. ప్రభుత్వం నుంచి రావలసిన కనీస సహాయం అందని కుటుంబాలు ఇప్పటికీ తాత్కాలిక రేకుల షెడ్డుల్లో, డేరాల్లో తలదాచుకుంటున్నారు. ఎంత దయనీయ స్థితి.

ప్రభుత్వం తరపున ఇళ్లు కట్టిస్తున్నారు సరే అందరికిచ్చేలాగా నిదానంగా పూర్తి చేస్తామంటే అవ్వదు కదా. తక్షణ సహాయం అవసరమైన వాళ్లు ఉంటారని ప్రభుత్వ యంత్రాంగం ఇకనైనా గుర్తిస్తే మేలు అంటూ ముఖ్యమంత్రి జగన్మోహన్ రెడ్డి గారిని ఉద్దేశిస్తూ ఫేస్బుక్ లో రాసిన పోస్ట్ వైరల్ అవ్వడం, ఈనాడు వాళ్లు మెయిన్ ఎడిషన్ లో ప్రచురించడం, అది ముఖ్యమంత్రి గారు చూడటం, వెంటనే అన్నమయ్య జిల్లా కలెక్టర్ గిరీష గారు ఆ పల్లెలను సందర్శించి, నెల రోజుల్లోపల పూర్తి చేయిస్తాం అనడం వాళ్ల కష్టాలకు పరిష్కారం చూపించలేకపోయినా సమస్య తీవ్రతను, పరిష్కార అవసరాన్ని గుర్తుచేశామనే చిరు సంతృప్తి.

ఇలాంటి విషయాల్లో వ్యక్తిగా మన పాత్ర పరిమితం. అధికారంలో ఉన్న వారు పట్టించుకోనప్పుడు ప్రతిపక్ష పార్టీలు, మీడియా, ఉద్యమ సంస్థలు ఇటువంటి సమస్యలను బహిర్గతం చెయ్యాలి. కానీన రాష్ట్రంలో వాళ్లకవేమీ పట్టవు. ఎవరి రాజకీయ ప్రాధాన్యతలు వాళ్లవి.

వరద పొలాల్ని ముంచడం, నేల యోగ్యతను కోల్పోవడం, రైతు వ్యవసాయాన్ని వదిలెయ్యడం, దాన్ని నమ్ముకున్న పల్లె బతుకులు ఉపాధి కోల్పోవడం అన్నీ ఒకదానికొకటి ఆధారపడ్డ గ్రామ వ్యవస్థను గుర్తు చేస్తున్నాయి. రోజు రోజుకూ రెట్టింపవుతున్న పెట్టుబడులు, పాతాళానికంటున్న రాబడుల మధ్య సంఘర్షణలో చిన్న రైతు వ్యవసాయాన్ని పూర్తిగా వదిలేసే ప్రమాదం లేకపోలేదు.

అప్పటికే టైం పదకొండున్నర కావొస్తోంది. ఏటి ఆవల గట్టునున్న తొగూరుపేటకు వెళ్లామనుకున్నాం గానీ ఏకిరిపల్లె, అటునుంచి ఏట్లో నడుచుకుంటూ వెళ్లాల్సిన అన్నమయ్య డ్యాంకు ఆలస్యమవుతుందని ఏకిరిపల్లె వైపు బండ్లు ఉరికించాం.

****

చుట్టూ కొండలు

మధ్యలో ఏరు

ఏటి గట్టునొక ఊరు

అందరూ ఒకే కులం పాల ఏకిర్లు

పల్లె మొత్తానికి నలభై ఆరు గడపలు

పొలం, ఎద్దులు, మేకలే ప్రధాన జీవనాధారం

ఆవులుంటాయి. పాల కోసం కాదు, కోడెల కోసం

ఇంటిచుట్టూ పేర్చిన తెట్టుగోడలు తప్ప ప్రహరీలు ఉండవు

వ్యవసాయమంటే మైదాన వ్యవసాయం కాదు. పర్వత ప్రాంతాల్లో చేసే కాంటూర్ వ్యవసాయం. ఎద్దులుంటాయి కానీ ఎద్దుల బండ్లుండవు. నదీ, పర్వత ప్రయాణాలకు అనువైన సొరబడి, దొల్లలుంటాయి.

డిగ్రీలు, పీజీలు చదివిన వారున్నారు. అయినా ఉద్యోగాల ఆరాటం ఉండదు, ఊర్లో తల్లిదండ్రులను కనిపెట్టుకుని చేసే వ్యవసాయమే తృప్తి.

ఇప్పుడంటే కొండ రాళ్లను పక్కకు తొలిచి, దారి చెయ్యడంతో మారింది గానీ ఒకప్పుడైతే గర్భిణీ స్త్రీలకు కూడా సొరబడి, దొల్లే దిక్కు. ప్రయాణం మధ్యన ఏటిలోనే కానుపైన సందర్భాలు కూడా ఉన్నాయంట. ఫారెస్ట్ డిపార్ట్మెంట్ రెస్ట్రిక్షన్స్ ఎన్ని అడ్డొచ్చినా వీటన్నిటి నుంచి ఆ ఊరికి విముక్తి కల్పించిదంటే దాని వెనుక ఆకేపాటి అమర్నాథ్ రెడ్డి గారి కృషే.

ఏ కోణంలో చూసినా ఆ ఊరు ప్రత్యేకం. అలా అని ఆదిమ వాసుల్లా గోచీ గుడ్డలు కట్టుకుని తిరుగుతారా అంటే అస్సలు కాదు. ఇంటికొక బైకు, మనిషికొక స్మార్ట్ ఫోను. కొత్తలో పాతలా, పాతలో కొత్తలా అంతరాన్ని గమనిస్తూనే తమదైన అస్థిత్వాన్ని నిలబెట్టుకుంటున్న పల్లె అది. పేరు ఏకిరి పల్లె.

ఆ ఏకిరిపల్లెకే పయనం.

నిజానికి చెయ్యేటి వరద పల్లెల యాత్రకు ఈ ఏకిరిపల్లె రెండవ కారణం. గతంలో చెయ్యేటి వరదలప్పుడు సహాయ కార్యక్రమాల్లో భాగంగా వెళ్లాం గానీ అప్పుడు ఊరిని గమనించేంత కుదురు లేకపోయింది. తర్వాత కొండల మధ్యన ఏటమ్మటి

అన్నమయ్య డ్యాం వరకూ నడవాలనేది తదుపరి గమ్యం.

పైన ఎండ, కింద సెగ దరువేచ్చాండాయి. వట్టి చేపలెండినట్టు పలపల మాడిపోతున్నాం. సాధారణంగా ఏదైనా పనిలో బయటికి పోతే మధ్యాహ్నం ఎండలు చూసి వాయమ్మా అనిపిస్తోంది గానీ ఇలా రోజంతా ఎండలోనే తిరుగుతున్నా మరీ ఇబ్బందిగా అనుపించడంలేదు.

ఈ ఎండకు తోడు మా ముందు రాబోతున్న మరో ఇబ్బంది మధ్యాహ్న భోజనం. కారు అయితే వంట సామాన్లు ఎలాగోలా తీసుకునిపోవచ్చు గానీ బైకుల్లో అంటే కష్టం. తిండి దొరక్కపోయినా ఇబ్బంది లేకుండా అర్ధకేజీ బొరుగులు, కారాలు, డజను గుడ్లు, దిల్పసంద్, మరికొన్ని స్నాక్స్ ఐటమ్స్ బ్యాగులో బ్యాకప్ ఉన్నాయి. అన్ని ప్రయాణాల్లాగే ఈ ప్రయాణంలో కూడా ఆ సమయానికి ఎలాగోలా కుదురుతుంది పదా అనే నమ్మకం ముందుకు తోస్తూనే ఉంది. మధ్యాహ్నం పన్నెండుకల్లా మైదాన పల్లెల చివరి గ్రామం బగ్గిడిపల్లె దాటి బైకులు కొండబాట పట్టాయి.

కొండలు ఒక మోస్తరుగా ఉన్నప్పటికీ పాలకొండల అడవి అంత దట్టమైనది కాదు. పొద అడవి కొండెక్కితే ఎలా ఉంటుందో అలా ఉంది. ఏపి, భిల్లు వంటి చెట్లు అదనపు బలం.

ఎటు చూసినా లేలేత ఇగుర్లు తొలి వసంతపు ఆకుపచ్చని రూపు సంతరించుకునే క్రమంలో మెరిసిపోతున్నాయి. కొండ ఆవలి పక్కకు చేరగానే ఏకిరిపల్లె కనిపిస్తోంది దూరంగా.

మిట్ట మధ్యాహ్నపు ఎండ ఇసుక మీద పడి, వేడెక్కిన గాలి ఎండమావులను ఏర్పరుస్తుంటే చెయ్యేరు నదినుంచి ఎడారి తీరుకు మారినట్టుగా ఉంది.

కొండ వాలుల్ని సదరం చేసి తయారు చేసుకున్న చిన్న చిన్న కయ్యలన్నిటీ ఖరీఫ్ పంటలకు సిద్ధంగా సేద్యం చేసిపెట్టుకున్నారు. అక్కన్నుంచి ఊర్లోకి చేరుకోవడానికి మరో పదైదు నిమిషాలు.

ఊరు ఎప్పట్లాగే ప్రశాంతంగా ఉంది. మధ్యాహ్నం కావడంతో అందరూ బువ్వలు తిని, చెట్లకింద మంచాలు వాల్చుకుని సేదతీరుతున్నారు. నేరుగా వెళ్లి ఒక ఇంటి ముందు ఆపి, ఊరు చూడ్డానికి వచ్చామని విషయం చెప్పాం. మంచాలమింద కూర్చోమని నీళ్లు తెచ్చిచ్చారు.

ఇప్పుడంటే బర్రెలు, గొర్రెలు, ఎద్దులు ఊరిబయట కలాల్లోకి చేరినాయి పాత రోజుల్లో ప్రతి పల్లెల్లో వచ్చే పేడ, రొచ్చు, మేక పెంటికలు, కోళ్ల వాసనలు సాధారణం.

అవన్నీ అక్కడ ఇప్పటికీ సజీవంగా ఉన్నాయి.

ఇంతదూరం ఎందుకొచ్చారు వీళ్లు అనే ఆలోచన మదిని తొలుస్తున్నట్టుగా ఉన్నాయి వాళ్ల చూపులు. వారికి సర్దిచెప్తున్నాడు నాగేష్ అనే వ్యక్తి. వయసు నాకంటే తక్కువే ఉన్నట్టుంది. 2017 లో పీజీ పూర్తి చేశాడంట. ఉద్యోగానికి పోలేదాన్నా అంటే "ఇంటికి నేనే పెద్ద కొడుకునన్నా. అమ్మా నాయనలు పని చేసుకోలేరు కదా అని ఇక్కడే ఉంటున్నా. సంపాదన పరంగా పెద్ద పోలికలు లేనప్పటికీ మేకలు, ఎద్దులు, సేద్యంతో తృప్తిగా ఉంది జీవితం అన్నాడు. తమ్ముడు పది చదువుతున్నాడంట. చెల్లెలికి కదిరి దగ్గర పల్లెలో పెండ్లి చేశారంట. నెలలు కావొస్తుండడంతో ఇక్కడే ఉంటోంది" కుటుంబ వివరాలన్నీ చెప్పాడు.

టైర్లు లేని రవాణా సాధనం సొరబడి, వెదురు దబ్బలను అల్లి వస్తువులను వేసుకోడానికి వీలుగా తయారుచేసిన దొల్ల, కోళ్లను మేకపిల్లలను మూసిపెట్టడానికి గంపలాగా వాళ్లే అల్లుకున్న పెద్ద బుట్టి, పొట్టి పొట్టి ఎద్దులు, ట్రాక్టర్ లేని వ్యవసాయం, వ్యవసాయ పద్ధతులు, వరి, పసుపు, చెనిక్కాయ, కంది వంటి పంటల రకాలు అన్నీ ఓపిగ్గా చెప్పారు. అన్నీ భలే ఆసక్తిగా ఉన్నాయి.

ఇవన్నీ ఒకపక్క మాట్లాడుతున్నా కూడా మరోపక్క కడుపులో వినాయన వాహనాల పరుగు అంతకంతకూ పెరిగిపోతోంది. తొలిగా బువ్వ చేసుకోవడానికి దబరా, బియ్యం అడిగాము తర్వాత అవన్నీ ఎందుకులే బువ్వ చేసి పెట్టండిన్నా అడిగితే అయ్యో దానిదేముందన్నా అని ఇంట్లో వాళ్లకు చెప్పి చేయించాడు. మేం తెచ్చుకున్న గుడ్లతో లెక్చరర్ చంద్ర ఫ్రై చేశాడు.

మాతో పాటు అన్నమయ్య డ్యాం వరకు ఎవరైనా వస్తే బాగుంటుందన్నా అనడిగితే "రావడానికిబ్బందిలేదున్నా అయితే మాయమ్మ వరి నాటుకు పొయింది. మేకలు తోలకపొయే వాళ్లు ఎవరూ లేరు" అన్నాడు. వాళ్ల తమ్ముని్న అడిగితే "సాయంత్రం రేనింతలలో పిల్లంకట్ల ఉంది. యూత్ అంతా అక్కడికి పోతాండం" అని చెప్పాడు.

పిల్లంకట్ల పేరు భలే ఆసక్తిగా అనిపించింది. అందరూ వేణువు చేతిలో పట్టి, గుండ్రంగా నిలబడి, ఒకే రిథంలో గాలి ఊదుతూ, అడుగులు వేసే ఒక రకమైన కళారూపం. గతంలో ఒకసారి చిత్తూరు జిల్లా పీలేరు ప్రాంతంలో ఫేస్బుక్ ఫ్రెండ్ బుడంకాయల బసిరెడ్డి ఇలాంటి వీడియో షేర్ చేసిన విషయం గుర్తుకొచ్చింది. "ఏదీ ఒకసారి ఊదు చూస్తా" అంటే "ఒక్కరు ఊదకూడదన్నా" అన్నాడు. టైం ఉంది, ఓపికుంటే సాయంత్రం రేనింతల వెళ్లి చూడాలి అనుకుంటూ అన్నమయ్య డ్యాం వైపు

కదిలిపొయ్యాం.

రెండు కిలోమీటర్లు బైక్ వెళ్లడానికి దారి ఉంది. ఆ తర్వాత మరో మూడు కిలోమీటర్ల మేర ఏట్లో నడక. రెండు కొండల మధ్యన ఇరుకు సందులో తెల్లటి ఇసుక, అక్కడక్కడా నీళ్లు, ఆ నీళ్లల్లో సన్న సన్నని ఇసుక దందు చేప పిల్లలు. నీళ్లు దప్పికైన ప్రతిసారీ ఏట్లో చెలిమెలు తీసి తాగుతూ ముందుకు సాగాం. వరదప్పుడు ప్రవాహానికి గుర్తుగా కొండ దరుల వెంబడి అక్కడక్కడా ఇసుక మేటలున్నాయి.

హోరున వీచే గాలికి సన్నటి అలల్లా కదిలే నీళ్లు చూస్తుంటే చిన్నప్పుడు ఎనుములు తోలుకుని వెళ్లి సగిలేటి గాలి అలల్ని చూస్తూ గడిపిన సాయంత్రాలు గుర్తుకొచ్చాయి. సగిలేటిది బురద ఇసుక కాబట్టి అంత అందం చిక్కలేదు గానీ గాలికి కదిలే ఇసుక రేణువుల కదలికలు కూడా స్పష్టంగా కనిపిస్తున్నాయి.

ఎండకు నీళ్లు ఆవిరయిపోతుంటే చేపలన్నీ ఒక చోటుకే వస్తున్నాయి. ఎగిరి బయటపడ్డ చేప పిల్లలు పడ్డవి పడ్డట్టే ఎండిపోతున్నాయి. కాల్చుకుని తినడానికని కొన్ని చేపలు పట్టుకున్నాం అయితే మేం తెచ్చిన అగ్గిపెట్టె ఏకిరిపల్లెలో మర్చిపోయాడంట. అవి ఎక్కువసేపు బతకవని తెలుసు గానీ ఆ క్షణం తృప్తికోసం నీళ్లల్లో వదలి వెళ్లాం. అగ్గిపెట్టె లేకపోవడంతో మట్టి పూసి నేలలో పూడ్చి తిందామనుకున్న కోడిగుడ్ల రుచికి కూడా నిరాశే.

మా నలుగురి మాటలు, కొండల చాటు కోనల్లో జీవం పోసుకునే కొండ గాలి, తన బిడ్డలు, గుడ్లనెక్కడ చూస్తామోనని అలుపులేకుండా అరిచే ఉత్తిసిత్తుగాని కూతలు తప్ప చిన్న అలికిడి కూడా లేదు. ఎక్కడికి వెళ్లాలన్నా మిత్రులు వారి వారి అనుకూలతలను బట్టి మారుతుంటారు గానీ ప్రతి ప్రయాణంలో తప్పక తోడొచ్చే మిత్రుడు ఈ ఉత్తిసిత్తు గాడే.

అన్నమయ్య డ్యాం చూడాలనే మా జిజ్ఞాస ముందు ఎండ వేడిమితో మా ఆసక్తిని మాడ్చివేయాలనే సూర్యుని ప్రయత్నాలన్నీ చెయ్యేటి ఇసుకలో అంతర్ధానం అమవుతున్నాయి. నడిచింది మూడు కిలోమీటర్లే అయినా పాదాలు కూరుకుపోతున్న ఇసుకలో అడుగు తీసి అడుగు వేసేసరికి దాదాపూ రెండు గంటలు పట్టింది.

చెయ్యేటి వరదకు డ్యాం మట్టికట్ట మొత్తం ఆనవాళ్ల లేకుండా కొట్టుకుపోయింది. కాంక్రీట్ గేట్లకున్న చిన్న కంకర రాయి కూడా ఊడిపడకపోవడం చిత్రంగా ఉంది. నదీ ప్రవాహానికి తగ్గట్టు కాకుండా స్పిల్ వే ఎడమ వైపు కొండ వారకు కట్టడం వల్ల అంత నష్టం జరిగి ఉండవచ్చు. మధ్యలో ఉండుంటే మట్టి కట్టమింద అంత ఒత్తిడి పడేది కాదేమో. ఏదైతేనేం చెయ్యేట్లో నీళ్లు ఎప్పుడు పారతాయా అని ఆశగా

ఎదురుచూసిన పరీవాహక పల్లెలను, ప్రజలను బెంబేలెత్తించిన విధ్వంసం ఇప్పుడు ఏమీ తెలియనట్టుగా నీళ్ల కోసం బీదేడుపులు ఏడుస్తోంది.

మనిషి కట్టిన అడ్డుకట్టను తెంచుకుని ప్రకృతి తన రూపును తాను తెచ్చుకున్నది.

అక్కడే మరికొద్ది సేపు ఉందామనిపించింది గానీ వెళ్లకతప్పదు. సమయం కుదిరితే రేనింతలలో పిల్లంకట్ల చూడాలని మనసు ఉవ్విల్లూరుతోంది.

మైదానాల్లో మత్తుగా కదిలే సూర్యుడు ఇక్కడ కొండల్లోకి తొందరగానే జారుకున్నాడు. మధ్యాహ్నం మేం చూసిన నీళ్ల ధారలు కొన్ని ఇసుకలో అంతర్ధానమయ్యాయి, ఆ నీళ్లను నమ్ముకున్న చేపలు చచ్చిపడి ఉన్నాయి. సర్వైవల్ ఆఫ్ ద ఫిట్టెస్ట్.

ఏకిరిపల్లెకు చేరుకునే సరికి పొద్దు గుంకింది. పరిసరాలు చీకట్లకు సన్నద్ధమవుతున్నాయి. నాగేష్ కోసం ఎదురుచూశాం గానీ ఇంకా ఇంటికి రాలేదంట. వాళ్లమ్మ ఉన్నది. మధ్యాహ్నం బువ్వ పెట్టినందుకు కృతజ్ఞత చెప్పబోతే "ఓ.. నాయన ఎందుకంత పెద్ద పెద్ద మాటలు. ఆకలైతే యాడ్నోకసోట తిని పోతాండాల" అన్నది. అందరికీ నమస్కారం చెప్పి బయల్దేరాం. ఊరి బయట కిలోమీటరు అవతల ఎదురయ్యాడు సొరబడితో నాగేష్. ఏవో మూడు మూటెలు ఇంటికి చేరుస్తున్నాడు.

అట్నుంచటు పులపత్తూరు నుంచి ఎడమపక్క కనపచ్చిన మనిషినల్లా అడుగుతూ రేనింతల ఏడున్నరకు రేనింతలకు చేరాం. ప్లాస్టిక్ డ్రమ్ముల మోతముందు కొంచెం మెత్తబడినప్పటికీ అక్కడున్నంతసేపు పిల్లంకట్ల ఫ్లూట్ మ్యూజిక్ మనసుకు వరద జ్ఞాపకాల నుంచి సాంత్వన కలిగించినట్టైంది.

ఇంటికొచ్చేసరికి రాత్రి పదకొండు దాటింది.

******

పుట్టి పెరిగి ఆటలాడిన బాల్యమంతా సగిలేటి ఒడ్డునే అయినా

ఆ నేల

ఆ నీరు

ఆ ఇసుక

ఆ పల్లెలు

ఆ పొలాలు

ఆ మనుషులు

ఆ సాయంత్రాలు

చెయ్యేరు పరీవాహకం మనసుకు దగ్గరగా అనిపిస్తోంది. వరద కలిపిన బంధమిది.

*****

# మొండి భైరవ కోన

మూడొందలేళ్లకు పూర్వం.

నల్లమల పడమటి పాదపు ఊరు.

పేరు నల్లపుశెట్టి పల్లె. ఆ ఊర్లో గంగన బోయడు, బసవమ్మ అనే యాదవ దంపతులు. పెళ్లై ఎన్నాళ్లైనా పిల్లలు కలగకపోతే నల్లమలలోని మల్లేలమ్మకు మొక్కుకున్నారు. కొడుకు పుట్టాడు. పేరు భైరవ కొండన్న.

గంగన్నకు ఆరు వందల ఆవులుండేవి. వంశ పారంపర్యంగా పది పన్నెండేళ్ల వయసునుంచే తండ్రితో పాటు ఆవులు తోలుకుని నల్లమలకు వెళ్తుండేవాడు భైరవుడు. ఒకనాడు గంగన్నకు ఏదో పనిబడి బంధువుల ఊరికి వెళ్ళగా భైరవుడొక్కడే ఆవుల్ని అడవికి తోలుకునిపోయాడు.

నట్టి నడెండలకాలం. బాగా అనుభవమైన పొలగాళ్లకు తప్ప సిన్నాసితకోళ్లకు నీళ్ల తావులు అంతుబట్టని కొండలవి. తండ్రికన్నా మిన్నగా మేపాలని ఆవుల్ని లోతట్టు అడవుల్లోకి తోలుకు పోయాడు భైరవుడు. ఆవుల కడుపైతే నిండింది గానీ మజ్జానమయ్యేసరికి నీళ్లకు దప్పిగ్గొని అంబా.. అంబా... అంటూ అరవసాగాయి ఆవులు.

ఒకదాన్ని చూసి మరొకటి. వాటి అరుపులు చూసి కొండన్నకు దిక్కు తెలియలేదు. నీటిజాడలు వెతుక్కుంటూ కోనలోకి వెళ్లాడు. ఎదురుగా మల్లేలమ్మ విగ్రహం కనిపించింది. బాధనంతా చెప్పి నా ఆవుల దప్పిక తీర్చమని ఏడ్చాడు.

"నాకే దప్పికయితే మీ నాయన ఆవుపాలను పిండి నా నాలికె తడిపిండు. నేనెక్కడ తెచ్చేదిరా నీళ్లు..! ఇక్కడెక్కడా లేవు. బుడ్డాయిపల్లె గరుగులకాడుండాయి. పోయి దప్పిక తీర్చుకోపో" సమాధానమిచ్చింది మల్లేలమ్మ.

"అంతసేపు ఉగ్గబట్టుకునేతట్టుంటే ఇంటికే పోదును కదా" అన్నాడు ఆక్రోశంగా. బాధతో కళ్ళల్లో నీళ్లు కారిపోతున్నాయి.

చుట్టూ చూశాడు. ఏదో మార్మిక శక్తి అణువణువులో నింపుకున్నట్టు కనిపిస్తోంది కోన మొత్తం.

"ఆవుల దప్పిక తీర్చు తల్లీ, నా తల సమర్పించుకుంటా" అని మొక్కుకున్నాడు.

అప్పటికప్పుడు బుగ్గ పుట్టింది. పిడికిటి లావున నీటి ధార చిమ్మింది. పరుగు పరుగునొచ్చి నీళ్లు తాగాయి ఆవులన్నీ. దప్పిక తీరిన తర్వాత తృప్తిగా నిలబడ్డ ఆవులను చూస్తుంటే అంతకుముందున్న బాధ సంతోషంగా మారింది భైరవుడిలో. ఈ ధన్యత తనది కాదు ఈ అడవి తల్లిది. తీర్చుకోవాలి.

ఆవులను ఇంటిదారి పట్టించి, కోనలోకొచ్చాడు భైరవ కొండన్న. ఇప్పుడతను మీసాలు మొలవని బాలుడు కాదు, జీవితసారాన్ని అర్థం చేసుకున్న కర్మయోగి. పెద్ద పెద్ద అంగలు వేసుకుంటూ అతనలా నడిచొస్తుంటే సింధు నాగరికతలో వర్ణించిన పశుపతి నాథునిలా కనిపిస్తున్నాడు.

నీటి బుగ్గ దగ్గరికొచ్చాడు.

నీ దప్పిక, నీ ఆవుల దప్పికే కాదు ఇకనుండి ఎవ్వరికి దప్పికేసినా రా తీరుస్తానన్నట్టు స్వచ్ఛంగా ఉబికొస్తోంది.

కొండవైపు చూశాడు.

జంతువు కాలు తగిలి పైన్నుంచి రాయేదో జారి యాధృచ్ఛికంగా ఇక్కడున్న రాయిమింద పడి బుగ్గ పుట్టిందొచ్చు గాక, ఇది మాత్రం మానవాతీతం. మనిషి ఆలోచనలకావల ఒక ప్రకృతి ధరమ్మేమేదో నడిపిస్తోంది.

నా ధర్మాన్ని నేను మీరకూడదు. మొక్కు తీర్చాలి అనుకుంటూ బుగ్గ పక్కనున్న చెట్టెక్కి, పొడవాటి తన తల వెంట్రుకల్ని కొమ్మకు కట్టి కిందికి వేలాడుతూ "మల్లేలమ్మ తల్లీ!" గెట్టిగా కేకేశాడు.

"నా నెత్తుటితో నువ్వు తృప్తిపడు. ఇకమీదట ఎవరినీ జంతు బలులకు ప్రేరేపించగాకు. ఇదే నీకు చివరి రక్త సంతర్పణం. ఫల పుష్పాలే ఇకపై నీకు నైవేద్యాలు" అంటూ గొడ్డలి చేతికి తీసుకుని "క్రూర జంతువులారా! ఈ కోనలోకి మీరు రాకూడదు. ఏ సాధు జంతువును పట్టకూడదు. ఇది నా ఆన" అంటూ తల నరుక్కొన్నాడు.

ఆవులు ఇంటికి చేరి ఎంతసేపైనా కొడుకు రాలేదని నల్లమల వైపు పరిగెత్తాడు గంగనబోయుడు. వెతుకుతూ వెతుకుతూ మల్లేలమ్మ కోనకు రాగానే రక్తపు మడుగులో మొండెం కనిపించింది. పైకి చూశాడు. భైరవుని తల చెట్టుకు వేలాడుతోంది. కళ్ళు తెరిచే ఉన్నాయి. ఆ చూపుల్లో బాధ, దిగులు లేవు.

'నిన్ను నమ్మి నా బిడ్డను నీకు అప్పగిస్తే వాని రక్తం కళ్ళజూస్తావా' అంటూ భోరుభోరున ఏడ్చాడు భైరవుని తండ్రి. మూగ జివ్వాల మింద ప్రేమతో కొండ శిఖరమంత ఎత్తుకు ఎదిగిన కొడుకును కోనలోనే సమాధి చేశాడు. అప్పట్నుంచి మల్లేలమ్మ కోన కాస్తా మొండి భైరవ కోనగా వాడుకలోకొచ్చింది. స్థానికంగా భైరేని అని కూడా అంటారు.

ఆ భైరవ కొండన్నను పలకరించొద్దామని మా ప్రయాణం.

సన్నపురెడ్డి వెంకట్రామిరెడ్డి గారికి ఈ ప్రోగ్రాం గురించి ఫోన్ చేస్తే వస్తా అన్నాడు. ఆయనకు తోడు మైదుకూరు జర్నలిస్ట్ నందిరెడ్డి నాగశివారెడ్డి అన్న. మా రెగ్యులర్ అడవి యాత్రికులు అరణ్య శేఖర్, సుబ్బారెడ్డి, విష్ణు, శ్రీయపు శివానందరెడ్డి, శ్రీనాథ్, శ్రీకాంత్, బనగానపల్లె రొక్కం విక్టర్ సిద్ధం. మొత్తం పదిమందిమి. అయిదు బైకులు, రెండు కోళ్లు, వంట సరుకులు.

అందరం వనిపెంట దగ్గర కలుసుకున్నాం. ఎవర్ని ఎచ్చరించినా 'రాత్రి వాన పడింది. దోవంతా బురద బురద. బండ్లల్లో యాడ పోతరబ్బా' అంటూ నీళ్లు సప్పరిస్తున్నారు.

అక్కన్నుంచి కదిలీ కదలకముందే జోరు వాన. ముదిరెడ్డిపల్లె సుగాలి తాండా బస్టాప్ దగ్గర ఆగినాం. అప్పుడే బేస్ క్యాంప్ నుండి బయటికొచ్చిన ఫారెస్ట్ డిపార్ట్మెంట్ వాళ్లను అడిగితే 'రోడ్డైతే బాగలేదు. ఇలా వాన పడ్తాంటే మాత్రం ఇబ్బంది లేకుండా వెళ్లొచ్చు' అన్నారు. కొంచెం పడి ఆగిందంటే బురద టైర్లకు అతుక్కుంటూ అస్సలు కదలనియ్యదు.

మొండి భైరవ కోన అనగానే రెండేళ్ల కిందట #NoPlasticLankamala కని వెళ్లి

వాగులు వంకలు దాటుకుంటూ లంకమలలో మేం సాహసాలు చేసిన రోజే, భైరేనికి వెళ్లిన భక్తులను వాగులు అడ్డగించడం, వాళ్లక్కడే ఇరుక్కుపోతే NDRF సిబ్బంది వెళ్లి బయటికి తీసుకురావడం అప్పట్లో పెద్ద న్యూస్ మా పల్లెల్లో. అదో పక్క మెదులుతూనే ఉంది మదిలో.

'అయిననూ పోయిరావలె హస్తినకు' అని భారతంలో క్రిష్ణుడు కదిలినట్టు మా పట్టుదల ముందివన్నీ పెద్ద అడ్డంకులుగా అనిపించలేదు. ప్రమాదమంటూ ఎదురైతే మమ్మల్ని మేం కాపాడుకోలేనంత అశక్తులం కాదనే మానసిక సన్నద్ధత కూడా ఉంది గానీ వానే ఎంతకూ తగ్గలేదు.

"దూదెమ్మ కోనకు పోదాంపా ఈసారికి" వానను చూస్తూ అన్నారు సన్నపురెడ్డి గారు. నాగశివారెడ్డి అన్న ఆపక్కే కోపు తొక్కినాడు. మనం వింటే గదా. సుగాలితాండాలో నాగశివారెడ్డి అన్నకు తెలిసిన వాళ్ల దగ్గర వంటసామాన్లు తీసుకుని నల్లమలవైపు కదిలాం.

కాలిన తర్వాతొచ్చే ఎర్రటి ఇటుక రంగులో మెరుస్తోంది రోడ్డు. రోడ్డుకు అటు ఇటు పొలాలు. ఈ పుర్రు మట్టిలో భైరేనికి యాడ పోతారన్నెట్టు మావైపు వింతగా చూస్తున్నారు పొలాల్లో పనులు చేసుకుంటున్న జనాలు. పల్లె దాటీ దాటంగానే టైర్లకు మట్టి అంటుకుని బైకులను ముందుకు పోనీడంలేదు.

గ్రూప్ ఫోటో కోసం ఒకచోట ఆగినప్పుడు "దారంతా ఇట్నే ఉంటది మళ్లా ఒకసారి ఆలోచించండబ్బా" ఎచ్చరించినాడు నాగశివారెడ్డన్న.

"పొయినంత దూరం పోదాంపాన్నా. వంకలడ్డగిచ్చే ఆన్నే వంట చేసుకుని ఎనిక్కొజ్జాం" అన్నాను. మరీ ఇబ్బందనిపిస్తే రెండు పెద్ద మోకులెతప్పోతే సరిపోద్దనేది నా అభిప్రాయం.

"మనం ముసిలోళ్లం వాళ్లు యువకులు. సరేననక ముందు ఆలోచించాలివన్ని. ఓపిక తెచ్చుకునైనా వాళ్లమ్మిటి పరిగెత్తాలిపా" అంటూ మా ఉత్సాహానికి బలకొట్టక తప్పలేదు సన్నపురెడ్డి గారికి. వెళ్లొచ్చిన తర్వాత ఆయనెక్కడో రాసినట్టు గుర్తు 'ఇంత మూర్ఖపు మొండి ప్రయాణం నా జన్మలో చేసి ఎరుగను' అని.

నిజంగా మూర్ఖపు ప్రయాణమే ఇది.

నేల పూర్తిగా అనడంతో ఒకటో గేరు రెండో గేరుకు మించి పొయ్యేదానికి లేదు. ట్రాక్టర్లు నడిచిన జాడల్లో తప్ప ఏ మాత్రం పక్కకు కదిలినా బండి జారగొట్టుకుంటోంది. ఇవే అనుకుంటే ట్రాక్టర్లు దిగబడి ఏర్పడిన గుంతలు మరో అడ్డంకి. గుంతల్లో వాన నీళ్లు నిలవడంతో రొళ్లురొళ్లయ్యింది. మొండిగా ముందుకు

సాగడం తప్ప అయ్యేంత లోతుంటాయో, రాళ్లే ఉంటాయో లేకుంటే ఊబో కూడా తెలియదు. సరాసరిన ప్రతి వంద మీటర్లకు ఒకటి రెండు గుంతలు దాటాల్సి వచ్చింది.

కొన్ని గుంతల్లో అయితే హ్యాండిల్, పై భాగం తప్ప మిగతా టైర్లు, బండి మొత్తం ఆ పుర్రు నీళ్లల్లోనే. ఏ మాత్రం బండడి ఆగినా సైలెన్సర్ లోకి నీళ్లు దిగితే ఆరబెట్టడం మరో తతంగం. బర్రు బర్రుమని మొత్తుకుంటున్నాయి బండ్లు. మడ్ గార్డ్ రేకులు ఎప్పటికప్పుడు బంకమట్టితో బర్రుమంటూ ఆపేస్తున్నాయి. పుల్లలతో పెరుక్కుంటూనే ముందుకు సాగాం.

పెట్రోల్ ఇంజన్లు కాబట్టి శ్రమ తెలియడంలేదు గానీ ఒకప్పుడు ఇదే అడవిలో కొండ కట్టెలు, కొరముట్ల కొయ్యలు నాటు బండ్లలో వేసుకుని గాన్లు బురద గుంతల్లో ఇరక్కపోతే బయటికి లాగడానికి ఆ ఎద్దులు పడిన అవస్థ, వాటి బాధ చూడలేక యజమానులు పడే యాతన తలుచుకుంటుంటే ఒళ్లు జలదరిస్తోంది.

మొండిగా మూడు నాలుగు కిలోమీటర్లు పోయిన తర్వాత కుడిపక్కకొక బండి జాడ కనిపించింది. వొన్నూరమ్మ కోటకు ఇలానే పోవాలి అన్నాడు నాగశివారెడ్డి అన్న.

శత్రు దుర్భేధ్యమైన కోట గోడలు, స్వంత బలగంతో నాటి కాలానికి పులుల్లాలాంటి పాలెగాళ్ల మధ్యన బిక్కు బిక్కుమనే కుందేళ్ల గుంపులో నుండి ఒక కుందేలు బయటికొచ్చి, తన చుట్టూ కమ్ముకొచ్చిన పరిస్థితుల్ని ఆకలింపుజేసుకుని, పులిలా ఎదురు తిరిగింది. ఆ కుందేలు పేరు వొన్నూరమ్మ. స్త్రీకి సామాజికార్థిక స్వాతంత్ర్యం లేని నాటి సామాజిక పరిస్థితుల మధ్య నలిగిన ఒక ఒంటరి మహిళ గెలిచి, నిలిచి, తన పట్టును సిద్ధవటం కోటవరకూ విస్తరించి మిగతా పాలెగాళ్లు భయంతో పోరాటం వదిలి, ఏలికల దగ్గర పితూరీలు చెప్పుకునేంతలా వణికించడమంటే మామూలు విషయం కాదు. ఎంతో కసి, పట్టుదల, పోరాట పటిమ ఉంటే తప్ప సాధ్యం కాదు. పులి స్థావరంలో స్త్రీ సామ్రాజ్యం.

రణరంగంలో వైరిపక్షాన్ని తెగనరికిన సైనికుని యుద్ధానంతర అంతరంగంలా గుంభనంగా ఉంది అడవి.

అటు ఇటు పచ్చటి అడవి, మధ్యలో మలుపులు తిరుగుతూ ఎర్రటి బాట. కొండల మధ్యన ఎంత దూరం పోయినా ఒకే దృశ్యంలా కనిపిస్తోంది. ఎంతెంత దూరం బాయి బాయి దూరం అని చిన్నప్పుడు భుజాలమీద చేతులు వేసుకుని పాడుకున్నట్టు సాగుతున్న మా ప్రయాణం మొండి భైరవ కోన దగ్గరికొచ్చాందన్న నాగశివారెడ్డి అన్న

మాటతో జోరందుకుంది.

అయితే ఆ జోరు కళ్లెం వేస్తూ మూరెడు వెడల్పు, మూరెడు లోతున ట్రాక్టర్ జాడలో నా బైక్ ఇరక్కపోయింది. ఎదురుగా చూస్తే వంద మీటర్ల మేర అంతా బంకమట్టే. రేజ్ చేసే కొద్ది టైర్లు గరగరా తిరిగి మరింత కూరుకుపోతున్నాయి తప్ప ముందుకు కదల్లేదు. వెనక్కి రావడానికి లేదు. పరిసరాల అప్రమత్తత లేని జోరు ఇబ్బందులకు గురిచేస్తుందని ప్రకృతి చేసే హెచ్చరిక.

బండి వెనక టైరు ఎత్తి పట్టుకుని, మరో ట్రాక్టర్ జాడలోకి దించి, నేను కింద నడుస్తూ బండిని జాడలో పోనిస్తూ బయటికి చేర్చాం. అరణ్యశేఖర్ అవెంజర్ ను కూడా అంతే. మిగతా మూడు బైకులను అక్కడే ఆపి నడక సాగించక తప్పలేదు.

వాళ్లొచ్చేలోపు భైరవున్ని చూసొద్దామని ఒక్కన్నే ముందుకు సాగాను. మా పెద్దోళ్లు చెప్పినట్టు నల్లమల దక్షిణ భాగం బోళ్లు, తిప్పల్లా ఉంది. అడవి మాత్రం దట్టమైనదే. కిలోమీటరు పోయినా కోన జాడలేదు. నట్టి నడడివిలో ఒంటరి మనిషిని. చుట్టూ ఆకు కదిలినా వినపడేంత నిశ్శబ్ధం. అదీగాక టైగర్ జోన్. పైకి ఎంత ధైర్యంగా ఉందామనుకున్నా లోపల పులి తాలూకు గిలి తొలుస్తూనే ఉంది. వెనక్కి వచ్చేశా. అడవిలో ఆకలి కేకలు, దప్పికలకు సజీవ సాక్ష్యాలన్నట్టు ఊడలు నేలకు దింపి దారికటు ఇటు నిలబడున్నాయి మర్రిచెట్లు రెండు. పెంటలకు గుర్తుగా చింతచెట్లు కూడా ఉన్నాయి.

అరణ్యశేఖర్, నాగశివారెడ్డెన్న రావడంతో మిగతా వాళ్లు నడుచుకుంటూ వచ్చేలోపు మనం వెళ్లి వంటకు సిద్ధం చేద్దాంపా అంటూ రెండు కిలోమీటర్లు వెలితే సాక్షాత్కరించింది భైరేని. మొండి భైరవుడు. మొత్తంగా పజ్జెనిమిది కిలోమీటర్ల దూరం. శివరాత్రి తర్వాత పదహారవ రోజున జరిగే మొండి భైరవుని తిర్నాలకు కిలోమీటరు మేర జనాలు పట్టకుండా వస్తారంట.

మూడు వైపులా కొండలు, మధ్యలో కోన. బుగ్గ తనువు వల్లేమో కోనలో చెట్లు ఏపుగా పెరిగున్నాయి. ఒక మనిషిని ఆత్మార్పణకు ప్రేరేపించేంత మార్మికత నింపుకున్న అడవి తాలూకు నా మదిలో ఊహలకు దగ్గరగానే ఉంది మొండి భైరవుని కోన. గుడి పరిసరాలు ఎటుచూసినా పాతకాలం చింతచెట్లే ఉన్నాయి. తొలిగా గంగమ్మ గుడి, రామాలయం, భైరవుడు. వాటి పక్కన భక్తుల సౌకర్యం కోసం రూములు, నల్లటి బండలతో చేసిన సమాధి, విగ్రహం ఉన్నాయి. ఎవరో మనిషి ధ్యానం చేస్తున్నట్టుగా ఉంది ఆ విగ్రహం. జీవితం మొత్తాన్ని భైరవ కొండన్న సేవలో గడిపిన లెక్కలవారిపల్లె బాలిరెడ్డి సమాధి అది.

నీటి బుగ్గ, భైరవ కొండన్న మొండెం కోసం వెతుకుతుండగా గుడికి వెనుక వైపు సమాధుల తర్వాత రెండు కొలనులు కనిపించాయి. కొలను నిండా తామరాకులే. చెత్తా చెదారం పేరుకుపోడం వల్ల కొలను అందం తగ్గింది. పక్కనే రెండు మూడు ఇంచులకు తగ్గని నీరు బుగ్గనుంచి వస్తూనే ఉంది. నీళ్లు స్వచ్ఛంగా ఉన్నాయి. దోసిలి పట్టుకుని తాగాను. నల్లమల మూలికల సారం నింపుకున్నట్టు అద్భుతమైన రుచి. దానికి పక్కనే చిన్న గదిలో భైరవ కొండన్న సమాధి ఉంది. కొండన్న తల నరుక్కున్న చెట్టు కోసం వెతికాయి కళ్ళు. చెట్టు పోలిక చిక్కలేదు కానీ భౌతికానికి ఆవల మరేదో లీలగా కదలాడుతోంది.

అవిగో దప్పికతో అల్లాడిపోతున్న ఆవుల మంద.

అదుగో నిస్సహాయంగా కుమిలిపోతున్న భైరవ కొండన్న.

ఇదిగో ప్రకృతి దేవత మల్లేలమ్మ తల్లి.

ఆవుల దప్పిక తీర్చు తల నరికి ఇస్తానని మొక్కాడు.

బుగ్గ పుట్టి, ధారై ప్రవహించింది.

ఆవులు దప్పిక తీర్చుకున్నాయి.

భైరవ కొండన్న మనసు శాంతపడింది. కృతజ్ఞత తీర్చుకోవాలి.

చెట్టెక్కుతున్నాడు. జుట్టు కొమ్మకు ముడి వేశాడు.

గొడ్డలి చేతబట్టి, 'అమ్మా మల్లేలమ్మ తల్లి నా మొక్కు తీరుస్తున్నా చూడు' అంటూ ఒక్క వేటు. ఒకే ఒక వేటు.

మొండెం కిందపడింది. తల మాత్రం చెట్టుకే వేలాడుతోంది.

కళ్ళనిండా కృతజ్ఞతా భావం తప్ప భయం గానీ అభద్రతా భావం గానీ తొట్రుపాటు గానీ ఏమీ లేవు.

నిజ జీవిత యాధృచ్ఛిక సంఘటనకు కాలక్రమంలో అద్భుత శక్తులు తోడై ఉండవచ్చు, దైవత్వం ఆపాదించబడి ఉండొచ్చు గానీ ప్రకృతి కోణంలో చూస్తే మూగ జీవాల దప్పిక తీర్చడం కోసం యజమాని ప్రాణ త్యాగం చెయ్యడమంటే ఎంత గొప్ప విషయం.

ఇదనే కాదు రాయలసీమలో పోలి చెరువు, బద్వేల్ చెరువు, అనంతసాగరం, బుక్కరాయ చెరువు ఇలా ఏ చెరువు కట్ట తెగినా శాంతి కోసం పెళ్లికాని అమ్మాయి

ఆత్మార్పణతో ముడిపడి ఉంటుంది. ప్రకృతి ప్రకోపానికి మనిషి చేసే నిస్వార్థ విన్నపం. కచ్చుగడ్డగా ముద్ర వేయబడ్డ సీమలో బయటి సమాజం గుర్తించని మరో కోణం ఇది.

లోతుగా ఆలోచిస్తే సమస్యల వలయంలో మనిషి ఒక మూలకు నెట్టబడతాడు. అందులోనుంచి బయటపడటానికి శ్రమకు మించిన అదనపు బలం కావాలి. తన నిస్సహాయత గురించి కంటికి కనిపించిన చెట్టుకో రాయికో బాధను చెప్పుకుంటాడు. కొన్నిసార్లు అద్భుతాలు జరుగుతాయి. అది ప్రకృతి ధర్మం. కాలక్రమంలో ఆ నమ్మకానికి కొన్ని అతీంద్రియ శక్తులు ఆపాదించబడతాయి. తీరనివి మెల్లగా ప్రకృతిలో అంతర్ధానమవుతుంటాయి. తీరిన కోరికల్లోనించి దైవం పుట్టుకొస్తుందనుకుంటా.

మా రాకను గమనించి, ఎక్కడెక్కడ చెట్లమింద ఉన్న కోతులన్నీ చుట్టూ చేరాయి. అక్కన్నుంచి తిరుగు ప్రయాణమయ్యే వరకూ కనీసం ముగ్గురు మనుషులు ప్రతిక్షణం వాటెనొక కంట కనిపెట్టుకోవాల్సి వచ్చింది.

యుద్ధంలో ప్రత్యేక శిక్షణ లేని కాల్బలాన్ని ముందుగా పంపించినట్టు పిల్ల కోతులొచ్చి ఇకారాలు చేస్తాయి కొద్దిసేపు. తర్వాత అశ్విక దలంలా యుక్త వయసు కోతులొస్తాయి. అప్పటికే వాటెను తోలి తోలి విసుగొచ్చి యామార్తామా చివర్లో రాజు, మంత్రులొచ్చినట్టు గుంపు నాయకుడు పెద్ద కోతులొచ్చి చేతివాటం చూపిస్తాయి. అవి తిన్నాక మిగతా కోతులు తినాలి. బలమున్న వాడిదే రాజ్యం.

వనాలు దాటొచ్చి మనిషి నాగరికుడు అయినాడు అంటుంటారు గానీ ప్రతిక్షణం తన చుట్టూ ఉన్న పరిస్థితుల మీద ఆధిపత్యం కోసమే వాని ఆరాటం. వంటకు కావలసిన పనులు చేస్తున్నాననే గానీ ఇవే ఆలోచనలు మదినిండా.

గంగమ్మ గుడి ఎదురుగా కోళ్ల మెడలు తప్పించి విసిరేశాడు నాగశివారెడ్డి అన్న. చివరి శ్వాసను అడవికి వదిలి, గిలగిలా కొట్టుకుంటున్నాయి మొండేలు రెండూ.

'కొయ్యి కొయ్యంగనే కోడికూత మానేసి

కైలాసం నేను పోయినానంటదే కోడిపిల్ల..' అంటూ మునెయ్యా పాడిన జానపద పాట గుర్తుకొస్తోంది.

పాట సరదాగే సాగినా కైకట్టిన విధానంలో ప్రతి జీవికి ప్రాణం పోవడం తథ్యం, అందులోనూ తృప్తిని వెతుక్కోవాలని తత్వం చెప్తున్నట్టుగా ఉంటుంది కోడిపిల్ల.

కోడ్ని కోస్తూ కోస్తూ ఉప్పూ కారెంలో తోలు అద్దుకుని తినడం, తోకముట్టె రుచి

గురించి వాళ్ల జ్ఞాపకాలు చెప్తున్నారు సన్నపురెడ్డి గారు, నాగశివారెడ్డి అన్న. ఈ తరంలో ఆ తతంగమంతా ఏముండదు, చాలా వరకూ బ్రాయిలర్ చికెనే. నాటుకోడి అయినా ఇంటి దగ్గర కొయ్యడమంటే వడి. కటికంగడి కాడికి తీసప్పోయి యాభై రూపాయలు ఇస్తే కావాల్సినట్టు ముక్కలు కొట్టి ఇస్తారు.

మాటల్లో గుండెకాయలు, లివర్ తో సహా ఉప్పు కారెంలో అద్దుకుని తోళ్లు మొత్తం తినేశాం. అందరం మంట చుట్టూ కూర్చుని తోళ్లు పెరక్క తింటుంటే తిరిగి ఆది మానవుల కాలానికి వెళ్లినట్టుగా ఉంది.

మా ప్రతి అడవి యాత్రలో ఉండే పచ్చికారాన్ని ఇక్కడా సిద్ధం చేశారు. కూర ఉడికేలోపు ఉడుకుడుకు బువ్వలో పచ్చికారమేసుకోని తిన్నాం.

చిలీ దేశం నుంచి వచ్చిన 'చిల్లీ' దాని గుణమైన కారెంతో మన 'మిరియపు కాయల'ను అనగదొక్కి 'మిరపకాయ'గా రూపాంతరం చెందిన తీరు గురించి మంచి చర్చ. 'కొత్తొక వింత పాతొక రోతలా' మిరయాలిప్పుడు మనకు పరాయివి. పొంగలిలో వచ్చే మిరియాలు చూస్తే మూతి ముప్పై సుట్లు పోతుంది ఎవరికైనా.

ఇంట్లో నూరుకొచ్చిన స్వంత మసాలాతో కూర అల్లాడించాడు నాగశివారెడ్డెన్న. అందరం తింటుండగా ఒక కోతి అరణ్యశేఖర్ గిన్నెలో కూర లాక్కోబోయింది. ఫాట్ మని దాని చెంపకేసి ఒక్కటి పీకాడు. అదిరిపడిందది. మనిషి కోతిని చెంపదెబ్బ కొట్టడం అదే తొలిసారి చూడ్డం.

అప్పటికే సాయంత్రం అయిదు దాటడంతో మొబ్బుపడ్తే ఆ బురద నీళ్లల్లో ఇబ్బంది పడ్తాం అని నాగశివారెడ్డి అన్న తొందరపెట్టడంతో కదలడానికి మనసొప్పకపోయినా తిరుగు ప్రయాణానికి సన్నద్ధమయ్యాం.

మేం బయల్దేరుతుండగా లెక్కలవారిపల్లె నుంచి ట్రాక్టర్లో జనాలు వచ్చారు. వాళ్ల అరుపులు, కేకలు. "ఏమీళ్లకు తినింది అరక్కనా ఈమాయిన అరుచ్చాంద్రు" అని నేనంటే "అంత కష్టమైన ప్రయాణం చేసిన తర్వాత వచ్చే ఆనందాన్ని వ్యక్తపరచడంలో అదొక రూపం. అర్సుకోనీలే" అని ఇంటిదారి పట్టినారు సన్నపురెడ్డి గారు.

అర్ధగంట తర్వాత మేం బయల్దేరాం. పొద్దు పూర్తిగా పడమర కొండల్లోకి దిగిపోయింది. చుట్టుపక్కల పల్లెలే కాకుండా కమలాపురం నుంచి కూడా ట్రాక్టర్లలో జనాలు రావడం ఆశ్చర్యంగా అనిపించింది. మొత్తంగా అయిదారు ట్రాక్టర్లు ఎదురయ్యుంటాయి.

సుగాలితాండా చేరేసరికి ఏడున్నర అయింది. సామాన్లిచ్చి, నీళ్లు తాగుదామని ఆగాం. తీరా బండి దిగినాంక "నా ఫోను కాన్రాడం లేదని" సుబ్బారెడ్డి బాంబు పేల్చినాడు. అంతసేపున్న ఉత్సాహమంతా తుస్సున గాలి తీసినట్టైంది.

ఎంత లేదనుకున్నా ముప్పై నలభై వేల రూపాయల వస్తువు. సంవత్సరంన్నర రెండేళ్లుగా మేమెక్కడెక్కడ తిరిగినా ఏనాడు చిన్న తేడా కూడా జరక్కపోవడంతో ఈరోజిలా జరగడం చిన్న వెలితి. ఇంతకుముందు లంకమలలో సదురుబండకు వెళ్లి వచ్చేప్పుడు నా ఫోను అడివిలో పడిపోవడం, ఉదయం వెతికి దొరికిచ్చుకోవడం అనుభవమే గానీ ఇది వేరు. దారంతా బురద మట్టి, నీళ్లు, అయిదారు ట్రాక్టర్లు వచ్చినాయి. ఏ టైరు కింద పడినా నలిగి బజ్జయిపోడమే.

ఖచ్చితంగా దొరుకుతుంది అనే నమ్మకమైతే లేకపోయింది గానీ ప్రయత్నిస్తే దొరక్కపోదు అనే ఆశ ముందుకు నడిపించగా మిగతా వాళ్లను అక్కడే ఉండమని అరణ్యశేఖర్, సుబ్బారెడ్డి ఒక బండిలో మరో బండిలో నేను వెనక్కి కదిలాం. బండి లైటు వెలుతురు తప్ప ఎటుచూసినా చిమ్మ చీకటి.

నల్లమల టైగర్ జోన్ లో రాత్రి ప్రయాణం.

"నా ఫోన్లో నాలుగు పర్సెంటే చార్జింగ్ ఉంది" అన్న సుబ్బారెడ్డి మాటలు గుర్తున్నాయి గానీ ఎక్కడ అన్నది మాత్రం గుర్తుకులేదు. అయినా మొండిగా అయిదారు కిలోమీటర్లు వెళ్లాం. కనపడలేదు. నిరాశగా వెనక్కి మరిలాం. యాభై మీటర్లు వచ్చాక దారి మధ్యలో నాకు కనపడింది.

'ఎలాంటి ప్రతికూల పరిస్థితుల్లోనూ లక్ష్యం వైపుగా నమ్మకం, ఆశ, శ్రమను కోల్పోకూడదు' అనిపించింది ఫోన్ దొరికినాక.

సుబ్బారెడ్డికి చెప్తే "కష్టపడిన సొమ్ము మామా" అన్నాడు సంతోషంగా.

ఇదే సుబ్బారెడ్డి సరిగ్గా పది నిమిషాల కిందట "నాలుగేళ్ల నుంచి వాడ్తాండా పోతేపోయిందిలే మామా" అన్నాడు. సంఘటన ఒక్కటే సందర్భాలు వేరు. ఆశ, నిరాశ రెండూ. మనిషి ఆలోచనల ప్రతిరూపాలు. నీది ఆశావాదమా, నిరాశావాదమా అనేది నువ్వు దాటుకొచ్చిన పరిస్థితులే గుర్తుచేస్తాయి.

బయిటికొచ్చేసరికి తొమ్మిదిన్నర అయింది. ఫోను దొరికిందని మా వాళ్లకు చెప్తే 'అడివికి పోవాలనే ఆలోచనతో నువ్వే దాచిపెట్టి ఇప్పుడిచ్చినావు గదా' అన్నారు.

మైదుకూరులో భోజనం ముగించుకుని వెన్నెల రాత్రుల్లో చుక్కలు

లెక్కపెట్టుకుంటూ ముక్కొండకు పయనమయ్యాం.

చిన్నప్పుడు పుస్తకాల్లో చదివినట్టు పర్వతరాజు కొండలు మోసుకుని పోతుంటే నాలుగు కొండల జారిపడ్డట్టుంటాయి ఇవి. గెడ్డి పొదలు, బిక్కి చెట్లలాంటివి తప్ప చెట్లు కూడా పెద్దగా ఉండవు. అన్నిటికన్నా ఎత్తైన దాన్ని ముక్కొండ అంటారు. కొండ శిఖరం మింద ముక్కంటి మల్లేశ్వరుడు ఉన్నాడు. పక్కనే ఇంకొకటి ఉంటుంది. అన్నదమ్ముల రాశులు అంటారు వీటిని. పూర్వకాలంలో అన్నదమ్ములిద్దరు పోటీపడి నువ్వెక్కువా నేనెక్కువా అనుకుంటూ జొన్నలు రాశులు పోసుకుంటూ వెళ్లారంట. ఎదురుగా గగ్గితిప్ప కూడా ఉంటుంది. హైవే పనులకు, ఇతర ప్రభుత్వ పనులకు గగ్గి తిప్పను ప్రొక్లెయిన్లతో తవ్వడం మొదలుపెట్టారు. వందల వేల సంవత్సరాలు తన అస్థిత్వాన్ని నిలబెట్టుకున్న ఆ భౌగోళిక స్వరూపం కనుమరుగవ్వడానికి ఎక్కువ సమయం పట్టకపోవచ్చు.

ముక్కొండ ఎక్కేసరికి నడిజాము అయింది. ఏ అడ్డూ లేకపోవడంతో గాలి చల్లగా వీస్తోంది. వెన్నెల వెలుగుల్లో బ్రహ్మసాగర్ నీళ్లు తళతళా మెరుస్తున్నాయి.

జాములాతిరి జాబిలమ్మ

జోలపాడనా ఇలా.. గాలి పాటలు వింటూ ఎప్పుడు నిద్రపోయామో గుర్తులేదు. మెలుకువొచ్చేసరికి బద్వేల్ తూరుపు కొండలపైన ఆకాశం ఎరుపెక్కింది. కొండ శిఖరంపై నిలబడి చూసే సూర్యోదయం అందమైన కాన్వాస్ లా ఉంది.

లంకమల మొత్తం కనిపిస్తోంది.

నల్లమల, పాలకొండలు, ఎర్రమల కొండలన్నీ కళ్లముందరే ఉన్నాయి. కడప, బద్వేల్, మైదుకూరు, ప్రొద్దుటూరు, ఆర్టీపీపీ, గండికోట ఒకచోటు నుండే చూడట ఆసక్తిగా ఉంది. వంపులు తిరుగుతూ సగిలేరు దక్షిణంగా సాగిపోతోంది. పెన్నా, పాపాఘ్ని, కుందూ, వక్కిలేరు నదులు పుష్పగిరి వద్ద సంగమిస్తున్నాయి.

*****

# వెలిగొండ

నాగరికతలన్నీ నదివెంటే నడిచాయి, నడుస్తాయి.

అవసరం. మనిషికే కాదు సకల జీవజాతులకు నీరు అవసరం. మనిషికి కాస్త ఎక్కువ అవసరం. వ్యక్తిగత అవసరం, ఆహారోత్పత్తికి అవసరం, పారిశ్రామిక అభివృద్ధికి అవసరం. ఒక నీటి ఎద్దడి ప్రాంత వాసిగా ఆ కష్టాలు తెలుసు. మరి

మేఘాలు వర్షించకపోతే..!

వాగులు వంకలు వట్టిపోతే..!

నది ప్రవాహం మరిస్తే..!

భూములు నెర్రెలు చీలితే..!

మనిషి మనుగడ ప్రశ్నార్థకం. సరిగ్గా ఆ ప్రశ్నార్థకంలో దొరకని సమాధానం కోసం వెతికే ప్రాంతాలున్నాయి. అవే రాయలసీమ, దాని కరువు కవల ప్రకాశం జిల్లా. టెక్నికల్ గా ప్రకాశం జిల్లా కోస్తాంధ్రలో భాగం అయినప్పటికీ భౌగోళిక, సామాజిక, సాంస్కృతిక జీవన విధానం రాయలసీమకు దగ్గరగా ఉంటుంది. 1970 ప్రకాశం జిల్లా ఏర్పడక పూర్వం మార్కాపురం, గిద్దలూరు, ఎర్రగొండపాళెం తాలూకాలు అప్పటి కర్నూలు జిల్లాలో అంతర్భాగంగా ఉండేవి.

ప్రకాశం జిల్లాలోని మార్కాపురం కరువు గురించి చెప్పాలంటే మరో లాతూర్ అంటారు. గిద్దలూరులో నీళ్ల బిందె 5 రూపాయలకు కొనాలి. కనిగిరి ఫ్లోరైడ్ వలన పిల్లలు పుట్టుకతోనే వృద్ధులవుతున్నారు. పశ్చిమ ప్రకాశంలో వెయ్యి అడుగుల్లో కూడా నీళ్లు పడటం లేదు. యర్రగొండపాలెం మండలంలో ఇకపై భూగర్భజలాలు పుట్టవని ఐక్యరాజ్యసమితి ఏర్పాటుచేసిన భూగర్భజలాల అధ్యాయన కమిటి తేల్చింది. ఇవన్నీ నీటి ఎద్దడి తాలూకు చిన్న చిన్న ఉదాహరణలు మాత్రమే. కంటికి కనిపించని సమస్యలు మాటలకు అందేవి కావు.

ఉండేది నల్లమల పాదప్రాంతమే అయినా వర్షపాతం చాలా తక్కువ. ఈశాన్య ఋతు పవనాలు దయతలిస్తే ఆరుతడి పంటలు, లేకుంటే బీళ్లు. పక్కనే వందల టీఎంసీల క్రిష్ణా నీరు బంగాళాఖాతంలో కలుస్తుంటుంది, కానీ ఇక్కడి గొంతు తడిపే మార్గమే లేదు.

దీనికి పరిష్కారం?

పూల సుబ్బయ్య వెలిగొండ ప్రాజెక్టు.

ఆ వెలిగొండ ప్రాజెక్టు చూద్దానికే మా ఈ ప్రయాణం. నిజానికి ఇప్పటికిప్పుడు అనుకున్నది కాదిది, నాలుగు నెలలుగా మా జలదారుల్లో టీం మధ్యన నలుగుతోంది. చివరికి పద్దైదు మందిమి తేలాము. ఇప్పుడున్న కరోనా కలకలంలో అంతమందితో కలిసి వెళ్లడం మంచిది కాదని బుర్ర ఒకపక్క తడుతున్నా మళ్లీ మళ్లీ ఇలాంటి అవకాశం రాదని ప్రయాణానికి సన్నద్ధమయ్యాను.

ఉదయాన్నే వెలిగొండ టన్నెల్ దగ్గరికి వెళ్తే అక్కన్నుంచి మేఘా వాళ్లు ట్రాలీలో టన్నెల్ లోపలికి తీసుకెళ్తారు. తర్వాత శ్రీశైలం నీళ్లలో బోటింగ్ అని శివన్న చెప్పగానే శనివారం ఎప్పుడెప్పుడొస్తుందా అని ఎదురుచూస్తూ కూర్చున్నాను. శ్రీశైలం దగ్గర క్రిష్ణా నదిని చూశాను గానీ ఇలా నల్లమల లోపలినుంచి చూడబోతుండటం ఆసక్తిని మరింత పెంచింది.

పెనుగొండనుంచి సుధాకర్ కొత్తపల్లె, ముద్దనూరు ఆర్సీ రెడ్డి, చిలంకూరు రామచంద్ర, జమ్మలమడుగు ప్రవీణ్ అన్నలంతా కలిసి శుక్రవారం మధ్యాహ్నానికి మా ఇంటికి వచ్చారు. మాయమ్మ చేసిన రాగిసంగటి, నాటుకోడి పులుసు తిని బద్వేల్, పోరుమామిళ్ల, కొమరోలు, కంభం దాటి మార్కాపురం చేరేసరికి సాయంత్రం అయిదున్నరయింది. లగేజి పంచాయితీ రాజ్ డిపార్ట్మెంట్ గెస్ట్ హౌస్ లో పెట్టి, మార్కాపురం చెన్నకేశవ స్వామి దర్శనానికి కదిలాము.

చెన్నకేశవ స్వామి అనగానే విజయనగర కాలం నాటి గుడి అని ప్రత్యేకంగా

చెప్పక్కరల్లేదు. గుడి ప్రాంగణం బాగా విశాలంగా ఉంది. పోరుమామిళ్ల దగ్గర చెన్నవరంలో, మా ఊరిపక్కన చెన్నంపల్లె, దిరసవంచలలో చెన్నచేశవ స్వామి అభయ ముద్రలో ఉంటే ఇక్కడి స్వామి వారి చేతిలో గధ ఉంది.

పల్నాటి బ్రహ్మనాయుడు స్వామి వారికి మొక్కుకుని ఇక్కన్నుంచి సమర శంఖారావం పూరించాడు అందుకే ఇలా ఉండొచ్చని ఆలయ చరిత్ర గురించి, వందల ఎకరాల మాణ్య భూమి, వేల కోట్ల విలువ కలిగిన ఆస్తులు కళ్ళముందే అన్యాక్రాంతమైపోతున్నా ఏమీ చెయ్యలేని తన నిస్సహాయత గురించి కూడా చెప్పుకొచ్చాడు ఆలయ పూజారి.

మంచి శిల్ప సౌందర్యం. ఈ మధ్యనే సాండ్ బ్లాస్టింగ్ చేపియ్యడంతో మెరుస్తున్నాయి. అవి గమనిస్తూ తిరుగుతుంటే అమర శిల్పి జక్కన చెక్కిన హలిబేడు, బేలూరు శిల్ప సౌందర్యం, హంపి అవశేషాల గురించీ ఆర్పీ రెడ్డెన్న చెప్పాడు. తుంగభద్ర ఒడ్డున మొదలైన చారిత్రక చర్చ మొరసునాడు ప్రాంత సామాజిక జీవనంవైపు మరలింది. తను పుట్టి పెరిగిన రాయలసీమ, కర్నాటక సమ్మిళిత సాంస్కృతిక జీవనం గురించి సుధాకరన్న చెప్పుకొచ్చాడు. అయిదారేళ్లలో ఎన్నోసార్లు వెళ్లామనుకుని కూడా పక్కనే ఉన్న హంపికి వెళ్లలేకపోవడం నాకు పెద్ద వెలితే.

అర్ధగంట తర్వాత పేట రౌడీ కళాసాగరన్న వచ్చాడు. మార్కాపురానికి ప్రత్యేకమైన తమలపాకు బజ్జీ తినడానికి మాకు అదృష్టం లేకపోయింది. గుడికెదురుగా మసాలా బొరుగులతో సరిపెట్టుకున్నాము.

గుడి వీధి మొత్తం పాతకాలం శెట్టిగారి అంగళ్లతో ఉంది. ఎద్దులకేసే ముకుతాళ్లు, పట్టెడలు, సెందు తాళ్లు, సిలమోరల నుంచి దినుసులు, అడవిలో దొరికే కుంకుడుకాయలు, మోడపాకులు, సుగంధపు పాల గడ్డల వరకూ అక్కడ దొరకని వస్తువంటూ లేదు. అమ్మవారిశాల వీధి వాసనలు ఘాటుగా తగులుతాయి ఎక్కడున్నా.

గెస్ట్ హౌస్ కి ఒక్కొక్కరే రావడం మొదలుపెట్టారు. శివ రాచర్ల అన్న, శివన్న మార్కాపురం స్నేహితులు కూడా వచ్చారు. పులివెందుల వివేకన్న పెబ్బేరునుంచి వస్తూ నల్లకాలువ దగ్గర నిప్పులవాగు నరేన్ అన్నని ఎక్కించుకుని వచ్చాడు. "ఆత్మకూరు దోర్నాల ఘాట్ భలేగుందిబ్బీ" అంటూ దాని అందాలు వర్ణించి చేయాల్సిన లిస్టులోకి మరో ప్రయాణాన్ని జతచేశాడు.

నాటుకోడి, చేప, మటన్ తో చేసిన వంటలన్నీ బాగానే ఉన్నా జొన్నరొట్టె, తలకాయ కూరదే పైచేయి. డిన్నర్ తర్వాత ఒక్కొక్కరే నిద్రలోకి జారుకున్నా మేం

మాత్రం పదకొండున్నర వరకూ మాట్లాడుకుంటూనే ఉన్నాం. రాజకీయాల నుండి మొదలు సమాజం, సాహిత్యం, చరిత్ర, సంస్కృతి, విద్య వైద్యం, ప్రకృతి ఇలా ఎన్నెన్నో. ఒక్కొక్కరి అనుభవాలు ఒక్కోలా. తెలుగు సాహిత్యం మీద పీ.హెచ్డీ పూర్తిచేసిన డాక్టర్ నరేన్ అన్న అవకాశం కుదిరితే తెలుగులో తగ్గిపోతున్న కథ, నవలా విమర్శకుల లోటును పూడ్చగలడు.

పొద్దున్నే టిఫిన్ కోసం వెళ్తుంటే మార్కెట్ లో కొత్త రకం కాయలు కనపడ్డాయి. ఆకుపచ్చని రంగులో తోలు వగరుగున్నా కండ మాత్రం బో తియ్యగుంది. "నిమ్మికాయలు" అంట. శెట్టిగారి దోశలంగట్లో ఉప్మా దోశలు రెండు, బొంబాయి చెట్నీతో ఒక పూరీ తిన్నాను. రుచికంటే కూడా ప్రపంచాన్ని క్రమక్రమంగా ఆక్రమించుకుంటూ వస్తున్న ప్లాస్టిక్ కవర్లు, పాలీథీన్ పేపర్లలో కాకుండా మోదుగాకుల్లో పెట్టడం చాలా నచ్చింది. మోదుగాకులు ఒంగోలు నుండి తెప్పిస్తారంట. కేజీకి ఎన్ని ఆకులు వస్తాయో తెలియదు గానీ 50 కేజీల మోదుగాకుల కట్ట 2500/-.

మార్కాపురం దాటి వెలిగొండ వైపు వెళ్తుండగా ఒక బ్రిడ్జి వచ్చింది. 'ఇదే గుండ్లకమ్మ నది' అన్నాడు శివ అన్న కారు ఆపుతూ. గుండ్లకమ్మ పేరినగానే పండరంగని అద్దంకి శాసనం ఆధారంగా కరణం బాల సుబ్రమణ్యం పిళ్లై గారు రాసిన 'బోయ కొట్టములు పండ్రెండు' చారిత్రక నవల గుర్తుకొస్తుంది. చాళుక్యులు, పల్లవుల యుద్ధాల మధ్యన నలిగి, త్రిపురాంతకం వద్ద గుండ్లకమ్మను దాటి ఒంగోలు, కందుకూరుల వైపు కదిలిపోతున్న ఒక బోయ దండు కళ్ళముందు కదలాడుతోంది.

కుటుంబాలు గ్రామాలుగా

గ్రామాలు సమూహాలుగా

సమూహం రాజ్యంగా

రాజ్య నిర్వహణలోని భాగాలైన గ్రామ పరిపాలనా వ్యవస్థ, పన్నుల తీరు, యుద్ధం, సంఘర్షణ, సంఘ ఒత్తిడి అన్నీ మేళవించిన రాసిన అద్భుతమైన నవల. రాజ భవనాల్లో సింహాసనాల మీద, హంసతూలికా తల్పాల మీద ఆసీనులైన రాజుల అంతరంగపు కుట్రలను ప్రత్యక్షంగా వీక్షించినట్టుగా ఉంటుంది చదువుతున్నంతసేపూ.

కంపచెట్ల ఆక్రమణ ధాటికి నది తన రూపు కోల్పోయి వాగులా మారింది. ప్రవాహం తక్కువుండటం వల్ల చెట్లు బలపడిపోతున్నాయి.

సభ్యుల సంఖ్య పదైదు నుంచి ఇరవై అయిదుకు చేరింది. తొందరగా వెళ్తే శ్రీశైలం జలాల్లో బోటింగ్ చెయ్యొచ్చని నా ఆశ. తొమ్మిదికల్లా వెళ్లాలనుకున్న వాళ్లం కాస్తా వెలిగొండ టన్నెల్ - 1 చేరేసరికి పదిన్నర అయింది.

3.5 మీటర్ల వ్యాసార్థం, 18.8 కిలోమీటర్ల పొడవు, 85 ఘన మీటర్లు/ సెకన్ నీటి పరిమాణం, 2.71 మీటర్లు / సెకన్ వేగం. 1.19 లక్షల ఎకరాలకు సాగునీరు, 4 లక్షలమందికి త్రాగునీరు. అక్కడ రాసిన వివరాలు చదువుతుంటే అదొక సొరంగంలా కాదు, ఒక ప్రాంత దాహార్తిని తీర్చగలిగే జల ధారలా కనిపిస్తోందది.

మమ్మల్ని టన్నెల్ లో తీసుకెళ్లాల్సిన మినీ ట్రైన్ లాంటి ట్రాం రెడీ అయ్యేసరికి అర్థగంట పట్టింది. సేఫ్టీ కోసం హెల్మెట్, బూట్లు ఇచ్చారు మేఘా వాళ్లు. అందరూ వెనక క్యాబిన్ లో కూర్చుంటే టన్నెల్ వర్క్ దగ్గరగా చూడాలని వర్కర్లతో పాటు ముందు ట్రాలీలో కూర్చున్నాను.

పదకొండవుతుండగా ఉయ్యా..య్యా... అంటూ హార్న్ కొట్టి బయల్దేరింది. టన్నెల్ లోకి ఎంటరయ్యాం. వ్యాసం 7 మీటర్లు కావడంతో విశాలంగానే ఉంది. వెలుతురు కోసం ప్రతీ మూడు మీటర్లకు ఒక బార్ లైటు, గాలి కోసం పెద్ద బ్లోయర్, వచ్చీపొయ్యే వాటి కోసం రెండు ట్రాక్ లు భలే ఉంది సెటప్ అంతా.

నిముషమైనా అవ్వకముందే బయటి వెలుగు, గాలి దాటుకుని పూర్తిగా కృత్రిమ వెలుతుర్లోకి వెళ్లిపొయ్యాం. లోపల కొంచెం ఉక్కపోతగానే ఉన్నా ట్రాం వేగానికి గాలి చల్లగా తాకుతోంది.

గంట ప్రయాణం తర్వాత 16 కిలోమీటర్ల దగ్గర్నుంచి ట్రాక్ సరిగా లేకపోవడంతో ట్రాం దిగి నడక మొదలుపెట్టాం. మామూలుగా అయితే లారీ వచ్చిండేది గానీ టైర్ కు కన్వేయర్ బెల్ట్ చుట్టుకుని అది మధ్యలో ఆగిపోవడంతో ఇంకొకటి వచ్చే మార్గం లేకపోయింది. సొరంగంలో అక్కడక్కడా నీళ్లున్నాయి. నీటి ప్రవాహం చూడటానికి 14.5 కి.మీ దగ్గర, 16.5 దగ్గర రెండు ఆడిట్ పాయింట్లు ఉన్నాయి.

టన్నెల్ లోపల సిమెంట్ లైనింగ్ పూర్తి కాని చోట జాగ్రత్తగా ఉండమని హెచ్చరిస్తూ ప్రాజెక్ట్ విశేషాలు, టన్నెల్ లో తన అనుభవాలు చెప్పుకుంటూ వస్తున్నాడు ఇందులో పనిచేసే మెకానికల్ ఇంజనీర్.

టన్నెల్ కొట్టడానికి తెచ్చిన జర్మనీ మిషన్ మాటిమాటికీ చెడిపోతుంటే ప్రాజెక్ట్ అనుకున్న టైం లో పూర్తవ్వడానికి మ్యానువల్ బ్లాస్టింగ్ చెయ్య సంకల్పించడం, టార్గెట్ టైం రీచ్ అవ్వడానికి ఆపోజిట్ డైరెక్షన్ లో మరో బ్యాచ్ తో చేయించడం, అది

ఆక్యురేట్ గా రావడం టెక్నాలజీ ఇస్తున్న వెసులుబాటు.

మరికొంత దూరం నడిచాక ట్రిప్పరొకటొచ్చింది. దాంట్లో ఎక్కి టన్నెల్ స్టార్టింగ్ పాయింట్ అయిన కొల్లంవాగు దగ్గరికి చేరాం. మొత్తంగా రెండు గంటల ప్రయాణం. అక్కడికెళ్తే రెండవ టన్నెల్ కు సంబంధించిన గేట్ల పనులు, తొలి టన్నెల్ సిమెంట్ లైనింగ్ పనులు వేగంగా జరుగుతున్నాయి.

కొండ చెంపకు ఒక లెవల్ వరకూ శ్రీశైలం డ్యాం నీళ్లు మిగిల్చిన ఆనవాళ్లు కనపడుతున్నాయి. దాని పైన పచ్చని చెట్లు. అక్కడికి కొద్ది దూరంలో పడవలు కనిపించాయి. పెద్ద బోటు చెడిపోవడం, చిన్న బోటులో ఇంజనాయిల్ లేకపోవడంతో శ్రీశైలం డ్యాంలో బోటు షికారుకు అవకాశం లేకపోయింది. పోనీ ఈత కొడతానంటే మొసల్లు, రాళ్ల గురించి చెప్పి విరమింపజేశారు.

మమ్మల్ను వదిలిన ట్రాం మళ్లీ వెనక్కి వెళ్లిరావాల్సి రావడంతో రెండైనా రాలేదు. ఆలోపు తన షుగర్ లెవల్స్ పడిపోకుండా బీహార్ వాళ్లు చేసుకున్న కిచిడీలాంటి వంటకాన్ని గిన్నెలో పెట్టించుకొచ్చాడు కళా సాగరన్న. నేనూ నాలుగు పిడ్సలు నోట్లో వేసుకున్నాను. నూకలు, శెనిగెలు, పెసలు వేసి చేశారు. నోటికి రుచి తగల్లేదు గానీ మంచి బలవర్ధకమైన ఆహారం.

నడిచిన అలసట, ఆకలి వల్ల ఎక్కడోళ్లు అక్కడ విశ్రమిస్తే ఆర్ సీ రెడ్డెన్న, హరి, వివేకన్న, నేనూ టన్నెల్ గేట్ పైనున్న కొండ ఎక్కడం మెదలుపెట్టాం. అలాగే వెళ్తే శ్రీశైలం వరకూ కాలిబాట ఉందంట. అక్కడ పనిచేసే వర్కర్లు ఏదైనా ఎమర్జెన్సీ అయితే ఈ కొండ ఎక్కగానే సిగ్నల్స్ వస్తాయంట. కొండ సగమెక్కేలోపే మేఘా వాళ్లు లంచ్ తీసుకురావడంతో కిందికి దిగి, తిన్న తర్వాత టన్నెల్ దిగువ వాలు కావడంతో గంటకల్లా బయటికి చేరుకున్నాము.

*****

మనిషి ఆహార సేకరణ దశనుండి ఎంత ముందుకు వచ్చుండకపోతే పైనున్న కొండలు, అడవుల సహజ ఆవాసాన్ని కదిలించకుండా దిక్కులు మూలలు తెలియని భూ ఉపరితలపు లోతుల్లో రాళ్లు, రప్పలు తొవ్వుకుంటూ వేరొక ప్రాంత దప్పికను తీర్చవచ్చని కలలు కనుంటాడు..!

ఊహలకు సైతం అందని ఇలాంటి దాన్నొకదాన్ని సుసాధ్యం చెయ్యవచ్చని ఊహించిన మనిషి ఎవ్వరు..!

దానికి వాస్తవ రూపాన్నివ్వడానికి పూనుకున్న వ్యక్తి సంకల్ప బలం ఎంత దృఢమైనది..!

బయటికొచ్చినా కూడా ఆలోచనలంతా వెలిగొండ చుట్టే తిరుగుతున్నాయి. ఇవే ప్రశ్నలు శివన్నకు వేశాను. ఆ కరువు నేలలో పుట్టి, బీడు భూముల గాలులు పీల్చుతూ, తమ ప్రాంత దప్పిక తీర్చగలిగే వెలిగొండ ప్రాజెక్టు గురించి ఆయన రాసిన ఫేస్బుక్ ఆర్టికల్స్ షేర్ చేశాడు. అందులోని సమాచారం సంగ్రహంగా..

శ్రీశైలం డ్యాం ఎగువున నల్లమల అడవిలో కొల్లంవాగు క్రిష్ణా నదిలో కలిసేచోట నుంచి రెండు సమాంతర సొరంగాల ద్వారా 18.8 కిలోమీటర్లు పారించి దోర్నాల - కర్నూల్ రహదారిలో కొత్తూరు వరకు తీసుకొస్తారు. అక్కడనుంచి 22 కిలోమీటర్ల పొడవైన కాలువగుండా ప్రవహించి నలమల సాగర్ లో కలుస్తుంది. ఎక్కడా ఎత్తిపోతలు ఉండవు. అంతా గ్రావిటీ ద్వారానే. మొత్తంగా 43.5 టీఎంసీల వరద నీరు. నల్లమలను ఆనుకోని వుండటం వలన కొండలనుంచి వచ్చే వర్షపు నీరు అదనం.

నల్లమల సాగర్ నుంచి అయిదు కాలువల ద్వారా నెల్లూరు జిల్లా ఉదయగిరి, కడప జిల్లా బద్వేల్, ప్రకాశం జిల్లాలో వున్న ఇరవై మూడు మండలాల్లోని పదహైదు లక్షల మందికి తాగునీరు, 4.38 లక్షల ఎకరాలకు సాగు నీరు అందించాలి అన్నది లక్ష్యం.

వెలిగొండల శ్రేణిలో కొండల మధ్యన వున్న సుంకేసుల, గొట్టిపడియ మరియు కాకర్ల అనే మూడు ఊర్ల దగ్గర గోడలలాగ ఆనకట్టలు కట్టి 20 కిలోమీటర్లు పొడవైన నలమల సాగర్ రిజర్వాయర్ను నిర్మించారు. కేరళలో పెరియార్ నది మీద ఇడుక్కి, చెరుదోని, కులమావు డ్యాములను కొండలు కలుపుతూ 33 కిలోమీటర్ల పొడవున నిర్మించారు. అక్కడ నిత్యం వర్షం ఉంటుంది, ఇక్కడ ఉండదు.

వెలిగొండ కార్యరూపం దాల్చడంలో 1975 నుంచి కరుపు ప్రజల గొంతుక ఉంది, నాయకుల శ్రమ ఉంది. ముఖ్యంగా సీపీఐ నాయకులు పూలసుబ్బయ్యగారు, సీపీఎం సూరా పాపిరెడ్డి లాంటి వారి పోరాటంతో మొదలుపెట్టి, ప్రొఫెసర్ నాగిరెడ్డి గారి నాయకత్వంలో అన్ని పార్టీలతో కలిసి అఖిలపక్షంగా ఉద్యమం చేశారు.

ఎన్టీయార్ ప్రభుత్వం వెలిగొండ సర్వేకు కోసం 1988 లో జీవో విడుదల చేశారు. అందుకు సంబంధించిన మొదటి టెక్నికల్ రిపోర్ట్ 1989 లో ప్రభుత్వానికి అందింది గానీ ప్రాజెక్టు సాక్షాత్కారం కోసం మళ్లీ పోరాటం తప్పలేదు. రైతు నాయకులు అప్పటి సీపీఎం రాష్ట్ర కార్యదర్శి కొరటాల సత్యనారాయణ గారి చొరవతో గొట్టిపడియ దగ్గర

1996 మార్చి 5 తేదీన చంద్రబాబు గారు వెలిగొండ ప్రాజెక్టుకు శంకుస్థాపన చేశారు. శంకుస్థాపన రాయి అయితే వేశారు గానీ వెలిగొండ మీద కనీసం రెండు కోట్లు కూడా ఖర్చుపెట్టలేదు.

వైయస్సార్ అధికారంలోకి రాగానే జలయజ్ఞంలో భాగంగా 2004 అక్టోబర్ 27 వ తేదీన బాబుగారు శంకుస్థాపన చేసిన గొట్టిపడియ దగ్గర ప్రాజెక్టు కోసం పోరాడిన పూల సుబ్బయ్య గారి పేరు మీద మళ్లీ శంకుస్థాపన చేసి నిధులు విడుదల చేశారు. 1996 లో 980 కోట్ల అంచనాగా ఉన్న వెలిగొండ 2005 నాటికి 5,500 కోట్లకు చేరింది. 2004 లోనే హంద్రి - నీవా, గాలేరు - నగరి ప్రాజెక్టులకు కూడా పునఃశంకుస్థాపనలు చేసి పనులు మొదలు పెట్టారు. ప్రకాశం జిల్లాలో గుండ్లకమ్మ ప్రాజెక్టు, రామతీర్థం రిజర్వాయర్లకు కూడా 2004 లోనే శంకుస్థాపనలు చేశారు. 2004 నుంచి 2009 మధ్య రాష్ట్ర జల వనరుల ప్రాజెక్టులకు స్వర్ణయుగం. నిధులు వరదలా పారాయి. ఎక్కడెక్కడి కాలవలూ పల్లలాను వెతుక్కుంటూ పరుగులుపెట్టాయి.

వీటన్నింటి మధ్యన వెలిగొండ ప్రత్యేకం. అనుకున్న సమయానికి నలమల సాగర్ సిద్ధమైంది. కాలువలూ పూర్తయ్యాయి. అయితే కృష్ణా నది నుంచి నీటిని నలమలసాగరుకు చేరే రెండు టన్నెల్స్ తో వచ్చింది సమస్య. నిధుల కేటాయింపుతో తీరేది కాదది. వెలిగొండ సొరంగాలు రెండూ నల్లమల గుండా రావాలి. అది వైల్డ్ లైఫ్ శాంక్చుయరీ. నాగార్జున సాగర్ - శ్రీశైలం టైగర్ రిజర్వ్ లో భాగం. తట్టడు మట్టి తియ్యాలన్నా నేషనల్ గ్రీన్ ట్రిబ్యునల్, పర్యవరణ శాఖల నుంచి అనుమతులు అవసరం. అలాంటి చోట 18.8 * 2 అంటే 37.6 కలోమీటర్ల సొరంగం అంటే మాటలా. మళ్లీ సొరంగం తవ్విన ఆ మట్టిని అడవిలో వేసేదానికి లేదు. ట్రాలీల ద్వారా సొరంగం నుంచి, పడవల ద్వారా అడవినుంచి బయటికి రావాలి.

సొరంగాలు తొవ్వడం మరో ఛాలెంజ్. ఆ టెక్నాలజీ మన దగ్గర తక్కువ. 2006 లో జర్మనీ నుంచి మిషన్లు తెప్పించారు. వాటెను అడవి మధ్యలోకి చేర్చడం పెద్ద ప్రహసనం. వెళ్లి సొరంగాన్ని కొంచెం తొవ్వగానే ఇసుక, మెత్తని మట్టి రావటంతో ఆగిపోయేవి. రిపేరు చెయ్యటానికి పార్ట్స్ జర్మనీ నుంచే రావాలి. ఇంజనీర్లు కూడా జర్మనీ నుంచే. నెలలు పట్టేది. మొత్తంగా చెప్పాలంటే అదో భగీరథ ప్రయత్నం. ప్రత్యేక శ్రద్ధాసక్తులు, అందుకు తగ్గ శ్రమ ఉంటే తప్ప సాధ్యం కాదు.

అన్ని అడ్డంకులనూ దాటుకుని 2007 చివరినుంచి సొరంగం పనులు మొదలయ్యాయి. కొందరి నిష్క్రమణం కొన్ని పనులకు, మరికొన్ని ప్రాంతాలకు విమోచనం దొరకని శాపాలు. వైయస్సార్ బతికున్నంత వరకూ నిరంతరాయంగా

పరుగులు పెట్టిన వెలిగొండ ప్రాజెక్టు ఆయన మరణంతో అనాథగా మిగిలింది. 2014 ఎన్నికల నాటికి మొత్తం 18.8 కిలోమీటర్లకు గాను మొదటి సొరంగం 12.06 కిలోమీటర్లు, రెండవ సొరంగం 8.747 కిలోమీటర్లు పూర్తయ్యాయి.

తర్వాతి మూడేళ్ల పాలనా కాలంలో 2014 నుంచి 2016 జూన్ 980 మీటర్లు + 2016 జూన్ నుంచి 2017 వరకూ 750 మీటర్లు. అది కూడా ఒక సొరంగం మాత్రమే. మొత్తంగా మూడు సంవత్సరాల్లో సొరంగం తొవ్వింది 1.7 కి.మీ. తొవ్వాల్సింది మొదటి సొరంగం 4 కి.మీ పైన, రెండవ సొరంగం దాదాపు 7.5 కి.మీ. తర్వాతొచ్చిన ప్రభుత్వం మొదటి టన్నెల్ పూర్తి చేసిందనీ, మిగతా పనులు కూడా త్వరితగతిన చేస్తున్నారని తెలిసింది.

ప్రత్యక్షంగా చూడటమనేది అధ్యయనంలో తుది దశ అంటాడు శివ రాచర్ల అన్న. మంత్రులకు తప్ప ఎమ్మెల్యేలకు కూడా సందర్శన లేని వెలిగొండ చూడ్డానికి మాకు అనుమతి కుదిరిందంటే అది వాటర్ ప్రాజెక్ట్స్ పైన ఆయనకున్న ఆసక్తి, పరిశీలన, విశ్లేషణలే.

మొత్తంగా వెలిగొండ ప్రత్యేకం. కరువు, ఆవశ్యకత, నిర్మాణంలోనే కాదు అనుభూతిలో కూడా. ఇలాంటివి చూసినప్పుడే భవిష్యత్ లో రాష్ట్రాలు, దేశాల మధ్య జల జగడాలు మాత్రమే మిగులుతాయని అర్థమవుతుంది.

*****

# పాలకొండలు

తూర్పున శేషాచలం, ఉత్తరాన లంకమల, పశ్చిమాన ఎర్రమల కొండలు దాని ఎల్లలు. చెయ్యేరు, మాండవ్య, పాపాఘ్ని, పెన్నా నదులు వాటి అస్థిత్వాలు. సానిపాయ, గువ్వల చెరువు ఘాట్, గండి భౌగోళిక వారధులు. రాజంపేట మొదలు, పులివెందుల వరకూ తూర్పు పడమలుగా కడప జిల్లా పొడవునా దక్షిణంగా కొండల వరుస ఒకటుంది. వాటినే పాలకొండలు అంటారు. స్థానికంగా పాలకొండలు అంటాన్నెప్పటికీ శేషాచలంలో భాగమే ఇవి.

నాలుగేళ్ల ఇంజనీరింగ్ చదువు కడపలోనే పూర్తైనా రిమ్స్ పక్కనుండే కనీసం పాలకొండలు వాటర్ ఫాల్ కూడా చూసింది లేదు. వేంపల్లె గండి ఆంజనేయ స్వామి దగ్గరకు రెండుసార్లు, పెండ్లిమర్రి దగ్గర వెయ్యి నూతుల కోనకు ఒకసారి పోయింటి. లోపలకు వెళ్తే నరసింహ స్వామి గుడి ఉందంట గానీ మేం పోలేదు. కోన మొగదాలున్న గుట్టెక్కి వచ్చాం. ఆ వర్షపు జల్లుల సాయంత్రం ఇప్పటికీ గుర్తుంది.

'బండేరు కోన' ద్వారా ఇన్నాళ్లకు కుదిరింది పాలకొండల పలకరింపు. పేరు ఆసక్తిగా అనిపించింది. ఎక్కడని అడిగితే పెండ్లిమర్రి మండలం పొలతలకు పడమటి దిక్కున వస్తుందని చెప్పాడు అరణ్యశేఖర్.

ఈ బండేరు పేరు ఎక్కడో విన్నట్టుందే, ఎక్కడ ఎక్కడని మొదలైన ఆలోచనలు తుంబుర చేతబట్టుకుని అక్కదేవతల పాటలు పాడుతూ మా పల్లెల్లో బిక్షాటన చేసేవాళ్ల దగ్గర ఆగాయి. అవును వాళ్ల దగ్గరే విన్నాను.

'హరిహర సాంబశివ హన్నయ్య బండెన్న' అంటూ మొదలుపెట్టారు పాటను.

ఎండలకాసే మండలమందు వెన్నెల్లాయిలో

అమ్మా ఎగువక్కా పొలతలమందు వెన్నెల్లాయిలో..

మూడు తంత్రుల తాంబుర్ర పాటకు తగ్గట్టు లయబద్ధంగా మీటుతూ, ఇళ్లిల్లు తిరుగుతూ వాళ్లు పోతుంటే వాళ్ల ఎనకమ్మిటి తిరిగిన చిన్ననాటి రోజులు గుర్తుకొచ్చాయి.

అక్కదేవతలు ఏడుమంది. ఏడుమందికి అన్నయ్యే ఈ బండెన్న. పులి బండెన్న అని కూడా అంటారు. అతని పేరు మీదుగానే దీనికి బండేరు కోన అని వచ్చిండొచ్చు.

'హన్నా రావయ్యా బండెన్నా రావయ్యా

భూతాలే పట్టయ్యా భూమికేసి తొక్కయ్య

కర్మలే పట్టయ్యా కలకల కలకల తిప్పయ్య

గ్రహాలే పట్టయ్యా గరగర గరగర తిప్పయ్య

హన్నా రావయ్యా బండెన్నా రావయ్యా

నా పొలతల వాసుడా నా తండ్రీ బండెయ్య' అంటూ ద్విపదంలో సాగే పాట చివరికొచ్చేసరికి ఉద్రేకంగా మారుతుంది. అక్క దేవతలు, బండెన్న వీళ్లంతా చీడపీడల దేవతలు. ఇప్పటికి కూడా దయ్యాలు వదలించుకోడానికి పొలతలకు పోతాంటరు.

ఒకప్పుడు పొలతలనుంచి బండేరు కోన, ఇడుపులపాయ మీదుగా గండి ఆంజనేయస్వామి గుడికి నడక మార్గం ఉండేదంట. ఆ దారిలోనే ఏకదంత నాయుని కోట వస్తుంది. యాబై కుటుంబాల దోపిడి దొంగల ముఠాకు అతనొక నాయకుడు.

చరిత్ర గురించి ఎన్నెన్నో చదువుతాం, వింటుంటాం. వాటి తాలూకు మదిలో కొన్ని ఊహలు ఏర్పడతాయి. వాస్తవానికి దగ్గరగానో దూరంగానో ఉంటాయి. అలాంటిదే బుస్సానాయుని కోట ప్రయాణం. తొలిసారి విన్నప్పుడు ఎంతెంత ఊహించుకున్నా, తీరా అక్కడికెళ్లి సూచ్చే తెట్టుగోడల మధ్యన తలదాచుకునే దోపిడి దొంగ.

చరిత్ర చరిత్రే, భౌగోళికం భౌగోళికమే. రెండింటిని కలపగలిగేతే విశ్లేషనలు వాస్తవానికి దగ్గరగా వస్తాయి. ఎంత చదివామన్నదే కాదు ప్రత్యక్షంగా ఎంత

చూడగలిగామన్నది కూడా మన దృష్టికోణాన్ని ప్రభావితం చేస్తుంది.

అలా పాలకొండల ఒడిలో బండేరు కోనను వెతుక్కుంటూ నేను, వీరారెడ్డి కడపకు బయల్దేరాం. చింతకొమ్మదిన్నెలో అరణ్యశేఖర్ వాళ్లింటికి చేరుకునేసరికి తొమ్మిదైంది. ఫేస్బుక్ మిత్రులు ఒక్కొక్కరే వొచ్చాండరు. అంతా ముందునుంచే పరిచయమున్నా ప్రత్యక్షంగా కలవడం అదే తొలిసారి. గతంలో స్నేహితులంటే చదువు, ఉద్యోగంలో, చుట్టుపక్కల సహచరులు మాత్రమే. సోషల్ మీడియా వల్ల రావడంతో ఆ బంధనాలు చెదిరిపొయ్యాయి. సమాజం, సాహిత్యం, చరిత్ర, రాజకీయం, పర్యావరణం ఇలా ఎక్కడెక్కడి దగ్గరి మనస్తత్వాలు పక్కనే కూర్చున్నట్టు పంచుకునే అవకాశం దొరికింది.

పదకొండు గంటలకల్లా శావాస్ ఖాన్ పల్లె దాటి రెడ్డిపల్లెకు చేరుకున్నాం. అక్కన్నించి బండ్లబాట.

నిత్యపూజ కోనకు వెళ్లేప్పుడు పొలాల మధ్యన చేసిన ప్రయాణం గుర్తుకొస్తోంది. సిద్ధవటం నుంచి ఆరు కిలోమీటర్లు పల్లెలుంటాయి తర్వాతంతా అడివి. లంకమల దక్షిణ భాగపు అడవిలో ఏడు కిలోమీటర్లు వెళ్తే పంచలింగాల కోన వస్తుంది. అక్కడికి వరకూ కార్లు, బస్సులు పోతాయి. నిత్యపూజ కోనకు చేరాలంటే వంకమ్మటి మరో అయిదు కిలోమీటర్లు నడవాలి. చిన్న వాటర్ ఫాల్, పైపక్క అర్ధ కిలోమీటరు దూరంలో అక్కదేవతల గుడిసె ఉన్నాయి. పేరుకు తగ్గట్టు నిత్యం పూజతో పాటు ఎంతమందొచ్చినా లేదనకుండా నిత్యాన్నదానం ఉంటుంది.

పెన్నా పరీవాహక ప్రాంతం కావడంతో వరి మాగానులు, మామిడి తోటలతో పాటు పొలం గట్లమింద తాటి, టెంకాయ చెట్లుంటాయి. ఇక్కడంతా ఎర్ర నేలలు. ఈ నేల రకానికి తగ్గట్టు పసుపు, ఎర్రగడ్డ, చామంతి, వేరుశెనగ వేశారు. శెనిక్కాయ పూతకొచ్చి సువాసన వెదజల్లుతోంది. నాకు భలే ఇష్టం ఆ వాసన. పున్నమి రాత్రుల్లో అద్భుతంగా ఉంటుంది. పసుపు ఆకు ఒకటి పీక్కుని వాసన చూసుకుంటూ ముందుకు కదిలాను.

బైకులు రెడ్డిపల్లె గట్టుపైన పెట్టి, చెరువులో ఎల్లబారాం. అక్కడక్కడా గుంతల్లో తప్ప నీళ్లు లేవు. చెరువంతా రేగి వనంలా ఉంది. ఏపక్క చూసినా పిచ్చిమొక్కలే. అది దాటగానే చిట్టడవి. తొలకరి వానలకు అడవి అప్పుడప్పుడే పచ్చబడుతోంది. కొండలు మరీ దట్టమైనవి కావు గానీ ముందుకు చొచ్చుకొచ్చిన పేట్లు అందంగా కనిపిస్తున్నాయి. కొండగాలి చల్లగా ఆహ్వానం పలుకుతోంది.

వీళ్లు చెప్పిన ప్రకారం వంకలో ఎప్పుడూ నీళ్లు పారుతుండాలి. ఇక్కడ చూస్తే నీళ్లకు మొహమోసినట్టు మొత్తం గులకరాళ్లు తేలి ఉంది. మరికొంచెం ముందుకు

నడవగానే అప్పటివరకూ అంతర్వాహినిగా దాగిన కొండవాగు స్వచ్ఛంగా ప్రవహిస్తోంది. ఉన్న ఆ రోన్ని నీళ్లల్లో రాతి కొలికలు సందడిగా అటు ఇటు తిరగాడుతూ, కాళ్లు నీళ్లల్లో పెట్టి కొద్దిసేపలా కూర్చోగానే పిల్ల చేపలు ఒక్కొక్కటే కొరకడం మెదలుపెట్టాయి. దూరంగా మనుషులు కనిపిచ్చాంటే మా వాళ్లేలే అని అక్కడే కొద్దిసేపున్నాం. తర్వాత తెలిసింది మా వాళ్లు వెళ్లిపొయి చాలాసేపయిందని.

అక్కడున్న బ్యాచ్ స్థానికులు. "ఏన్నా దుకానమీన్నే పెట్నేరు లోపల బాగుండదా" అంటే "బాగలేకేం బెమ్మాండంగా ఉంటది. మొన్న పొయినపుడు వంటకని మంటపెట్టగానే తేనెటీగెలు సుట్టుకోని తరిమినాయి. ఈడ వంట చేసుకుని తిని మళ్లొచ్చాం పాండి" అన్నారు. అడవుల్లో తేనెటీగలతో జాగ్రత్తగా ఉండాలి. పెద్ద పేరీగెలన్నీ ఒకేసారి కుట్టినాయంటే కోమాలోకి, అటునుంచటు మరణానికి కూడా దారి తీస్తాయి.

నీళ్లు పారి వంక మొత్తం రాళ్లు తేలుంది. మురికి లేకపోడంతో నీళ్లల్లో గులకరాళ్లు స్పష్టంగా కనిస్తున్నాయి. వంకలో ఎక్కువగా నేరెడు చెట్లు, కానుగ చెట్లే ఉన్నాయి. ఎత్తునుంచి కిందికి దూకే చోటుల్లో నీళ్లు, రాళ్లూ కలిసి కొత్త కొత్త రాగాలు పలికిచ్చాండయి. కొండ పేట్లకు ఉన్న పెద్ద పెద్ద తేనెపెట్టెలు దిష్టి చుక్కలు పెట్టుకున్నట్టుగా వేలాడుతున్నాయి.

ఒకచోట నడుముల్లోతు నీళ్లల్లో నడవాల్సొచ్చింది. పక్కనున్న తుక్కు చెట్లల్లో యాడ నడుచ్చామని నీళ్లల్లో దిగక తప్పలేదు. మా వాళ్లక్కడ వంట ప్రోగ్రాం పెట్టారు. కొద్దిసేపక్కడుండి చేసేదేం లేక వంకమ్మిటి ముందుకు నడిచాము. నాతో పాటు అరణ్యశేఖర్, వీరారెడ్డి, ప్రొద్దుటూరు వెంకట్, అమరావతి నుంచొచ్చిన సందీప్ ఆలపర్తి కూడా కలిశారు. ఆ నీటి గలగలల్లో బందేరు కోన అందాలను వెతుక్కుంటూ ముందుకు సాగిపొయ్యాం.

చిన్న చిన్న జలపాతాలు, రాళ్లను ఒరుసుకుంటూ పారే నీళ్లు, గుండాలు, చేపలు, ఒకదాన్ని మించి మరొకటి అన్నట్టుగా ఇంకా పద పదమని ఊరిచ్చుండయే తప్ప ఎక్కడా ఇంక చాలు అని అనిపించలేదు. నీళ్లు కూడా ఒక్కోచోట ఒక్కో రంగు. అలా దాదాపూ గంటన్నరసేపు అలుపనేది లేకుండా నడుస్తా పోతిమి.

రాకముందు ఆ..! అక్కడేముంటదిలే అనుకున్నా. అడవి మొదలవకముందు ఇదేదో వంకలాగా అనిపించింది. కొంచెం దూరం వచ్చాక పరవాలేదే అనుకుంటూ లోపలికొస్తే ఇక్కడి దృశ్యాలు ఎక్కడికక్కడ ముందుకు కదలనియ్యడం లేదు. జలపాతం అనకూడదేమో గానీ అయిదారు మీటర్ల ఎత్తు రాయిమింది వడి వడిగా

కిందికి పారే నిత్య ధార అప్పటివరకూ తరిమిన ఆకలిని మరిపించింది. అదెక్కగానే కానుగ చెట్టుకింద సదరమైన బండమింద కనిపిచ్చింది, పడుకుని కళ్ళు మూసుకున్నాను.

జీవితం, మనిషి, మనసు, సంతోషం, తృప్తి గురించి రకరకాల ఆలోచనలు.

ఆకలి, నిద్ర, శారీరక వాంఛలు మాత్రమే తెలిసిన ఆది మానవుడు అడవుల్లో, వాగుల్లో, వంకల్లో సంచరిస్తూ ఈ ప్రకృతి అందాలకు తన నడక ఆపి వుంటాడా?

ఊహూ..! అడవితో తృప్తి పడుంటే అడవిని వదిలి మైదానాలకు అడుగులేసేవాడు కాదు, ఆహార సేకరణ నుంచి ఆహారోత్పత్తి వైపు మరలేవాడు కాదు, ఆహారోత్పత్తి నుంచి మారకం, ద్రవ్యం వైపు అస్సలు ఆలోచించి ఉండేవాడు కాదు. చివరికి ఆ ద్రవ్యం చుట్టూ పరిభ్రమించేవాడు కాదు.

రాయికి, నీళ్లకు జరిగిన నిత్య సంఘర్షణ లాంటిదేదో అతనిని చుట్టుముట్టి ఉండాలి. రాయి, నీళ్ల ఒరిపిడి సరికొత్త సంగీతాన్ని పుట్టించినట్టు అతని సంఘర్షణ కూడా నేటినుంచి రేపటి వైపు తరిముండాలి.

మేము ఆగిన చోటునుండి మరింత పైకి వెళ్తే ఇంకా బాగుందంట కానీ అప్పటికే ఆలస్యమవ్వడంతో వెనక్కి తిరిగాం. అసలే కరోనా కాలం. ఏ మాత్రం జలుబు చేసినా లేనిపోని అనుమానాలు అని అంతసేపు ఈతాడకుండా నిగ్రహించుకుంటూ వచ్చిన నిగ్రహం ఒకచోట చెదిరింది. ఏదైతే అది కానీలే అని దూకి కొద్దిసేపు ఈతకొట్టి, కిందికొచ్చేసరికి లింగారెడ్డి రాజశేఖర్ రెడ్డి అన్న ఆధ్వర్యంలో వేడి వేడి నాటుకోడి చికెన్, రసం చేసి రెడీగా ఉంది. చుట్టూ అడవి, కాళ్లకింద ప్రవాహం, తరిమే ఆకలి. పుష్టిగా ఆరగించి, సాయంత్రమవుతుండగా బయటికి కదిలాము.

*****

నల్లమల బిలం గుహ సాహసాలు మరువకముందే మరో పాలకొండల యాత్రకు పూనుకున్నాడు అరణ్యశేఖర్. బుగ్గవంక ప్రాజెక్టునుండి దక్షిణంగా అడవిలో పదహైదు కిలోమీటర్లు పోతే పెదగాడి వస్తుందంట. రాత్రికి అక్కడే ఉండి ఉదయాన్నే లేచి ఇంకో పది కిలోమీటర్లు పోగలిగితే ఏడు గుండాలు వస్తాయి. ఏడు గుండాల నీళ్లు ఏడు రంగుల్లో ఉంటాయంట, ఎన్ని నులకలు వేసినా లోతు తెలియని మంచాల గుండమొకటి ఉందంట, అక్కడ పుట్టలు కూడా స్థంభాల ఎత్తు ఉంటాయని ఊరించాడు.

వెళ్దామా వద్దా అనే డైలమాలో ఉండగా "ఆరోజు నా బర్త్ డే. ఆ రోజు ఫ్రెండ్స్ అందరి మధ్యన అడవిలో గడుపుదామని" అన్నాడు. సెంటిమెంట్ అస్త్రం.

ఎక్కడెక్కడి వాళ్లంతా కడప ఊటుకూరు సర్కిల్ చేరేసరికి అనుకున్న సమయంకంటే గంటన్నర ఆలస్యం అయింది. ఆలోపు చింతకొమ్మదిన్నెలో వెలుగు చూసిందని చెబుతున్న బ్రిటీష్ కాలం నాటి అండర్ గ్రౌండ్ వాటర్ ట్యాంక్ చూడ్డానికి వెళ్లాం. బుగ్గవంక నుంచి కడప టౌనుకు నీళ్లివ్వడానికి కట్టిన నిర్మాణమది.

కడప ఖాళీ, నెల్లూరు నేలమట్టం, బద్వేల్ బస్తీ అని బ్రహ్మంగారు కాలజ్ఞానం చెప్పినట్టు మా పల్లెల్లో ఏదోక సందర్భంలో ప్రస్తావనకు వస్తుంది.

సముద్రం ఒడ్డునుండడం వల్ల 2004 లాంటి సునామీ మళ్లీ వస్తే లేదా పెన్నా ఉప్పొంగితే నెల్లూరు నేలమట్టమయ్యే అవకాశముంది. కోస్తానుంచి రాయలసీమకు గేట్ వే లాంటి కనెక్టివిటీ, క్రిష్ణపట్నం పోర్ట్ హైవే వల్ల బద్వేల్ బస్తీకి అవకాశాలున్నాయి గానీ ఈ కడప ఖాళీనే అంతుచిక్కదు. కడప గ్యాస్ లీకేజీ లేదా బుగ్గవంక వల్ల ఖాళీ అవ్వొచ్చని చెప్తుంటారు. ఇక్కడ చూస్తే కడపను ఖాళీ చేయించేంత పెద్ద డ్యాం అయితే కాదనిపించింది.

కట్టకు తూర్పు కొసనుండే వినాయక స్వామి గుడి దగ్గర కార్లు, బైకులు పెట్టి ట్రాక్టర్ అరవై మందిలో కొంతమందిమి ట్రాక్టర్ ఎక్కితే, మిగతా వాళ్లు నడక మొదలుపెట్టారు. పాతకాలంనాటి సప్పట దారి మట్టి మొత్తం కొట్టుకుపోయి పూర్తిగా రాళ్లు తేలాయి. మామూలు తార్రోడ్లపైన్నే ట్రాక్టర్లు ఎప్పుడెప్పుడా అని ఎగురుతాంటయి ఇంగిలాంటి చోట్లతే జాకీర్ హుస్సేన్ తబలాతో శివమణి డ్రమ్స్ మోగించినట్టు పైనా కింద ఒకటే దరువేపిస్తాయి. దాంట్లో కూర్చుని నడుములిరగ్గొట్టుకోవడంకంటే కాలు నొప్పి సలుపుతున్నా నడకే మేలని కిందికి దిగాను.

వర్షాలు బాగుంటే రంగు రంగు రెక్కల సీతాకోకచిలుకల్లా హొయలు పోయే అడివి, ఎండలకు విలివిల్లాడిపోయి, వసంతం కోసం మేఘాలవైపు ఆశగా చూస్తోంది. అక్కడక్కడా అడవి కాలిన బూడిద, మసి పైకి రేగుతూ ఘాటుగా తగులుతోంది.

ఇంకొంచెం నడిస్తే దారి బాగుంటదేమొలే ఇంకొంచెం ఇంకొంచెం అనుకుంటూ బండ్లమడుగు, పుల్లలమడుగులు దాటాం. బాగవ్వడం పక్కనపెడితే మరింత ఇబ్బంది పెట్టసాగింది. ఊటరేవు, పెద్ద పుల్లలమడుగు మధ్యనైతే అడవి మొత్తం అల్లుకుపోయి కేవలం ట్రాక్టర్ ఇంజన్ మాత్రమే పట్టేట్టుగా ఉంది. మొండిగా పొయ్యేకొద్ది ఎండుపుల్లలు రాలి ట్రాలీ నిండిపోతోంది. ఇదే కష్టమనుకుంటే చెట్లమిందినుంచి

రాలిపడే పొడి గోర్లకు పనిపెట్టి నరకం చూపించింది. పొడి ఒంటిమింద పడిన చోటల్లా ఒకటే దురద. గోకేకొద్దీ తోలు పెరక్కొచ్చాంది.

ఎంత దూరమొచ్చిందీ, ఇంగెంత పోవాల్సిందీ ఏమీ తెలియదు. అడవి చూస్తే మలమల మాడిపోయింది. నీళ్లు దొరుకుతాయా దొరకవా అనే అనుమానం మొదలైంది మదిలో. తురకోని పేటు తర్వాతొచ్చిన తేనెపెట్టెల మడుగు మా దప్పిక తీర్చింది. నీళ్లు కూడా నీలి రంగులో స్వచ్ఛంగా కనిపిస్తున్నాయి.

ట్రాక్టర్ డ్రైవర్లు వెంకట్, మహేష్ లు గెట్టోళ్లై రాలేమనకుండా వచ్చారు గానీ లేకుంటే ఆ పెద్ద పుల్లలమడుగు దగ్గర, మోకాళ్ల గుట్ట దగ్గర ట్రాక్టర్ పోడానికూడా లేకపోయింది. టైర్లు రెండూ ఇసుక మట్టిలో పూర్తిగా కూరుకుపోతే రాళ్లూ, కట్టెలేసి ఎలాగోలా బయటికి లాగాం.

అప్పటికే మేం బయల్దేరి గంటన్నర దాటింది. ప్రయాణం గురించి ఒక్కొక్కరు పుల్సడం మొదలుపెట్టారు. పెదగాడి లేదు ఏం లేదు చింతమడుగు దగ్గరే ఆగి భోజనాలు చేసుకుందామనుకున్నాం గానీ అప్పటికే సగం మంది ముందుకెళ్లిపోవడంతో మేమూ కదలక తప్పింది కాదు.

అక్కడే ఉండుంటే చింతమాను మడుగు దగ్గర కొండ పేటులో చిలక గూటి రంధ్రాల్లా ఉన్న గుహలు ప్రపంచానికి కొత్తగా పరిచయమయ్యుండేటియేమో. ప్రయాణం మరింత ఇబ్బందిగా మారడంతో ఒక ట్రాక్టర్ అక్కడే పెట్టి, వంట సామాన్లన్నీ మరో ట్రాక్టర్లో ఏసుకుని పులిబోను దాటాం. ఇదంతా గమనించాక ప్రయాణ ఒడి తప్ప ఆస్వాదించేదానికేముంటుందిలే అనే భావం స్థిరపడిపోయింది మదిలో.

అడివిలో నిరాశేలరా సంటోడా సుట్టూ సూడు అద్భుతాలెన్నో అన్నట్టు మద్దెలమడుగు వద్ద కనిపించిందొక మోదుగ చెట్టు. నిజంగా అది 'ఎన్నాళ్లో వేచిన ఉదయమే'.

ఇన్నాళ్లూ మోదుగు పూలు, కాయల గురించి వినడం, చదవడమే తప్ప తొలిసారి చూడ్డమదే. 'మోదుగు పూల - వసంత హేళ' అని గోరేటి వెంకన్న వర్ణించినట్టు ఎర్రని పూరేకులతో, చంద్రవంకలు తిరిగి రక్తపు జ్వాలలాగా సింధూర వర్ణంలో మెరిసిపోతున్నాయి పూలు. కొండ శిఖరాలపైన్నుంచి చూస్తే లోయల్లో భగభగ మండుతున్నట్టుగా కనిపిస్తాయంట. అందుకే మోదుగ పూలను 'ఫ్లేమ్ ఆఫ్ ద ఫారెస్ట్' అంటారు. ఎండ ధాటికి అడవంతా దిగాలు పడుతున్న వేళ రాబోయేది వసంతం అని గుర్తుచేస్తున్నట్టుగా ఉంటాయి.

సుదీర్ఘ ప్రయాణంలా ఊరించిన పెదగాడి చేరేసరికి రెండు దాటింది. పదహారు కిలోమీటర్ల ఏకధాటి ప్రయాణ బడలిక వల్ల ఎక్కడోళ్లు అక్కడ పడిపోయారు. ఇన్నాళ్లూ అడవి ప్రయాణమంటే అద్భుతంలా తిరిగిన మాకందరికీ ఇది సవాలు లాంటిది. ముందు నుంచి మాతో వస్తున్నోళ్లు పరిస్థితిని అర్థం చేసుకుంటున్నారు గానీ ఈ ట్రిప్ లో కలిసిన వాళ్లు మాత్రం ఇబ్బంది పడుంటారు.

సామాన్లన్నీ దించి, ఎవరి పనుల్లో వాళ్లు నిమగ్నమయ్యేసరికి జనాల్లో చిన్న ఊపొచ్చింది. వంట పనులు మొదలవ్వడంతో మనం చేసేది ఏముందిలేనని కొండ పేటు కింద కొలువుదీరిన శివలింగాన్ని దర్శించుకుని, పెదగాడి వైపు కదిలాను.

వందల వేల సంవత్సరాలుగా నీళ్లు పారి పారి, రాళ్లు సందుల్లో మట్టి కొట్టుకుపోయి పెద్ద గాడిలాగా ఏర్పడింది. అయితే ఆ కోత అటు ఇటు సమాంతరంగా తెగడం ప్రకృతి మాయ. గుండం కూడా చాలా లోతుగా ఉంది. ఎత్తైన కొండ చాటునుండడంతో ఎండ పడే అవకాశమే లేకపోయింది. నీళ్లు ఫ్రిడ్జ్ లో కంటే చల్లాగా ఉన్నాయి.

మామూలుగా ఇలాంటి ట్రిప్ లకు జనాలను పిలుచుకువచ్చి, మనమే నీళ్లల్లో దిగితే జనాలు త్వరగా బయిటికి రారు, ప్రోగ్రాం మొత్తం డిస్టర్బ్ అవుతుందని ఈమధ్య ఎక్కడా ఈతకు దిగడం లేదు. అయితే ఈ పెదగాడిలో ఈతాడకుంటే ఏదో వెలితిలా అనిపిస్తోంది. అయిన ఆలస్యం ఎలాగైనా అవుతుందిలే అని నీళ్లల్లోకి దూకాను.

శరీరం అలసిందో లేక నీళ్లే భారంగా ఉన్నాయో గానీ ఒళ్లు బరువుగా కదులుతోంది. నీళ్లు నల్లగా కనిపిస్తున్నాయి. ఈదులాడుకుంటూ, గసొచ్చినప్పుడు దరులు పట్టుకుంటూ పెదగాడిలోకి ప్రవేశించాను.

అంతా కలిపి నాలుగైదు మీటర్ల వెడల్పు. గాడి లోపలినుంచి ఆకాశంవైపు చూస్తే అరవై డెబ్బై మీటర్ల ఎత్తునుండే ఎర్రని కొండలు రెండూ సమాంతరంగా కోసినట్టు, మధ్యలో ఆకాశం బులుగు రంగు వేసుకున్నట్టు అద్భుతంగా ఉంది. కదిలిపోయే శ్వేత వర్ణపు మేఘాలు అందాల భామలు. అలసిన మనసుకు పెదగాడి మంత్రమేదో వేస్తోంది. అంతవరకూ శరీరాన్ని వేధించిన ఆకలి, మనసును వేధించిన అలసట రెండూ మాయమైపోయాయి.

గాడి సక్కగుంటే ఏమి సొగసుంటుంది అనుకున్నదేమో కొంచెం పోగానే ఒంపు కుడివైపుకు తిరిగింది. నాకంటే ముందే వచ్చిన నలుగురున్నారు. అక్కడికెళ్లి కళ్ళు తెరిచి చూస్తే అది కలా నిజమా అర్థం కానట్టుగా ఉంది.

నిజంగా మరో వింత లోకమే అది. కౌబాయ్ సినిమాల్లో నిధులు దాచే లొకేషన్ లాగా ఉంది. ఇంకొంచెం ముందుకు వెళ్తే మరో మలుపు. ఈసారి ఎడంపక్కకు. అక్కన్నుంచి ముప్ఫై మీటర్ల దూరంలో చిన్న వాటర్ ఫాల్. నీళ్లు మరీ పైన్నుంచి దూకడం లేదు గానీ అంత వేగంగా రాళ్లను ఒరుసుకుంటూ గుండంలో దూకే నీళ్లను, చిటుక్ చిటుక్ మంటూ ఒంటి మీద చేసే తుంటరి తుంపర్ల అనుభూతి మాటల్లో చెప్పలేం. చూసి అనుభవించాల్సిందే.

పెదగాడి పైన డ్రోన్ ఎగరేసి చూడగలిగితే 'Z' ఆకారంలో సమాంతరంగా గాడి కొట్టినట్టు కనిపిస్తుంది.

ఇంకొద్దిసేపు అక్కడే ఉందామనిపించింది గానీ ఆలస్యమైతే మొబ్బులో ట్రాక్టర్ ప్రయాణం తాలూకు కష్టాలు గుర్తుకువచ్చి బయటికి వచ్చాను. వేడి వేడి అన్నం, చికెన్, రసం రా రమ్మని పిలుస్తుండగా కడుపునిండా ఆరగించి అయిదు గంటలకు తిరుగు ప్రయాణమయ్యాం.

"ఎలా అనిపించిదన్నా పెదగాడి" వస్తుంటే అడిగాను శివ రాచర్ల అన్నను.

"పెదగాడి బాగుంది గానీ రోడ్డే ఇబ్బంది పెట్టింది. చెంచుల కోసం మారుమూల నల్లమల పెంటలు తిరిగినప్పుడు కూడా ఇంత అలసిపోలేదు" అన్నాడు. నిజమే రోడ్డు మార్గం బాగుంటే నిస్సందేహంగా కడప ఒడిలో దాగిన అద్భుతం ఈ పెదగాడి.

ప్రకృతి అంటే అద్భుతం.

ప్రకృతి అంటేనే అద్భుతం. చూడగలిగితే, చూసి అర్థం చేసుకోగలిగితే, అర్థం చేసుకుని ఆస్వాదించగలిగితే.

*****

# గుండ్లమాడ

ప్రవాహాన్ని నేను.

వాగు వంకలను కలుపుకుంటాను
నదులు సెలయేళ్లను సంగమించుకుంటాను
సముద్రపొద్దున ఇసుక తిన్నెల నురగల్లో రమిస్తాను.

నాకు నువ్వు అడ్డుకట్టవేస్తావు,
నా నిరసన నేను తెలపద్దూ
నా పంతం నేను చూపించొద్దూ..!

జాలి, దయ ఉండవు నాకు
కరుణ రసాలు ఉప్పొంగవు నాలో.

చెట్టు, పుట్ట, గుట్ట, తట్ట, బుట్ట, ఇళ్లు, పల్లె, పొలం, గుడి, బడి, గొడ్డు, మనిషి దేన్నీ వదిలిపెట్టను. ఎవ్వరికీ మినహాయింపు ఉండదు.

ఉప్పు నీళ్లలో వృధాగా కలిసిపోయే బదులు రైతు పొలంలో పంటగానో, మత్స్యకారుని వలలో చేపగానో, శోషొచ్చే జీవికి దప్పికగానో నన్ను నేను చూసుకుంటే అదో పునర్జన్మలా ఉంటుంది. ఒకచోట నీటిని నిల్వ పెట్టి, మరో ప్రాంత నీటి ఎద్దడిని తీర్చడం తప్పు కూడా కాదు, కానీ ఏం చేస్తాం. ప్రవాహం నా సహజ లక్షణం. ఒక రూపంనుంచి మరొక రూపంకు మారడం తప్ప శక్తి పూర్తిగా నశింపజేయలేనిమని శక్తి నిత్యత్వ నియమంలో చెప్తారు కదా, నేనూ అంతే. గతిశక్తిని స్థితిశక్తిగా మార్చుకుంటూ వెనక్కి మరలుతాను.

ఆ మరలే క్రమంలో ఊర్లకు ఊర్లు తమ అస్థిత్వాల్ని కోల్పోతాయి.

తెలుసు.

ఆ ప్రాంత జ్ఞాపకాలు, బంధాలు, భావోద్వేగాలు అన్నీ జలనిక్షిప్తం కాబడతాయి.

తెలుసు.

అన్నాళ్లుగా నాతో నడిచిన స్థానిక చరిత్ర, సంస్కృతి, ఆనవాళ్లు మెత్తం జలసమాధి అవుతాయి.

తెలుసు.

తెలిసినా తప్పని ఆక్రమణ నాది.

మునకను నేను.

ముంపు ముంతను నేను.

ఇన్ని వగలు పడ్తాంది కదా పెద్ద కతే అనుకునేరు..!

కుందూ తెచ్చే రేనాటి తడి లేకపోతే పీనిగెలు పొర్లించలేని పెన్నాకు పొరకమెక్కడ..!

చిత్రావతి, జయమంగళ అంటారేమో..!

అనంతపురం నెర్రెలు తీర్చలేక నోరెళ్లబెట్టిన ఇసుక ముద్దలవి.

మొరసునాడు పాపాలు కడగడానికి నీళ్లు సరిపోక పాపాఘ్ని అల్లాడిపోతోంది.

బ్రహ్మసాగర్ నీళ్లు లేకపోతే సగిలేరుకు తానొక నదినని గుర్తుంటుందా..!

ఇక చెయ్యేరంటావా..! అన్నమయ్యను దాటొచ్చినప్పుడు చూద్దాం.

అసలు తెలుగుగంగ పేరుతో క్రిష్ణా నీళ్లు అరువు తెచ్చుకోకపోతే సోమశిల దాహం తీరేదెక్కడ..?

ఇంతచేసీ దాని వైభోగమంతా నీళ్లున్న ఆ నాలుగు నెళ్లే. ఎండల కాలం మొదలయ్యీ అవ్వకముందే నేలను గాలికి వదులుతూ క్రమంగా తగ్గుతూపోతుంది. అప్పుడు చూడాలి.

శిథిలమయిన గుడులు

దరులు కూలిన బావులు

ఇటుకలు మిగిలిన బడులు

జింక కొమ్ముల్లాంటి ఎండు చెట్లు

రూపం కోల్పోయిన చెరువు కట్టలు

ఆనవాళ్లు కోల్పోయిన మొండి గోడలు

ఊరి వీధులు, పొలిమేరలు, మైదానాల వంటి పొలాలు, వీధి కూడళ్లలో కల్రోళ్లు, ఊరి బయట సమాధులు, సగం బూడిన కంకుల గుండ్లు, జ్ఞాపకాల శిథిలాలే ఎటు చూసినా.

కడప, నెల్లూరు జిల్లాల సరిహద్దులో పెన్నా నది మీద సోమశిల అనే ఊరు దగ్గర ఆనకట్ట కట్టారు. కట్టింది నెల్లూరు కోసమైనా త్యాగమంతా కడప జిల్లాదే. బద్వేల్ తాలూకా గోపవరం, అట్లూరు మండలాలు ఎక్కువగా, రాజంపేట తాలూకా ఒంటిమిట్ట, నందలూరు మండలాలు పాక్షికంగా తమ పల్లెలను నీటికి వదిలి కొత్త తావులను వెతుక్కుంటూ బయటికి కదిలాయి.

అలా పద్దెదు ఇరవయ్యేళ్ల నుంచి మా పల్లెల్లో మునకోళ్లు, ఎత్తొచ్చినోళ్లు, మునకకు సంబంధించిన పేర్లు సాధారణం.

మునక పల్లెల ఆనవాళ్లు చూసుకుంటూ అట్లూరు మండలంలో మూడు సార్లు, ఒంటిమిట్ట మండలంలో రెండు సార్లు, నందలూరు మండలంలో ఒకసారి తిరిగాము. పడవల్లో, బైకుల్లో, కాలి నడకల్లో ఏది అనుకూలమైతే అలా. గోపవరం మండలంలో గట్టుపల్లె నుంచి లోపలికి పోయి చేపల వాళ్లతో చేసిన పడవ ప్రయాణం డ్యాము జాగ్రఫీని అర్థం చేసుకోవడానికి పనికొచ్చింది.

పెన్నా, చెయ్యేరుల సంగమాన్ని వెతుక్కుంటూ నందలూరుకు ఉత్తరంగా వెళ్తే పొత్తపి చిట్టచివరి గ్రామం. సోమశిల మునక నీళ్లు ఊరి పొలిమేర రాళ్లను ఆనుకుని ఉన్నాయి. ఒకనాటి సారవంతమైన పొలాలన్నీ మునక నీళ్ల ఊటకు జోముపట్టి సాగుకు పనికిరాకుండా పోయాయి.

మునక గురించి ఆ పల్లె జనాల మాటల్లో సోమశిల, ఎప్పిరాల, పట్టపురాయి, ఓబులం, వెంగళాయపల్లె, కోరుగుంట్లపల్లె, నెమళ్ల గొంది, దొంగలసాని చాలా పేర్లు చెప్పారు. నాలుగు మండలాల్లో చిన్నవి పెద్దవి డెబ్బై పల్లెల వరకూ ఉన్నట్టున్నాయి.

తిరునాళ్లు, బంధుత్వాలు, జ్ఞాపకాలు నెమరేసుకునే క్రమంలో పెన్నా, చెయ్యేరుల సంగమంలో 'గుండ్లమాడ' శివాలయం గురించి తెలిసింది. పాతకాలం నాటి గుడంట. మరిన్ని వివరాలు అడిగితే "ఇప్పుడెక్కడ పోతారూ..! గుడి మొత్తం నీళ్లల్లో మునిగుంటది. నీళ్లు తగ్గినప్పుడు రాపోండి" అన్నారు.

శ్రీశైలం నీళ్లల్లో సంగమేశ్వరాలయం గుర్తుకొచ్చింది. గుండ్లమాడ గురించి ఇంటర్నెట్ లో వెతికితే ఒక పురాతన దేవాలయం కనపడింది. ఊరి బయట చేపలు పట్టే వాళ్లను తీసుకెళ్లమని ఎంత బంగప్పడినా "ఈరోజు కుదరదు ఎండాకాలం పొద్దన్నే రాండి సాయంత్రానికి పొయి రావొచ్చని" చెప్పారు.

మెకంజీ కైఫీయ్యత్తులు తిరగేస్తే వైయస్సార్ జిల్లా ఆరో భాగంలో *'గుండ్లమడ శ్రోత్రియ అగ్రహారం యిలాకే శిద్ధవటం సదరహు గ్రామంయందు ముక్తి కోటీశ్వరుని దేవ స్థానమందు..'* సలకరాజు పిన తిరుమలయ్యేదేవ మహారాజు వేసిన 1535 నాటి ధర్మ శాసనం ఉంది అని రాశారు.

ఒకసారి ప్రత్యక్షంగా చూసి వస్తే గానీ పెన్నా చెయ్యేరుల ఆలోచనలకు కుదురుదొరికేట్టు లేదు. కానీ ఎలా..?

సోమశిల నీటిమట్టం తగ్గితే అంత ప్రయాస పడనక్కర్లేదని తెలుసు గానీ వర్షాలు బాగా పడుతుండడంతో డ్యాం నిండా నీళ్లే.

ఒకసారి ఒంటిమిట్ట మండలం బెస్తపల్లె పడవ ప్రయాణంకు సంబంధించిన ఫేస్బుక్ చర్చలో చిట్వేలులో టీచర్ గా పనిచేసే శ్రీనివాస్ దొండ్లవాగు అన్న అయిదేళ్ల కిందట ఫారెస్ట్ డిపార్ట్మెంట్ వాళ్లతో సోమశిలలో ఆయన చేసిన మోటారు బోటు ప్రయాణం గురించి చెప్పి, గుండ్లమాడకు గోపవరం వైపునుంచి కష్టం, బెస్తపల్లె, కోటపాడు వైపునుంచి ప్రయత్నించండని చెప్పాడు.

ఒంటిమిట్ట బెస్తపల్లె, కోటపాడు, పొత్తపి వైపు చేపలు పట్టేవాళ్లు చాలావరకూ స్థానికులే. డబ్బులిస్తామన్నా కదలరు. అదే వైజాగ్, ఈస్ట్ గోదావరి సైడ్ నుంచి వలస వచ్చిన బేస్తోళ్లతో అభిమానంగా మాట్లాడితే చాలు సంతోషంగా తీసుకెళ్తారు. అలాగని అక్కడోళ్లు మంచోళ్లు, మన వాళ్లు కాదని కాదు. ఊరు కాని ఊరిలో తల్లీ బిడ్డలను వదిలి నిస్సారంగా గడిపేస్తున్న జీవితానికి అభిమానంగా పలకరించే నాలుగు మాటలు కూడా ఊరట కలిగిస్తాయనుకుంటా. స్వంత మనుషుల్లా చూసుకుంటారు.

గతంలో రాజుపాళెం చుట్టుపక్కల పడవలో తిప్పిన సతీష్ వాళ్లకు ఫోన్ చేస్తే ఈ సంవత్సరం రాలేదని చెప్పారు. ఎవర్నైనా అడగమని చెప్పడానికి అక్కడ సిగ్నల్స్ ఉండవు. అయినా పట్టు వదలని విక్రమార్కుడు భేతాలుడి శవాన్ని భుజాన వేసుకుని సాగిపొయ్యేను అన్నట్టు మా బండ్లు గోపవరం మునక పల్లెల వైపు కదిలాయి.

గట్టుపల్లె వైపునుంచి అడవిలో చివరి చేపల క్యాంపు వరకూ బైకులో వెళ్లి, అక్కడ ఎవరుంటే వాళ్లను తీసుకెళ్లమని అడుగుదాం. గుండ్లమాడ వరకూ తీసుకెళ్తే సంతోషం లేదంటే ఎంతవరకు తీసుకెళ్లగలరో అంతవరకే పొయి వెనక్కొద్దాం, అదీ కూడా కాదు ఏ ఒక్కరూ కుదరదన్నారనుకో బండ్లు అక్కడే పెట్టి తూరుపు కొండల మీద చివరివరకూ వెళ్లి చూసొద్దాం అని అనుకున్నాం.

*Prepare for the worst, whatever you get will be the best.*

కడప నుంచి అరణ్యశేఖర్, గోవర్ధనన్న, సునీలన్న, శ్రీనాథ్, కందుకూరు సాయి, మైదుకూరు నుంచి శ్రీయపురెడ్డి శివ, కలసపాడు నుంచి కెమెరామెన్ ప్రవీణ్. మా ఊరినుంచి సుబ్బారెడ్డి, విష్ణు, నేను. ఈ రోజంతా సోమశిల చూసుకుని రాత్రికి మల్లెంకొండ పోవాలని ప్లాన్. మల్లెంకొండకు కావలసిన సరంజామా అంతా సిద్ధం చేసుకుని గుండ్లమాడ వైపు తరుముతున్న ఆలోచనల వెంట చిరు ఆశతో, మరింత నమ్మకంతో ముందుకు సాగిపొయ్యాం.

ఆశ గుండ్లమాడ కనపడితే బాగుండునని.

నమ్మకం గుండ్లమాడ కాకపోయినా ఆ దారినైనా చేరుకోగలమని.

ఆ నమ్మకమే ముందుకు నడిపిస్తోంది.

గుండ్లమాడ దగ్గర నాలుగు నదులు కలుస్తాయి అనే మాట ఆసక్తిగా అనిపించింది. పెన్నా చెయ్యేరు కలిసేది తెలుసు మరి మిగతా రెండు ఏంటి అని ఆలోచిస్తే ఒకటి నల్లమలలో పుట్టి గిద్దలూరు, బద్వేల్ మీదుగా అట్లూరు మండలం మలినేనిపట్నం దగ్గర కలిసే 'సగిలేరు', రెండు శేషాచలం అడవుల్లో పుట్టి రైల్వేకోడూరు, చిట్వేలి మీదుగా వచ్చి నందలూరు మండలం పొత్తపి దిగువన చెయ్యేరులో కలిసే గుంజనేరు. దీన్నే మెకంజీ కైఫియ్యతుల్లో 'కుంజర' నది అని రాశారు.

గంగ, క్రిష్ణ వంటి పెద్ద పెద్ద సప్తనది, పంచనదీ సంగమాలు కూడా కొంచెం ముందూ వెనుకా కలిసినా స్థల ప్రాశస్త్యం కోసం సంగమంగా చెప్తారేమో అనిపించింది.

పదకొండు గంటలకల్లా బ్రాహ్మణపల్లె చేరుకున్నాం. గుండ్లమాడ గురించి ఇద్దరు ముగ్గురు పెద్దోళ్లను అడిగితే సరిగా పోల్చుకోలేకపొయ్యారు. మల్లెంకొండ లగేజీ కారులో సర్ది, బండ్లు చిట్టడవిలోకి ఉరికించాం. పైన ఎండ, కింద రాళ్ల సెగ ఒకటేమాయిన దరువేస్తోంది. అక్కడక్కడా మేకలు కాసేవాళ్లు కనిపిస్తున్నారు.

ఎడమ పక్కన మల్లెంకొండ కొప్పు ఒక్కో వైపునుంచి ఒక్కో రకంగా కనిపిస్తోంది. కుడివైపు తూరుపు కొండలు, ఎడమ వైపు సోమశిల నీళ్లు. వాగులు వంకల్లోని రాళ్లల్లో ఎగురుకుంటూ, తొర్లుకుంటూ దక్షిణంగా సాగిపోతున్నాయి మా బైకులు.

నరమానవ సంచారం పూర్తిగా తగ్గిన అడవి బాటల్లో ఒక ముసిలాయప్ప ఎదురయ్యాడు. పేరు రామయ్య. వయసు అరవై అయిదుకు అటు ఇటుగా ఉండొచ్చు. తప్పిపోయిన బర్రెగొడ్లను వెతుక్కుంటూ వచ్చాడంట. బువ్వ తిన్నెవా అంటే తెల్లర్జామున నాలుగ్గంటలకు తిన్నానని చెప్పాడు. గుండ్లమాడ గురించి ఎచ్చరిచ్చే జ్ఞాపకాల్లో పూర్తిగా మరుగున పడిపోయిన విషయాన్ని మళ్లీ గుర్తు చేసుకుంటున్నట్టు మొహం పెట్టి "ఈ కొండ సందులో పోతే ఆపక్క మూల ఒకటుండాల. పేరు తెలీదు గానీ శివాలయమే" అన్నాడు.

"పొయ్యే దారిలో ఆంజినేయ సోమి గుడి గూడా ఉంది" అని చెప్పాడు. "బయటకు కనపడ్తదా" అనడిగితే ఇన్ని నీళ్లల్లో యాడ బయటికొచ్చేది. ఆం..త దూరం పోవాలని డ్యాం వైపు చెయ్యి చూపించి అందాసు చెప్పాడు. మేం తెచ్చుకున్న కారెపు గవ్వలు ఆయనకిచ్చి బయల్దేరాం.

చేపలు పట్టేవాళ్ల దగ్గరికి వెళ్లడానికి మరో అర్ధగంట పట్టింది. బ్రాహ్మణపల్లె దగ్గర మమ్మల్ని దాటేసిన చేపల లారీ లోడు వేసుకుంటోంది. వాళ్లు డ్యాం వారగా వచ్చారంట. గుండ్లమాడ గురించి అడిగితే మాకు తెలియదు చేపలోళ్లను అడగండి తీసప్పోతరేమో అన్నారు. చేపలు, ఎక్స్పోర్ట్, మార్కెట్ రేట్ల గురించి చర్చ. బయట మార్కెట్లో కేజీ నూటయాభై అమ్మే చేపలు బెస్త వాళ్ల దగ్గర హోల్ సేల్ గా అయితే కేజీ అరవై అయిదు రూపాయలు.

అంతలోపు లారీ వెళ్లలేని క్యాంపుల నుంచి ఐస్ డబ్బాల్లో పెట్టిన చేపలతో రెండు పడవలొచ్చి ఆగినాయి. వాళ్లను అడిగాను.

"ఆ అల్లంత దూరాన ఒక శివాలయం ఉందండి" అన్నాడు. నదులు కలుస్తాయా అక్కడ అనడితే "అదేమో తెలియదు కానీ తిరపతి కాలవ ఒకటొచ్చి అక్కడ కలుస్తదండి. అది కూడా ఇప్పుడు కనపడదు నీళ్లు పూర్తిగా తగ్గితే కనిపిస్తుందండి" అన్నాడు. తిరుపతి కాలువ అనగానే అర్థమయింది. చెయ్యేరు అని.

"మమ్మల్ని తీసుకెళ్తారా మీ కూలి నష్టపోకుండా డబ్బులిస్తాం" అంటే "డబ్బులు సమస్య కాదండీ. అంతదూరం తెడ్డేసుకుని వెళ్లి అలసిపోతే రాత్రికి మేం మళ్లీ వలలెయ్యాలండి. మాతోని అవ్వదు" అన్నాడు గోదావరి, ఉత్తరాంధ్ర కలగలిసిన యాసలో.

రేపు ఆదివారం చేపలకు డిమాండ్ ఉంటుంది. బలవంతంగా సరేనన్నా వీళ్లకు పెట్టుబడి పెట్టే లోకల్ షావుకారి ఒప్పుకోడు. చివరి ఆశగా అరణ్యశేఖర్ అన్నను, సుబ్బారెడ్డిని వేరొక క్యాంపు దగ్గరికి పంపించాం. తుని నుంచి వచ్చిన బ్యాచ్ అంట. వాళ్లు తీసుకెళ్లలేకపోయినా వేరే వాళ్లతో మాట్లాడారు.

నిజంగానే గుండ్లమాడనే అనుకుంటున్నారా లేదా అని ఒకటికి రెండు సార్లు అడిగితే "నేనిక్కడ పజ్జెనిమిదేళ్లుగా ఉంటున్నానండి. అదే కాదు ఇక్కన్నుంచి సోమశిల వైపు వెళ్తే ఇంకో శివాలయం కూడా వస్తుందండి. అది కూడా చూశానని" చెప్పాడు. అతను చెప్పిన శివాలయం పీపీకుంట దగ్గర పుట్టిన టీకుటాకుల వాగు పాయకట్టు పల్లెల మీదుగా ప్రవహించి ఓబులం దగ్గర పెన్నాలో కలిసేది అయ్యుంటది.

ఇక్కన్నుంచి సోమశిల డ్యాం గేట్ల వద్దకు పోవడానికి రెండు రెండున్నర గంటలు పడుతుందంట. డ్యాంలో నీళ్లు తగ్గిన తర్వాత అది కూడా పూర్తి చేస్తే సోమశిల యాత్ర పరిపూర్ణం అవుతుంది అనిపించింది.

అప్పటికే ఒకటిన్నర దాటింది. క్యాంపు వాళ్లు పడవలేసుకొచ్చేలోపు స్టవ్ అడిగి మేం తీసుకెళ్లిన ఫ్రీ కుక్డ్ పరోటాలు వండటం మొదలుపెట్టాడు సుబ్బారెడ్డి.

నేను మహేష్ తో మాటలు కలిపాను. వయసు నా అంతే గానీ బాగా నలిగిన మనిషిలా ఉన్నట్టున్నాడు. చేపల వేటలో శ్రీశైలం, నారాయణపూర్ డ్యాం, జూరాల, సోమశిల, కండలేరు అన్నీ తిరిగాడంట. ఇన్ని తిరిగావు ఏ ఊరు నచ్చింది అంటే శ్రీశైలం నాకు స్వంత ఊరిలా అనిపిస్తుందని చెప్పాడు.

జనవరి నుంచి జూలై, ఆగష్టు వరకూ ఇక్కడుండి తర్వాత ఎవరి ఊర్లకు వాళ్లు వెళ్లిపోతారంట. ఇంటి దగ్గర సముద్రంలో అరవై డెబ్బై కిలోమీటర్లు రెండు మూడు వారాలు అక్కడే. మళ్లీ సీజన్ రాగానే ఇటు తిరుగు ప్రయాణం.

నెలకు కుటుంబానికి అటు ఇటు ముప్పై వేలకైతే తగ్గదంట ఆదాయం. ఇద్దరు పిల్లలు. పెద్దోడు నాలుగో తరగతి అక్కడే చదువుకుంటున్నాడంట. అమ్మ ఒడి, మత్స్యకార నేస్తంతో పాటు ప్రభుత్వ పథకాలన్నీ వస్తున్నాయి అన్నాడు. మేమెక్కడెక్కడ తిరిగినా మా వాలంటీర్ ఫోన్ చేసి ఏమేం కావాలన్నది వివరంగా

చెప్తాడు అని చెప్పాడు.

ఇవన్నీ మాట్లాడేప్పుడు మహేష్ చిన్న కొడుకు అతని ఒళ్లో ఉంటే వాని పరిస్థితేందని అడిగాను. ఆ అబ్బాయికి కొంచెం మూగ. ఇంకా మాటలు రాలేదు. "ఈళ్లు నాలాగా బతగ్గూడదన్నా. ఎంత కష్టపడైనా చదివిస్తా. ఇది మాత్రం నాతోనే అంతమవ్వాలి" దృఢంగా ఉన్నాయి అతని మాటలు. శ్రమను నమ్ముకున్న జీవితం.

మా వాళ్లందరూ తిన్నారు. చివర్లో మొహమాటం పక్కనపెట్టి "చేపల కూర ఏమైనా ఉందామ్మా" అని అడిగాను. ఇంట్లోనుంచి మూడు ముక్కలు తెచ్చి గిన్నెలో వేసింది మహేష్ వాళ్ల చెల్లెలు. మహేష్ భార్య కొంచెం దొండకాయ పచ్చడి వేసింది. పరోటాల్లోకి ఎర్ర మూస పులుసు భలే రుచిగా అనిపించింది అది కూడా సోమశిల ఒడ్డున చేపలు పట్టేవాళ్ల గుడిసెలో కూర్చుని తినడం.

పడవలు రావడంతో అందరం ఎక్కి కూర్చున్నాం. అప్పటికి టైం మధ్యాహ్నం 2.45 అవుతూ ఉంది. మేం పదిమంది, పడవ నడిపేవాళ్లు ముగ్గురు. మొత్తం పదమూడు మందితో సోమశిల పెన్నా నదీ జలాల్లో గుండ్లమాడ వెతుకులాట మొదలైంది.

చుట్టూ కొండలు

మధ్యలో నీళ్లు

నీళ్లల్లో పడవ

పడవలో నేను.

నా చుట్టూ జనాలున్నారు, కానీ నేను నేనే.

నా సంఘర్షణ నాదే.

నా ఆలోచనలు నావే.

నిశ్చల నీటిలో రాయి కలిగించే చిరు అలజడిలా నీళ్లను ఒరుసుకుంటూ ముందుకు సాగిపోతోంది పడవ. అది వదిలిన నీటి జాడల మీదుగా అంతకుమించిన వేగంతో వెనక్కి మరలుతున్నాయి ఆలోచనలు.

దశాబ్ధాల కిందట నీటి పొరలు కమ్మని ఈ నేల

కోల్పోయిన సాంస్కృతిక విలువెంత,

పుడుపడిన గ్రామీణ వికాసమెంత,

జలసమాధి కాబడ్డ స్థానిక చరిత్ర ఎంత?

ఆ జల సమాధుల మీద నా ప్రయాణం..!

ఇళ్లు పొలాలు, వీధులు అరుగులు, మనుషులు జీవాలు, చెట్లు పుట్టలు పిట్టలు ఎంత సందడిగా తెల్లాడింటాయి..?

వాటికి సజీవ సాక్ష్యాలన్నట్టు తూర్పు దిక్కున మూడు తాటి చెట్లు మసక మసగ్గా కనిపిస్తున్నాయి. చెట్టంతా నీళ్లల్లో మునిగి ఉన్నా కొప్పు మాత్రం పైకి కనిపిస్తోంది.

కనుచూపుమేర నీళ్లు

మధ్యలో తాటి చెట్లు

ఆ తాటి పట్టల మధ్యన ఒదుక్కుని

పడమటి కొండంచుల సూర్యాస్తమయం

తూరుపు కొండల చంద్రోదయాన్ని గమనిస్తూ

చలికి వణికే చంద్రుని వెన్నెల బింబాన్ని వీక్షిస్తూ

బుడుక్ బుడుక్ మని లయబద్ధంగా చెట్టును తాకుతూ ఒక్కో అల మోసుకొచ్చే మునక వ్యథలను వింటూ కార్తీక మాసపు వెన్నెల రాత్రి నీళ్ల మధ్యన గడపాలని చిన్న ఆశ.

కార్తీక మాసమే ఎందుకంటారా..?

మంచు దుప్పటి కప్పుకున్న మసక మసక వెన్నెల వెలుతుర్లో ఏదైనా ఒక డ్యాం కట్టమీద కూర్చుని చూడండి, ఎంత అద్భుత దృశ్యం కళ్ళముందు కదలాడుతుంది. అదే దృశ్యం మధ్యలో కూర్చుని చూస్తే..!

వినడానికి వింతగా అనిపించొచ్చు గానీ సోమశిలే కాదు గండికోట, బ్రహ్మంగారి మఠం, బద్వేల్ పెద్ద చెరువు, శ్రీశైలం, అన్నమయ్య డ్యాం ఇలా ఏ డ్యాం చూసినా అదే అనిపిస్తుంది నాకు. ఎప్పటికి తీరునో..!

పదమూడు మందిలో బరువెక్కిన ఆలోచనలు పడవను ముందుకు సాగనివ్వడం లేదేమో మరొక చిన్నసైజు పడవను పిలిచి నలుగుర్ని అందులోకి వెళ్లమని చెప్పారు. అందులో గోవర్ధన్ అన్న, శివ, సాయి, నేను. మాకు తోడు పడవ నడిపే కోటి.

కోటికి ఇరవై ఒక్క సంవత్సరాలు. పెళ్లి కాలేదంట. "ఎవర్నైనా ప్రేమిస్తున్నావా కోటీ" అంటే "అవన్నీ పెట్టుకుంటే జీవితం గడవదన్నా" అన్నాడు. జీవితం పట్ల స్థిరమైన అభిప్రాయం కలిగి ఉన్నాడనిపించింది. అంతకుమించి ఆ విషయంలో లోతుగా అడగాలనిపించలేదు.

ముక్కాలు గంటకల్లా పాయకట్టు పల్లెల చివరి చేపల క్యాంపును దాటుకున్నాం. నీళ్లకు దక్షిణపు గట్టునుండే క్యాంపుల నుంచి చేపలన్నీ సోమశిల డ్యాం దగ్గరికి వెళ్తాయంట. ఇక్కడికంటే వాళ్లకు డబ్బులెక్కువ వస్తాయని చెప్పాడు కోటి. నిండు తూర్పుగా ఇరుకు కొండల సందు ఒకటి దూరంగా కనిపిస్తోంది. దాన్ని నెమళ్ల దిన్నె అంటారు. అది దాటితే సోమశిల డ్యాం.

డ్యాం, నీళ్లు, కొండల జాగ్రఫీని అర్థం చేసుకోవడానికి కొన్ని పదుల సార్లు గూగుల్ మ్యాప్స్ చూసి అణువణువూ వెతికి ఉంటా కానీ అవేవీ ఒక్క ప్రత్యక్ష వీక్షణకు సరికావు.

'అడుగు బయటపెడితేనే ప్రపంచం అవగతమయ్యేది' అని పెద్దోళ్లు ఊరికే అనలేదు.

నాలుగ్గంటలకే ఎత్తు కొండల చాటున దాక్కుంటూ, సందుల్లో తొంగిచూస్తూ దోబూచులాడుతున్న సూర్యుని ప్రతిబింబం నీళ్లల్లో మెరుస్తోంది. కొండ మీదుగా సూర్యున్ని చూడటం కంటే కొండ, సూర్యుని నీడ నీళ్లల్లో మెరవడం గమ్మత్తుగా అనిపించింది.

సాయి సిరివెన్నెల పాటలేవో పెట్టాడు.

'తరలిరాద తనే వసంతం

తన దరికి రాని వనాల కోసం..' లీలగా వినపడుతోంది. లేకుంటే గుండ్లమాడ శివాలయం చూడాలనే మా కోరిక తీర్చడం కోసం పడవలు రెండు కదిలొస్తాయని మాలో ఎవరికి మాత్రం తెలుసు.

మరో పదైదు నిమిషాల తర్వాత మైదానాన్ని వదిలి రెండు కొండల మధ్య సందులో పడమటి దిక్కుకు మళ్లింది పడవ. సందంటే మరీ ఇరుకు సందేం కాదు దాదాపూ నూటా యాభై మీటర్ల వెడల్పు ఉంటుంది. లోతు డెబ్బై ఎనభై మీటర్లకు తగ్గదు అనిపించింది.

అంతసేపూ డ్యాం అంతా విస్తరించిన గాలి పడమటి దిక్కుకు చేరాలనే ప్రయత్నంలో కొండ దరులను తాకుతూ మరింత ఒత్తిడి పొంది, పెట్టే గిలిగింతలు అనుభూతిస్తే గానీ తెలియదు.

పాపికొండల మీదుగా గోదావరి ప్రయాణం చెయ్యాలని మూడు నాలుగు సార్లు అనుకుని కుదరక చూడలేదు గానీ కవులు, భావకులు, యాత్రికుల వర్ణనల్లోని పాపికొండల అందానికి మా తూరుపు కొండల పెన్నా అందాలు ఏ మాత్రమూ

తగ్గవనిపించింది. పోలవరం పూర్తవ్వక ముందే గోదావరి లాంచీ యాత్ర పూర్తి చెయ్యాలి.

మరో చిన్న మలుపు తర్వాత పెన్నాకు ఉత్తరపు ఒడ్డు కొండ మధ్యలో ఒక పెద్ద బండరాయి పాదంలా ఉంది. దాన్ని ఆంజనేయ పాదం అంటున్నారు వీళ్లు. అంతపెద్ద కాలు ఉంటుందా ఉండదా అని నిజమా కాదా అనే తార్కిక ప్రశ్నలు పక్కనపెడితే గాలి వానలకెదురేగే పడవ ప్రయాణంలో ఆంజనేయ స్వామి తోడున్నాడనే తలంపు నమ్మే మనసుకి కాస్త ఊరడింపే కదా.

గాలి బాగా వీస్తుండడంతో పెద్ద పడవకు తెర ఎత్తి, మా పడవను దానికి తగిలించడంతో ఒక్కడే తెడ్డును నెట్టుకొస్తున్న కోటికి కాస్త విరామం దొరికింది.

అంతసేపూ ఒక్కటవ్వడానికి తెగ ప్రయత్నించిన కొండలు రెండు ఇక కలవలేములే అనుకున్నాయేమో అయిదారు కిలోమీటర్ల తర్వాత వేటి దారిన అవి విడిపొయ్యాయి. దీన్నే దొంగలసాని అంటారు.

'కడప కైఫియ్యత్ కథలు - మల్లెంకొండయ్య' లో నెల్లూరు సిద్దిరాజుతో పొత్తపిని పాలిస్తున్న మల్లదేవ, సోమదేవులకు యుద్ధం జరిగిన దొంగలసాని ఇక్కడే.

ఎడమపక్క కొండ బోడుపై ఫారెస్ట్ వాచ్ టవర్ లాంటి గెస్ట్ హౌస్ ఒకటి కనపడుతూ ఉంది. ఈ కొండలు దాటిన తర్వాత ఉత్తర దక్షిణాలుగా వ్యాపించి ఉన్న కొండ వరస మధ్యలో గొడ్డలితో నరికినట్టు గాడి పడింది. ఆ గాడి గుండా ప్రవహించే పెన్నానది తూర్పుగా వచ్చేది. రెండు కొండల మధ్యన నీళ్ల మీదుగా సూర్యున్ని చూడగలిగితే మాత్రం అద్భుతం అది.

పైకి ప్రశాంతంగా ఉన్న నీళ్లలాగా ప్రయాణం అంతా బాగానే సాగుతున్నా లోపలి కల్లోలంలా గుండ్లమాడ కనిపిస్తుందా కనిపించదా అనే ఆలోచనలు తరుముతూనే ఉన్నాయి.

ఆ నిరీక్షణకు తెరదించుతూ "అదిగోన్నా ఆ కనపడేదే గుండ్లమాడ" కోటి అరిచాడు. కొండ నీడన దూరంగా ఏదో నల్లటి ఆకారం. అసాధ్యమైనదేదో సాధ్యమవుతున్న సందర్భమేం కాదు గానీ దేని కోసమైతే ప్రయాణం మొదలైందో ఆ ప్రయాణం తాలూకు గమ్యం చేరబోతున్న చిరు సంతోషం.

డ్యాం నీళ్లు వెనక్కి తన్నుకుని కలిసిపోవడంతో అవకాశం లేదు గానీ చుట్టూ కొండల మధ్య రెండు నదులు, ఒక సంగమం ఎంత అద్భుతంగా ఉండుండేది.

అస్తమయానికి సిద్ధమవుతున్నట్టు సూర్య కిరణాలు నీటి అలలపై ముదురు

బంగారు రంగులో మెరుస్తున్నాయి. పొత్తపి నుంచి గుండ్లమాడ వచ్చే దారిలో మరో గుడి సగం మునిగి గోపురం మాత్రమే కనిపిస్తోంది దూరంగా. గోపాలస్వామి గుడి అంట అది.

తూర్పు ముఖంగా ఉన్న గుండ్లమాడ శివాలయం మండపం పైకప్పు వరకూ మునిగి ఉంది. గోపురం సగం పెచ్చులూడినట్టు కనిపిస్తోంది. దగ్గరయ్యే కొద్దీ మా అందరినీ కొత్త ఉత్సాహమేదో చుట్టుముట్టింది.

చేపలు కొనుక్కురావడానికని సరదాగా మొదలైన సోమశిల వెనుక జలాల ప్రయాణం

ఒక శోధనై

శోధన ఆలోచనై

ఆలోచన నమ్మకమై

నమ్మకం ఆచరణలోకొచ్చి

సంకల్పం సాక్షాత్కారమవుతున్న క్షణమది.

రెండు పడవలను కట్టి ఉంచిన తాడు ఊడదీసి ఒక పడవను ఉత్తరంగా, మరో పడవను దక్షిణంగా ఆపి గుడి మండపంపైన అడుగుపెట్టాము.

2006 లో సిద్ధవటం పక్కన జ్యోతి దగ్గర పెన్నా నదిలో ఇసుక క్వారీ తవ్వుతుంటే 108 శివలింగాలు కలిగిన పురాతన ఆలయ సమూహం ఒకటి బయటపడింది. అది శ్రీశైలానికి దక్షిణ ద్వారంగా చెప్పబడే జ్యోతీశ్వరాలయం.

గుండ్లమాడ శివాలయాన్ని చూడగానే నాకు జ్యోతి ఆలయాల సమూహమే గుర్తుకొచ్చింది. గుడి గోపురాల శైలి, గోపుర నిర్మాణానికి వాడిన ఇటుకలు, గచ్చు అన్నింటిలోనూ ఒకే సారూప్యత కలిగి ఉంది. జ్యోతి ఆలయ గోపురం 1247 లో జంతిరామి నాయకుడు తనెరినతకస గంగరస దేవ మహారాజులు నిర్మించారు. ఆ రకంగా చూసుకుంటే ఆ కాలంలో కానీ తదనంతర సమీప కాలంలో కానీ ఆయన కాకపోయినా ఆయన వారసులు లేదా అనుయాయులు ఎవరో ఒకరు అదే రీతిన నిర్మించి ఉండే ఆస్కారం లేకపోలేదు.

మాములుగా శివాలయాల ముఖ ద్వారాలన్నీ నదీ వైపుగా ఉంటే, జ్యోతి ఆలయం మాత్రం నదికి అభిముఖంగా ఉత్తరపు ఒడ్డున ఉత్తరానికి ఉంటుంది. కారణం తెలియదు. గుండ్లమాడ శివాలయం పెన్నాకు దక్షిణ ఒడ్డున తూర్పు ముఖద్వారంతో

ఉంది.

మండపానికి పైన నలుమూలలా ఎనిమిది నందులు ఉన్నాయి. తలలు మాత్రం నాలుగే. ఇదో ప్రత్యేకతలా అనిపించింది. ఈ శైలి ఎక్కడైనా ఉండుండొచ్చు గానీ నేను గమనించడం ఇదే తెలిసారి. నీళ్లల్లో నాని నాని పెచ్చులూడి పడిపోయినాయో తెలియట్లేదు గానీ ఏ ఒక్క నందికీ తలలు లేవు. అలాగే ముందు తోరణంలో అమ్మవారికి ముక్కు కూడా లేదు. అంతా బాగుండి తలలు, ముక్కు మాత్రమే లేవంటే దాదాపూ నిధి వేటగాళ్ల పనే అయ్యుంటది.

మండపం వరకూ మునిగి ఉండడంతో లోపలికి దిగే సాహసం చెయ్యలేదు. గోపురం లోపలి ఆకారం పిరమిడ్ లాగా ఉంటుందంట.

పెన్నా, చెయ్యేరుల నదీ పరీవాహకం, సిద్ధవటం ఒంటిమిట్ట నందలూరు రాజంపేట ప్రాంతాల్లో విస్తరించిన పొత్తపినాడు లోని పురాతన ఆలయాలన్నీ కాస్త అటు ఇటు ఇదే రీతిలోనే ఉంటాయి. పెన్నా, చెయ్యేరుల సంగమంలోని కైఫియ్యత్తుల్లో చెప్పిన ముక్తి కోటేశ్వరాలయం ఇదే.

నిండు కుండలా నీళ్లు

చుట్టూ ఎత్తైన కొండలు

సగం మునిగిన పాత గుడి

ఊసులెన్నో మోసుకొచ్చే గాలి

కొండల మీదుగా సూర్యాస్తమయం

ఆ సూర్యబింబం పడిన పినాకిని అలలపై బంగారు మెరుపులు

ఒక మరపురాని సంధ్యా సమయానికి అంతకంటే ఇంకేం కావాలి..!

తొందరగా బయల్దేరకపోతే ఇబ్బందిపడతామేమోనని మదిలో ఒక పక్క మెదులుతూనే ఉంది. అర్ధగంట సమయం అర నిమిషంలా గడిచిపోయింది. కదలక తప్పలేదు. ఏదైతేనేం సంవత్సర కాలంగా ఆలోచనలకు సవాలు విసురుతూ చేసిన ప్రయాణం గమ్యాన్ని చేరిన సంతృప్తి మనసంతా.

అంతకాలం అనుభవించిన ఒంటరితనం మొత్తం మా స్పర్శతో తీరిపోయినట్టు, ఆ ఆనందాన్ని ఎక్కువ సేపు ఉంచకుండా మేము వెళ్లిపోతుంటే బాధపడినట్టుగా సూర్యాస్తమయ నీడల చాటుల్లోకి నక్కింది గుండ్లమాడ శివాలయం.

రాబొయ్యేది అమావాస్య రాత్రి.

వెలుగు నది అందాన్ని ఎందరో వర్ణించారు గానీ చీకటి నది ఘోష ఎవరికీ పట్టిందీ..!

రాత్రి వేటకు వెళ్లాలనే కుటుంబ బాధ్యత గుర్తుకొచ్చిందేమో తెడ్లు సరసరా వేస్తున్నారు మా నావికులు. ఎదురుగాలి కావడంతో తెరకు అనుకూలం దొరక్క తెడ్డుతో నెట్టుకొస్తున్నారు.

అర్ధరాత్రి పన్నెండు ఒంటి గంటకు గుడిసెలు వదిలి నీళ్లల్లోకి వెళ్తారంట. వలలెయ్యడానికి గంట గంటన్నర. అక్కడే పడుకుని పొద్దున్నే చేపలు తీసుకుని ఒడ్డుకు వస్తారు. జాగరామైనా నిద్రైనా దప్పికైనా విసర్జనైనా అన్నీ నీళ్లపైనే. జలమే జీవితం.

ఎక్కువగా వాడేది అలివి వల. ఒక్కోసారి ఏమీ దొరక్కుండా ఉత్త చేతులతో వచ్చే రోజులు కూడా ఉంటాయంట. నిరాశ కలగదా అంటే మామూలే. గంగమ్మ కరుణించాలి దేనికైనా అన్నాడు కోటి వాళ్ల బాబాయి.

తుఫాను తర్వాత సముద్రంలా ఆలోచనలు కుదుటపడ్డాయి. పటక్ పటక్ మనే తెడ్డు, బుడుక్ బుడుక్ అంటూ పక్కకు తప్పుకునే నీళ్లు ఫోలి సంగీతాన్ని గుర్తుచేస్తున్నాయి. కాసేపలా కళ్ళు మూసుకుని గమనిస్తూ కూర్చుంటే కొత్త కొత్త ఆలోచనలు ప్రాణం పోసుకుంటున్నాయి. ఎదురు గాలిలో రెండు కొండల సందు దాటుకుని రావడానికి అర్ధగంట పైనే పట్టింది.

డ్యాం ఒడ్డున కొండల కింద రెండు మూడు కిలోమీటర్ల గ్యాప్ లో క్యాంపుల్లోని సోలార్ బల్బులు మిణుకు మిణుకుమంటున్నాయి.

మామూలుగా అమావాస్య రాత్రిల్లలో కళ్ళుపొడుచుకున్నా కానరాని చీకటుంటుంది బయట. ఇంకొద్దిసేపట్లో చీకటి పడుతుంది, ఇంకొద్ది సేపట్లో చీకటి పడుతుందని చూస్తూనే ఉన్నా. మరీ అంత చీకటి లేదు. సూర్యుడు పడమటి దిక్కుకు జారుకుని గంట దాటినా నీళ్లు, మేం వెళ్తున్న దారి, వెళ్లాల్సిన చోటు స్పష్టంగా కనిపిస్తూనే ఉన్నాయి.

కోటి, బాబాయి, ఏసు ముగ్గురు అలసిపోవడంతో వాళ్ల క్యాంపు నుంచి మహేష్ వాళ్ల క్యాంపు వరకూ మమ్మల్ని వదిలిరావడానికి మరో బ్యాచ్ వచ్చారు. అందరం ఒక దాంట్లోకి చేరాం. ప్రయాణ అనుభూతులు, సరదా సంభాషణల్లో మరో గంటపట్టింది ఒడ్డుకు చేరడానికి. మొత్తం రెండున్నర గంటల ప్రయాణం.

మేం దిగీ దిగంగానే ఎలా ఉందన్నా ట్రిప్ అంటూ వచ్చాడు మహేష్. మిగతా వాళ్లు కూడా వస్తే మాట్లాడుతుండగా మహేష్ భార్య, చెల్లెలు వచ్చి "పప్పు చారు, వొట్టి చేపలు రెడీ చేసి పెట్టాం తింటూ మాట్లాడుకుందురు రండన్నా" అని పిలిచారు.

"నూకలతో చేసిన అన్నం మీరు తింటారో లేదో" అని మొహమాటపడుతుంటే "అన్నమే కాదక్కా ఉప్పూ కారమేసి మట్టిపెట్టినా తిని పోతాంలే" అనగానే నవ్వుతూ పెట్టారు. వాళ్లు చూపిన అభిమానం వల్లో, ఎప్పుడూ తినేదానికి కాస్త భిన్నమైన తిండి తినడం వల్లో చాలా బాగుంది.

అయిదు కేజీల చేప వండమని డబ్బులు ఇచ్చి వెళ్లాం గానీ వీళ్లు వెళ్లేసరికి చేపలు ప్యాకింగ్ అయిపోవడంతో కుదర్లేదంట. తర్వాత తెలిసింది ప్యాకింగ్ కాదు కారణం మేము ఇలా రావడం, వాళ్లు మాకు సహాయం చెయ్యడం, పడవలో తీసుకెళ్లడం గురించిన వాళ్ల లోకల్ షావుకారు వెలిబుచ్చిన అసంతృప్తి అని.

"అనవసరంగా మా వల్ల మీరు మాట పడాల్సి వచ్చిందంట కదన్నా" అంటే "మాకివన్నీ మామూలేలేన్నా" అన్నాడు మహేష్.

చివర్లో వంట చేసినదానికి డబ్బులివ్వబోతే మహేష్ చెల్లెలు అస్సలు తీసుకోలేదు. బలవంతంగా చేతిలో పెట్టాల్సి వచ్చింది. ఆ కొద్దిసేపటి పరిచయంలోనే అంత అభిమానం చూపించారు.

ఇంతకు ముందు వచ్చినప్పుడు సతీష్ వాళ్లు కూడా నూకలన్నమే పెట్టడం గుర్తొచ్చి అడిగితే "నూకలైతే 25 కేజీల టిక్కీ 750 కే వస్తుందన్నామామూలు బియ్యమైతే 1000 పైనే పెట్టాలి" అన్నారు. ఊరుకాని ఊరు వచ్చి ఇంత కష్టపడేది మిగుల్చుకునే ఆ వంద రెండొందల కోసమే కదా అనిపించింది.

ఇంత రిమోట్ ఏరియాలో ఉండి ఏదైనా మెడికల్ ఎమర్జెన్సీ అయితే వాళ్లంతా ఒకరికొకరు సాయంగా పడవల్లో తీసుకుపోవడం సంఘ జీవనాన్ని గుర్తుచేసింది.

ఇక్కడ పెద్దగా రిస్క్ ఉండదంట గానీ సముద్రంలో వేటకు పోయినప్పుడు తుఫాన్లకు పడవలు తిరగబడ్డం, దారి తప్పి శ్రీలంక వెళ్లడం, జాలర్ల ఆచూకీ గల్లంతు అనుకున్న చోట్ల నెలల తర్వాత మనిషి తిరిగి రావడం చాలా చెప్పుకొచ్చారు.

అప్పటికే టైం తొమ్మిదిన్నర కావడంతో "ఈ రాత్రికి ఇక్కడే ఉండి పొద్దున్నే పోండిన్నా" అంటూ వాళ్లు మంచాలు కూడా వేసిపెట్టారు కానీ రాత్రిళ్లు అడవి ప్రయాణాలు మనకేం కొత్తా. అదీ గాక ఇక్కడ ఆగితే రేపటి మల్లెంకొండ ప్రోగ్రాం మొత్తం డిస్టర్బ్ అవుతుందని చెప్పి బయల్దేరాం. శివ బైక్ పంక్చర్. ట్యూబ్ లెస్ టైర్

కాబట్టి బయటికి రాగలిగాం గానీ ట్యూబ్ టైర్ అయ్యింటే రాత్రికి జాగారమే అయ్యుండేది.

మా బండి చప్పుళ్లకు బెదిరిన తీతువు పిట్టల పిల్లలు రెండు గునగున పరిగెతుదున్నాయి. చేతిలోకి తీసుకుంటే పారిపోవాలని ఎంత ప్రయత్నం చేశాయో. నిర్భందం ఎవరికి ప్రియం.!

అప్పటికే పదిన్నర కావొస్తోంది. బ్రాహ్మణపల్లెకు రావాల్సినోళ్లం అడవిలో దారి తప్పి అర్ధగంట తర్వాత ఏడెనిమిది కిలోమీటర్లు అదుసువారి పల్లె దగ్గర జనజీవన స్రవంతిలో కలిసాం. బ్రాహ్మణపల్లెలో సరంజామా సర్దుకుని తీసుకుని దిగువ మల్లెంకొండ దగ్గరికి వెళ్లే సరికి పదకొండున్నర.

అందరి శరీరాలు అలసిపోయినాయి. కునుకేస్తే కుదరదని అమావాస్య అర్ధరాత్రి వేళ మల్లెంకొండ వైపు అడుగులు వేశాం. పొట్టేలు యాత్రప్పుడు వెన్నెల నడక, ఇప్పుడు అమావాస్య నడక. దేనికదే ప్రత్యేకం. మల్లెంకొండ గుడికి చేరేసరికి తెల్లవారుజాము మూడున్నర అయింది.

జీవితంలో ఎన్నెన్నో ప్రయాణాలు చేస్తుంటాం.

కొన్ని తృప్తినిస్తాయి

కొన్ని మనల్ని మనకు కొత్తగా పరిచయం చేస్తాయి

మరికొన్ని జీవితకాలం గుర్తుండిపోతాయి.

కొన్ని మాత్రమే ఆ మూడింటినీ కలిపి ఒకేసారి ఇవ్వగలవు. నదీ జలాల్లో శిథిలాలను వెతుక్కుంటూ చేసిన గుండ్లమాడ ప్రయాణం అలాంటిదే.

*****

# ఘటిక సిద్ధేశ్వరం

పూర్వం మేరు, వింధ్యా పర్వతాలు ఒకదానికొకటి పోటీపడి పెరిగిపోతుండగా, శివాజ్ఞతో వింధ్యను నిలువరించడానికని దక్షిణా పథానికి వచ్చిన అగస్త్యుడు శివ పార్వతుల కళ్యాణం నాటికి వెలిగొండల్లోని దేవరకొండలో ఉన్నాడంట. కళ్యాణం చూడాలని అగస్త్యుడు శివలింగాన్ని ప్రతిష్టించి, ప్రార్ధించగా ఘటిక కాలంలో ప్రత్యక్షమయ్యి ఇక్కడ కళ్యాణం జరుపుకున్నారంట. అప్పట్నుంచి ఘటిక సిద్ధేశ్వరం అంటున్నారు. ఘటిక అంటే 24 నిమిషాలు.

మరో అర్థంలో చెప్పాలంటే ఘటిక అనగా గోష్ఠి లేదా బ్రాహ్మణ సభ. తమ సంస్కృతి, సంప్రదాయాలను దక్షిణానికి విస్తరించే క్రమంలో బ్రాహ్మణులు ఏర్పాటుచేసుకున్న పురాణ విద్యా కేంద్రాలు. దీనికి సాక్ష్యాలన్నట్టు అప్పట్లో బ్రాహ్మణుల పోషణ కోసం నెల్లూరు, కడప జిల్లాలలో మాణ్యాలు కూడా ఉండేవంట.

తర్వాతి కాలంలో నిరాధరణకు గురై ముప్పై సంవత్సరాలుగా మట్టిలో కూరుకుపోయిన శివలింగాన్ని, గుడిని 1974 లో దేశాటన తర్వాత తిరిగొచ్చిన కాశినాయన ఆలయ జీర్ణోద్ధరణ గావించారు. అప్పటినుండి స్థానికుల విరాళాలు, స్వచ్ఛంద అన్నదానాలతో మంచి ప్రాచుర్యం పొందుతోంది.

సిద్ధేశ్వరం పేరు కూడా ఆసక్తిగా ఉంటుంది. అగస్త్యుడు మొదలు తదనంతర సిద్ధ వైద్యులు మూలికలతో ప్రయోగాలు చేసి ఇక్కడి రాళ్లకింద పెట్టేవారంట. అవి తర్వాత కాలంలో ఎప్పుడో సిద్ధత్వం పొందుతాయి. తర్వాతెవరైనా ఆ ఫార్ములా కనిపెట్టిన వారికి ఆ వైద్యం అంతుబడుతుందంట. కాశినాయనకు అలాంటివి కొన్ని దొరికినాయి, అందుకే మహిమ అని చెప్తుంటారు.

కార్తీక సోమవారాలు, శివరాత్రుల్లలో మా ఊరి నుంచి అదే పనిగా వెళ్లి, నిద్రచేసొచ్చే వాళ్లు కూడా ఉన్నారు. చుట్టూ కొండలు, మధ్యలో గుడి భలే ఉంటుందని ఊరించేవారు. అలా ఘటిక సిద్ధేశ్వరం చూసి రావాలని చాలా రోజులుగా అనుకుంటుండగా ఇన్నాళ్లకు కుదిరింది. నాకు తోడు శివ, రామ్మోహన్.

ఘటిక సిద్ధేశ్వరానికి ఉదయగిరి, సీతారామపురం మీదుగా ఒకటి, బద్వేల్, పోరుమామిళ్ల, సీతారామపురం ఘాట్ మీదుగా ఇంకో దారి ఉంది. మేం ఘాట్ దారిలో బయల్దేరాం. వర్షాలు బాగా కురవడంతో కొండలన్నీ ఆకుపచ్చని చీరకట్టినట్టు సింగారించుకోనున్నాయి. గెడ్డి గంటలు పచ్చబడి, గాలికి అటు ఇటు ఊగుతున్నాయి ఉల్లాసంగా.

ఘాట్ లో తొలి కొండ ఎక్కగానే వ్యూ పాయింట్ వస్తుంది. కొండ పాదపు చిట్టడవంతా పచ్చని తివాచీలా పరుచుకుని ఉంది. పోరుమామిళ్ల, బద్వేల్, బ్రహ్మంగారి మఠం, కలసపాడు, నల్లమల, లంకమల కొండలన్నీ కనిపిస్తున్నాయి. పోరుమామిళ్ల చెరువు నిండు కుండలా ఉంది.

పద్నాలుగవ శతాబ్ధంలో హరిహర, బుక్కరాయలు విజయనగర సామ్రాజ్యమేలుతుండగా, బుక్కరాయల కుమారుడు భాస్కర భవదూరుడు ఉదయగిరి దుర్గానికి అధిపతిగా ఉంటూ, పోరుమామిళ్లకు తూర్పున పదకొండు కిలోమీటర్ల పొడవైన తటాకాన్ని నిర్మించాడంట. ఈ విశిష్టతల వల్ల 2020 సంవత్సరానికి ప్రపంచ చారిత్రక నీటి కట్టడాల్లో పోరుమామిళ్ల చెరువును ఒకటిగా గుర్తించారు. ఒకప్పుడు మల్దేవి వాగు చెరువుకు ప్రధాన ఆధారం. ఇప్పుడు బ్రహ్మసాగర్ నుంచి తెలుగుగంగ కాలువ ఉంది. చెరువు నిర్మాణానికి సంబంధించిన పద్నాలుగు అంశాలతో కూడిన శిలాశాసనం ఇక్కడ ప్రత్యేకం.

అదే సంవత్సరం ఎంపిక చేసిన పద్నాలుగు ప్రాజెక్టుల్లో ఆంధ్రప్రదేశ్ నుంచి శ్రీక్రిష్ణ దేవరాయల భార్య వరదరాజమ్మ గుండ్లకమ్మ, జంపలేరు మీద నిర్మించిన కంభం చెరువు, తుంగభద్ర నదిని కడపకు తీసుకొచ్చే బ్రిటీష్ కాలంనాటి కేసీ కెనాల్, మహారాష్ట్రలోని ధామాపూర్ చెరువులు కూడా చోటు దక్కించుకున్నాయి.

వర్షాకాలంలో వెలిగొండలను దాటుతూ చేసే పన్నెండు కిలోమీటర్ల ప్రయాణం చాలా బాగుంటుంది. పాదచారులు, జీవ్వాలు, ఎద్దులు, గుర్రాల దప్పిక తీర్చడం కోసమని ఘాట్ మధ్యలో ఒకచోట యోని కుండం ఆకారం లేదా గుర్రపు నాడా ఆకారంలో బావి తొవ్వించారు. రోడ్డు పక్కన దీర్ఘ చతురస్రాకారంలో మలిచిన రాతి దొన్నె ఉంది. అది బ్రిటీష్ కాలం నాటి తాగునీటి బావి. ఇలాంటిదే ప్రకాశం జిల్లా

చంద్రశేఖరపురం మండలంలోని మైలచర్ల గ్రామం పక్కన కూడా కలదు.

ఘాట్ దిగిన తర్వాత తొలిగా వచ్చేది నారాయణమ్మపేట. పీర్ల గుండం కోసం మొద్దులు కువ్వేసి ఉన్నారు. పక్కనే పొడవాటి వెదురు కర్రలతో చేసిన పీర్లు ఉన్నాయి. ఈ పీర్ల పండగ తురకోళ్లది, దూదేకులోళ్లది అంటారు గానీ పల్లెల్లో సంబరమంతా హిందువులదే. కులాలు, మతాలు, వర్గాలుగా విడిపోతున్న నేటి సమాజంలో వాళ్ల పండగ మనమేందిరా చేసేదనకుండా ఈ సాంప్రదాయం ఎన్నాళ్లుంటుందో చూడాలి.

పల్లె ముంగిళ్లను గచ్చు, సిమెంటు ఆక్రమిస్తున్న ఈరోజుల్లో నేలమింద పేడనీళ్లతో అలకడం చాలా ఏళ్ల తర్వాత చూస్తున్నాను. ఒకప్పుడు పండగ, శుక్రవారాలు వచ్చినాయంటే చాలు ముంగిళ్లు పేడనీళ్లతో, గడపలు ఎర్రమట్టితో తలతల్లాడేవి. చుక్కల ముగ్గులు, వైకుంఠపు వాకిళ్లు, రథాలు పెద్ద తతంగం. ఇప్పుడెక్కడా చూసినా సిమెంట్ వాకిళ్ల ముందు గ్లాసెడు నీళ్లు చల్లి, చాక్ పీసుతో బరబరా నాలుగ్గీతలు బరకడమే.

నిద్రమంచమైనా లేవకముందే చెంబు పేడనీళ్లలో ముంచి, చల్లుతుంటే లయబద్ధంగా వచ్చే శబ్దం మెల్లిగా దూరమవుతున్నట్టుగా ఉంది. కొత్తొక వింత, పాతొక రోతలా కాల గమనంలో అన్నీ కనుమరుగైపోతున్నాయి.

సీతారామపురం సర్కిల్ నుంచి ఇరవై కిలోమీటర్లు వెళ్తే ఏడవ శతాబ్దం పల్లవులతో మొదలు పదకొండవ శతాబ్దంనాటి చాళుక్యుల కాలంలో కొండను తొలిచిన తొమ్మిది గుహాలయాల భైరవకోన ఉంది. గుహలతో పాటు వాటర్ ఫాల్ ప్రత్యేక ఆకర్షణ.

సర్కిల్ దగ్గర కుడివైపు తిరిగితే ఉదయగిరి రోడ్డు. పోలంగారిపల్లె నుంచి ఎడమ వైపు నాలుగు కిలోమీటర్ల పోతే బెడుసుపల్లె. కాశినాయన స్వంతూరు అదే. కాశిరెడ్డి పుట్టిన కొన్నాళ్లకే భర్త చనిపోతే బిడ్డను తీసుకుని ఉదయగిరి తాలూకా బిజ్జంపల్లె పక్కన కొత్తపల్లెలోని అమ్మగారింటికి వెళ్లింది కాశిరెడ్డి అమ్మ. బాల్యం, విద్యాభ్యాసం అక్కడే. మేనమామలది వ్యవసాయ కుటుంబం. సేద్యంలో సాయం చేసేవాడంట. యుక్త వయసుకు రాగానే మదిలో మెదిలే తాత్విక చింతనలు వెతుక్కుంటూ దేశాటనం మొదలుపెట్టాడు.

రైతుగా పుట్టి

రైతుగా పెరిగి

రైతు తత్వాన్ని పది మందికి పంచుతూ అవధూతగా మారాడు. కాశినాయన చనిపోయి ముప్పయ్యేళ్లు దాటినా కూడా ఇప్పటికీ లేదనకుండా ఆకలి కడుపులు

నింపే ప్రతి నిత్యాన్నదాన సత్రంలో, ప్రతి మెతుకులో సజీవుడై ఉన్నాడు.

పోలంగారిపల్లె దాటిన తర్వాత కుడిపక్కకు తిరిగాము. వర్షాకాలం కాబట్టి చెట్లు పచ్చగా కనిపిస్తున్నాయి గానీ ఉదయగిరి తాలూకా మొత్తం పూర్తిగా వర్షాభావ ప్రాంతం. చెరువు మాగానుల్లో వరి తప్ప మిగతా అంతా పత్తి, కంది, జొన్న, ఆముదాలు వంటి మెట్ట పంటలే. ఓపికున్నన్నాళ్లు పొలంతో ఇగ్గులాడిన రైతులందరూ కువైట్, పూనా, బెంగుళూరు హైదరాబాదంటూ వలస బాటపట్టారు. ఇక్కడి నిరాశలకు బెంగుళూరు పీజీలు ఊపిరిలూదాయి. ఇప్పుడు ఇంటికొక పీజి, నాలుగిండ్లకొక కారు అన్నట్టుంది పరిస్థితి. వెలిగొండ పూర్తయితే సీతారామపురం బీడు భూములు చిగుర్లెత్తుతాయి, ఉదయగిరి ఊపిరి పీల్చుకుంటుంది.

దారికి ఎడమపక్కన దేవమ్మ చెరువు నిండు కుండలా ఉంది. సిద్ధేశ్వరం నుంచి వచ్చే దేవర పాయ, పెద్దపాయ నుంచి వచ్చే కన్యకల పాయ రెండూ కలిసి మర్రూట్ల వాగుగా మారి దేవమ్మ చెరువుకు నీళ్లందిస్తాయి. కన్యకల వాగు వానలు లేకుంటే ఎండిపోతుందంట గానీ దేవర పాయ మాత్రం నిత్య ధార.

పూర్వం సాధు నారాయణ స్వామి ఇక్కడే ఉంటూ, ధనాశ పెరిగి సిద్ధేశ్వరంలోని ధనాన్ని తీసుకుని పారిపోబోతుండగా ఇక్కడికి రాగానే కళ్ళు పోయాయంట. ప్రాయశ్చితుడై ఆ డబ్బుతో దేవమ్మ చెరువు తవ్వించాడని చెబుతుంటారు.

సిద్ధేశ్వరం వెళ్లే దారిలో ఒకే వాగును ఆరేడు సార్లు దాటాల్సి ఉంటుంది. పారకం తక్కువే గానీ ఉన్న ఆ కొన్ని నీళ్లూ సప్తస్వరాలు పలికిస్తున్నట్టు గలగలమంటూ పారుతున్నాయి. వర్షం పడితే వాగు ఉధృతి బాగా ఎక్కువంట.

చివరి పల్లె దాటి, అడవిలో ఆరేడు కిలోమీటర్లు మట్టి రోడ్డులో వెళ్లాలి. దారికి తోరణం కడుతున్నట్టు అటు ఇటు అల్లుకుని ఉంటాయి వెదుర్లు. గుడి పరిసరాల్లో ఎక్కడే గాని ఎండ కిరణాలు పడకుండా వందలేళ్ల నాటి చెట్లు గొడుగు పట్టాయి. కొన్ని కొన్ని ఇద్దరు మనుషులు చేతులు పెట్టినా అబ్బవన్నెట్టున్నాయి. గుడికెదురుగా బిల్వ వృక్షం ఏపుగా పెరిగి ఉంది.

కైలాసకోన నుంచి వచ్చిన నీటి ఊటను నంది నోట్లోనుంచి వచ్చేలాగా పెట్టారు. ఆ ధార ఎప్పటికీ తగ్గదు. అక్కడ కాళ్లు కడుక్కుని గుడివైపు నడిచాము. గుడి మరీ పెద్దదేం కాదు. లోపల అగస్త్య మహాముని ప్రతిష్ఠిత శివలింగం ఉంది. ఎడమపక్కన కామాక్షి రూపంలో అమ్మవారి గుడి. పాతది పడగొట్టి కొత్తది కట్టారు. గర్భగుడి చుట్టూ అమ్మవారి ప్రతిరూపాలు రాతి శిలలతో చెక్కించారు. తన తల నరుక్కుని ఆ రక్తాన్ని పంచుతున్న చినమస్తా దేవి రూపం ఆకర్షించింది. యుద్ధ క్షేత్రంలో

తోబుట్టువులకు దాహం వేస్తే తన రక్తాన్ని తాపిందని చెప్పాడు అక్కడున్న ఒక వ్యక్తి. మిగతా తొమ్మిదిమందికి కూడా ఒక్కో చరిత్ర ఉందంట.

అప్పటికే రెండున్నర అయింది. లోపల జీవుడు కొటకలాడ్డం మొదలుపెట్టాడు. నేనున్న చోట ఆకలి అరుపులు ఉండకూడదు అని కాశినాయన ఆజ్ఞాపించినట్టు 'బువ్వ తిందుర్రాండి నాయనా' అంటూ పిలిచాడు ఒక కాశాయధారి. అది కాశినాయన నిత్యాన్నదాన సత్రం. ఎదురుగా మరొకటుంది. ఒకటి దూదేకుల కులస్తులు నడిపేది, మరొకటి రెడ్లది. ఇద్దరూ పోటీపడి అన్నదానం చేస్తుంటారు. ఒక సత్రంలో పప్పు, బెండకాయ, బుడ్డ కారాలు, రసం, మజ్జిగ పులుసుతో పుష్టిగా భోంచేశాం. వాళ్ల నాయన వీరరాఘవ రెడ్డి సంవత్సరీకానికి గుర్తుగా పదివేల రూపాయలు అన్నదాన సత్రానికి ఇచ్చాడు శివ.

కాశాయం కట్టిన ముసలాయన కనిపిస్తే మాటలు పెట్టుకున్నాను నేను. పది పదకొండేళ్లప్పుడు ఇండ్లు దాటి బయటికి అడుగుపెట్టాడంట. మనసును, బుద్ధిని అదుపు చెయ్యడం గురించి, అఘోరాల దీక్షల గురించి, సన్యాసం తీసుకున్న కొత్తల్లో ఈ సిద్ధేశ్వరం దగ్గర ఒక సంవత్సరం పాటు ఏమీ తినకుండా కేవలం గాలి పీల్చుకుని బతికాను అని చెప్పాడు.

కైలాసకోన, అమ్మవారు తపస్సు చేసిన ప్రదేశం, రామలక్ష్మణుల విగ్రహాలు చూడదగినవంట. ఆ మెట్ల మీదుగా కొంచెం కొండెక్కి సమయం లేక దిగొచ్చాము.

## 2

తర్వాతొకసారి కుటుంబంతో వెళ్లొచ్చాను. వాన చినుకు తాకిడికి మెరిసే రేల పువ్వులా, లేడిపిల్లలా అడవిలో కలిసిపోయింది మా రీతు అక్కడున్న ఆ కొద్దిసేపూ.

అంతా హడావిడి. పరుగు.

ఇది కాదు సిద్ధేశ్వరం అంటే.

పరుగు ఆపాలి, ఆలోచనలకు కుదురివ్వాలి.

అగస్త్యుడు మొదలు వందల, వేల ఏళ్లుగా సిద్ధులు, సన్యాసులు, అవధూతలు, భైరాగులు ఇక్కడ పొందిన భావ తరంగాలను అనుభూతించాలి.

ఒక రాత్రి అయినా అక్కడ గడపాలనుకుంటూ సంక్రాంతి రోజు విష్ణు, నేను ప్రయాణం కట్టాము. పండగ పూట కూడా అడవులమ్మటి తిరగడం ఏందిరా మా

అమ్మ, ఇదేం పిచ్చి మీకు ఆ కొండలమ్మిటి అంటూ సౌజన్య గొనిగారు గానీ సిద్ధేశ్వరం పిలుపు ముందు ఇవి పెద్దగా వినపడలేదు.

'సిద్ధేశ్వరంలో నిద్రచెయ్యడానికి పోతాండం' అని సన్నపురెడ్డి వెంకట్రామిరెడ్డి గారిని ఎచ్చరిస్తే వస్తా అన్నాడు. ఆయనకు తోడు రిటైర్డ్ టీచర్ నారాయణరెడ్డి గారు కూడా. పోలంగారిపల్లెలో కాశినాయన పాత దాయాది మున్నెల్లి కాశిరెడ్డి ఇంట్లో పెళ్లి చేసుకున్న మా తమ్ముడు వీరారెడ్డి కూడా అక్కడే కలుస్తానన్నాడు.

సన్నపురెడ్డిలాంటి నిండైన సాహిత్యకారునితో ప్రయాణమెప్పుడూ కొత్త దృష్టికోణాన్ని పరిచయం చేస్తుంది. అన్నాళ్లుగా బుస్సానాయుని గురించి, అతని కోట గురించి వింటూ నేనూహించుకున్న చిత్రం వేరు.

అనగనగా ఒక కొండ
కొండ మీద కోట.
కోట చుట్టూ గోడ.

రత్న రాశులు
బంగారు పాతులు
ధన భాండాగారాలు ఎన్నెన్నో.
అంజన పసుర్లు వేసి వెతికారు
అనుమానమొచ్చిన చోటల్లా పేల్చారు

ఆనవాళ్లన్నీ మట్టిలో నిక్షిప్తమైపోయాయని ఎవరికి తెలిసింది వాళ్లు చెప్పే కొద్దీ మరింత ఆసక్తిగా అనిపించేది.

అలా బుస్సానాయుని గురించి ఒక ఊహాత్మక ముద్ర పడింది మదిలో. అదే ప్రస్తావించాను ఆయనతో.

"తిండిగ్గతిలేక ఊర్లమింద దోసుకుంటా కొండమింద దాక్కునే వానికాడ బంగారు, ధన రాశులేంది..!" చిన్నగా నవ్వినాడు.

బుస్సానాయుని కోట ఉండే కొండ పేరు గొడ్డేటి కొండ. ఈ కొండల శ్రేణికి పడమటి పాద ప్రాంతంలో గానుగపెంట, చల్లగిరిగెల, సిద్ధవరం, అగ్రహారం, మరికొన్ని పల్లెలుండేవి. అగ్రహారం సన్నపురెడ్డి గారి సొంతూరు.

ఒకరోజు రాత్రిపూట బుస్సానాయుడు తన ఇరవై ముప్పై మంది మనుషులతో అగ్రహారంమింద పడినాడంట. ఒకేసారి అంతమందిని చూసి భయపడ్డ ఊరి జనం ఇండ్లల్లోని తిండి గింజలన్నీ తెచ్చి పోస్తే కుంచె కట్లు కట్టుకుని గొడ్డేటి కొండవైపు కదిలారంట.

వాళ్లు పొయినాంక సన్నపురెడ్డి వేమారెడ్డి అనే అతను కాడిమాను భూజానేసుకుని, మరో పదిమందిని పోగేసి బుస్సానాయున్ని వెంబడించాడంట. అలా ఒక ఇరుకు దారిలోకి పొయినాంక తలా ఒక దిక్కుకు తిరుక్కోమని వేమారెడ్డి మెదలకుండా పొయి చివర్న వెళ్లేవాడి తలమింద కాడిమానుతో బలంగా కొట్టినాడంట. వాడు వ్వా అంటా కోడిపిల్లలాగ తిరిగిపడగానే వేమారెడ్డి మనుషులు సంపండ్రా నా కొడుకుల్ని అని ఆగిత్తంగా అరవబట్టినారంట. పడిరికదరా ఊరంతా అని బుస్సానాయునికి, వాళ్ల మనుషులకు దిక్కు తెలీక సంచులన్నీ కిందపడేసి తలో దిక్కున పరిగెత్తారంట.

దీని గురించి, మరికొన్ని సంఘటనల గురించి తార్కికంగా మాట్లాడుకున్నాక ధనరాశుల పుకార్లన్నీ శ్రమలేని ధనాన్ని ఆశించే మానవుని దురాశల ప్రతిరూపాలు అనిపించింది.

కోట లేదు కదా, ఇప్పుడంత దూరం పోవాలా వద్దా అనే ఆలోచన లేదు. వెళ్లాలి. చిన్న రాయి ఉన్నా కూడా వెళ్లాలి, ప్రత్యక్షంగా చూడాలి, ఊహల్లోని దృశ్యానికి వాస్తవాన్ని రూపమివ్వాలి.

కాశిరెడ్డి మామ వాళ్లింట్లో టీ తాగుతూ పోలంగారిపల్లెలో కొద్దిసేపున్నాం. కన్యకల గుండం దగ్గర కొండపేటుకు ఆదిమానవుల కాలంనాటి బొమ్మల గురించి చెప్పాడు. అలాగే కార్తీక పౌర్ణమి నాడు దేవతలంతా వచ్చి ఆ గుండంలో స్నానం చేస్తారని వాళ్ల పల్లెల్లో ప్రచారంలో ఉందంట.

బుస్సానాయుని కోటకు దారి చూపించడానికి అడవి దారులు తెలిసిన యానాదోళ్లనిద్దర్ని మాట్లాడినా అనడంతో నమ్మకం కుదిరింది, మా వాళ్లొచ్చినా రాకున్నా యానాదోళ్లతో పాటు ఒక్కన్నైనా పొయొస్తానని.

సిద్దేశ్వరం చేరేసరికి రాత్రి ఎనిమిదిన్నర అయింది. కాశినాయన అన్నదాన సత్రంలో భోజనం తిన్న తర్వాత సన్నపురెడ్డి గారితో మంచి సాహిత్య చర్చ.

సత్రంలో రెండు మూడు వందల మందికైనా ఇబ్బంది లేకుండా పెద్ద హాలు, హాలు చుట్టూ పద్దైదు రూములున్నాయి. నిద్ర చెయ్యడానికొచ్చినోళ్లు, సాధువులు అంతా ముప్పై నలభై మందికి తగ్గకుండా ఉన్నారు. రూము, చాపలు, దుప్పట్లు కావాలంటే

అక్కడే ఇస్తారు. అన్నీ సర్దుకుని నిద్రకుపక్రమిస్తామనంగా చలికి గజగజ వణుకుతూ వచ్చారు మా ఊరి సుబ్బారెడ్డి, రైల్వే ప్రవీణ్. అప్పటికి టైం పన్నెండున్నర అయింది.

సత్యాన్ని వెతుక్కుంటూ సన్యాసులు,

పురాణాలను ఔపాసన పట్టిన బ్రాహ్మణులు,

సిద్ధత్వం కోసం అణువణువు పరితపించిన మార్మిక లోకమిది. కొడుకులు ఆదరించలేదనో, కూతురు ఆస్థి కోసం నిష్ఠూర పడిందనో, అభాగ్యుడినో, నిర్భాగ్యుడినో, దిక్కులేనివాడినో అక్కున చేర్చుకున్న కొండ గూటిలో మా మజిలీ. పడుకుంటూనే నిద్రపట్టింది.

*****

పిట్టలు గొంతులు సవరించకముందే ఎవరో తట్టిలేపినట్టు మెలుకువొచ్చింది. డోరు తీసి తియ్యగానే చలిగాలి వణికించింది. రూములోనే వెచ్చగా ఒదుక్కుందామనిపించింది గానీ తప్పదు, ఇక్కడేమాత్రం ఆలస్యం చేసినా బుస్సానాయుని కోట ప్రయాణం ఇబ్బందవుతుందని విష్ణు, నేను మా మార్గదర్శకుల కోసం బయల్దేరాము.

చలిగాలుల తాకిడిలో తడిసి ముద్దవుతున్న అడవికి వెచ్చదనాన్నందిస్తూ పోలంగారిపల్లె వైపు కదిలింది కారు.

మంచు కురిసే వేళలో మల్లె విరిసేదెందుకో

మల్లె విరిసే మంచులో మనసు మురిసేదెందుకో.. సందర్భానికి తగ్గట్టు మంద్రంగా వినిపిస్తోంది పాట.

ఎందుకు విరుస్తాయి మల్లెలు..?

మల్లెలు విరిస్తే విరుస్తాయి సరే, మరి మనసెందుకు మురుస్తుందీ..?

ఏమో...! కొన్నింటికి తర్కాలుండవు, అనుభూతులు తప్ప. మంచుపొద్దు వేళ కారులో షికారు భలేగుంది.

"బుస్సానాయుని కోటకు మీరేడ పోతారు..! గెడ్డి భుజాలెత్తు పెరిగుంటది, దోవలు బూడిపోయుంటాయి, పరికె పెరక్కచ్చది" అంటూ పోలంగారిపల్లె ఆడోళ్లు, ముసిలోళ్లంతా తగులుకున్నెరు. కొండగెడ్డి కోస్తూ, కట్టెలు కొడుతూ, గొర్లు, బర్రెలు, ఆవులు మేపుకుంటూ నాటుకోళ్లలా తిరిగిన తరానికి, బ్రాయిలర్ కోళ్లలాంటి ఈ

తరానికి అంతరం తెలిసిన జీవితాలు వాళ్లవి.

'మాకు సిద్ధేశ్వరం కొత్తయ్యుండొచ్చు గానీ అడవి కాదులే' మనసులో అనుకుని, యానాది కాలనీలో నాగయ్య, లింగయ్యలను ఎక్కించుకుని బయల్దేరాం.

అంత ఉదయాన్నే కూడా అన్నదాన సత్రంలో అల్పాహారం సిద్ధం చేశారు. ఇడ్లీలు, వడలు, బజ్జీ, స్వీట్లు పుష్టిగా తిని, కారాలు, నీళ్లు చేతబట్టుకుని గుడికి దక్షిణంగా దోవ పట్టాము. రాత్రే పరిచయమైనా మాతో పాటు కదిలాడు కాటమయ్య. కాటమయ్యంటే సిద్దేశ్వరంలో ఉండే కుక్కగాడు. గత జన్మ వాసనలు వెతుక్కోడానికి వస్తున్నాడు కాబోలు. ఎంతైనా మనిషితో పాటు అడవినుంచి బయటికొచ్చిన జంతువే కదా.

బుస్సానాయుని గురించి యానాదోళ్లను కదిలిస్తే ఉదయగిరి కోటనేలే రాజులు వీళ్లను నేరుగా పట్టుకోడం కుదరక బుస్సానాయుని ఉంపుడుగత్తెకు ధనాశ చూపి, తన కూతురు పెళ్లికి రమ్మని పిలిచేట్టు ఆమెచేత కబురు పంపించారంట. బుస్సానాయుడు, వాళ్ల మనుషులు రాగానే సైన్యం చుట్టుముట్టి చంపేశారంట. ఆ ఊరు కొత్తపల్లె. గొడ్డేటికొండకు, ఉదయగిరి దుర్గానికి మధ్యనుంటుంది. ఆ పజ్జెనిమిది మంది సమాధులు ఇప్పటికీ ఉన్నాయంట కొత్తపల్లె పక్కన.

ఉసిరికాయలు కనిపిస్తున్నాయి అక్కడక్కడా. వాటిని కోసుకుంటూ ఒక లోయ దిగి, మరో కొండ ఎక్కినాం. స్నానం తర్వాత చంటిపిల్లలకు పొగేసే కొమ్మి ఆకుల్లో ఉన్న రకాల గురించి చెప్తున్నాడు సుబ్బారెడ్డి. కొమ్మి పూల వాసన బయటికి వెదజల్లదు గానీ పీలిస్తే బాగుంటుంది.

కొండలు ఎక్కలేడనుకున్న సన్నపురెడ్డి గారి ఉత్సాహం చూస్తే ఈసారి కోట వరకూ వచ్చేస్తాడనే అనుకున్నా గానీ "ఈ పిరికి నా కొడుకును ఇంత లోపల ఎవురు కోట కట్టుకోని సావమన్నెరు" అంటూ ముద్దలసరి దగ్గర కాడిమాను కిందపడేసి కూర్చున్నాడు. అప్పటికి గుడినుంచి ఒక కిలోమీటరు నడిచుంటాము. నారాయణ రెడ్డి గారు కూడా నేను రాలేను మీరు పొయిరాపోండని అన్నాడు. కారెపుసుట్లు, నీళ్లు కొన్ని వాళ్ల చేతికిచ్చి ముందుకు కదిలాము.

ఎదురుగా కనిపించేదే గొడ్డేటి కొండ. ఆ శిఖరంపైన ఉంటది కోట అన్నారు మా గైడ్స్. రెండు మైళ్లకు తక్కువుండదు. కొండ చెంపల్లో తక్కువే గానీ వాలుల్లో, నారవల్లో బాగా పెరిగింది గెడ్డి. కొండ కాలలేదేమో ఒకచోటైతే నాకంటే ఎత్తుగా ఉంది కొండగెడ్డి.

వెలిగొండల శ్రేణికి తూర్పున కాస్త ఎడంగా కొండ ఒకటి కనిపిస్తోంది. అదే

ఉదయగిరి దుర్గం. ఒక్కటే నిలువెత్తు కొండ అయిందాన రాజు మరీ బలహీనుడైతే తప్ప ఇలాంటి కోటను జయించడం కష్టం.

ఆఅతడు అడవిని జయించాడులో సుక్కపందిలాంటిదొకటి ఈనుకోడానికి పొదను తయారుచేసుకుంది. కూలిపోయిన పందిరిలాగుంది చూడ్డానికి.

గొడ్డేటికొండ ఎక్కుతుంటే తొలిగా కనపడింది కొండంచు వారగా రాళ్లు పేర్చి కట్టిన తెట్టు గోడలు. గోడ మూడు నాలుగడుగుల ఎత్తు, వెడల్పు రెండున్నర అడుగులు ఉంటుంది. కిందినుంచొచ్చే వాళ్లు నేరుగా రాకుండా రెండు పెద్ద కొండ రాళ్లు సహజ రక్షణనిస్తున్నాయి.

అంతా పది పన్నెండెకరాల సదరం. మధ్య మధ్యలో పెద్ద పెద్ద బండరాళ్లు. దోపిడి దొంగల రక్షణలకు సరిగ్గా కుదిరేట్టుగా ఉన్నాయి. ఆ రాళ్ల సందుల్లో సహజ రక్షణ ఆవాసాలు తప్ప కోట తాలూకు ఆనవాళ్లేం లేవు ఎక్కడా. ఎర్రగా కాలిన ఇటుకల్లాంటివి అక్కడక్కడా కనిపించాయి గానీ నిర్మాణాలకు వాడేంత సంఖ్యలో కనిపించలేదు. బంగారం కోసం నిధి వేటగాళ్ల తవ్వకాలు, బాంబులు పేల్చిన బండ పగుల్లు కనిపిస్తున్నాయి.

అన్ని కాలాల్లో నీళ్లు అందించే బారెడు వెడల్పున బావి ఒకటి మధ్యలో ఉంది. ఈతచెట్టు ఒకటి బలపడటం, దానికి తోడు ఎలుంగొడ్డులాంటి అడవి జివ్వమేదో అక్కడ చేరుకోవడంతో ఇసుకంతా బావిలో పడి చాలావరకూ బూడిపోయింది. ఇంకో రెండు మూడేళ్లు అంతే, తర్వాత బావి ఆనవాళ్లు కూడా దొరక్కపోవచ్చు. బావి దరులకు కనీసం రాళ్లు కూడా పేర్చకపోవడం చూస్తుంటే పల్లెలమింద పడి దోచుకుంటూ, జనాల అలికిడి లేనిచోట దాక్కునే దోపిడీ దొంగల స్థావరం తప్ప కోట అనే భావనే కలగలేదు. చుట్టూ ఉన్న తెట్టుగోడ వల్ల జన ప్రాచుర్యంలో కోటగా మారి ఉంటుందనిపించింది.

సదరానికి ఆనుకుని యాభై అరవై మీటర్ల ఎత్తులో ఉంది శిఖరం. మధ్యలో రెండు మిద్దెలెత్తు ఉండే రాయి ఒకటి కనిపించింది. ఎక్కి చూస్తే చుట్టూ ఇరవై కిలోమీటర్ల పైగా కనిపిస్తోంది.

బుస్సానాయుడు ఇదే రాయిపై కూర్చుని ఉదయగిరి కోటను చూస్తూ ఏం ఆలోచించి ఉంటాడు..!

అతను పెద్ద యోధుడని కాదు గానీ

మంచో చెడో

కసితోనో కర్కషంతోనో

ఆకలి, అభద్రతా భావాలు రేపిన పంతానికో పట్టుదలకో సమాజంపై అతనికంటూ ఒక కోణం ఉండుంటంది కదా. చెప్పగలిగేవారెవ్వరు?

బుస్సానాయుని గురించిన ఆలోచనలన్నీ వెలిగొండల లోయల్లో, గొడ్డేటికొండ వాలుల్లో అంతర్థానమైపోతున్నాయి.

ఎఱ్రపేటు, దానవతల పెద్దూట్ల గురించి చెప్పాడు నాగయ్య. మేం రాలేం మీరు పొయిరాపోండని నలుగురు అక్కడే కూర్చున్నారు. నాగయ్య, ప్రవీణ్, నేనూ వెళ్లాం.

వాయువ్య దిశగా వంద మీటర్లు వెళ్తే ఎవరో గొడ్డలి తీసుకుని కొండను తొలిచినట్టు పెద్ద గండి. పది పదైదు ఇరవై బారలు ఉంటుందేమో. పడమటి దిక్కున రెండు మూడు వరుసల కొండల శ్రేణి, వాటికతవల గానుగపెంట, చల్లగిరిగెల పల్లెలు కనిపిస్తున్నాయి. ఎక్కడెక్కడి గాలి కబుర్లను తూర్పు దిక్కుకు మోసుకొస్తున్నట్టు రివ్వున వీస్తోంది గాలి.

కొండ పేట్లపై అటు ఇటు గెంతుతున్న గండంగులు రెండు కాళ్ల జీవుల అలికిడి ఎరుగమన్నెట్టు మమ్మల్ని వింతగా చూస్తున్నాయి.

మరింత వారగా వెళ్లాను. కిందంతా లోయ. ఆ ఎఱ్రపేటు కిందనే కనికెల సరి, పిట్టల సరి, జిపుటాయి బోడు, మామిడి కోన, చాదా ఉన్నాయంట. రెక్కలుంటే ఇప్పటికిప్పుడు అన్నీ చూసెయ్యాలనే ఆరాటం. కానీ కుదరదు కదా.

నాగయ్య చెప్పినదాని ప్రకారం కనికెల సరి వెళ్లగలిగితే మరో అద్భుత జలపాతం బయట ప్రపంచానికి పరిచయం చెయ్యొచ్చు. వస్తుంటే రాయికి అరచేతి మందాన, బెత్తెడు లోతులో గుంత మలిచారు. పచ్చడి నూరుకోవడానికి వాడిన రోలు అయ్యుండొచ్చు.

మా వాళ్లు ఉసిరికాయలు కోస్తుంటే ఆనవాళ్లేమైనా దొరక్కపోవా అని తూర్పు వైపున తెట్టు గోడపై నడిచాను. రాళ్ల మధ్యన దుప్పి కుళ్లిన గుర్తులున్నాయి. గతించిన చరిత్రకు నిర్జీవ సాక్ష్యమన్నట్టు దుప్పి పుర్రె, పుర్రెకు కొమ్ములు మాత్రం అలానే ఉన్నాయి. బలమున్నన్నాళ్లే రాజ్యం, బలం నశించిన నాడు మౌనంగా విశ్రమించాలన్నట్టుగా.

తలా రెండు కేజీల ఉసిరిక్కాయలు భుజానేసుకుని కిందికి నడిచాం. కొండెక్కొచ్చిన బాట ఎక్కడో తప్పింది. అడ్డంగా దించుతున్నారు నాగయ్య, లింగయ్య. కొత్త పెళ్లికొడుకు వీరారెడ్డికి మనసులో గిలి పట్టుకుంది. జాంకిలొకసారి

చెవులోకొచ్చి "అన్నా నా మెడలో బంగారుందిన్నా అద్దెంకోడానికేమన్నా..!" అంటాడు మెల్లగా. సరదాగా అంటున్నాడేమో అనుకున్నా గానీ తర్వాతర్థమైంది నిజంగానే భయపడ్తున్నాడని.

ఇది వీరారెడ్డి వాళ్ల మామకు అణువణువూ తెలిసిన ప్రదేశం.

నాగయ్య, లింగయ్యలు వాళ్ల మామ పంపించిన మనుషులు. పోనీ బంగారం కోసమే దారి తప్పించినా వాళ్లుండేది ఇద్దరు, మేము అయిదుమంది. అయినా కూడా తనకి తీరని అనుమానం. సంపాదన పెరిగేకొద్దీ మనిషిలో అభద్రతా భావం పెరుగుతుందనడానికి ప్రత్యక్ష ఉదాహరణిది.

కిందికొచ్చి స్నానం చేసి, బువ్వ తిని బయల్దేరేసరికి నాలుగు అయింది. కారు వెనుక కొంతదూరం పరిగెత్తాడు కాటమయ్య. ఒకపూట సావాసానికే ఆపేక్ష పెంచుకున్నట్టున్నాడు.

ఊహకు, వాస్తవానికి మధ్య అంతరం చాలా పెద్దది. బుస్సానాయుని విషయంలోనే కాదు జీవితంలో కూడా.

రాత్రి పడుకునే ముందు ప్రతి రేపూ ఎంతో ఉన్నతమైనది, ఎన్నెన్నో ప్రణాళికలు. ఉదయం లేస్తామా అంతా మామూలే. తిరిగి చూస్తే కాలగమనంలో మరోరోజు కాలంలో కలిసిపోతూ ఉంటుంది వెలిగొండల మీది సూర్యాస్తయం సాక్షిగా.

*****

# తురకల సరి

'కోత కొయ్యను నేనేబోతా

ఓదెలెయ్యనూ నువ్వే రావో

నీ సాయ నే సూచ్చ ఉంటే కందిగింజె

కన్నేసెర కోటీ..

కోటి నన్నిడవారాయకే'

నోటికొచ్చిన కూనీ రాగాలేవో పాడుకుంటూ సాకిరేవుల్లో బట్టలు పులుంకుంటున్నాడు చాకలతను. గుర్రపుడెక్కల చప్పుడు వినిపిస్తే అటుగా చూశాడు, ఎదురుగా పెద్ద సైనికదండు.

"ఎక్కడ మీ రాజు" హుంకరించాడు దండు నాయకుడు.

చెప్తే నమ్మిన నాయకున్ని బంధిస్తారు,

తెలియదంటే తనను బతకనివ్వరని అర్థమైంది చాకలతనికి. అంతమంది సాయుధులైన సైన్యాన్ని చూశాక పోరాటమనే ఆలోచన రాకూడదు అనుకున్నాడు మనసులో.

"ఉండండి ఈ బట్టలు ఉతకడం అయిపోతానే పోదం" అని చెప్పి, ఉతికిన బట్టలే ఉతుకుతూ, ఆరేసినోటివి మళ్లా దేవుతూ సాయంకాలం వరకూ పొద్దుపోనిచ్చాడు.

తీరా పొద్దుగుంకినాంక "ఇంగ రాండి పోదం" అని సాకిరేవుల పెంట దాటి బండిగాని సెల మీదుగా ఏనెక్కాడు. అతన్ని అనుసరించారు సైన్యం. శిఖరం మీద మూడు కిలోమీటర్లు నడిచి, తురకల సరి దగ్గరికి తీసుకెళ్లాడు. కిందంతా లోయ.

పరిసరాలను చీకట్లు కమ్మెయ్యడంతో లోయనో కొండనో కనపించే అవకాశమే లేదు సైన్యానికి.

"ఇక్కన్నుంచంతా దిగుడు. దివిటీ వెలిగించి నేను పరిగెత్తాపోతా మీరు నాయనకమ్మిటి రాండి" చెప్పి పరిగెత్తడం మెదలుపెట్టాడు. అందరూ అతనివెంట గుర్రాలను కదిలించారు. అలా కొంతదూరం పరిగెత్తుతూ కొండంచుకు రాగానే దివిటీ లోయలోకి విసిరి, ఒడుపుగా అక్కడున్న రాయి పట్టుకుని వేలాడాడు చాకలతను.

ఆ వెలుతురు వెంబడి గుర్రాలను మరింత వేగంగా ఉరికించింది దండు. కానీ అక్కడ నేలుంటే గదా. ఒకరిమిందొకరు ఒకరిమిందొకరు లోయలో పడి అందరి ప్రాణాలూ గాల్లో కలిసిపోయాయి, గుర్రాలతో సహా.

వాళ్లందరూ తురక సైనికులని అందుకే దాన్ని 'తురకల ఝరి' అంటారని మా పల్లెల్లో అనుకుంటుంటారు. 'ఝరి' కాలక్రమంలో జరి, సరి గా మారి తురకల సరి గా రూపాంతరం చెందిండొచ్చు.

వాళ్ల భార్యలను లంకమల పాద ప్రాంతంలో సామూహికంగా మూండమోపిస్తే పుట్టెడు పూసలు పోగుపడ్డాయని కూడా చెప్తుంటారు. ఆ ప్రదేశాన్నిప్పుడు 'ముండమోపుల రేవు'గా వ్యవహరిస్తున్నారు.

కథల రూపంలో ఒక తరంనుంచి మరొక తరానికి చేరే సామాజిక, సాంస్కృతిక, చారిత్రక సమాచారం తప్ప దీనికంతటికీ ఆధారాలు చూపించమంటే కష్టం. అయితే ఇది పూర్తిగా కల్పితం కాదు వాస్తవ సంఘటన అనడానికి భౌగోళిక సాక్ష్యాలున్నాయి. ఇప్పుడు కాదుగానీ మా ముందు తరంలో పెద్ద పెద్ద వానలు పడి, తురకల సరి కింద వంక ఉధృతంగా పారితే ఖడ్గాలు బయటపడేటివంట. అవి చూసిన వాళ్లు ముగ్గురు నలుగురితో మాట్లాడాను. వాళ్లిప్పటికీ ఉన్నారు.

రెడ్డిబాయి దాటి గుడికి వెళ్లేప్పుడు రెండు కిలోమీటర్ల దూరంలో ఎడమ వైపున వస్తుంది ఈ తురకల సరి. డెబ్బై ఎనభై మీటర్ల ఎత్తునుండే కొండ, ఒకదానికొకటి వైనంగా పేర్చుకుంటూ వెళ్లినట్టు బండరాళ్లు ఉంటాయి. కిందినుంచి చాలాసార్లు చూశాను గానీ పైన్నుంచి చూస్తే ఎలా ఉంటుందనిపించేది.

ఎలాగూ వెళ్తున్నాం కదా తురకల సరికంటే ముందు చాకలతను బట్టలుతికాడని చెప్తున్న సాకిరేవులు, రోళ్లపెంట, రోళ్లబోడు, బ్రిటీష్ గెస్ట్ హౌస్ లున్న బంగళా బాయి, బంగళా బోడు చూసుకుని రావాలని రెండు నాటుకోళ్లను పట్టుకుని, ముందురోజు రాత్రికే లంకమలకు బయల్దేరి వెళ్లాం.

కడప నుంచి అరణ్యశేఖర్, సునీల్ రాచంరెడ్డెన్న, శ్రీనాథ్ ఒబ్బినేని మైదుకూరు

నుంచి శ్రీయపు శివానందరెడ్డి వచ్చారు. ఫారెస్ట్ డిపార్ట్మెంట్ లో పనిచేసే రామాంజనేయులు, వెంగరాజు, ఫారెస్ట్ సుబ్బారెడ్డి, నేను. మొత్తం ఎనిమిది మందిమి.

ఉదయాన్నే అన్నం, పూరీలు, కోడికూర సిద్ధం చేసుకుని కారు, బైకులు మద్దిగుండం దగ్గర పెట్టాము. అక్కన్నుంచి ఎడమవైపు బండిగాని సెలకు కాలిబాట ఉంది. దారికి కుడిపక్కన పెద్ద గుండు ఉంటుంది. పెద్దపులి ఎప్పుడైనా లంకమల వస్తే ఇదే దాని స్థావరమంట. పులిగుండు అంటారు. కూంబింగ్ కు వచ్చే టాస్క్ ఫోర్స్ వాళ్లు, అప్పుడప్పుడూ వెళ్లే ఫారెస్ట్ అధికారులు తప్ప సాధారణ జన సంచారం లేకపోవడంతో దారి దాదాపూ బూడిపొయ్యింది. పరికె లేకపోవడం కొంతలో కొంత సంతోషం. అడ్డంగా పడివున్న కొమ్మలు నరికి, దారి చేసుకుంటూ పోతున్నాడు రామాంజనేయులు.

మాకు తోడు రెండు కుక్కలు. ఒకడు పెంచల్, మరొకడు టైగర్. ఈ టైగర్ గాడు గవ్వడం, అరవడం హడావిడి చేస్తాడు గానీ ఏదైనా ఆపదొస్తుందంటే చాలు తోక ముడుచుకుని మనిషి చాటుకు దాక్కుంటాడు. కానీ పెంచల్ అలా కాదు. చూసేదానికి మౌనమునిలా ఉంటాడు. కాలు దువ్వి నిలబడిండంటే మాత్రం అవతల ఏ జివ్వమొచ్చినా తగ్గడు. ఉడుములు పట్టడంలో మంచి ఎక్స్పర్ట్ అంట.

రామాంజనేయులు, వెంగరాజు ఇద్దరిదీ కొత్తచెరువు. రెడ్డిబాయి బేస్ క్యాంప్ లో ప్రొటెక్షన్ వాచర్స్ గా పనిచేస్తున్నారు. వీళ్లనే కాదు కడప, నెల్లూరు, చిత్తూరు జిల్లాల్లో చాలా వరకు యానాదోళ్లే ప్రొటెక్షన్ వాచర్స్ గా ఉంటారు. చిన్ననప్పట్నుండీ అడవితో వాళ్లకుండే అనుబంధం ఒకటైతే తక్కువ జీతానికి నమ్మకంగా పనిచెయ్యగలగడం మరో కారణం అయ్యుండొచ్చు.

తురకల సరి గురించి రామాంజనేయుల్ని ఎచ్చరిస్తే 'ఒకప్పుడు గురట్లబాయి, పత్తోనిబాయికి దిగువన కోమటిదిన్నె అనే శెట్టిగారి ఊరు ఉనిందంట. ఆ ఊరిని దోచుకోవడానికొచ్చిన దొంగలు అడవిలో చాకలతన్ని వెంబడిస్తే అతను చేసిన సంఘటన ఇది' వాళ్ల పెద్దోళ్లు చెప్పినట్టు అన్నాడు. నమ్మేలా అనిపించలేదు. ఎందుకంటే మైదానంలో ఉన్న కోమటిదిన్నెకు రావడానికి అంత దట్టమైన అడవుల్లోకి ఎందుకు వెళ్లుంటారు..? సంపన్నమైన ఊరు అని ఎలా తెలిసి ఉంటుందీ..? గుర్రాల మింద వచ్చారంటే వాళ్లు ఆషామాషీ దొంగలేం కాదు, మరి ఊరి గురించిన ఏ చిన్న సమాచారం లేకుండా అంత గుడ్డిగా వస్తారా..?

గండికోటను జయించాలని పంతంబట్టిన మీర్ జుమ్లా రెండు మూడు నెలలు ఎదురుచూసి గండికోట పాలకుడు పెమ్మసాని తిమ్మనాయుడుకు గుత్తికోట ఇస్తానని

సంధి చేసుకుని లోపలికెళ్లాక మాయోపాయంతో తిమ్మనాయున్ని, అతన్ని కుటుంబాన్ని అంతం చేస్తాడు. ఆ సమయంలో తిమ్మనాయుని వారసున్ని గంపలో పెట్టుకుని చాకలతను కాపాడతాడు. వాళ్లు వెళ్లింది తమిళనాడు కాబట్టి ఆ దారిలో లంకమలకు రావడానికి అవకాశం లేకపోలేదు. ఇది ఈ మధ్య తవ్వా ఓబుల్ రెడ్డి గారి 'గండికోట' పుస్తకం చదివిన తర్వాత నా మదిలో ఆలోచన తప్ప దీనికీ ఏ ఆధారం లేదు.

నా వరకూ కాస్త నమ్మదగినది మాత్రం విజయనగర సామ్రాజ్యాన్ని సాలువ వీరనరసింహ రాయలు పరిపాలిస్తున్న కాలంలో కడప జిల్లాలోని పేర్నిపాడు సంస్థాన పాలెగాడుగా ఉన్న సంబెట పిన్నయదేవ మహారాజుతో కలహించిన అతని తమ్ముడు సంబెట నరసింహరాజు లంకమల కొండల్లోని రాజుల చెరువు వద్ద తెట్టు గోడలు కట్టుకుని, పుష్పగిరి మీదుగా వెళ్లే కాశీ యాత్రికులను దోచుకుంటుండేవాడు.

అందుకు ఆగ్రహించిన నరసింహ రాయలు నరసింహరాజును పట్టి బంధించడానికి వంకర కొమరధూలి బశినాయుని ఆధ్వర్యంలో కొంతమంది సైన్యాన్ని లంకమల కొండలకు పంపిస్తాడని కైఫియ్యత్తుల్లో రాసి ఉంది. ఆ రకంగా చూసుకుంటే అప్పుడు జరిగిన సంఘటనే ఇది అనుకోవడానికి కొంచెం అవకాశముంది.

ఎందుకంటే నరసింహరాయల సమయంలో ఈ నరసింహరాజు బొగాధి కనుమగుండా ఉదయగిరి పారిపోయి, అక్కడే మరణించాడని చరిత్రలో ఉంది. ఈ బొగాధి కనుమ బద్వేలు - మైదుకూరు మధ్య ఉంటుంది అంటే లంకమలకు ఉత్తర హద్దు.

మరి బశినాయుడు అనే హిందూ సైన్యాధికారి నాయకత్వంలో తురక సైన్యం వచ్చు అంటారా..? నాటి విజయనగర పాలకులు తురక సైన్యాన్ని ప్రోత్సహించారని చరిత్ర చెబుతోంది.

ఇలా ఏ కోణంలో చూసుకున్నా అడవిలో దాక్కున్న రాజు, తురక సైన్యం, చాకలతను అనేవి అందరి మాటల్లో సారూప్యత కలిసిన అంశాలు.

సరే ఆధారాలు దొరక్కుంటే పోనీ ఎన్నాళ్లుగానో మనసులో ముద్రించుకున్న తురకల సరి సంఘటనకు దృశ్య రూపమిద్దామనుకుంటూ సాగిపోతున్నాం.

అడవి దట్టంగా ఉంది. మద్దిగుండాల నుంచి ఒక కిలోమీటరు నడిచి, చెట్ల వేర్ల సాయంతో ఎదురొచ్చిన పెద్ద పెద్ద బండరాళ్లెక్కి సెలలోకి అడుగుపెట్టాం. అదే బండిగాని సెల. సెలలో చెట్లు తక్కువే గానీ ఒకటే బండరాయి, అటు ఇటు ఎత్తైన

కొండలు బాగుంది చూడ్డానికి. నీటి ఊటలు బొట్లు బొట్లుగా కారి పాచిబట్టాయి. వర్షాకాలమొస్తే ఇది కూడా చిన్న వాటర్ ఫాల్ అవుతుంది.

సెలెక్కి అర్థకిలోమీటరు నడిచిన తర్వాత కాలిబాట నుంచి కుడిపక్కకు కదిలారు రామాంజనేయులు, వెంగరాజు. మేమూ అనుసరించాం. గుహలాంటి కొండపేటు ఒకటి ముందుకు చొచ్చుకుని వచ్చింది. గబ్బిలాల పెంట ఘాటు దూరంనుంచే తెలుస్తోంది.

దగ్గరికెళ్లి చూద్దును కదా మల్లుగానిబండ దగ్గరుండే ఆదిమానవుని రేఖాచిత్రాలు లాంటివి ఇక్కడి రాళ్లపై చిత్రించబడి ఉన్నాయి. అక్కడ తెలుపు రంగులో ఉంటే ఇక్కడ తెలుపు, ఎరుపు రంగుల్లో ఉన్నాయి. రెండు చోట్లా ఒక సారూప్యత ఉంది.

నాటి ఆదిమానవుల ఆహార వ్యవహారాలు, వారి అడవి ప్రపంచానికి గుర్తుగా నాలుగు కాళ్ల అడవి జంతువులైన కడితి/దుప్పి, నక్క, గేదె, ఇంకా మరికొన్ని ఉన్నాయి.

ఇక్కడ నిత్యం నీరు అందుబాటులో ఉండటం, గాడిలాంటి ఆకారం వల్ల వేటకు అనుకూలంగా ఉండటం, ఎంతటి వర్షమొచ్చిన చినుకులు పడనట్టి గవి కూడా వారి నివాసానికి అనుకూలమైన అంశాలుగా అనిపించింది.

ఇక్కడే ఎరుపు రంగు మిశ్రమంలో మరోరకం రేఖాచిత్రాలు కూడా ఉన్నాయి. ఇవి తెలుపు రంగు బొమ్మల్లా కాకుండా కొంత నిర్దిష్టమైన అర్థం, ఆకారాన్ని సంతరించుకుని ఉన్నాయి. గుర్రం, రాజు - సైన్యం, ఖడ్గం వంటి ఆయుధాలు, ఆవులు, ఆవులు కాసే వారు ఇలా కొంత మెరుగుపడ్డ మానవుని జీవన ప్రమాణాలైన అంశాలు ఉన్నాయి.

దీన్నిబట్టి చూస్తే కేవలం ఆదిమానవులే కాకుండా నాగరిక సమాజానికి, సమాజం నుండి దూరంగా వచ్చిన వారికి కూడా లంకమల కొండలు ఆశ్రయమిచ్చుండొచ్చు.

ఇక్కడ గమనించాల్సిన మరో అంశం దేవుడు. శివలింగం, తప్పెట్లు, డోలుతో ఊరేగింపుగా వెళ్తున్నట్టు లేదా కొరడా పట్టుకున్న పోతురాజులాగా ఉన్న రేఖాచిత్రాలను విశ్లేషించగలిగితే చారిత్రక కోణంలోనే కాక ఆధ్యాత్మిక కోణంలో కూడా కొంత విస్తృతినివ్వగలవు.

స్వస్తిక్ గుర్తులాగా వృత్తాన్ని నాలుగు భాగాలుగా విభజించి ఒక్కో భాగంలో ఒక్కో రేఖాచిత్రం మరింత ఆసక్తిగా కనిపించింది.

అనాదికాలం నుంచి కూడా లంకమల కొండలు 'కాపాలిక శైవానికి' ఆవాసాలు

అన్న ప్రచారానికి సాలంక దగ్గర బయటపడిన ఏడవ శతాబ్దం నాటి 'విశిష్ట కంకాళధారి - ఉత్పత్తి పిడుగు' శాసనం, లంకమల గుడి, కైలాస గుండాలు, నిత్యపూజ స్వామి, వనేశ్వరాలు, నాగ నాథేశ్వర స్వామి, గోపాల స్వామి కొండ, మరెన్నో ప్రత్యక్ష తార్కాణంగా నిలుస్తాయి.

మల్లుగానిబండ రేఖాచిత్రాలు ఆదిమానవుని ఆవాసానికి ప్రతిబింబాలుగా నిలిస్తే 'గాడిబండ సెల' రేఖాచిత్రాలు రెండు కాల పరిస్థితులను ప్రతిబింబిస్తున్నాయి.

మల్లుగానిబండ గురించి బయట ప్రపంచానికి తెలుసు గానీ వీటి గురించి చెప్పబోయది మేమే అనుకున్నప్పుడు చిరు సంతృప్తి. లంకమల కొండల్లో చారిత్రక, ప్రకృతి అందాల అన్వేషణకై తిరిగే మా ప్రయాణాల్లో ఇది ప్రత్యేకం.

బండిగానిసెల ఎక్కగానే సాకిరేవుల పెంట. జివ్వాలు తిరక్క, కొండ కాలక గెడ్డి నడుములెత్తున పెరిగి ఉంది. అది దాటితే సాకిరేవులు. వంకలో నీళ్లు సన్నగా పారుతున్నాయి. లంకమల గుడి దగ్గర జలపాతానికి నీళ్లు తీసుకొచ్చే వంక ఇదే. చాకలతను బట్టలుతికాడు అనడానికి గుర్తుగా పెద్దోళ్లు చెప్పిన రాతి దొన్నె ఒకటి ఉంది. అది మలిచినట్లైతే లేదు. సహజ సిద్ధంగా ఏర్పడి ఉంటుంది.

సాకిరేవుల్లో ఎవరూ నిద్ర చెయ్యకూడదనేది గంగమ్మ శాపమంట.

లోగడ సుగాలోళ్లు ఆవులు కాయడం ఎక్కువ. అలా ఒకసారి సుగాలోళ్లు సాకిరేవుల పెంటలో ఆవులు తోలి, భల్లుగుడ్డు(కబడ్డీ) ఆడుతున్నారంట. సాకిరేవులకు కొంచెం ఎడంగా నిలబడి వాళ్ల ఆట చూస్తున్నదంట గంగమ్మ. పున్నమి వెన్నెల్లో మిలమిలమెరిసే ఆమె అందం చూసి 'ఎవురో ఆడమనిషి బో ఉందిరా' అన్నాడంట వాళ్లల్లో ఒకడు.

'ఏంతకొచ్చిదో కనుక్కోపో గుంట' అన్నాడంట మరొకడు. వాడు పొయి అదే మాట గంగమ్మను అడగంగానే 'పనుకున్నోడు పనుకున్నెట్టు ఆర్నెళ్లు లెయ్యరుపో' అని శాపం పెట్టిందంట. అన్నట్టుగానే అందరికీ జ్వరాలు, రోగాలు.

అది సుత ఇప్పటిక్కూడా ఎవ్వరూ అక్కడ నిద్రచేయరు. ఒకవేళ మొండిగా చేసినా కొండ జ్వరాలు, నెత్తిన జుట్టు ఊడిపోవడం, రకరకాలు. కనీసం తాగను కూడా తాగరంట ఆ నీళ్లు.

అడవి మధ్యలో నాటుకోడి, అన్నం, పూరీలు తినడం బాగుంది. చేతులు కడుక్కున్నాం తప్ప నీళ్లు తాగలేదు. ఆ వంకమ్మటి కిందికి పోతే సుబ్బమ్మ బీరువా అని ఒక రాతి బీరువా ఉందంట. దానికి ఏనుగు బొమ్మ ఉందని ఎఫ్బీవో రాజేష్ రెడ్డి చెప్పాడు. చూడాలి కుదిరితే.

మర్రిచెట్టు పక్కన కాలి బాటెక్కి రోళ్లపెంట వైపు కదిలాము. మూడు కిలోమీటర్ల మేర అటు ఇటు వెదురు చెట్ల మధ్యలో బండిబాట ఉంది. పండుమాగి అలా ఉంది కానీ వర్షాకాలంలో అయితే బాట వెంబడి అద్భుతంగా ఉంటుందీ ప్రయాణం.

మధ్యలో రెండు మూడు వంకలు కనిపించాయి. వర్షాలు లేకపోవడంతో నీళ్లు పెద్దగా లేవు. ఉన్న నీళ్లపైన ఎర్రటి ఆయిల్ తెట్టు కనిపిస్తోంది. ఈ కొండల్లో ఉండే ఐరన్ ఓర్ నిక్షేపాల వల్ల అలా ఉండొచ్చు. తాగడానికి అస్సలు పనికిరావు. నీళ్లు లేకుంటే అడవిలో ఎంతిబ్బందో అర్థమవుతోంది.

దారిలో పులిబోను ఒకటి కనిపించింది. మూడడుగుల ఎత్తు, అయిదారు మీటర్ల పొడవుతో మూడు గదుల రాతి కట్టడం ఇది. చివరి గదిలో ఎరను పెడతారు. పులి అడుగు పెట్టగానే ప్రవేశ ద్వారం మూతబడుతుంది. రెండవ గదిలో పులి చిక్కుకోగానే మూడో గదిలోని ఎరను బయటికి లాగేస్తారు. భలే ఆసక్తిగా ఉంటాయి ఇవి వినడానికి.

అయిదారు కిలోమీటర్లు నడిచాక రెండొందల ఎకరాలకు తక్కువ కాని పెద్ద పెంట ఒకటి వచ్చింది. అదే రోళ్లపెంట. లంకమల మొత్తానికే పెద్ద పెంట. అడవిలో ఎక్కడా నీళ్లు, మేత దొరక్కపోతే ఇదే ఆధారమంట కొండ జివ్వాలకు. నీళ్లు నిలబడ్డానికి అనుకూలంగా సంపుల్లాంటి గుంతలు తొవ్వారు ఫారెస్ట్ వాళ్లు. రోళ్లపెంట దారికి కుడిపక్కన బాయి ఒకటి ఉంది. పేరు గజ్జల రెడ్డి బాయి. నీళ్లున్నాయి గానీ కుళ్లులన్నీ పడి తాగడానికి ధైర్యం చాలలేదు.

మరో నాలుగైదు కిలోమీటర్ల పాటు నీళ్ల దప్పికను ఉగ్గబట్టుకుని నడిస్తే అప్పుడొచ్చింది రోళ్లబోడు. అక్కడొక బాయి ఉంది. దరులు జారిపడకుండా బండ పేలికలను మలిచి వడ్డె అల్లకం అల్లినారు. బులుగు, ఆకుపచ్చ కలగలిసిన రంగులో నీళ్లు తేటుగా ఉన్నాయి. పక్కనే బోరు కూడా వేశారు. బాయిలో నీళ్లు చేదుకుని తాగాం. రుచి అద్భుతం. బ్రిటీష్ వాళ్లు తమ అవసరాల కోసం తవ్వించిన హెక్సాగొనల్ బావి అది. దీన్నే బంగళా బాయి అనేది.

నట్టి నడడివిలో ఉంటుందీ రోళ్లబోడు బేస్ క్యాంప్. అయిదారు మంది ఫారెస్ట్ ప్రొటెక్షన్ వాచర్లు, పదిమంది వరకూ ఫైర్ లైన్ కొట్టడానికొచ్చిన వర్కర్లున్నారు. మేమొచ్చిన విషయం చెప్పగానే పదేళ్లనుంచి అక్కడ ప్రొటెక్షన్ వాచర్ వెంకటేష్ అన్నీ విశేషాలు చెప్పాడు.

2017 లో అనుకుంటా రోళ్లబోడు బేస్ క్యాంప్ లో పనిచేసే ప్రొటెక్షన్ వాచర్ అశోక్ ను తమిళ ఎర్రచందనం కూలీలు నరికి చంపిన విషయం గురించి అడిగితే

"నేను అక్కడే ఉన్నానన్నా, మరీ దారుణం" అన్నాడు ఆ సంఘటనను గుర్తుచేసుకుంటూ.

"కూళోళ్లు ముప్పై మంది. మేము అయిదు మంది. ఒక కూళోని చేతికి అశోక్ తన టవ్వల్ ని బేడీలా చుట్టుకుని వస్తుండగా ఏం జరిగిందో ఏమో ఇద్దరూ తనకలాడుకుని కింద లోయలో పడ్డారు. ఫైర్ ఓపెన్ చేసేలోపే తలకాయ నరికె. మేం మర్నాటిరోజు పొయి శవాన్ని తెచ్చాం" ప్రత్యక్ష సాక్షిలా అతడు చెప్తుంటే ఆ దృశ్యం కళ్ళముందు కదలాడింది. మనసంతా ఏవేవో ఆలోచనలు కొద్దిసేపు.

పొట్టకూటి కోసం తప్పు చెయ్యడానికొచ్చిన కొందరు

ఉద్యోగధర్మంలో తప్పును అరికట్టడానికి వెళ్లిన మరికొందరు.

స్థాన బలం, సంఖ్యా బలం దొమ్మ పొగరు చూపింది. అడవికి రక్షణగా వచ్చిన అమాయక ప్రాణం కొండ కోనల్లో కలిసిపోయింది. అప్పటి కడప డీఎఫ్వో గారు అశోక్ కుటుంబానికి అయిదు లక్షలు ఇచ్చినట్టు గుర్తు. కానీ ఏ మూలకది.

లా అండ్ ఆర్డర్ కు పోలీసులు

వైద్యానికి డాక్టర్లు ఎలాగో అడవికి వీళ్లు అలాగా. ఫ్రంట్ లైన్ వారియర్స్. కాంట్రాక్ట్ బేసిస్ లో తీసుకుని పది పన్నెండు వేల జీతాలు అది కూడా మూడ్నాలుగు నెలలకొకసారి జీతాలు వేసే ప్రభుత్వాలు ఫారెస్ట్ ప్రొటెక్షన్ వాచర్ల పట్ల ప్రత్యేక శ్రద్ధ చూపితే బాగుంటుంది.

అక్కన్నుంచి బంగళాబోడు వైపు తీసుకెళ్లాడు వెంకటేష్. బ్రిటీష్ కాలం నాటి బంగళాలు ఆరు ఉన్నాయి. ఈ రోళ్లబోడు, బంగళా బాయిలు రెండొందలేళ్ల కిందట బ్రిటీషర్ల ఆటవిడుపు కేంద్రం. ప్రతి బంగళాలో రెండు విశాలమైన గదులు, వెనకాల వరండా ఉన్నాయి. సరైన సంరక్షణ లేక కొంత, పిచ్చి చెట్లు పెరిగి మరికొంత శిథిలమయ్యాయి గానీ లేకుంటే ఇప్పటికీ బాగుండేటివి.

అక్కన్నుంచి బండిబాట మీదుగా అయిదారు కిలోమీటర్లు వెళ్తే సవళ్ల బాయి, మరో మూడు కిలోమీటర్లలో రాజులచెరువు. జాండ్లవరం, పాయబావి, మావిళ్లేరు మీదుగా సిద్ధవటం వెళ్లే ఒకప్పటి బండిబాట ఇదే ఉండొచ్చు. ఎర్రచందనం కూలోళ్లు అశోక్ ను నరికిన దగ్గరికి వెళ్దామనుకుంటే సమయం కుదరలేదు. ఈసారి సిద్ధవటం వైపునుంచి వస్తే సవళ్లబాయి వరకూ వదిలిపెడతా అన్నాడు వెంకటేష్. త్వరలోనే రావాలనుకుంటూ బయల్దేరాం. భోజనం చెయ్యమని బంగపడ్డారు గానీ తినలేదు. "మళ్లా అంతదూరం యాడ నడుచ్చారు, సాకిరేవుల దగ్గర వదిలిపెడతాపొండి" అని జీపు కదిలించాడు.

కుక్కలతో పెద్ద ఇబ్బంది అయింది. పెంచల్ గాడు కాలినొప్పితోనే ఉదయంనుంచి మాతో నడుస్తున్నాడు. వాని బాధ చూడలేక జీపులో ఎక్కించుకుందామంటే అస్సలు ఉండటం లేదు. ఎగిరి కిందికి దూకి జీపును అనుసరించాడు. వాడలా నాలిక బయటికి పెట్టి వొగిరిస్తూ, కుంటుకుంటూ పరిగెడుతుంటే ఈ విశ్వాసమేనేమో కుక్కను మనిషికి దగ్గర చేసింది అనిపించింది.

సాకిరేవులకు చేరేసరికి అయిదయింది. తినడానికి మరో అర్ధగంట.

"ఇంగ బయల్దేరదాంపా మామా" అన్నాడు సుబ్బారెడ్డి. అప్పుడే కదలాలని లేదు నాకు. చాకలతను కదిలిన సమయం వరకూ అక్కడే ఉండి, అతను సైనికులను నడిపించిన దారిలో, అదే సమయంలో నడుస్తూ ఆ సైనికులు కోణంలో పరిసరాలను చూడాలని ఉంది. అయితే ఆ విషయం బయిటికి చెప్పలేదు.

పొద్దుగుంకింది. శ్రీనాథ్, శ్రీయపురెడ్డి శివ, సునీలన్నలకు తోడు వెంగరాజును బండిగాని సెల మీదుగా కిందికి పంపించాం. రామంజనేయులు ముందు నడిపిస్తుండగా సుబ్బారెడ్డి, అరణ్యశేఖర్, నేను పెంటనుంచి కుడివైపు కొండెక్కి ఏను మీదుగా తురకల సరి వైపు కదిలాము. గెడ్డి మోకటెత్తు పైనే పెరిగుంది. అంతెత్తు గెడ్డిలో నడవాలంటే గిలిగా ఉందేమో పెంచల్, టైగర్ లు రెండూ మా మధ్యలోనే నడుస్తున్నాయి.

కపర కపర చీకట్ల వేళ పరిసరాలు కొత్తగా కనిపిస్తున్నాయి.

బాటలు నడిచీ,

పేటలు కడచీ,

కోటలన్నిటిని దాటండి!

నదీనదాలూ,

అడవులు, కొండలు,

ఎడారులా మనకడ్డంకి?

పదండి ముందుకు,

పదండి తోసుకు,

పోదాం, పోదాం పైపైకి!

శ్రీశ్రీ పూనినట్టు ఎరుపెక్కింది పడమటి ఆకాశం.

ఒక కొండ శిఖరం మీదనుంచి మరో కొండ శిఖరం మీది సూర్యాస్తమయానంతర ఆకాశం చూడటమెప్పుడూ ప్రత్యేకమే నాకు.

లంకమలేశ్వర గుడి చుట్టూ కొండలు ఎత్తుగా ఉన్నట్టుంటాయి గానీ ఇక్కన్నుంచి చూస్తుంటే అవేమంత ఎత్తుగా అనిపించడం లేదు. గుడికెదురుగా పూలతొట్టి నారవ, పసలగుండం కనిపిస్తున్నాయి. ఈ దృశ్యాలను బంధించాలనే పూలతొట్టి నారవ దగ్గర నా ఫోన్ పోగొట్టుకున్నానొకసారి. పాత కాలిబాట ఒకటి దొరకడంతో దాన్ని పట్టుకుని నడుస్తున్నాం. ఆ బాట బాట నేరుగా పుట్టాయపల్లె దొడ్ల మీదుగా గురట్లబాయి వరకూ పోతుంది. అక్కన్నుంచి కొండలు దాటుకుని చిట్టడవి మొదలవుతుంది.

కొండ శిఖరం మీద నడుస్తుంటే ఎడమపక్క తగ్గులో కనిపించేదే తురకల సరి. అక్కడికి పోవాలంటే ఎక్కడ దిగాలని రామాంజనేయులు, సుబ్బారెడ్డిల మధ్యన పెద్ద చర్చ. చిన్నప్పట్నుంచి ఈ అడవుల్ను పుట్టి పెరిగినాననే అనుభవం రామాంజనేయులుది, గూగుల్ మ్యాప్స్ పెట్టుకున్న ముందు జాగ్రత్త సుబ్బారెడ్డిది. అరణ్యశేఖర్ ది, నాదీ ప్రేక్షక పాత్ర. ఎటు తీసుకెళ్లినా నాకే అభ్యంతరమూ లేదు. ఆ చర్చ ఇప్పట్లో తెగేట్టులేదని పరిసరాలు చీకట్లకు సిద్ధమయ్యాయి.

ఇప్పుడు తురకల సరి అంచుకు వెళ్లి చాకలతను ఎగిరిపట్టుకున్న రాయి, సైనికులు లోయలోకి దూకిన స్థలంకంటే, కిందికెలా దిగాలనేది పెద్ద సమస్య అయింది. పావు పౌర్ణమి చంద్రుడి వెలుతురు కొండ లోయల్లో కలిసిపోతోంది. ఒక్క అడుగుకు మించి చూపించడం మా వల్ల కాదన్నట్టు సెల్ ఫోన్ లైట్లు చేతులెత్తేశాయి. అలాగని వెనక్కి నడిచి వెళ్లేదానికీ లేదు. సరే ఏదైతే అది కానీలే అని కుడిపక్కన వాలులోకి దిగాం. అడుగు తీసి అడుగు వేస్తుంటే నేలపైనే వేస్తున్నామో లేక మరెక్కడైనా పడుతుందో తెలియడంలేదు.

కొండ వాలుల్లో నా ఎత్తు పెరిగి ఉంది గెడ్డి. మిగతా ముగ్గురు ఫారెస్ట్ బూట్లు, ఫుల్ ప్యాంట్లు వేసుకోబట్టి సరిపోయింది. సమస్యంతా నా స్లిప్పర్లు, షార్ట్ వల్లే. గెడ్డి ఎక్కడబడితే అక్కడ గుచ్చుకునే ఇబ్బందొకటైతే అడుగు అడుగులో పురుగు బుట్టల తాలూకు గిలి అదనం. అడవిలో తీసుకోవాల్సిన జాగ్రత్తల్లో బూట్లు ప్రాథమిక అవసరమనేది ప్రత్యక్షంగా అర్థమవుతోంది.

అక్కన్నుంచి చూస్తుంటే కొండంచు పల్లెల లైట్లు ఒకపక్క, అడవిలో వెదుర్ల కోసమొచ్చిన మేదరోళ్ల చలిమంటలు మరోపక్క మిణుకు మిణుకుమంటున్నాయి ఊరిస్తున్నట్టుగా.

వెన్నెల సోయగాన్నే కాదు

నా అంతరంగాన్ని కూడా అర్థం చేసుకోమంటోంది చీకటి.

చాకలతను తురక సైన్యాన్ని బురిడీ కొట్టించిన సమయంలో ఆ స్థలాన్ని చూడాలని కావాలని ఆలస్యం చేసిన నా గురించి మా వాళ్ల మానసిక స్థితి ఎలా ఉంటుందీ..!

యానాదోళ్లకు అడవులు సహజ నేస్తాలు. అలాంటిది చిన్నప్పట్నుంచి అడవులతో సహజీవనం చేసిన రామాంజనేయులు "ఈసారి ఏదైనా పగులు ప్రోగ్రాం ఉంటే మాత్రమే వస్తా రేత్తిరయ్యేట్టుంటే అస్సలు రాను నీతో" అనడం అతని మదిలోని నిరాశ, నిస్పృహ తాలూకు ప్రతిరూపాలా..?

మరి ఇతనే కదా నేను చూపిస్తా పద అంటూ ఉదయం నుంచి ఊరించాడు.

రాజ్యాలను జయించాలని బయల్దేరిన రాజును అనసరించిన సైన్యం మానసిక స్థితి మూడు నాలుగు నెలల తర్వాత కూడా ఇలాగే ఉండి ఉంటుందా..!

కదనరంగంలోని ఒంటరితనం, స్తబ్ధత, నైరాస్యం, హింస, రక్తం అతన్ని కృంగదీయవా..?

తన ఖడ్గం తనలాంటి మరో గొంతును ఖండిస్తుందంటే అతని మనసు అంగీకరిస్తుందా..?

ఏమో..!

అసలు ఈ తురకల సరి సంఘటనలో గుడ్డిగా చాకలతన్ని అనుసరిస్తున్న దండు నాయకున్ని చూసి అతని అనుయాయుల్లో ఏ ఒక్కడికైనా అసంతృప్తి, అనుమానం వచ్చుండదా..? లోయలోకి పడబోతున్న విషయాన్ని గ్రహించుండడా..?

ఎక్కడెక్కడో విహరిస్తున్న నా ఆలోచనలన్నీ "అబ్బా" అనే రామాంజనేయుల అరుపుతో వాస్తవంలోకి వచ్చాయి. చెట్టుకు చెయ్యి ఆనించగానే తేలు కుట్టిందంట. ఏం చెయ్యనూ అర్థంకాలేదు. అప్పటికి టైం ఎనిమిదిన్నర కావొస్తోంది.

మనిషికి సాహసముండాలి గానీ

మొండితనం అన్ని వేళలా మంచిది కాదు.

ఎంత పొరపాటు చేశాను. రామాంజనేయులుకిప్పుడేమైనా అయితే..!

తేలు కుట్టిన నొప్పిని అనిచిపెట్టి ముందుండి నడిపిస్తున్నాడు రామాంజనేయులు. కిందినుంచి మా వాళ్ల అరుపులు వినిపిస్తున్నాయి. కొద్దిసేపటికి కాలిబాట దొరికింది. తొమ్మిది గంటలకల్లా కిందికి చేరాం. బేస్ క్యాంప్ దగ్గరికి చేరగానే చిల్లగింజ తీసి, తేలు కుట్టిన దగ్గర పెట్టాడు రామంజనేయులు. అది చేతికి అలాగే అతుక్కుని

విషమంతా వెనక్కి లాగిన తర్వాత ఊడి కిందపడింది. అతనికే ఇబ్బందీ లేదు అని నమ్మకమొచ్చినాంక గానీ కుదుటపడలేదు మనసు. అక్కడికీ హాస్పిటల్ కు పోదాంపా అని అడిగాను. "తేలుకు కూడా ఆస్పత్రా..!" చిన్నగా నవ్వి "ఈసారి మాత్రం పగులే పెట్టుకోన్నేవ్ ఏ ప్రోగ్రామైనా" అన్నాడు రామాంజనేయులు.

ఇంకో గంటకల్లా ఇంటికి చేరాం.

మాటల్లోని చరిత్రకు స్థలకాల సందర్భాలను జతచేసి చూడాలని మొదలైన మా ప్రయాణం, లక్ష్యం, గురి, మానసిక సంసిద్ధత తాలూకు కొత్త కోణాన్ని గుర్తుచేస్తున్నాయి.

మనం వెళ్తున్న దారి సరైనదా కాదా అనే పురుగు మదిని తొలవడం మొదలుపెట్టిన తర్వాత ఎంత త్వరగా కిందికి చేరగలమనే ఆత్రుత తప్ప తురకల సరి చూద్దామని బయల్దేరిన లక్ష్యం గుర్తుకురాలేదు. విసుగు, అసహనం. వ్యక్తుల మీద కాదు, మేమున్న పరిస్థితుల మీద.

రాజును వెతుక్కుంటూ వచ్చిన తురక సైన్యం మీద కూడా చాకలతను సరిగ్గా ఇదే ప్రయోగించుంటాడేమో. విసుగు మంత్రం.

అవును. అంతమందిని ఎదిరించడం అసాధ్యం. ఎక్కడున్నారో చెప్పకుంటే తన చావు తథ్యం. అందుకే తెలివిగా ఆలోచించాడు. చేసిన పనే మళ్లీ మళ్లీ చేస్తూ, తన పాటలతో, వెకిలి చేష్టలతో రాజును బంధించే లక్ష్యంనుంచి వారి దృష్టి మరల్చాడు. రాత్రివేళ కొండ బాటల్లో నడిపిస్తూ ఎలాగోలా ఇక్కన్నుంచి బయటికి తీసపోరా బాబూ అనే అసహన స్థితికి తెచ్చాడు. ఆ విసుగు వారి విచక్షణా జ్ఞానాన్ని నశింపజేసి ఉంటుంది.

దానికోసమే ఎదురుచేస్తున్న చాకలతను పరిగెత్తాడు. పరిగెత్తించాడు. అతని స్థిర లక్ష్యం రాయిని పట్టుకుంటే, లక్ష్యం మరిచిన విసుగుతో సైనికుల ప్రాణాల్లో లోయల్లో కలిసిపోయాయి.

అడుగులు తడబడతాయి

చిన్న చిన్న అవాంతరాలు విసిగిస్తాయి

లక్ష్యం మరవకూడదు, గురి చెదరకూడదు. చెదిరిందా, లోయల్లోకే.

*****

# పెన్నా సంగమం

అదో సూర్యాస్తమయ సమయం.

పడమటి ఆకాశం సంధ్యా రాగమాలపిస్తోంది.

రాగానికి తగ్గ తాళమన్నట్టు సముద్రపు అలలు ఎగిసిపడుతున్నాయి.

నీటి బిందువుల్లో తడుస్తున్న బండరాళ్లు ముదురు గోధుమ, నలుపు రంగుల్లో మిలమిల మెరుస్తున్నాయి. బండల మధ్య ఒక ప్రవాహం వడివడిగా సముద్రం వైపు పరిగెడుతోంది.

అక్కడ నిలబడి సంగమాన్ని చూస్తున్నాను.

ఎక్కడెక్కడి నదులన్నీ సముద్రంలో అంతర్ధానమైనట్టుగా మదిలో రేగే అలజడులన్నీ నాలో నిక్షిప్తమవుతున్నాయి. ఎంత అందమైన సాయంత్రమిది.

మెల్లిగా పొద్దు పడమటి దిక్కున అంతర్ధానమయ్యింది.

పరిసరాలు చీకట్లకు బదులు వెలుగుకు సన్నద్ధమవుతున్నాయి.

ఇదేంటీ, ఇలా ఉండకూడదే.!

కళ్ళు తెరిచి చూశాను.

ఉషోదయ కిరణాలు నిద్రలేపుతున్నాయి.

అప్పుడర్థమయింది, అదంతా కల అని.

వచ్చింది కలే అయినా ఆ నది పెన్నా నది, కలిసింది బంగాళాఖాతంలో. దాదాపు ఆరేడు సంవత్సరాలు కిందట సబ్-ఇన్స్పెక్టర్ ఎగ్జామ్ కోసం చదివే రోజుల్లో వచ్చిందా కల. నిద్రలో లేపి అడిగినా జాగ్రఫీలో ఒక్క సమాధానమూ తప్పు అవ్వదన్నెంతగా పట్టుండేది అప్పట్లో.

మనమొక దానికోసం వెతుకుతుంటే, కాలం మన కోసం ఇంకొకటి సిద్ధం చేస్తుందని ఎస్సై చేజారినా ఆనాటి కలలు మాత్రం మదిమూలల్లో ఇప్పటికీ పదిలంగానే ఉన్నాయి. ఈ మొల్ల రామాయణమంతా ఇప్పుడెందుకంటే కలలోలా కాకపోయినా కొన్ని వాస్తవానికి దగ్గరగా వస్తాయి, ఈ 'పెన్నా సంగమం' లా.

****

కరోనా తెచ్చిన వర్క్ ఫ్రం హోం వెసులుబాటుతో కొండలు, కోనలు, అడవులు, జలపాతాలు, వాగులు, వంకలు, నదులు, నదీ సంగమాలంటూ ఎక్కడెక్కడ తిరుగుతున్నా కూడా పెన్నా నది బంగాళాఖాతంలో సంగమించే ఊటుకూరు ఎప్పటికప్పుడు ఆలోచనల్లో మెదులుతూనే ఉంది.

చిన్న చిన్న కారణాలు పక్కనపెడితే అక్కడికెలా వెళ్లాలో తెలియకపోవడమే ప్రధాన కారణం. ఏ అడవుల గురించైతే ఫేస్బుక్ లో రాస్తున్నామో ఆ రాతల వల్లే పరిచయం నెల్లూరు వాసి సుధాకర్ రెడ్డి దుగ్గా. బెంగుళూరు కెమికల్ ఇండస్ట్రీలో జాబ్. ట్రెక్కింగ్ అంటే ఆసక్తి.

"ఒకసారి వీలైతే ఊటుకూరు రాండిన్నా భలే ఉంటుంది. లోకల్ గా చేపలు పట్టే వాళ్లు మనకు తెల్సినోళ్లే అన్నీ నేను చూసుకుంటా" అన్నాడు. వెతకబోయిన తీగ కాలికి తగిలినట్టైంది.

'అక్కడొక ఐల్యాండ్ ఉంది, సముద్రంలో బోటింగ్ చెయ్యొచ్చు' తను చెప్పే మాటలు 'చుట్టూ సముద్రపు నీరు, మధ్యలో ఇసుక దిబ్బ. ఎటుచూసినా కొబ్బరి చెట్లు, కోరింజ మడ అడవుల్లాగా పచ్చని చెట్లు' లాంటి దృశ్యాలను ఊహింపజేశాయి.

సముద్రం అనగానే వీటన్నింటికంటే నన్నెక్కువ ఆకర్షించేది వెన్నెల. పౌర్ణమి వస్తోందంటే చాలు అంతర్భాగాల్లో దాచుకున్న శక్తినంతా వెంటతెచ్చుకుంటాయి అలలు. ఎవ్వరు లేని ఏకాంత వేళ ఆ హోరు వినాలని ఎన్నాళ్లనుంచో ఉంది. అలా ఒక పౌర్ణమి దగ్గరి రోజు చూసుకుని నెల్లూరు బాట పట్టాము. కడప నుంచి అరణ్య శేఖర్, హైదరాబాద్ నుంచి వీరారెడ్డి, మా ఊరి నుంచి విష్ణు, హరి, నేను బయల్దేరాం. నెల్లూరులో సుధాకర్ ఫ్రెండ్స్ కొంతమంది కలుస్తారంట.

వీలైనంత తొందరగా వెళ్లగలిగితే కలలో కనిపించిన సూర్యాస్తమయ పెన్నానది సంగమాన్ని పోల్చుకుందామని నా ఆశ. అది లేకపోయినా ఇసుక దిబ్బల మీద సూర్యాస్తమయమైనా చూద్దామనుకుంటే రాత్రికి, రేపటి ఉదయంకు కావాలసిన సరుకులు కొనడంలో నెల్లూరు వీడకముందే ప్రియురాలు పిలుస్తున్నట్టు వడివడిగా కదిలిపోతున్నాడు సూర్యుడు.

ఊటుకూరుకు మరో గంట ప్రయాణం. కోవూరు కొత్త బ్రిడ్డి మీదుగా పెన్నా నదిని దాటాము. నదిలో నీళ్లు పెద్దగా లేవు. పెన్నా ఎడమగట్టున కోవూరు - ఊటుకూరు సింగిల్ రోడ్డులో ఎడమవైపున పచ్చని వరి మాగానులు, పొలం గట్లమింద తాటి చెట్ల వరస, ఆ చెట్ల సందునుంచి బంగారు వర్ణపు సూర్యకిరణాలు చూడ్డానికి భలే ఉన్నాయి. కుడివైపున చేపల చెరువులు గట్లుగట్లుగా కట్టబడివున్నాయి. రోడ్డుకు అటు ఇటు ఉన్న కొబ్బరి చెట్లు రకరకాల ఆకృతుల్లో ఆహ్వానం పలుకుతున్నాయి.

ఇప్పుడింత పచ్చదనాన్ని చూస్తున్న కళ్ళతో సరిగ్గా వారం కిందట ఇదే నెల్లూరు జిల్లాలో పడమటి, దక్షిణ, వాయువ్య భాగంలో తీవ్ర దుర్భిక్ష పరిస్థితుల్ని చూశాను. తేడా స్పష్టం. నది, నది తెచ్చే నీరు, వరద మోసుకొచ్చే సారవంతమైన ఒండ్రు. మనిషికి ఆహారోత్పత్తిని గుర్తుచేసి ఇతర జీవజాలం నుండి వేరు చేసింది ఈ నీరే ఉండొచ్చు. అందుకే సింధూ, నైలు, మెసపటోమియా, ప్రాచీన చైనా వంటి ప్రపంచపు తొలి నాగరికతలన్నీ నదుల వెంటే అభివృద్ధి చెందాయి.

'నెల్లు' అంటే 'వరి' అని, దాని పేరు మీదుగానే నెల్లూరు అయిందని సుధాకర్ చెప్పాడు. అవును నాకూ గుర్తే, చిన్నప్పుడు మేము నెల్లూరు రకం వరి నాటే వాళ్లం. వరిలాకలు కూడా పొడవుగా పెరుగుతాయి, ఎండ్లూ పెద్దవే. బియ్యం పొడవుగా ఉంటుంది. ఇప్పుడు ఆ రకం లేదు. నెల్లూరు వానపాములు అంటున్నారు. రైతులు గతంలో తమ పశువుల మేతకు వరిగెడ్డి మీద ఆధారపడేవారు. ఇప్పుడు గెడ్డిసొప్పకు యూరియా వేసి మేపుతున్నారు.

జనాలు కూడా సన్నగా నాజూగ్గా ఉండే బియ్యాన్ని కోరుకుంటున్నారు. సోనా మసూరి, కర్నూలు మసూర, జగిత్యాల, ఎస్డీఎల్ఆర్, జైశ్రీరాం వంటివి నోటికింపుగా మారాయి.

అవసరం తీరు మారింది. పని సులభం అయింది. కాలం ఒక బలమైన వంగడాన్ని తనలో నిక్షిప్తం చేసుకుంది.

దారిలో ముదవర్తి దగ్గర రెండవ కరికాల చోళుడి కాలం నాటి కరిమాణిక్యరాజ స్వామి గుడిని చూశాం. గుడి కట్టడమే కాదు పరిసరాలు, మనుషుల మీద తమిళ

వైష్ణవ ప్రభావం తెలుస్తోంది. అక్కన్నుంచి ఊటుకూరు ఆరు కిలోమీటర్లు. చెయ్యేరు తెగిన వరదల్లో పెన్నా నది ఉప్పొంగినట్టు కుడివైపున దాని కోత తెలుస్తోంది. ఊటుకూరునుంచి పల్లెపాళెం చేరేసరికి పూర్తిగా చీకటి పడింది.

బంగాళాఖాతం తూర్పు తీరం వెంబడి చాలా ఊర్లు 'పాళెం' పేరుతోనే ఉంటాయి. వీళ్లంతా చేపల వృత్తి కోసం వలసొచ్చిన తమిళ వాళ్లంట. ఇప్పటికీ వాళ్లల్లో వాళ్లు మాట్లాడుకునేది తమిళమే. తుఫాన్లు, సముద్రాలు ఉప్పొంగడం, సునామీల వంటి అత్యవసర సహాయక చర్యల కోసం ఊరి బయట బిల్డింగులు ఉన్నాయి.

రాము అని ఒకతను వచ్చాడు. మనిషి బాగా దృఢంగా, నల్లగా ఉన్నాడు. వృత్తి చేపలు పట్టడం. విడవలూరులో డిగ్రీ చదివేప్పుడు సుధాకర్ ఫ్రెండ్స్ ఈ ఊరిలో ఇద్దరున్నారంట. అలా తనకి బాగా పరిచయం. అర్థగంటకల్లా మోటారు బోటు సిద్ధమైంది. అందరం ఎక్కి కూర్చోగానే కదిలిందది.

డుర్ర్ ర్ర్.. అంటూ మోటారు శబ్దం ముందుకు నెడుతుంటే, మసక చీకటిలో వెడల్పవుతున్న అలల్లాంటి జ్ఞాపకాలన్నీ వెనక్కి సాగుతున్నాయి.

సంగమం ఇక్కడ. మరి

పుట్టిందెక్కడ..!

కలుపుకుందెక్కడ..!

కలుస్తోందెక్కడ..!

తొలిగా పెన్నా నదిని ఎక్కడ దాటుంటాను..?

ఇప్పుడేదో పెన్నా నది అంటున్నాం గానీ నాకు పరిచయమైనప్పుడు అది పెద్దేరు. పెద్దేటి ఇసుక అని తెల్లగా వచ్చేది. మా సగిలేటిది ఎర్రని గలుగుతో కూడిన ఇసుక. తేడా స్పష్టంగా కనిపించేది. నాలుగో తరగతిలో మా సార్ ప్రతిరోజూ కడపనుంచి బద్వేల్ కు వచ్చేవాడు. సిద్ధవటం చిన్న బ్రిడ్జి మీద నది పొంగడంతో మైదుకూరు మీదుగా వచ్చేసరికి ఆలస్యమైంది అన్నాడు. పెద్దేటి ఇసుక తర్వాత నాకు తెలిసిన పెన్నానది తొలి ప్రస్తావన అదే. దాటడం మాత్రం ఖచ్చితంగా మైదుకూరు నుంచి కడపకు వెళ్లే చెన్నూరు వద్దనే దాటుంటాను.

ప్రొద్దుటూరు రామేశ్వరం, జమ్మలమడుగు, కమలాపురం, తాడిపత్రి, అనంతపురం నుంచి బళ్లారి వెళ్తూ ఒకసారి, పేరూరు, సోమశిల, ఆత్మకూరు, కోవూరు దగ్గర పెన్నాను దాటిన స్థలాలు. పుష్పగిరి దగ్గర కాళ్లు కూరుకుపోతున్న ఇసుకలో

వేసిన అడుగులు, పున్నిమి వెన్నెల రేతిరిలో సిద్ధవటం దగ్గర పెన్నమ్మ ఒడిలో చేసిన నిద్ర ఇంకా గుర్తుంది. కుటుంబంతో పెంచలకోనకు వెళ్లి వస్తూ సోమశిల దిగువన పెంచలకోన బ్రిడ్జి కింద రీతు, విక్రమ్, సౌజన్య, వరమ్మలతో ఆడిన పెన్నేటి ఆటలు ఎంతో మధురమైనవి.

నదంటే కేవలం నది మాత్రమేనా..!

కోపం, బాధ, ఆకలి. సంతోషం, ప్రేమ, అభిమానాలు మనిషిలో భాగమన్నెట్టు ఉపనదులు, పరీవాహకపు నీటిధారలు కూడా నదివే కదా. అలా చూసుకుంటే

గొడ్డుమర్రి దగ్గర చిత్రావతి గలగలలు విన్నాను.

గండి వద్ద పాపాఘ్ని ఇసుకలో నడిచాను.

అల్లాడుపల్లె పక్కన కుందూ ఉధృతిని చూశాను.

వట్టిపోయిన సగిలేటి ఒడ్డున పుట్టి పెరిగి ఆటలాడాను.

నందలూరు పల్లెల్లో చెయ్యేటి వరద బీభత్సాన్ని గమనించాను.

బొగ్గేరు చెలిమెలో నీటి ఊటను తాగాను.

ఎన్నెన్ని అనుభూతులు పెన్నాతో, తవ్వే కొద్దీ వస్తూ ఉన్నాయి.

పల్లెపాళెం నుంచి బీచ్ దగ్గరికి చేరుకోడానికి అర్ధగంట పట్టింది. అక్కడక్కడా మిణుకుమిణుకు మంటున్న స్టీమర్లు, కార్గో షిప్పుల ఎర్ర లైట్లు, బద్ధకంగా వినిపించే సైరన్ తప్ప అంతా చీకటే.

ఒక ఇసుక దిబ్బ దగ్గర పడవ ఆగింది. కలలో కనిపించిన పెద్ద పెద్ద రాళ్లు, పాయలాంటి ప్రవాహ దృశ్యాలేవీ లేవు గానీ నదీ సంగమ ప్రదేశంలో అడుగు పెడుతుంటే ఏదో తెలియని భావం మదిలో.

ఇలాంటి సందర్భం గురించి ఖలీల్ జీబ్రాన్ ఈ విధంగా చెప్పుకొస్తాడు.

సాగరంలో సంగమించే వేళ
నది మదిని తెలియని
బెదురేదో ఆవరిస్తుందట

అది వెనుదిరిగి తాను
నడిచొచ్చిన దిశగా చూస్తే

ఎత్తైన కొండలు, గుట్టలు,
వంకరటింకర డొంక దారులు
అడవులూ, ఊర్లూ
తను ప్రవహిస్తూ సాగిన మార్గాన్ని
వెనుదిరిగి చూసి విస్తుపోతుందట.

ఎదురుగా చూస్తేనేమో
బీభత్సమైన అలలతో
అనంతమైన రౌద్ర సముద్రం
దానిలోకి ప్రవేశించడమంటే
తను శాశ్వతంగా అదృశ్యమైపోవడమే.

కానీ నదికి మరో దారేదీ లేదు.
తిరిగి వచ్చినదారిలో వెనక్కిపోలేదు.

ఎవరూ ఎన్నడూ వెనక్కిపోలేరు.
అలా తిరోగమించడం
అస్తిత్వపరంగా అసంభవం.

నది తెగించి సముద్రంలోకి దూకాల్సిందే.
అప్పుడే దానికి భయం నుంచి విముక్తి.
అప్పుడే ఆ నదికి గొప్ప జ్ఞానోదయం.
అది నది కడలిలో లీనమవ్వడం కాదు.
తానే మహా సాగరంగా రూపుదాల్చడం.

ఎవరూ ఎన్నడూ వెనక్కిపోలేరు. ఎంత స్పష్టమైన వ్యక్తీకరణ.

సముద్రం ముందుకొచ్చినా తడి తగలని పొడి ప్రదేశం చూసి, సామాన్లన్నీ అక్కడికి చేర్చాము. సముద్రమింకా చంద్రుని బయటికి వదలినట్టులేదు. పౌర్ణమి దాటి మూడురోజులే కావడంతో అలల హోరు తెలుస్తోంది. గాలి వీస్తుండబట్టి దోమలు పెద్దగా దగ్గరికి రాలేదు. తొమ్మిది తొమ్మిదిన్నరకు మొబ్బుల చాటునుండి మెల్లగా బయిటికి వచ్చాడు. సుధాకర్ వాళ్లమ్మ మామిడికాయతో చేసిన రొకులు, బుడపక్కెల చేపలు పులుసు ఆస్వాదిస్తూ కూర్చున్నాం. మామిడికాయలతో చేసే చేపల పులుసు నెల్లూరుకు ప్రత్యేకం.

చంద్రుని వెన్నెల కిరణాలు తాకిన సముద్రం తన ఆనందాన్ని అలల రూపంలో తీరానికి పంపడం, మళ్లీ ఎక్కడ ఆ ప్రేమ దూరమవుతుందో అని లోపలికి లాక్కునే దృశ్యం బాగుంది.

కొద్దిసేపటికి సముద్రం వెనక్కి వెళుతుంది.

నేను మరో నాలుగడుగులు ముందుకేసి కూర్చుంటాను.

అది మరింత వెనక్కి జరుగుతుంది.

నేనూ అనుసరిస్తాను.

వెన్నెల్లో వెండి గిన్నెలా ధగధగా మెరిసిపోతున్న ఆ దృశ్యాన్ని చూస్తూ గంట, రెండు గంటలసేపు ఒంటరిగా కూర్చున్నాను.

నేనొక నదిని
వాగు వంకలు నా ప్రియనేస్తాలు.

నేనొక సముద్రాన్ని
నదీ నదాలు నా సహచరులు.

నదివెంట నేను చేసిన ప్రయాణంలో
నన్ను స్పృశించిన భావోద్వేగాలన్నింటినీ
గుప్పిటపట్టి
నిలుచున్నాను.

కాలం సవాలు విసురుతోందిప్పుడు

తన నదిని,

తన వాగును,

తన వంకను,

తన జ్ఞాపకాలను తిరిగివ్వగలవా అని..!

కుదరదన్నాను.

ఉవ్వెత్తున ఎగసిన కెరటం

అలలా తాకి సముద్రంలో అంతర్థానమైంది.

సముద్రపు అల నన్ను తాకిందంటే' సముద్రం ఒకడి కాళ్ల దగ్గర కూర్చుని మొరగదు' అంటూ గుంటూరు శేషేంద్రశర్మ గొడవకు వస్తాడేమో. నేనే అల దగ్గరికెళ్లాను.

ఎవరి లోకంలో వాళ్లున్నారు. తాను తెచ్చిన బాయిలర్ కోడికి మసాలా పట్టించి, మంటమీద ఎలా కాల్చాలో అర్థంగాక తంటాలు పడుతున్నాడు వీరారెడ్డి. దాని కాలు ఇలా వంచు, మెడ అటు తిప్పు అంటూ విష్ణు.

వెన్నెల ప్రేమ మొత్తం నీకేనా అని సముద్రం మీద ఈర్ష్య పడ్డాయేమో చంద్రున్ని మెలిమెల్లిగా మబ్బుల చాటున దాచేసుకున్నాయి మేఘాలు. ఆ ఎడబాటు తాళలేనన్నట్టు గాలి బిగబట్టింది. అదును కోసం ఎదురుచూస్తున్నట్టు దోమలు విజృంభించాయి. ఈ పరిస్థితులు బాగా తెలిసినవాళ్లు కావడంతో ఇబ్బందిపడతామని చెప్పారు సుధాకర్ స్నేహితులు. వచ్చిందే సముద్రం దగ్గర పడుకోవడానికి కదా ఇక్కడే ఉందాంలే అని మేమనడంతో పొద్దున్నే వస్తామని వాళ్లు పడవేసుకుని వెళ్లిపోయారు.

వాళ్లు వెళ్లిన కొద్దిసేపటికి చినుకులు రాలడం మొదలుపెట్టాయి. అలా అని మరీ తడిపేసే వర్షాలు కాదు. పోదామంటే పడవ లేదు ఉందామంటే దోమలు. దుప్పటి కప్పుకుంటే ఉక్కపోత, తీద్దామంటే వాన. పట్ట కప్పుకుంటే అది తడిచి జోముజోముగా అయింది. ఒళ్లంతా ఇసుక, చెమటతో దాదాపూ గంట గంటన్నర పాటు మా

సహనానికి పరీక్ష పెట్టింది వాతావరణం. నిద్ర దరిదాపుల్లో కూడా లేదు. రాత్రి నిద్ర సరిపోకుంటే పొద్దున్నే వెళ్లాల్సిన సముద్ర ప్రయాణం, ఆ తర్వాత ప్రోగ్రామ్స్ అన్నీ డిస్టర్బ్ అయిపోతాయేమో అనుకుంటుండగా ఎప్పుడో రెండు రెండున్నరప్పటికి వాతావరణం శాంతించి గాలి వీయడం మొదలుపెట్టింది.

తెల్లావారుజామున అయిదు అయిదున్నరకే మెలుకువొచ్చింది. అందరూ గాఢ నిద్రలో ఉన్నారు. రాము పడవ తెస్తే సముద్రంలోకి పోదామని ఎంతసేపు చూసినా వాళ్లు రాలేదు. సూర్యోదయం కోసం ఎదురుచూస్తూ సముద్రపొడ్డున కూర్చున్నాను.

నీళ్లు వెళ్లిపోయిన తడి ఇసుకమీద గున గున గున పరిగెత్తే ఎండ్రకాయలు, వాటి కోసం కాచుక్కూచునే పిట్టలు, దొరికితే తిందామనే పక్షులు ఇదో కొత్త ప్రపంచం. సముద్రంనుంచి బయటికి తన్నుకొచ్చిన నీళ్లల్లో కొందరు చేపలకు వలలేస్తున్నారు. దూరంగా స్టీమర్ అరుపులు వినిపిస్తూనే ఉన్నాయి. సముద్రంలో అక్కడొకటి అక్కడొకటి ఆపి ఉన్నాయి.

ఎండ చిమచిమలాడించడంతో లేచొచ్చారు మావాళ్లు. ఒక్కొక్కరం ఒక్కో సుదర్శన్ పట్నాయక్ లా మారి ఇసుకతో అద్భుతమైన జలకన్యను తయారు చేశాం గానీ ఒక పెద్ద అలొచ్చి మా ప్రయత్నం మొత్తాన్ని తుడిచేసింది. అప్పుడు గానీ తెలియలేదు సముద్రం క్రమంగా పెరుగుతోందని. అలా పెరుగుతూ పెరుగుతూ రాత్రి మేం కూర్చున్న ప్లేసు దాటి, మేం నడిచిన ఆనవాళ్లు కూడా లేకుండా హోరుహోరున తీరాన్ని తాకసాగాయి ఒక్కో అల.

ఏడున్నర ఎనిమిది గంటలకు రాము దోశలు, బోండాలు తెచ్చాడు. లోపలికి పోదాంపా అంటే సముద్రం పెరుగుతోంది, అలలు తట్టుకోలేం వద్దన్నాడు. అయినా మా బలవంతం మీద కొంచెం కదిలించాడు. సముద్రంలో గెట్టిగా అర్థకిలోమీటర్ వెళ్లింటామేమో లేదో పడవ కూడా పల్టీలు కొడుతుందా అన్నట్టుగా భయపెడుతున్నాయి అలలు. వెనక్కి రాక తప్పలేదు.

'ఏమిట్టా చేసినావు' అని బోట్ కెప్టెన్ రాముని అడిగితే "ఓన్నా అయిదున్నర ఆరు గంటలప్పుడైతే అలలు తక్కువుంటాయి. సముద్రంలో నాలుగైదు కిలోమీటర్లు తీసుకపోదును. ఇప్పుడు కుదరదు" అన్నాడు.

ఇలాగే అలలకు ఎదురుగా వెళ్లిన వాళ్ల ఊరి రెండు పడవలు బోల్తా కొట్టి, అదృష్టవషాత్తు వేరే పడవలు అటుగా రావడంతో బతికి బట్టకట్టిన అనుభవాలు వాళ్ల మెదళ్లలో పదిలంగా ఉన్నాయి. నిజానికి పడవ బోల్తా కొట్టినా బతికే అవకాశాలుంటాయయంట గానీ మోటారు తిరిగే చక్రం ఏ మాత్రం తగిలినా అక్కడిక్కడే

తెగిపడతాయంట శరీరంలో అవయవాలన్నీ.

రాండిన్నా ఈతాడదాం అంటూ సముద్రంలోకి దిగాడు సుధాకర్. కొంతసేపు ఆడేదానికి బట్టలెందుకు తడుపుకోవడం అని కొద్దిసేపు ఉగ్గబట్టుకున్నాం గానీ మనసు ఆగలేదు. అలోచ్చినప్పుడు కాళ్లు కొంచెం పైకి లేపితే తేలికవ్వడం, అలాగే మొండికి నిలబడితే అల తొయ్యడం కొత్తగా అనిపించింది. కదిలే నీటికి అంతులేని శక్తి ఉందనుకుంటాం గానీ సముద్రంలో అంతకు రెండింతల శక్తి దాగుందని ప్రత్యక్షంగా అర్థమయింది. అదొక గంట సంబరం. ఎటుచూసినా చేపల వలలు, బోట్లే కనిపిస్తున్నాయి. సముద్రతీర ప్రాంత వాసుల జీవనం ఆసక్తిగా ఉంది.

వచ్చేటపుడు పల్లెపాళెం దగ్గర ఓడరేవు తాలూకూ అవశేషాలు కనిపించాయి. బ్రిటీష్ కాలంలో అది ఒక ఓడరేవు. బకింగ్ హాం లింక్ కెనాల్ ద్వారా ఇక్కడి నుంచి మద్రాసుకు గోల్డ్ బిస్కట్స్ ఎక్కువగా ఎగుమతి, దిగుమతులు ఎక్కువగా జరిగేవి. ఆ సమయంలో రెండు బిస్కెట్లు ఉచితంగా ఇస్తే ఈ ఊర్లో వాళ్లు గుడి కట్టుకున్నారంట. గుడి ఇప్పటికీ ఉందని ఆ ఊరి నాగరాజు ద్వారా తెలిసింది. దానికి సాక్ష్యంగా కాలవ గోడలు, 1881 AD అనే శిలాఫలకం, పాత ఆఫీసు భవనాలు ఇప్పటికీ ఉన్నాయి.

పల్లెపాళెం ఊరి బయట గుడి దగ్గర బావి నీళ్లతో స్నానం చేశాక ఒంటికి పట్టిన జిడ్డు వదిలి కుదుటపడింది. విడవలూరు దారిలో పచ్చని పంట పొలాలు చూసుకుంటూ నెల్లూరు రావడం మరో అందమైన అనుభూతి. పొదలకూరు మీదుగా కండలేరు చూసుకుని కలువాయి ద్వారా ఇంటి దారి పట్టాం.

సముద్రతీరంలో ఎండ్రకాయ అడుగుల్లా

మనిషి కొన్ని జ్ఞాపకాల ముద్రలు తనలో దాచుకుంటాడు.

కాలం అలలా తనలో కలిపేసుకుంటుంది.

అయినా ఎండ్రకాయ ఆగదు, అనుభవాల అడుగులు వేస్తుంది.

అల మళ్లీ చెరిపేస్తుంది.

అదో నిరంతర ప్రక్రియ.

కాల ప్రవాహంలో మనిషి అంతే.

గతం కాదు ముఖ్యం, అడుగుల అనుభూతి.

పెన్నానది సంగమం ఇన్నాళ్లకు కుదిరింది, జన్మస్థానానికి మోక్షమెప్పుడో మరి.

*****

# రాణిబండ

మబ్బులు ముసిరే సూర్యాస్తమయానో
వెలుగులు విసిరే సూర్యోదయానో అటుగా చూస్తానా

ఎరుపు, పసుపులు కలగలిసిన నారింజ రంగులో
కొండలకావలి ఆకాశం
మరో ప్రపంచంలా కనిస్తుంది.

జుట్టపుతీగ కాయల్లోని దూదిలా కదిలిపోయే తెల్ల మేఘాలు తూరుపు కొండలపై, నల్లని మొబ్బులు భారంగా కదలుతూ లంకమల శ్రేణులపై దృష్టిని పక్కకు మరల్చనీయవు. రోజులు, వారాలు, నెలలు, సంవత్సరాలు మారుతూ ఉంటాయి. చూసే కన్నులకు విసుగురాదు. అదే ఆశ్చర్యం ఎప్పుడూ.

కొండల్లోకి దిగిపోయే సూర్యుడి వెలుగు శిఖరంపై,

నీలంపురాశుల నుంచి నలుపును ఒంటికద్దుకుంటూ చెంపలు. ఆ రెండింటి మధ్యన శిఖరం వెంబడి చిత్రకారుడెవరో గీత గీసినట్టు పసుపు పచ్చని వెలుగు రేఖ ఒకటి మెరుస్తుంది.

మైదానాల్లో జరిగే వింతలు, విశేషాలన్నీ నిక్షిప్తం చేస్తున్నట్టు శిఖరం మీద కుప్పలు కుప్పలుగా కూర్చుని చూస్తూ ఉంటాయి చెట్లు. చిన్నప్పుడు ఆ చెట్లను చూస్తూ ఏనుగులు నడుస్తున్నాయి అనుకునేవాడిని. నడిస్తే వెళ్లిపోవాలి కదా అక్కడే ఎందుకున్నాయి అనే ఆలోచన అప్పుడు ఉండేది కాదు.

మరీ చిన్న వయసులో విమానాలు గాల్లో ఎగురుతాయి అనే స్పృహలేని రోజుల్లో మరో ప్రశ్న కూడా మదిని తొలిచేది. మా పల్లెల్లో కువైట్ కు వలస వెళ్లడం ఎక్కువ. అలా కువైట్ కు పోవాల్సినోళ్లందరూ స్ప్రింగ్ బూట్లు వేసుకుని ఎత్తైన కొండ శిఖరాల మీదనుంచి ఎగిరి, మేఘాల మీద గొర్లు కాస్తుంటారు అనుకునేవాన్ని. ఆకాశంలో గొర్లు ఏం తింటాయని, కిందపడకుండా ఎలా ఉంటాయని రకరకాలుగా మాట్లాడుకునేవాళ్లం మాలో మేము. అదో అమాయకత్వం అప్పట్లో.

అనంతపురం జిల్లా రాప్తాడు నియోజకవర్గంలో పెన్నా నది మీద తొలి ప్రాజెక్టు పేరూరు డ్యాం. డ్యాం ప్రారంభోత్సవానికి పాదయాత్రగా వెళ్తున్న రాప్తాడు ఎమ్మెల్యే తోపుదుర్తి ప్రకాశ్ రెడ్డి గారితో కలిసి అడుగులు వెయ్యడానికి రాయలసీమ నీటి అధ్యయన వేదిక తరపున మేమూ బయల్దేరాం. పులివెందుల - అంబకపల్లె ఘాట్ దాటి దొరిగల్లు - ముదిగుబ్బ మధ్యన యోగివేమన రిజర్వాయర్ కు వెళ్లే దారి వద్ద చూసిన సూర్యోదయం ఎప్పటికీ ప్రత్యేకం. పెద్ద పెద్ద రాళ్లు విసిరేసినట్టుండే ఆ కొండల శిఖరాలపైన సూర్యోదయ వెలుగుల్లో గుర్రం మీద సాగిపోయే రాజును ఊహించుకున్న దృశ్యం మదిమూలల్లో ఇంకా సజీవంగానే ఉంది.

కొండ కోనలు వెతుక్కుంటూ చేసే మా ప్రయాణాల్లో లంకమలలో ఈతకాయలు వెతుక్కుంటూ ఎక్కిన సాకుడుతోక, కాశినాయన తపస్సు చేసిన గరుడాద్రి, సాలంక, తలపుల బోడు, తూరుపు కొండల్లో ఉసిరికాయల సెల, మల్లెంకొండ ఇలా ఎన్నో శిఖరాలు దాటుంటాము. అవతల ఇవతల కొండలే ఉండడంతో అవి లెక్కలోకి రావు.

కొండకు అటు ఇటు మైదానం లేదా పాయ, మధ్యలో కొండ వరుస. దాని మీద నడవాలి. అవి ప్రత్యేకం. చిలకలమర్రి పక్కన దుర్గమ్మకొండ ఎక్కినప్పుడు తొలిసారి దొరికింది ఆ అనుభూతి. గండికోట డ్యాం పక్కన ఒంటరిగా ఎక్కిన కొండ కూడా. అవి కొండలు మాత్రమే. కొండవరుస శిఖరం వెంబడి నడవాలనే కోరిక మాత్రం అలానే ఉండిపోయింది మనసులో.

మా ఊరికి పడమటి దిక్కున ఉత్తర దక్షిణాలుగా ముప్పై కిలోమీటర్ల పొడవున వ్యాపించి ఉండే లంకమల కొండలు రమ్మని పిలుస్తాయి. పోదామంటే ఒక్కరోజులో అయ్యేవి కావు, మరోసారి మరోసారి అంటూ ఎప్పటికప్పుడు పోస్ట్ పోన్ చేస్తుండగా

ఒకరోజు బాలాయపల్లె ఫారెస్ట్ బీట్ ఆఫీసర్ రాజేష్ రెడ్డి, ఫారెస్ట్ సుబ్బారెడ్డి లంకమల వెలిగొండ పైన్నుంచి ఫోన్ చేసి బ్రహ్మసాగర్ డ్యాం, బద్వేల్, సోమశిల అన్నీ ఒకచోటనుండే కనిపిస్తున్నాయని చెప్పారు.

పేరు రాణిబండ.

కాళ్లనైతే ఎలాగోలా కట్టెయ్యగలం కానీ మనసునాపగలమా..!

ఒక శనివారం సాయంత్రం లంకమలకు బయల్దేరాం. పున్నమి రోజుల్లో అయ్యుంటే రాణిబండ మీదే టెంట్ వేసుకునే వాళ్లంగానీ చిన్ని చంద్రుని వెన్నెల సరిపోవడంలేదు. దానికి తోడు వాన పడాలా వద్దా అని నిర్ణయించుకోనట్టు ఆకాశం మొబ్బుకోనుంది.

రాత్రి రెడ్డిబాయి బేస్ క్యాంప్ దగ్గరుండి, తెలవారకముందే శిఖరం చేరుకోగలిగితే లంకమల వెలిగొండలపైన నిలబడి, తూర్పు కొండల మీది సూర్యోదయాన్ని చూడొచ్చనేది ప్లాన్.

కొత్తచెరువు దగ్గర ప్రొటెక్షన్ వాచర్ చంద్రాయుడన్నను ఎక్కించుకుని రెడ్డిబాయి వైపు కదిలాం అరణ్యశేఖర్, గోవర్ధనన్న, సునీలన్న, సుబ్బారెడ్డి, నేను. లైట్ల వెలుతురు పడినప్పుడు మెరిసే ఆకులు తమలో జీవముందని గుర్తుచేస్తున్నాయి.

చుట్టూ చీకటి

దట్టమైన అడవి

అడవిని చీలుస్తూ బాట

బాటలో రయ్యి రయ్యిన మేము.

తొలకరి వానలకు పచ్చబడ్డ గెడ్డిని ఆస్వాదిస్తూ వానపాలం చేస్తున్నాయి అడివంచు పల్లెల బర్రెలు కొన్ని. మంచి సత్తువంట ఈ గెడ్డి.

కొత్తచెరువు నుంచి రెడ్డిబాయి చేరుకునేసరికి అర్ధగంట పట్టింది. మొన్న మే నెలలో మా ఊర్లో అంకాలమ్మకు యాటలు పెట్టుకునేప్పుడు వచ్చిన మిత్రులకు రెడ్డిబాయి దగ్గరే బస ఏర్పాటుచేశాను.

రెండు నెలల్లో ఎంత మార్పు..!

వెదుర్లతో గుడిసె, బోద కొట్టం, వెదురు బల్ల మరింత అందాన్ని అద్దుతున్నాయి. వంట చేసుకుని, తినడానికి బయట కూర్చోగానే పూల చినుకులు రాలుతూ

చెక్కిలిగింతలు పెడుతున్నాయి. తగిలీ తగలనట్టి జల్లుల స్పర్శకు ఒళ్లు జలదరిస్తోంది.

అదొక అద్భుతమైన మేఘ సందేశపు రాత్రి.

పొద్దున్నే లేవాలని బేస్ క్యాంప్ లో పడుకున్నాం గానీ ముసురు పట్టినట్టి ఆ చలికి లేచేసరికే ఆరు దాటింది. సూర్యోదయం జాడే లేదు. రాత్రి వండిన అన్నం, చికెన్, రసం ఉదయానికి మరింత రుచిగా తగిలాయి. వేరే పనుందని గోవర్ధనన్న బద్వేల్ కు, వంట చెయ్యడానికి చెంద్రాయుడన్న అక్కడ ఆగిపోగా మిగతా నలుగురం ఎనిమిది గంటలకు రాణిబండ వైపు బయల్దేరాం.

రెడ్డిబాయి నుంచి దోర్నాల వైపు రెండు కిలోమీటర్లు బండిబాటలో నడిచిన తర్వాత కుడిపక్క తీగలదొడ్డి పెంట వస్తుంది. పెంటలు అంటే కొండపొలంలో రాత్రిళ్లు ఆవులు, గొర్లు నిలుపుకుండే స్థలం. చింతచెట్లు, గొర్రెల ఆవుల పెంటల్లో వచ్చి మొలకలెత్తిన సీమతుమ్మ చెట్లు వాటి గుర్తులన్నట్టు ఉన్నాయి. ఇంకో పది ఇరవయ్యేళ్ల తర్వాత అడవి చెట్లను పూర్తిగా మింగేసి ఈ కంప చెట్లే ఆక్రమించుకునేట్టున్నాయి. నాజినిమ్మకాయ ఒకటి అంగిటి ముళ్లు తీసేసి గుజ్జు నోట్లో వేసుకున్నాను. తిన్న తర్వాత గులాబీ రంగుకు మారిన నాలుకను చూసుకోవడం భలే సరదా.

కొండరేగి చెట్టు తొర్రలో ముసరీగలు అప్పుడప్పుడే తేనెపెట్టెను పెట్టుకుంటున్నాయి. చిన్న పిల్లలకు తేనె తినిపిస్తే మేలనేది ఈ తేనె గురించే.

చినుకులు పడ్డంతో లేతాకుల అడవంతా నిగనిగలాడుతోంది. పచ్చ ఆరె, సండ్ర, మునుకుడు, బూరగ, ఇనుమద్ది, బట్టగడప ఇలా చెట్ల గురించి వివరించి చెప్తున్నాడు సుబ్బారెడ్డి. ఏగిస పూల సోయగం కళ్ళనుంచి చెదరడంలేదు. పచ్చనిరంగులో చెట్టును చుట్టేసినట్టుండే పూలు మొత్తం ఉదయానికల్లా పసుపు తివాచీలా నేల రాలుతాయి. ఎర్ర చందనానికి సోదరి చెట్టు ఇది. ఆకులు, బెరడుతో సహా అచ్చం ఎర్ర చందనంలాగే ఉంటుంది. లోపలి చావ మాత్రం దానిది రక్తపు ఎరుపు, దీనిది పుల్లదుమ్ము రంగు.

దారి పక్కన తమలపాకులాంటి చెట్టు ఒకటి కనిపించింది. తుంచితే ఆకులనుంచి పాలు కారుతున్నాయి. 'అరుగుదలకు చాలా మంచిది చిన్నప్పుడు మా వాళ్లు బాగా తినిపించే వాళ్లు' అని చెప్పగానే సునీలన్న, అరణ్యశేఖరన్న రెండాకులు కసకస నమిలారు.

నోట్లో మంట మొదలైంది ఇద్దరికీ. పాడు కారెమంట. సునీలన్న కళ్ళల్లో నీళ్లు. వెనక్కి పోదాంపా అంటున్నాడు. ఆయన ఎక్స్ప్రెషన్స్ కి నవ్వు ఆపుకోవడం మా వల్ల కాలేదు. అప్పుడు అర్థమైంది వాళ్లకు అవులాయి పట్టిస్తున్నామని. పేరు పాలబరిగె

చెట్టు. మంట తగ్గడానికి చింతాకు మంత్రమేశాడు సుబ్బారెడ్డి.

అడవికొచ్చే కొత్తవాళ్ల మీద పెద్దోళ్లాడే శెతురు. ఇవే కాదు మనం అడవికి వెళ్లే దారి పక్కన అక్కడక్కడా రాళ్ల గుట్టలు కనిపిస్తాయి. తొలిగా అడివికి వచ్చేవాళ్లు తలా ఒకరాయి వేస్తే మంచిదని పెద్దోళ్లు చెప్తుంటారు. తర్వాత కాలంలో అవే జ్ఞాపకాలు. దారి గుర్తులు. చింతకనం దగ్గర ఇలా వేసిన రాళ్లతో మల్లాలమ్మ గుట్ట ఏర్పడింది.

మాయమ్మ వాళ్లు కొండగెడ్డికెళ్లొచ్చి చెప్పే చిన్నపాయ, పెద్దపాయ విశేషాలకు ప్రత్యక్ష రూపం దొరుకుతోంది. దోర్నాల ఘాట్, నిమ్మకుంట్ల బాయి మీదుగా రెడ్డిబాయి వైపు వచ్చేది పెద్దపాయ. తీగలదొడ్డి పెంటకు, వెలిగొండల మధ్యనుండేది చిన్నపాయ. చిన్నపాయలో గెడ్డెక్కువంట.

ఇవన్నీ చెప్పేప్పుడు మాయమ్మ జీవితం భలే ఆసక్తిగా అనిపిస్తుంది నాకు. సినిమాలు, ఆటలతో సరదా గడిచిపోయేదంట తన బాల్యం. ఇట్టున్నె పుల్ల తీసి అట్ట పెట్టేది కాదంట. పెళ్లైన పది రోజులకే కొండగెడ్డికి పంపించారు మా అబ్బా జేయ వాళ్లు. గెడ్డి నెత్తిన పెట్టుకుని నడుస్తుంటే అప్పటివరకూ ఉన్న స్వేచ్ఛ, ఇకముందు ఉండబోదని గుర్తుకొచ్చి కళ్ళమ్మటి నీళ్లు కారిపోయాయంట. అతికష్టం మీద చింతకనం వరకూ ఎక్కి, ఇక నా వల్ల కాదన్నెట్టు అక్కడే కూర్చుండిపోతే మా నాయనొచ్చి మోసుకొచ్చాడంట.

జీవితపు తొలిపాఠం నుంచి త్వరగానే నేర్చుకుంది. మా నాయన తత్వం కూడా అర్థమైంది. ఆయనకై ఆయన ఎవ్వరినీ తోసిపుచ్చలేని మెతకతనం. అప్పట్నుంచి ఏ పని చేసినా కసిగా చేసింది. పెద్దోళ్లిచ్చిన అర్ధెకరా నేలలో పొలం, బర్రెగొడ్లు మేపుతూ, మా నాయన కాల్చే కర్రబొగ్గు బట్టీల్లో సాయం చేస్తూ ఆయన శ్రమకు, తన ఆలోచనను జతచేసి మమ్మల్ని చదివించింది.

మేం కొత్తగా కొన్న ఎకరా నేలలో వరి నాటాలి. దాయాదులతో వచ్చిన పొలం తగాదా వల్ల మా నాయన్ను పోలీసులు స్టేషన్ కు తీసుకెళ్లారు. మాయమ్మ ఒంటరిగా నిలబడింది. వరి నాటు ఆగకూడదు. పన్నెండు మంది కూలోళ్లు వరి నాటుతుంటే ఆమె ఒక్కటే మూడొందల మీటర్ల అవతలున్న నారుదొడ్డి నుంచి బురద గెనాల వెంబడి పడుతూ, లేస్తూ నారు ఎదిగిచ్చింది. సాయంత్రానికి నారు పూర్తయ్యేంతవరకూ నీళ్లు తప్ప మెతుకు ముట్టలేదంట. అంత పట్టుదల. ఆ నేపథ్యంతో నేను రాసిన 'నాటు పడింది' కథ 'ముల్కనూరు - నమస్తే తెలంగాణ' కథల పోటీలో బహుమతి పొందింది.

మాయమ్మనే కాదు, ఆ తరం మొత్తానిది శ్రమ నేర్పిన ప్రత్యక్ష పాఠాలే. అంత

నలిగిన జీవితాలు కాబట్టే మన వేగం మిడిసిపాటులా, మన ఖర్చు ఆర్భాటంలా కనిపిస్తుంది వాళ్లకు. అది తెలియనితనంలా అనిపిస్తుంది మనకు.

ఈ తరానికి అంత శారీరక శ్రమ అవసరం లేకపోయింది. విద్య, విజ్ఞానం పరుగులు నేర్పాయి.ఆరాటం పెరిగింది.

రేపటి సమస్యకు ఈరోజే భద్రతను వెతకాలనే ఆరాటం

తానున్న సమూహం కంటే తానెక్కువ సంపాదించాలనే ఆరాటం.

ఒకరిద్దరిలో వచ్చిన మార్పు కాదిది, మొత్తం సమాజానిది. నలుగురిలో నడుస్తున్నా కూడా రకరకాల ఆలోచనలు మదిలో. సమూహంలో ఏకాంతం.

రాణిబండ ఎక్కడానికి గంటపట్టింది. కొండ శిఖరానికి మరో ఇరవై నిమిషాలు. మోకటెత్తు పెరిగిన గెడ్డిని రెండుగా చీలుస్తూ శిఖరం వెంబడి కాలి బాటొకటుంది. మానవ సంచారం తగ్గింది కదా అని సుబ్బారెడ్డిని అడిగితే అది దుప్పులు, కణుతులు, కొండగొర్రెలు, జింకలు నడిచే దారంట. అవెప్పుడూ ఒకే దారిలో నడుస్తాయని చెప్పాడు.

ముందువైపున విశాల మైదాన ప్రాంతం,

పూడుబాములా మత్తుగా ఉన్నాయి తూరుపుకొండలు.

వెనకవైపున ఆకాశాన్నందుకోవాలని ఒకదాన్ని మించి మరొకటి పెరిగిన లంకమల పర్వత పంక్తులు.

మరో ప్రపంచం, మరో ప్రపంచం అని చిన్నప్పట్నుంచి ఊరిస్తున్న కొండక్కితే దీనికవతల మరో ప్రపంచం. ఆద్యంతాలు లేని ప్రపంచమిది.

కొండ శిఖరం మీద ఉత్తరంగా రెండు కిలోమీటర్లు నడిస్తే చింతకనం వస్తుంది. దక్షిణంగా తంబలనరవ వైపు నడిచాము.

వాయువ్య దిక్కున మబ్బుల చాటున మసక మసగ్గా కనిపిస్తున్నాయి బ్రహ్మసాగర్ నీళ్లు. డ్యాం నీళ్లపై తళతళమెరిసే సూర్యాస్తమయం కదలనియ్యదు. అదో ప్రత్యేకం అంతే. నీళ్ల మధ్యలో నారాయణ స్వామి మఠం, గుట్ట ఉంటుంది. అక్కడికి వెళ్లిరావాలి ఒకసారి.

దివిటీ మల్లుని ఆనవాళ్లు వెతుక్కుంటూ నడిచిన తొనకలబాయి, మల్లుగాని బండ ఉండే కొండలు కనిపిస్తున్నాయి. వాటికి దక్షిణంగా మేదరపాయ. అక్కన్నుంచి

లోపలికి వెళ్తే కుంటగుండాలు. చనిపోయే ముందు మా పల్లెల్లో పెద్దోళ్లు ఈ నీళ్లు తాగాలని అడిగేవారంట. లోగడ మా ఊర్లో ఒకయాన వాళ్ల నాయన చివరి కోరిక తీర్చడం కోసం ఒక్కడే కుంటగుండాలకొచ్చి నీళ్లు తీసుకుని వెళ్లాడంట.

మాకు ఈశాన్య దిక్కున బద్వేల్, బద్వేల్ చెరువు, సగిలేరు, చెన్నంపల్లె తిప్ప, మా ఊరు, తూర్పు అడవంచు పల్లెలు కనిపిస్తున్నాయి. ఆగ్నేయ దిక్కున మల్లెంకొండ, సోమశిల జలాలు, అట్లూరు మండలం పల్లెలు.

మధ్యలో ఎలుగుబంటి బండ చూశాం. చలి, వాన, ఎండల నుంచి రక్షణగా గూడులాంటి చిన్న గవి. ఎలుగుబంటి పిల్లలుంటాయంట ఇక్కడ. చాన్నాళ్లకిందట ఒక యానాదోళ్ల పిల్లోడు అడవికొచ్చిన కొత్తల్లో ఈ గూట్లో ఎలుంగొడ్డు పిల్లలుంటే ఒకదాన్ని సంకలో పెట్టుకుని ఇంటికి తీసుకెళ్లాడు. ఇంట్లో వాళ్లు తిడితే మళ్లీ వచ్చి ఇక్కడ వదిలివెళ్లాడంట.

దూరంగా పత్తోనిబాయి బీట్ కనిపిస్తోంది. కైలాస గుండాలు వెళ్లే దారి, సాలంక, గోపాలస్వామి కొండ అన్నీ కంటి చూపుల్లోనే ఉన్నాయి. ఈ పత్తోనిబాయికి తూర్పున కొండూరు వస్తుంది. అదంతా కలివికోడి శాంక్చుయరీలో భాగం.

వంక వారంబడి ముదురు ఆకుపచ్చ రంగు, చుట్టూ అడవంతా లేత ఆకుపచ్చ రంగులో చూడ్డానికి భలే ఉంది. డిస్కవరీ ఛానెల్లో అమేజాన్, కాంగో నది పరీవాహక దృశ్యాలు విహంగ వీక్షణంలో చూస్తున్నట్టుగా ఉంది. ఎండ కిరణాలు కిందికి దిగడానికి తావివ్వనట్టి మేఘావృత ఆకాశం కింద అడవి కార్తీక చల్లదనాన్ని గుర్తుచేస్తున్నట్టుగా ఉంది.

కార్తీకమంటే గుర్తొచ్చింది, అందరూ చలిపొద్దు వేళ అయిదున్నరకల్లా మంచు దుప్పట్లకు సిద్ధమయ్యే కార్తీక ఉదయాల గురించి గొప్పగా చెబుతారు.

నాకు మాత్రం కార్తీక మాస సాయంత్రాలు నచ్చుతాయి.

సూర్యస్తమయ వేళ పొలం వైపు నడిచి, వరి చేలో మంచె మీద కూర్చుంటానా..!

ఇన్నాళ్లు ఎక్కడికి పోయావంటూ తుంటరి గాలి చెంపలు తాకి పోతుంటుంది, కొత్త ఆశలేవో రేపుతూ.

గువ్వలు ఆకాశంలో ఎగురుతుంటాయి.

కొంగల బార్లు గూళ్లకు కదిలిపోతుంటాయి.

పొట్టకొచ్చిన ఎండ్లు బద్ధకంగా తలలూపుతుంటాయి.

సగిలేటి అలలు ఒడ్డును తాకి వెనక్కి మరలుతుంటాయి.

మత్తుగా లంకమల కొండల్లోకి జారుకుంటుంటాడు సూర్యుడు.

ఆకలి తీరని పసల పోలిగాళ్లు బెదురు కర్రలపై వేట సాగిస్తుంటారు.

పీప్... పి.. పీప్....

దూరంగా ఎక్కడో బస్సో లారీదో హారన్ వినపడుతూ ఉంటుంది.

హుాయ్ హోయ్...

పిట్టలనుంచి పంట కాపాడుకోవాలని గొంతు అరగదీస్తుంటాడు రైతు.

తుర్రీ్వ తుర్రీ్వ...

సంటిదూడకు పాలిచ్చి పోదురమ్మన్నెట్టు బర్రెతో మాట్లాడుతుంటుంది తల్లి.

తీరు.. ఉత్తితీరు... ఉత్తిత్... త్తీరు.... లోకం తీరు గురించి గొనుక్కుంటూ సాగిపోతుంటాడు నా సావాసగాడు, వాడే ఉత్తిసిత్తు గాడు. తీతువు పిట్ట.

ఆస్వాదన తప్ప ఆలోచనలు రాని ప్రశాంత సమయాలవి. అందుకే కార్తీక సాయంత్రాలు ప్రత్యేకంగా అనిపిస్తాయి నాకు.

దక్షిణంగా కొండ శిఖరం మీద ఏను వెంబడి నడుస్తూ మూడు శిఖరాలు దాటుకున్నాం. రివ్వున వీచే కొండగాలి అడవి కబుర్లేవో మోసుకొస్తోంది.

తొమ్మిదన్నర కావొస్తున్నా సూర్యుడింకా నిద్రమత్తు వదిలినట్టు లేదు. కురవాల వద్దా అన్నట్టు సాగిపోయే మేఘాల్లోనించి బయటపడ్డ జల్లులు కొన్ని తనువును తాకి గిలిగింతలు పెడుతున్నాయి.

రైళ్లు కదలడం చూసింటావ్

మబ్బులు కదలడమూ చూసింటావ్

వాన చినుకుల కదలికెక్కడైనా చూశావా...!

కోయిల పాట వినుంటావ్

పల్లె పాటలూ వినుంటావ్

గాలి మోసుకొచ్చే కొండపాటెప్పుడైనా విన్నావా..!

పక్షులు ఎగరడం గమనించుంటావ్

విమానాలూ ఎగరడం గమనించుంటావ్

మనసు రెక్కలు కట్టుకు ఎగరడం ఎప్పుడైనా తెలిసిందా..!

నేను అనుభూతించా.

ఇక్కడే.. నా పక్కనే.. నేను నిత్యం సంచరించే లంకమల దారుల్లోనే.

వాన చినుకుల్లో తడుస్తూ, ఆగుతూ, గాలిపాటలు వింటూ,

భూమి, జీవి ఆవిర్భావం నుంచి లంకమల కొండల జాగ్రఫీ వరకూ, శ్రీశ్రీ కవిత్వం నుంచి బిభూతిభూషన్ వనవాసి వరకూ మాట్లాడుకుంటూ మరో రెండు కిలోమీటర్లు నడిచి తంబల నరవ చేరుకున్నాం. అక్కన్నుంచి రెడ్డిబాయికి అర్ధగంట పట్టింది. మేము వెళ్లేసరికి వేడి వేడి పప్పు, అన్నం, వడియాలు సిద్ధం చేసి పెట్టాడు చంద్రాయుడన్న.

మూడు వారాల కింద కేరళ అందాలను వెతుక్కుంటూ వెళ్లొచ్చాం. చామరాజ నగర్ లో తొలిరోజు చూసిన సువర్ణావతి డ్యాం, చివరి రోజు వీడొచ్చిన ఇడుక్కీ ప్రత్యేకం. ఊటి, కూనూర్, మున్నార్ మంచు పెద్దగా వణికించలేదు.

గత ఆగష్టులో పశ్చిమ కనుమల సానువుల్లో తిరిగిన జోగ్ ఫాల్స్, లింగన్ మక్కి డ్యాం, ఆగుంబే ఘాట్, శృంగేరి, హోర్నాడు మనసుకు దగ్గరగా అనిపించాయి.

ఆ ప్రత్యేకతల వెనుక ప్రత్యేక కారణం అక్కడున్న వాతావరణం. అది వర్షం వలనా, మంచు వలనా అనేది పోల్చుకోలేం.

అదే ముసురు మనకూ ఉంటే..!

అదే నిన్నటి లంకమలలోని రాణిబండ ట్రెక్. మొత్తంగా అయిదు గంటల ప్రయాణం, తొమ్మిది కిలోమీటర్ల నడక.

కర్నాటక కుద్రేముఖ్ ట్రెక్, మహరాష్ట్ర హరిహర్ ఫోర్ట్ ట్రెక్, కేరళ వయనాడ్ ట్రెక్ లాగా 'లంకమల రాణిబండ ట్రెక్' కు కూడా మంచి అవకాశముంది. పూర్తిగా

నాలుగు కిలోమీటర్లు కొండ శిఖరం మీదనే నడవాలి. అక్కడే లంచ్ చేసేలా ప్లాన్ చేస్తే టూరిజం, ట్రెక్ అంటే పక్క రాష్ట్రాలు మాత్రమే కాకుండా మన దగ్గరున్న ఇలాంటి స్థానిక అవకాశాలను అందిపుచ్చుకోవచ్చనే ఆలోచన ఉంది. ఫారెస్ట్ డిపార్ట్మెంట్ వారికి ఇదే విషయం చెప్పాము. చూడాలి ఎంతవరకూ కార్యరూపం దాలుస్తుందో. జూలై మొదలు జనవరి వరకూ మంచి సీజన్.

కరోనా వచ్చినప్పట్నుంచి గత మూడేళ్లుగా అణువణువూ తిరుగుతున్న లంకమల ఈరోజెందుకో కొత్తగా కపిపిస్తోంది. లంకమల దాటి మైదానంలోకొచ్చాక రాణిబండవైపు చూశాను.

'అందరూ నిద్రపోతున్నారు

నేను మాత్రం

తలుపు తెరిచి ఇల్లు విడిచి

ఎక్కడికో దూరంగా

కొండదాటి కోనదాటి

వెన్నెల మైదానంలోకి

వెళ్లి నిలుచున్నాను'

రాత్రి కురిసే అమృతం ఆస్వాదనలో తాను మరిచిన శిఖరపంచు మేఘపు తడిని వెతుక్కుంటూ సాగిపోతున్నాడు బాలగంగాధర్ తిలక్.

*****

# No Plastic Lankamala

కొండ కోనలంటే సాహసాలేనా

అడవులంటే ఆటవిడుపులేనా

నదీ ప్రయాణాలంటే విహారయాత్రలా..!

అడవిలోనో, కొండ కోనల్లోనో నడుచుకుంటూ వెళ్తుంటానా ఎక్కడికక్కడ ప్లాస్టిక్ కవర్లు కనిపిస్తుంటాయి. నది వెంట డ్యాములు వెతుక్కుంటూ బయల్దేరినప్పుడు ప్లాస్టిక్ బాటిల్లు నీటి అలలపై తేలియాడుతూ కనిపిస్తాయి. మరో దృశ్యం దృష్టిని మరల్చేంత వరకూ మెదులుతూనే ఉంటాయి. నేను నాలా ఉండలేను, ఏదో అలజడి.

ఎందుకంటే అవి అక్కడ పడటానికి కారణం నేనే కదా.

నేనంటే మనిషిని.

అవును నేను మనిషిని.

నాకు నా విలాసాలు ముఖ్యం.

ఈ సమస్త సృష్టి మొత్తం నా కోసమే.

నేను కనుక్కునే సైన్స్, నేను అభివృద్ధి పరిచే టెక్నాలజీ అన్నీ కూడా నా సౌకర్యాలను మరింత సులభతరం చెయ్యడానికి మాత్రమే. ఆ సౌకర్యం కొన్నిసార్లు శృతిమించినా నాకు పట్టదు. నేను వాడే కెమికల్స్, ఎలక్ట్రానిక్స్, ప్లాస్టిక్స్ ఆ సౌకర్యాల

రూపాంతరాలే.

దీనికంతటికీ నేను చేసుకునే ఆత్మవంచనేంటో తెలుసా..! అవసరం, వేరే ఆప్షన్ లేదు కదా.

నిజమే ప్లాస్టిక్ లేని మనిషి జీవితాన్ని ఊహించడం కష్టం. కానీ ఎంత మూల్యానికి..!

సమస్య కారకుడు మనిషి కాబట్టి శిక్ష కూడా మనిషికే అయితే ఏ ఇబ్బందీ ఉండకపోవును గానీ ఇక్కడ ప్రభావం ప్రకృతి మీద పడుతోంది. ఆ ప్రభావాన్ని మనం కాస్తైనా తగ్గించగలమా అనే ఆలోచనే ఈ #NoPlasticLankamala, #VSeedBalls.

No Plastic కంటే ముందు సోషల్ మీడియా మిత్రుల సహకారంతో 6000 సీడ్ బాల్స్ లంకమల పాదపు అడవిలో చల్లినాం. మంచి వర్షాల సీజన్ లోనే చల్లినా కూడా మొలకెత్తినవి చాలా తక్కువ.

తర్వాత ఫారెస్ట్ డిపార్ట్మెంట్ వాళ్లతో మాట్లాడి, వాళ్లు సరేననగానే లంకమలేశ్వర స్వామి గుడి పరిసరాల్లో ప్లాస్టిక్ ఏరివేత ప్రోగ్రాం మొదలుపెట్టాం. ఫేస్బుక్ మిత్రులు, మా ఊరోళ్లు కొందరం మెత్తం 22 మందిమి జూలై 18, 2021 రోజున ట్రాక్టర్ లో లంకమలకు బయల్దేరాం.

లంకమల కొండల్లో రాత్రి విపరీతమైన వర్షం పడిందని చాలామంది చెప్పారు గానీ తొలి ప్రయత్నమే పోస్ట్ పోన్ అవ్వకూడదని గెట్టిగా తీర్మాణించుకుని ముందుకు కదిలాం.

కాగల కార్యం గంధర్వులు తీర్చినట్టు ఏ ప్లాస్టిక్ అయితే అక్కడ లేకుండా చెయ్యాలని బయల్దేరామో మేం వెళ్లేసరికి అక్కడ ప్లాస్టికేం లేదు. 'మీరు నన్ను ప్రత్యేకంగా కాపాడాల్సిన పనిలేదురా అబ్బీ నాశనం చెయ్యకుంటే చాలు' అని ఆ ప్రకృతే తనకు తానుగా ఆ ప్లాస్టిక్ మొత్తాన్ని ఊడ్చిపడేసింది కుండపోత వర్షం రూపంలో.

వర్షం అంటే అలాంటిలాంటి వర్షం కాదు. ఎక్కడెక్కడి ప్రేమ మేఘాలూ తమ విరహాన్నంతా లంకమల మీద తీర్చుకునేట్టి వర్షం.

క్రిష్ణుని మీద కోపంతో రేపల్లె మీద ఇంద్రుడు కురిపించిన 'జడివాన' లాంటి వర్షం. ఇదీ అలాంటిదే. ఉన్నట్టుండి ఉపద్రవమేదో ముంచుకొచ్చినట్టు, గోవర్ధనగిరి ఇక్కడేనని భ్రమించిన వరుణుడు తన ప్రతాపాన్నంతా లంకమల కొండ మీద చూపించినట్టు

జలపాతాలు ఉప్పొంగాయి

వాగులు వంకలు ఉరకలెత్తాయి

కొండదరులకు జలుబు చేసి జోముపట్టాయి

అడవి బాటలు తనివితీరా తడిచి దుమ్మూ ధూళిని తుడిపేసుకుని, లంకమల చేరుకోవాలంటే మమ్మల్ని దాటి వెళ్లాలని మా స్థైర్యానికి పెద్ద పరీక్షను మా ముందు పెట్టాయి.

అయినా అవేవీ మా ప్రయాణాన్ని ఆపలేకపొయ్యాయి. ముందురోజు రాత్రి నుంచి మొదలైన వర్షానికి కొంతమంది ఈ వర్షంలో ఏం పోతాములే అనుకున్నారు, మరికొంతమంది ఉదయపు వర్షానికి విరమించుకోగా పడితే పడనీ, తడిస్తే తడుస్తాం అదొక అనుభూతి అవుతుంది మన ప్రయాణం మాత్రం ఆగకూడదు అని నిలబడిన వాళ్లం మాత్రమే వెళ్లాం.

'లంకమలలో చెత్త ఏరడానికి వెళ్తున్నామన్నా నీ ట్రాక్టర్ కావాలి' అని మా ఊరి మన్నెం ఈశ్వర్ రెడ్డి అన్నతో అనగానే డ్రైవర్ వెంకటసుబ్బయ్య మామకు చెప్పి పంపించాడు. ట్రాక్టర్ ఇంజిన్ పూర్తిగా మునిగి, పొగ్గొట్టం మాత్రమే కనిపిస్తూ, కదిలితే కొట్టుకుపోద్దా అన్నట్టు సాగిపోతున్న ప్రవాహంలో ఏ మాత్రం తొణకకండా బెణకకుండా నింపాదిగా ఒకే వాగును ఎనిమిది సార్లు దాటించిన ఆయన డ్రైవింగ్ నైపుణ్యం అబ్బురపరిచింది.

తొలి పరీక్ష బోదబోడు వంక దగ్గర ఎదురైంది. వంక ఉధృతంగా పారుతోంది. ఆ ప్రవాహం ధాటికి రోడ్డు పూర్తిగా కోసప్పోయింది. ముందుకు పోదమా వద్దా అనుకుంటుండగా లంకమల ఫారెస్ట్ అధికారులు జాగ్రత్తలు చెప్పి, మరీ రిస్క్ చెయ్యొద్దు ఏం మించిపొయింది లేదు ఈ ప్రోగ్రాం కావాలంటే తర్వతైనా పెట్టుకోవచ్చు అన్నారు.

సరే చూద్దాం పద అని సుబ్బారెడ్డి, ఇంకో నలుగురం దిగి ఒకరి చేతులు ఒకరం పట్టుకుని వంక దాటాం. ప్రవాహం బాగానే ఉంది గానీ తీసుకురావడం ట్రాక్టర్ డ్రైవర్ వెంకటసుబ్బయ్య మామే అంతా అని చూస్తే ఆయప్ప నింపాదిగా ఇదేం పెద్ద ఇదా ఎందుకు మీరు దిగడం అన్నట్టు ఓ చూపు చూసి ట్రాక్టర్ ముందుకు కదిలించాడు. తన సామర్థ్యాన్ని తను నమ్మిన మనిషి ఇలాగే ఉంటాడేమో అనిపించింది ఆయన్ను చూస్తే.

పాచిబండల ముందు ఒకసారి, రెడ్డిబాయి బేస్ క్యాంప్ ముందు మరోసారి

దాటుకుని, బేస్ క్యాంప్ లో వంట సామాన్లు తీసుకుని ముందుకు కదిలాం. ఎర్రపేటు దగ్గర ట్రాక్టర్ ట్రాలీ కింది అంచు వరకూ నీళ్లల్లో మునిగింది. రాత్రి మరింత ఎక్కువగా పారినట్టు వంక ఒడ్డున ఒంగిన గెడ్డి చెబుతోంది. అంత ఉధృతి చూడ్డం నాకూ తొలిసారే కానీ మా అక్క కొడుకు రుద్రప్రతాప్ మొహంలో కనపడిన ఆనందం చాలా నేర్పింది. ఆధునికం, సౌకర్యం, అతి జాగ్రత్త, గారాభం మాటున ఈ తరం పిల్లలు కోల్పోతున్న ప్రకృతి సావాసం వాళ్లకు అప్పుడప్పుడూ ఇస్తుండాలనిపించింది.

తురకల సరి దగ్గర అదే వంకను రెండు సార్లు దాటాల్సి వచ్చింది. వంక పట్టక, సప్పుట రాళ్లను ఒరుసుకుంటూ బెత్తెడెత్తున గలగలా పారుతుంటే ఇది నిజంగా కరువు సీమేనా అనిపించింది మనసులో.

వర్షం దెబ్బకు జడుసుకున్న అడవి పక్షుల కూతలు లేవు కానీ ఆ అరుపులకు ప్రత్యామ్నాయంగా నేనున్నా అంటూ జలపాతపు హోరు చెవులను తాకుతోంది. గుడికి దగ్గరయ్యేకొద్దీ అంతకంతకూ పెరుగుతోంది ఆ శబ్దం.

నట్టి నడి మధ్యాహ్నపు వేళ నీలాకాశంలో ధగధగ మెరిసే శ్వేతవర్ణపు మేఘం జలపాతమై నేలకు దిగుతోందా, లంకమలలో మంచుకొండ పుట్టిందా, పొదుగు నిండిన మేఘపు స్థనాలను అల్ప పీడనపు లేగదూడలు కుడిచి సేపుకు తెచ్చి వర్షం కురిపిస్తున్నట్టుగా ఉంది. అదొక అద్భుతం. అద్భుతం కూడా సరిపోదు అంతకుమించిన పదమేదో కావాలి.

వీడేంటి ప్లాస్టిక్ ఏరివేత, బాధ్యత అని మొదలుపెట్టి లంకమల జలపాతపు అందాలను వర్ణిస్తున్నాడు అనిపిస్తోందా. నిజానికి అంతకంటే చెయ్యగలిగిందేమీ లేదు.

'అడవుల్ని ఎలా సంరక్షించాలి' అని టీవీ యాంకర్ ఒక పల్లెటూరి ముసలాయన్ని అడిగే వీడియో ఒకటి చూశా ఇంతకుముందు. దానికి సమాధానంగా 'అడవిని నువ్వు నేను సంరక్షించేదేంటీ..! మనం అడవికి పోకుంటే చాలు' అంటాడు. అచ్చంగా అలాగే ఉంది అక్కడి పరిస్థితి.

90% పైగా ప్లాస్టిక్ నీళ్ల ప్రవాహంలో కొట్టుకుపోయింది. ఉన్న 10% ఏరడానికి పెద్దగా సమయం పట్టలేదు. బత్తుల ప్రసాద్ అన్న, సుబ్బారెడ్డి ఆధ్వర్యంలో కొంతమంది వంటకు సిద్ధం చేస్తున్నారు. అంత తడిసిన, తడుస్తున్న వర్షంలో కట్టెలు ఎలా మండించారో, వంట ఎలా చేశారో వాళ్లకే తెలియాలి.

నీళ్లల్లో నానడంతో ఏది పట్టుకున్నా జోముజోముగా ఉంది. ఆకులు కుళ్లి అదో రకమైన వాసన వస్తున్నాయి. పొదల్లో చెయ్యి పెట్టాలంటే లోపలేదో గిలిగా ఉంది.

భూమిలోపలున్న తేళ్లు, జెర్రులు మండ్రగబ్బలు, పురుగులు, సొరుగులు వర్షం దెబ్బకు బయటికొచ్చే అవకాశముంది. పొరపాటున ఏ ఒక్కరిని చిన్న పురుగు కరిచినా దాని ప్రభావం చాలా ఉంటుంది. అత్యవసర పరిస్థితుల్లో బయటికి వెళ్లాలన్నా ఆ వంకలు దాటుకుని పోవాలంటే దాదాపూ రెండు గంటలు పైనే పడుతుంది.

లోపలున్న గుబులు పైకి కనపడకుండా మేకపోతు గాంభీర్యాన్ని ప్రదర్శిస్తూ ప్లాస్టిక్ ఏరుతుండగా చూపుడు వేలు పైన చిన్నగా సలపడం మొదలైంది. దురదేమోలేనని గోకి వదిలేసి మళ్లీ పనిలో మునిగిపోయా. కొద్దిసేపటి తర్వాత నొప్పి ఇంకొంచెం పెరిగింది. ఏమైనా కరిచిందా ఏమా చూస్తే కరిచిన గాట్లు గానీ ఆనవాళ్లు గానీ లేవు. అయిదారు యూరియా సంచుల చెత్త పోగైంది. అన్నదానం చేసేదగ్గర వందల వేల వాటర్ ప్యాకెట్లు అలా వృధాగా పడున్నాయి. అన్ని వాటర్ ప్యాకెట్లు తీసుకురావడమే పొరపాటు అనుకుంటే వాటిని వెనక్కి తీసుకుపోకుండా అక్కడే వదిలెయ్యడం అన్నదాన సత్రం నిర్వహకుల నిర్లక్ష్యమే అనిపించింది. వాటెను తీద్దామంటే సగం ట్రాక్టర్ పైగా పడతాయి. కానీ ఆ నీళ్లల్లో ట్రాక్టర్ అక్కడికెలా రావాలి. వీటికోసం మరోసారి వద్దామనుకుంటూ వెనక్కి కదిలాము. నడుములెత్తున పారుతున్న నీళ్లను చూస్తుంటే పసలగుండం చూసిరావాలనే ఆలోచన కూడా రాలేదు మదిలో.

చెత్త అయిపోయిన తర్వాత లంకమల గుండం దగ్గర రాయిమింద కూర్చున్నా. జలపాతం నుంచి స్వేచ్ఛను పొందిన గాలి తుంపర్లన్నీ జల్లులై, పూలవానగా మారి గిలిగింతలు పెడుతున్నాయి. తడిస్తే జలుబొస్తుందేమో అనుకునే జాగ్రత్తలన్నీ నీటి ప్రవాహంలో ఎప్పుడో కొట్టుకుపోయాయి. కొద్దిసేపటి తర్వాత రుద్ర వచ్చాడు నా దగ్గరికి. ఆ దృశ్యం చూసిన అబ్బురం వాని మొహంలో తెలుస్తోంది.

మబ్బులుంటే బురద కలిసినట్టుగా లేత ఎరుపులో కనిపించే జలపాతం, ఎండకిరణాలు పడగానే కనిపించీ కనిపించని ఇంద్రధనస్సు రంగుల్లో మెరుస్తోంది. మబ్బులొకసారి, ఎండొకసారి ఆడే దోబూచులాట బాగుంది.

నాలుగ్గంటలకు అన్నం, కూర సిద్ధమైంది. మేం తినగా మిగిలిన అన్నాన్ని కోతులకు తలా ఇంత పంచిపెట్టాడు డ్రైవర్ వెంకటసుబ్బయ్య మామ.

నాలుగన్నరకు తిని, చెత్తంతా డస్ట్ బిన్ లో కూరి అయిదు గంటలకు ట్రాక్టర్ కదిలించాం. వర్షం మళ్లీ మొదలైంది. అప్పటికే దాదాపూ నాలుగ్గంటల నుంచి తడుస్తూనే ఉన్న మా శరీరాలను వాన పెద్దగా ఇబ్బంది పెట్టలేదు గానీ ఈదరగాలి మోసుకొచ్చే చలి మాత్రం వణికిస్తోంది. ఆ చలి కూడా అలవాటైనాంక శరీరాన్ని

వానకు అప్పగించేసి వాతావరణాన్ని ఎంజాయ్ చేస్తూ కూర్చున్నాం.

తెరపివ్వకుండా కురుస్తున్న వర్షంలో అడవి నుండి బయటికొచ్చేసరికి ఏడు దాటింది. వెనక్కి తిరిగి చూస్తే మొబ్బుల చాటున కొండలు మసక మసగ్గా కనపడుతున్నాయి. మరో గంటకల్లా ఇంటికి చేరాం. అందరికీ కాఫీ సిద్ధం చేసింది మా అమ్మ. వణికించే చిత్తడిలో వేడి వేడి కాఫీ చిరు ఊరట.

అలా No Plastic Lankamala అనే బాధ్యతతో మొదలైన ప్రయాణం కాస్తా లంకమల సాహస యాత్రగా ముగిసింది. నిజంగానే సాహస యాత్ర అది. అడవి ప్రయాణాలు మొదలైన కొత్తల్లో కాబట్టి తెలియక కొంత, మొండిగా మరికొంత వెళ్లగలిగాం గానీ ఇప్పుడైతే ఆ ధైర్యం చెయ్యలేం. అలాంటి దృశ్యం మళ్లీ చూడలేం.

ఆ ఫోటోలను, ఫేస్బుక్ లో నేను ఆర్టికల్ చూసిన బద్వేల్ ఫారెస్ట్ రేంజ్ ఆఫీసర్ మధుబాబు గారు చూసి "అంత ఉధృతమైన లంకమల వాటర్ ఫాల్స్ ఇంతకు ముందెవ్వరూ చూసిందిలేదని, మీరు చేసింది ఒక సాహసం" అని అన్నారు.

*****

సంవత్సరం తర్వాత జూలై 24, 2022 న ప్లాస్టిక్ ఏరడానికి మళ్లీ లంకమలకు బయల్దేరాం. ఈసారి నలభై ఏడు మందిమి. ట్రాక్టర్ అడగ్గానే పంపించాడు మన్నెం ఈశ్వర్ రెడ్డి అన్న. నిన్నకంటే నేడు కాస్త మెరుగు అన్నట్టు బ్యాచ్ లు బ్యాచ్ లు గా విడిపోయి కాస్త ప్రణాళికా బద్ధంగా చేశాం. వాటర్ ప్యాకెట్లు, మజ్జిగ ప్యాకెట్లు, వాటర్ మరియు చిన్న చిన్న కూల్ డ్రింక్ బాటిల్లే ఎక్కువ. ట్రాక్టర్ ట్రాలీలో సగం చెత్త పోగయ్యింది. ఫారెస్ట్ బయటకు తెచ్చి కొత్తచెరువు ఫారెస్ట్ చెక్ పోస్ట్ దగ్గర్లోని గుంతలో డంప్ చేశాం.

యర్రగుంట్ల నుంచి వచ్చిన మణి శ్రీకర్, జయ శ్రీకాంత్, వాళ్ల ఫ్రెండ్స్ పదకొండుమంది, మా Into The Nature టీం సభ్యులు బాగా పనిచేశారు. మళ్లీ ఆదివారం రాగానే ఇంకో ఫారెస్ట్ లో ప్లాస్టిక్ ఏరేద్దాం పదన్నా అంటూ ఫోన్ చేశారు. ఇలాంటి వాళ్లు తోడైతే అడవుల్లో ప్లాస్టిక్ ఏరివేత కార్యక్రమాన్ని మరింత ముందుకు తీసుకెళ్లవచ్చు అనే నమ్మకం కుదిరింది. కడప, అనంతపురం, బద్వేల్, ప్రొద్దుటూరు, జమ్మలమడుగు, ఆళ్లగడ్డ, బనగానపల్లె, హైదరాబాద్, బెంగుళూరుల నుంచి కూడా రావడం కాస్త సంతోషం.

*****

2021 - 20

2022 - 45

2023 - 101

గత మూడేళ్లలో 'No Plastic Lankamala' ప్రోగ్రాంకు పెరుగుతూ వచ్చిన గ్రీన్ వలంటీర్ల సంఖ్య.

తొలి రెండుసార్లూ సోషల్ మీడియా మిత్రులే. ఈసారి బద్వేల్ ఎస్బీవీఆర్ కాలేజీ యాజమాన్యంతో ఈ ప్రోగ్రాం గురించి చెబితే ఎన్ఎస్ఎస్ స్టూడెంట్స్, స్టాఫ్ ముప్పై ఏడు మంది వచ్చారు. ఫారెస్ట్ డిపార్ట్మెంట్ నుంచి బద్వేల్ డీఆర్వో వెంకట శేషయ్య గారు, ఎఫ్బీవో రాజేష్ రెడ్డి, ప్రొటెక్షన్ వాచర్స్, ఇతరులు అందరితో కలిపి వంద మంది.

ఈ కార్యక్రమానికి బద్వేల్ ఆర్డీవో ఆకుల వెంకటరమణ గారు కూడా వచ్చి, అధికారిలా కాకుండా మీలో ఒకడిగా, మీతో పాటు పని చేయడానికి వచ్చాను అని చివరి వరకూ పనిచేశారు. ఇలాంటి కార్యక్రమాల్లో అధికారులు స్వచ్ఛందంగా వేసే ముందడుగు సమాజం మీద చాలా ప్రభావం చూపుతుంది.

2021 లో మొదలు పెట్టాలనుకున్నప్పుడు ఏం చెయ్యాలో తెలియదు. కానీ మన వంతుగా అడవికి ఏదైనా చెయ్యాలనే ఆలోచన. మేము వెళ్లిన రోజున కుండపోత వర్షం వల్ల మాకు పెద్దగా పనిలేకుండా పోయింది.

2022 లో ఏం చెయ్యాలో, ఎందుకు చెయ్యాలో కొంచెం అర్థమైంది. అయితే వెళ్లింది జూలై 24 అవడం వల్ల సగం ట్రాక్టర్ చెత్తే పోగైంది.

2023 - No Plastic Lankamala ఏం చెయ్యాలో, ఎందుకు చెయ్యాలో, ఎలా చెయ్యాలో కూడా అర్థమయ్యేట్టు చేసింది.

మొన్న శివరాత్రికి లంకమల రామలింగేశ్వర స్వామి దర్శనానికి దాదాపూ పది వేలమంది వచ్చుంటారని ఫారెస్ట్ వాళ్ల అంచనా. అంతమంది వస్తే ఎంత చెత్త పోగవుతుంది?

ఆలయ నిర్వహకులకు చెప్తే అన్నదానం ఇతరత్రా కుళ్లిన పదార్థాలు తీసేయించారు గానీ చెత్త అక్కడే ఉండిపోయింది. వాడి పడేసిన ప్లాస్టిక్ బాటిల్స్, వాటర్ ప్యాకెట్స్, మజ్జిగ ప్యాకెట్స్, పసుపు, కుంకుమ ప్యాకెట్స్, అగరబత్తీ ప్యాకెట్స్, అన్నీ.

పూర్తిగా తీసేశాం అని కాదు గానీ కంటిచూపుకు అందినంతమేర ఏరి ట్రాక్టర్ లో వేస్తే ఫుల్ లోడ్ అయింది. దాన్ని తీసుకొచ్చి కొత్తచెరువు ఫారెస్ట్ గేట్ దగ్గర డంప్ చేశాం. గత సంవత్సరంది కూడా అలాగే ఉంది.

అక్కడక్కడా పడి వుంటే అర్థం కాలేదు, ట్రాక్టర్లోకి ఎక్కిస్తుంటే ఇంత చెత్తనా అనిపించింది, అగ్గిపెడితే రెండ్రోజుల పాటు కాలుతూనే ఉంది.

ఇదంతా లంకమలలో ఒక గుడి దగ్గర కంటికి కనిపించిన చెత్త. కంటికి కనిపించనిదెంత! ఇదే లంకమలలో నిత్యపూజకోన, కపర్థీశ్వరకోన, పంచలింగాల, వనేశ్వరాలు, తీర్థాలు, గోపాలస్వామి కొండ గుడులున్నాయి. అక్కడెంత చెత్త పోగయ్యుంటది..!

నల్లమల, శ్రీశైలం, శేషాచలం, పాలకొండలు వంటి ఎన్ని కొండలున్నాయి..!

తూర్పు కనుమలు, పశ్చిమ కనుమలు, నీలగిరి, సహ్యాద్రి ఇలా ఎన్ని అడువుల శ్రేణులున్నాయి..!

ఎంత ప్లాస్టిక్..! తలుచుకుంటేనే జలదరింపు వస్తోంది. మన సౌకర్యం కోసం పర్యావరణాన్ని చేతులారా నాశనం చేస్తున్నాము కదా అనిపించింది.

నిజానికి ఈ ప్లాస్టిక్ నియంత్రణలో పౌరుల స్వీయ బాధ్యతకంటే వాడకం మీద ప్రభుత్వం తీసుకునే కఠిన చర్యలే మంచి ఫలితాలనిస్తాయి.

2022 ఆగష్టులో ఉత్తర కర్నాటక, 2023 జూలైలో కేరళ వెళ్లాము. రాష్ట్రాలు, దేశ విదేశాల నుంచి రోడ్లు పట్టకుండా వస్తుంటారు పర్యాటకులు. అయినా ఎక్కడేగాని చిన్న ప్లాస్టిక్ ముక్క కనపడదు. పోనీ అక్కడికెళ్లిన వాళ్లంతా పద్ధతైన పర్యాటకులా అంటే కాదు. ఈ మనిషే కదా వెళ్లేది. మరి ప్లాస్టిక్ ఎందుకు లేదు అంటే ఆ రాష్ట్ర, స్థానిక ప్రభుత్వాలు తీసుకునే ముందు జాగ్రత్త చర్యలు.

ఉదాహరణకు కేరళ తీసుకుంటే అక్కడ అర్ధలీటరు, లీటరు, రెండు లీటర్ల ప్లాస్టిక్ బాటిల్స్ నిషేదం. కొంటే అయిదు లీటర్ల బాటిల్ కొనాలి, లేదంటే వాళ్లిచ్చే జనరల్ వాటర్ తాగాలి. నిర్ణయం చిన్నదే కానీ ఎంత ప్లాస్టిక్ ను కంట్రోల్ చెయ్యగలుగుతోంది. ఇలాంటివే మరికొన్ని ప్లాస్టిక్ రహిత విధానాలు.

పర్యావరణం దిశగా ఒకసారి ఆలోచనంటూ మొదలైతే మనకు తెలియకుండానే మన రోజువారీ చర్యల మీద ఆ ప్రభావం ఉంటుంది. ఇంతకుముందు హైదరాబాద్ లేదా ఇతర ప్రాంతాలు ఎక్కడికి బయల్దేరినా ముందు కొనేది ప్లాస్టిక్ వాటర్ బాటిల్.

కేరళ వెళ్లొచ్చిన తర్వాత హైదరాబాద్ బయల్దేరుతుంటే ఇంట్లో ఉన్న స్టీల్ బాటిల్లో నీళ్లు తీసుళ్తున్నా. ఆ రకంగా చూసుకుంటే ట్రిప్ కు రెండు బాటిల్లు వాడకం తగ్గించినట్టే కదా. కూరగాయలు, వేరే ఇతరాలకు మరీ అవసరమైతే తప్ప కవర్ వద్దనే చెప్తాను. ఇది పర్యావరణం తాలూకు మొదలు మాత్రమే, ఆచరణలో ఇంకా చాలా మారాలి.

జనాలు మారతారా మరరా?

మారితే ఎప్పటికి మారతారు..! అనే మీమాంశలు పక్కనపెట్టి ప్రభుత్వం ప్లాస్టిక్ నియంత్రణ దిశగా చర్యలు మొదలైతే తర్వాత స్థానిక పరిస్థితులను బట్టి నిర్ణయాలను అమలు చెయ్యవచ్చు. అయితే ఇవి మన వాళ్లకు పట్టవు. ఇక్కడ బాధ్యతారాహిత్యం కఠిన నిర్ణయాలు తీసుకోలేని ప్రభుత్వాలతో పాటు అధికారులది కూడా.

అడివిలో గుడి వెళ్లకముందే ఒక చెక్ పోస్ట్ పెట్టి, ప్రయాణీకుల దగ్గరున్న ప్లాస్టిక్ అంతా తీసేయించాలి. ప్లాస్టిక్ వాటర్ బాటిల్స్ ఖచ్చితంగా తీసుకెళ్లాల్సి వస్తే దానికి రెండింతల సొమ్ము డిపాజిట్ గా తీసుకుని వాళ్లు తిరిగి ఆ బాటిల్ బయటికి తెస్తేనే ఆ డబ్బులు ఇచ్చేట్టుగా నియమం పెడితే అడవిలో ప్లాస్టిక్ ఎందుకు పోగవుతుంది అని అవకాశం దొరికిన ప్రతిసారీ చెప్తూనే ఉన్నాం గానీ ఎందుకో కార్యరూపం దాల్చడం లేదు.

ఒకసారి కడప మున్సిపల్ కమీషనర్ ప్రవీణ్ చంద్, ఐఏఎస్ గారితో ఈ విషయం గురించి వచ్చిన చర్చలో ప్లాస్టిక్ అడవిలో ఉండటంకంటే అది కాల్చడం వల్ల జరిగే పర్యావరణ నష్టమే ఎక్కువ, రీసైకిల్ చెయ్యడం మేలు అన్నారు. మరో కొత్త కోణం. కడపలో ప్లాస్టిక్ నియంత్రణ, తగ్గుదల పట్ల ఆయన తీసుకుంటున్న కఠిన చర్యలు మంచి ఫలితాలనిస్తున్నాయి. ఇలాంటి అధికారులకు మరింత స్వేచ్ఛ, ప్రోత్సాహం ఇస్తే మార్పు వైపు నడిపించగలరు.

No Plastic Lankamala అనే కార్యక్రమం ఈరోజు లంకమలతో మొదలు. రేపు స్థానికంగా ఎవరైనా ఔత్సాహికులు ముందుకు వస్తే నిత్యపూజ కోన, గోపాల స్వామి కొండ, జ్యోతి కాశినాయన, సిద్ధేశ్వరం, ఉదయగిరి, పెంచలకోన, పాలకొండలు, శేషాచలం మరేదైనా తోడుండటానికి మా Into The Nature టీం ఎల్లప్పుడూ సిద్ధమే.

*****

'లంకమల దారుల్లో' పుస్తకంగా కంటే మా ప్రయాణాల తాలూకు జ్ఞాపకంగా కళ్ళముందు మెదులుతోంది. లంకమల దారులంటూ వివేక్ నడిచిన బాటల్లో నావంటూ కొన్ని పాద ముద్రలున్నాయి.

మా సీమ యాసలో చెప్పాలంటే 'లంకమల దారుల్లో నీ ప్రయాణం బాగుందిబ్బీ'. ఈ ప్రయాణ అనుభవాలు మీ 'లంకమల' కే పరిమితం కాకుండా జోగ్ ఫాల్స్ నుంచి మొదలుపెట్టిన పశ్చిమ కనుమలు, సీలేరు నుంచి మాచ్ ఖండ్ వరకూ చేసిన తూరుపు కునుమలు, నీలగిరుల నుంచి ఇడుక్కీలు వెతుక్కుంటూ మనం చేసిన కేరళ యాత్రలు మరో పుస్తకంగా అందిస్తావని మనస్ఫూర్తిగా కోరుకుంటున్నాను.

**పులివెందుల వివేక్**.
జలధారలు టీం.

***

ఎప్పుడూ లంకమల లంకమల అంటూ పరిగెడుతుంటారు ఏముందక్కడ అంటుంటారు కొందరు. ఆ అడుగులు ఇప్పుడు 'లంకమల దారుల్లో' రూపంలో ఆవిష్కృతమవుతున్నాయనే తృప్తి వుంది.

ఒక స్నేహానికి

ఒక ప్రయాణానికి ఇంతకంటే ఇంకేం కావాలి.

'లంకమల దారుల'తో మొదలైన నీ అడుగులు

ఎల్లలులేని ప్రయాణమై, సాహిత్యమై సాగిపోవాలని మనస్ఫూర్తిగా కోరుకుంటూ..

\- **అరణ్య శేఖర్**
INTO THE NATURE టీం

www.ingramcontent.com/pod-product-compliance
Lightning Source LLC
LaVergne TN
LVHW101408051026
849519LV00005BC/1702
* 9 7 8 9 3 9 2 9 6 8 9 0 7 *